D1771643

விடம்பனம்

விடம்பனம்

சீனிவாசன் நடராஜன் (பி. 1972)

கீழத் தஞ்சை நகரமான ராஜமன்னார்குடியில் பிறந்தவர். மதராஸ் கலைப் பள்ளியில் பயின்று இளங்கலை, முதுகலைப் பட்டங்கள் பெற்றார்.

பொது மேலாண்மையியலில் முதுகலை, எம்.ஃபில் பட்டங்களும் பெற்றிருக்கிறார். திருவாவடுதுறை ஆதீனத்தின் 'சித்தாந்த ரத்தினம்' பட்டமும் வழங்கப் பெற்றவர். *மெய்ப்பொருள்* சிற்றிதழை நடத்தினார். அதே பெயரிலான பதிப்பகம் வாயிலாக நூல்களையும் வெளியிட்டிருக்கிறார். *கணையாழி* மாத இதழின் இணை ஆசிரியராகவும் இருந்தார். 'ஆத்மாநாம் அறக்கட்டளை'யின் நிறுவனர்.

ஓவியராக, இந்திய அளவிலும் சர்வதேச அளவிலும் கவனம் பெற்றவர்.

மின்னஞ்சல்: arunsriindia@gmail.com

சீனிவாசன் நடராஜன்

விடம்பனம்

காலச்சுவடு பதிப்பகம்

விடம்பனம் ❖ நாவல் ❖ ஆசிரியர்: சீனிவாசன் நடராஜன் ❖ © சீனிவாசன் நடராஜன் ❖ முதல் பதிப்பு: ஆகஸ்ட் 2016, ஐந்தாம் பதிப்பு: ஆகஸ்ட் 2017 ❖ வெளியீடு: காலச்சுவடு பப்ளிகேஷன்ஸ் (பி) லிட்., 669, கே.பி. சாலை, நாகர்கோவில் 629001 ❖ அட்டை மற்றும் உள்பக்க ஓவியங்கள்: அனுபம் சுத் ❖ பின்னட்டைப் புகைப்படம்: பிரபு காளிதாஸ்

vidambanam ❖ Novel ❖ Srinivasan Natarajan ❖ © Srinivasan Natarajan ❖ Language: Tamil ❖ First Edition: August 2016, Fifth Edition: August 2017 ❖ Size: Demy 1 x 8 ❖ Paper: 18.6 kg maplitho ❖ Pages: 392

Published by Kalachuvadu Publications Pvt. Ltd., 669 K.P. Road, Nagercoil 629001, India ❖ Phone: 91-4652-278525 ❖ e-mail: publications @kalachuvadu.com ❖ Cover and inside Paintings: Anupam Sud ❖ Back Cover Photo: Prabhu Kalidas ❖ Printed at Sudarsan Graphics, Chennai 600 017

ISBN: 978-93-5244-055-9

08/2017/S.No. 732, kcp 1826, 18.6 (5) ILL

அருண்மொழிக்கும்
நிர்மலாதேவிக்கும்

முன்னுரை

காட்சியாக நிலைபெறும் சொல்

'விடம்பனம்' நாவலை முன்னுரைப்பதில் எனக்கு சுவாரசியமான குழப்பமும் சில கேள்விகளும் இருக்கின்றன. அவை பெரும்பாலும் தற்சார்பானவை; கூடவே பொதுப்படையானவையும். சீனிவாசன் நடராஜன் முன்வைக்கும் பிரதி இதுவரை தமிழில் இல்லாதது; வகைப்பாட்டில் அடங்காதது. இதை நாவல் என்று அறிமுகம் செய்ய, தற்காலத் தமிழ் நாவல்களைப் பயின்று சீரமைக்கப்பட்ட என் 'நவீன மரபு மனம்' குழம்புகிறது. வாசித்து அறிந்த முன் முயற்சிகளுடன் ஒப்பிட்டுச் சுணக்கம் கொள்கிறது.

திட்பமான கதையாடலைக் கொண்ட நாவலுடன் சீனிவாசனின் பிரதியைச் சேர்க்க முடியாது. இதில் தெளிவான கதை இல்லை. எனவே நேர்ப்போக்காக நீளும் நாவல்களுடன் இதற்குத் தொடர்பில்லை. இதில் நேர்க்கோட்டில் செல்லும் சம்பவத் தொடர்கள் இல்லை. எனவே கதையைப் பகுத்துச் சொல்லும் புனைவுகளுடன் இதைச் சமப்படுத்த முடியாது. அவற்றில் இடம் பெறும் காலத்தையோ நிகழ்ச்சியையோ மையப்படுத்தும் விள்ளல்கள் இதில் இல்லை. எனவே பல கதைகளின் தொகுப்பாகத் தென்படும் நாவலின் அமைப்புக்கும் இதில் இடம் கிடையாது. இதில் சொல்லப்படும் எதுவும் முழுமையான கதையல்ல. ஒரு காலத்துக்குரிய பிரத்தியேகமான சிக்கலையோ ஒரு குறிப்பிட்ட இடத்தின் பின்னணியையோ ஒரு தனித்த மனதின் பின்புலத்தையோ இந்தப் பிரதி அடையாளப்படுத்துவதில்லை. மாறாக, இதில்

பல காலங்கள் பிணைந்துகிடக்கின்றன. பல இடங்கள் சிதறித் தெரிகின்றன. பல மனங்களின் குரல்கள் எதிரொலிக்கின்றன. கதையாடலைத் தவிர்த்து மன விசாரங்களையோ அவற்றின் மூலம் எழும் தரிசனத்தையோ விளக்கவோ விவாதிக்கவோ இந்தப் பிரதி முன்வருவதில்லை. இலக்கியப் பரிசோதனையாக உருவாக்கப்பட்டதல்ல இந்தப் பிரதி. ஏனெனில், அதற்கான அலட்டல்கள் இதில் இல்லை.

இதுவரை வாசித்த நாவல்கள் அளித்திருக்கும் பொது அனுபவத்துக்கு வெளியில் நிற்கிறது 'விடம்பனம்'. நிற்பதுடன் அந்தப் பொது அனுபவத்தைக் கேள்விக்குட்படுத்தவும் செய்கிறது. இத்தகைய முன் தீர்மானங்களை ஒட்டித்தான் ஒரு நாவல் இருக்க வேண்டுமா என்ற கேள்வியை எழுப்புகிறது. 'இல்லை' என்ற பதிலைச் சொல்லும்போதே தமிழில் இதுவரை வெளியாகியுள்ள பல்வகை நாவல் வடிவங்களும் நினைவில் புரள்கின்றன. ஒருவகையில் தமிழில் சிறுகதைகளுக்கு வாய்த்ததை விட அதிகமான வடிவ மாற்றம் நாவலில்தான் சாத்தியமாகியிருப்பதும் புலனாகிறது. அத்தகைய வடிவ மாற்றத்தை 'விடம்பனம்' முன்வைக்கிறது – மிக விலகிய வகையில்.

மேற்சொன்ன நாவல் கூறுகள் அனைத்தும் 'விடம்பன'ப் பிரதியிலும் இடம் பெறுகின்றன. கூர்ந்த வாசிப்பில் இதில் நேர்ப் போக்கான கதையாடலைக் காண முடியும். கீழத் தஞ்சைக் கிராமத்துப் பெண்கள் இருவர், மைனர் ஆகிய மூவரின் வாழ்க்கையின் போக்கைப் பின்தொடரும் கதை. ஆயிரத்துத் தொள்ளாயிரத்து அறுபதுகளின் இறுதியில் அல்லது எழுபதுகளின் தொடக்கத்தை யொட்டிய காலத்தில் வாழ்ந்த மனிதர்களைப் பற்றிய கதை. அதே காலத்தைத் துல்லியமாகப் பதிவு செய்யும் நாவல் சம இரண்டாயிரத்துப் பதினாறுவரை கொள்ளும் நீட்சி இதைக் காலத்தைச் சொல்லுவதாகவும் ஆக்குகிறது. முன் சொன்ன மூவரின் கதை மட்டுமல்லாமல் காத்தானின் கூட்டத்தைப் பற்றிய கதையும் காத்தானின் பேத்தி மணிமொழி – தமிழ்வாணனின் சீர்திருத்தக் காதல் கதையும் அம்மாஞ்சி யின் பரிணாமமும் இடம்பெறுகின்றன. அந்த வகையில் இது பல கதைகளின் தொகுதியாக மாறுகிறது. அம்மாஞ்சியும் குடிகாரனும் தங்கள் குரல்களால் குறுக்கீடு நிகழ்த்துகிறார்கள். இலக்கியக்காரர்களும் அரசியல்வாதிகளும் போராளிகளும் உதிரிகளும் உரக்கக் குரல் எழுப்புகிறார்கள். உரிமை கேட்கும் ஆவேசங்களும் அதை அடக்கும் அச்சுறுத்தல்களும் மத மாற்றத்தின் நற்செய்திகளும் பெண்ணிய முழக்கங்களும் ஆண்மைய மிரட்டல்களும் தேசியப் புலம்பலும் வட்டாரப்

பெருமிதமும் பின்னணியில் ஒலிக்கின்றன. இவை பிரதியைப் பல்குரல் கொண்டதாக்குகின்றன. ஒரே காலத்தை அல்ல பல்வேறு காலங்களைத் தொட்டுச் செல்கிறது பிரதி. காலத்தின் அடையாளங்களாக மனிதர்களையும் இடங்களையும் சம்பவங் களையும் முன்னிருத்துகிறது.

கீழத் தஞ்சைச் சிற்றூரையும் மாயவரத்தையும் மெட்ராசையும் காசியையும் பின்புலங்களாகக் காட்டுகிறது. தேவாரத்தையும் சிவஞான சித்தியாரையும் ஆண்டாளையும் பக்தி இலக்கியத்தையும் கூளப்ப நாயக்கன் காதலின் பிரதியையும் சம காலக் கவிதைகளையும் எழுத்தை நிறுத்திவைத்தவரின் புனர்ஜென்மப் படைப்பையும் திரைப்படப் பாடலையும் கோத்து வைக்கிறது. ஒரு கொலாஜ் ஆகப் பிரதியை வடிவமைக்கிறது. ஆக, இதுவரை நாவல் கலையின் சாத்தியங்கள் என்று பொதுவாக அறியப்பட்ட அனைத்தையும் 'விடம்பனம்' உட்கொண்டிருக்கிறது. அதை வைத்து இதை இன்னவகை நாவல் என்று பிரித்துச் சொல்வதற்கும் இல்லை. ஏனெனில் மேற்சொன்ன முன் முயற்சிகள் எல்லாவற்றையும் நேரடியாகவும் மறைமுகமாகவும் இந்தப் பிரதி இரக்கமற்று ஏளனம் செய்கிறது; அவற்றைப் பகடிக்குள்ளாக்குகிறது. நிலைபெற்றுவிட்ட வடிவத்தைக் குரூரமாக நையாண்டிக்குள்ளாக்குவதன் மூலம் கிடைக்கும் சுதந்திரத்தையே தனது வடிவமாகக் கொள்கிறது.

வடிவத்தில் மேற்கொள்ளும் இந்தச் சுதந்திரத்தை உள்ளடக்கத்தில் மேலும் காத்திரமானதாகக் கையாளுகிறது 'விடம்பனம்'. நிலைபெற்ற மதிப்பீடுகளை, அழகியலை, வரலாற்றை, தனிமனிதச் சிந்தனைகளைப் பகடி செய்கிறது. கட்சி அரசியலை, கலை விசாரங்களை, சாதியப் பெருமிதங்களை, சீர்திருத்தப் போக்குகளை, பண்பாட்டுப் பெருமைகளைத் தலைகீழாகக் கவிழ்க்கிறது. நாவலின் தொடக்கக் காட்சியில் பெண் பாத்திரம் தலைகீழாக மரமேறுவதாக அமைந்திருப்பது தற்செயலானதல்ல என்று குறிப்பிடலாம். கீழ்நிலைக்குத் தள்ளப்பட்ட சாதியினரை, சீர்திருத்த இயக்கமும் மதமும் பெயரளவுக்கு மேம்பட்டவர்களாக மாற்றும் சம்பவம் இன்னொரு உதாரணம். ஒருவகையில் நம்மைச் சூழ இருக்கும் எல்லாவற்றின் மீதுமான விமர்சனமே 'விடம்பனம்'.

வாசக சௌகரியத்தை முன்னிட்டும் விமர்சன மெல்லுதலுக்காகவும் 'விடம்பன'த்தைத் தமிழில் முதல் பிக்காரெஸ்க் (picaresque) நாவல் என்று வகைப்படுத்தலாம். கோளாறான சமூகத்தில் ஒரு பாத்திரம், தான் மேற்கொள்ளும் சாகசங்களை அங்கதமாகவும் பகடியாகவும் வெளிப்படுத்தும்

புனைவு வடிவமே பிக்காரெஸ்க் நாவல். (ஒரு வாசகனாக இந்த வகைமையின் அண்மைக் காலத்திய மகத்தான நாவலாக உம்பர்த்தோ எகோவின் 'போதலினோ' (Baudolino) வையும் சராசரி எழுத்தாக அரவிந்த அடிகாவின் 'வெள்ளைப் புலி' (The White Tiger)யையும் குறிப்பிட விரும்புவேன்). பிக்காரெஸ்க் நாவல் என்பதைத் துக்கிரி நாவல் என்று உதாசீனமான தமிழாக்கத்தில் சொல்லக் கூச்சமாக இருக்கிறது. எனினும் 'விடம்பனம்' ஒரு பிக்காரெஸ்க் நாவல்தான் என்பதை அதுவே வலுவாக நிறுவுகிறது. இந்த நாவலில் இடம் பெறும் கதாபாத்திரங்களின் துக்கிரித்தனத்தைவிட அதன் ஆசிரியரின் குதர்க்கமே ஆற்றல் வாய்ந்தது. தான் உட்பட எதையும் பகடிப் பொருளாக்கும் படைப்பாளியின் அச்சமின்மையும் சுதந்திரமுமே 'விடம்பன'த்தை ஆக்கியிருக்கின்றன.

நாவலில் மட்டுமல்ல, சீனிவாசன் நடராஜன் தனது முதன்மை ஊடகமாகக் கொண்டிருக்கும் ஓவியக் கலையிலும் பிக்கார்தான். மரபுகளைக் கேள்வி கேட்பவர்தான். அவரது ஓவியங்களே அதற்குச் சான்று. ஒரு படைப்பின் தொடக்கத்தையும் முடிவையுமல்ல அதன் நிகழ்முறையையே – ஒரு படைப்பின் உருவாக்கத்தையே – அவர் முன்வைக்க விரும்புகிறார். இந்த நாவலும் அதன் இன்னொரு சான்று. அரசியலின் தொடக்கத்தையும் முடிவையும் அல்ல, அதன் நிகழ்முறையையே அவர் கவனத்தில் கொள்கிறார். மதத்தின் உன்னதத் தோற்றத்தையோ மலிவான இறுதியையோ அல்ல; அது நமக்கிடையில் எப்படி இயங்குகிறது என்பதே அவரது அக்கறை. இந்த நாவலில் குறிப்பிடப்படும் எல்லா மதிப்பீடுகளிலும் அவற்றின் ஆரம்பம், கடைசிகளைப் பற்றியல்லாமல் அவற்றின் நிகழ்முறையின் விளைவுகளையே ஒரு படைப்பாளியாக அவர் பொருட்படுத்துகிறார். சரியாகச் சொன்னால் இடைவெளிகளைப் பற்றியே யோசிக்கிறார். ஒருவகையில் இது ஓவியக் கலையின் நவீன மனப்பாங்கின் அடையாளமும்கூட. கோடுகளும் வண்ணங்களும் கித்தான்களும் மட்டுமல்ல ஓவியக் கலை. இன்ஸ்டலேஷனும் (installation) கலையே என்ற நவீன கண்ணோட்டத்தின் விளைவு இது; 'விடம்பனம்' படைப்பாளி சொற்களால் நிறுவியிருக்கும் இன்ஸ்டலேஷன். இந்த நாவலில் சொற்களால் உருவாக்கப்படும் காட்சிகளைக் காட்டிலும் காட்சிகளாக நிறுவப்படும் சொற்களே அதிகம் என்பதை வாசிக்கும்போது உணரமுடியும்.

ஓவியக் கலையில் தம்மை முழுமையாக ஈடுபடுத்திக் கொண்டிருக்கும்போதே எழுத்திலும் முனைப்புடன் பங்களித்த ஓவியர்களின் வரிசை நீண்டது. லியனார்டோ டா வின்சி,

மைக்கேல் ஆஞ்சலோ முதல் பிக்காஸோ, சால்வடார் டாலிவரை. இந்திய அளவிலும் இதுபோன்ற வரிசை பிரசித்தம். ரவீந்திரநாத் தாகூர், நந்தலால் போஸ், ஜே. சுவாமிநாதன் முதல் சமகாலத்தில் கணேஷ் பைன், குலாம் ரசூல் சந்தோஷ் வரை ஓவியர்களாகப் பெற்ற புகழுக்கும் மதிப்புக்கும் இணையாக இவர்கள் போற்றப்பட்டவர்கள். துரதிர்ஷ்டவசமாகத் தமிழகச் சூழலில் அப்படியான பட்டியல் இல்லை. அந்தக் குறையை சீனிவாசன் நடராஜன் களைந்திருக்கிறார் – 'விடம்பனம்' வாயிலாக.

திருவனந்தபுரம் **சுகுமாரன்**
3 ஆகஸ்ட் 2016

1

அறுப்பரிவாள் பிடி உடைந்து சேம இலைக்குக் கீழே தலைகீழாக வாய்க்காலின் கரையில் பாதி சேற்றிலும், கால்வாசி தண்ணீரிலும் கால்வாசி தண்ணீருக்கு மேலேயும், நுனி சேற்றின் ஆழத்தில் வேர்களை வெட்டிப் புதைந்திருந்தது. உடைந்த பிடி கேள்விக்குறியாய் அண்ணாந்து விடியலை நோக்கி வானத்தைப் பார்த்துக்கொண்டிருந்தது.

வழக்கமாகக் குலுங்கிப் பூத்துக் கொட்டும் பவழமல்லி மணம் வீசவில்லை. செந்நிறத்துக் காம்பும், வெள்ளை நிறத்து இதழ்களும் அவள் உடலையும் மனதையும் காட்டி உதிர்ந்து கிடந்தன. நேரம் மூன்றே முக்கால்.

கழுத்துச் சொடுக்கிய சேவல் கூவ நினைத்த போது நேற்றே கூவியிருக்க வேண்டாமோ என நினைத்துக்கொண்ட மாத்திரத்தில் கொக்கரிக்கும் நேரம் தவறிப் போயிருந்தது. நொடிக்கும் குறைவான நேரம் தப்பிப் போக என்னவெல்லாம் நடந்து விடுகிறது.

நெட்டை ரகத் தென்னை மரத்தில் ஒரு மரமேறியை, மர நாயை, அணிலை, எறும்பை, எல்லாவற்றையும்விட லாவகமாக மரத்துக்கும் வலிக்காமல், மனதுக்கும் வலிக்காமல் கீழிருந்து ஏறினாள். நேராக ஏறாமல் தலைகீழாகப் பாவாடை முகத்தில் மூடி கால்கள் இரண்டும் மரத்தைப் பின்ன, முதுகு மரத்திற்கு எதிர்புறமாக, தாவாங்கட்டை பூமியிலும், பார்வை நேராகவுமாக அவள் ஏறியபோது,

'இது சரியில்லை...' என்று சொன்னால்—'நான் இப்படிப் பழகி விட்டேனே',

'இது சிரமம் . . .' என்று சொன்னால் – 'நான் பழக்கப்படுத்தப்பட்டு விட்டேனே',

'இது மற்றவர்களுக்குச் சிரமம் . . .' என்று சொன்னால் – 'அவர்களின் பழகிய விதம்தான் எனக்குச் சிரமமாக இருக்கிறது. இப்படி ஏறவே நான் பழகிவிட்டதால் என் கால்கள் மற்றவர்களின் கைகள் செய்யும் சாதுர்யத்தைச் செய்துவிடுவதாக நான் ஒருபோதும் எண்ணிக் கொண்டதில்லை' என்று பதில் சொன்னாள்.

கொலுசுகள் கெண்டைக் காலைத் தலைகீழாகத் தழுவும்போது மட்டும் ஏனோ சத்துணவுக்குப் பின் அவன் பள்ளிக்கூடத்திலிருந்து வந்துவிட்டதுபோல் நினைக்கத் தோன்றுகிறது.

சுவரொட்டி – 6 கேள்விகள்:

- உடல் நிலை சரியில்லையென்றால் நாம் ஏன் அரசு மருத்துவமனைக்குச் செல்ல விரும்புவதில்லை?
- நம் குழந்தைகளை அரசுப் பள்ளியில் சேர்ப்பதை ஏன் தவிர்க்க நினைக்கிறோம்?
- இலவசங்களைப் பெறும்போது மனது ஏன் குதூகலம் அடைகிறது?
- அலுவலகச் சான்றுகளுக்கும் நடைமுறைகளுக்கும் அலைச்சலும், அதிக செலவும் ஆவது எதனால்? யாரால்?
- பேருந்துகள் நிறுத்தத்தில் ஏன் நிற்பதில்லை? நேரத்திற்கு ஏன் வருவதில்லை?
- டிக்கெட் கிடைத்தும் அமர்ந்து செல்ல இடம் இருப்பதில்லையே எதனால்?
- நானும் அவரும் ஒரே விலைகொடுத்து வாங்கும் பயணச் சீட்டில் பயணிக்கிறோம். நான் அமர்ந்துகொண்டு. அவர் ஏன் நின்றுகொண்டு. ஏன்?

~ ~

இந்தச் சுவரொட்டியைப் பார்த்து அம்மாஞ்சியும் மிஸ்டர் டாஸ்மாக்கும் பிச்சைக்காரரும் தொடர்ந்து விவாதிக்கிறார்கள்.

விடம்பனம்

2

குவிந்திருந்த மொட்டுக்களெல்லாம் மலர்ந்து பிரகாசிக்க அந்தக் குளம் தண்ணீரால், தாமரை இலைகளால், கொடிகளால் சூழ்ந்து தளும்பித் திமிறிக் கொண்டிருந்தது. ஒரு ஜோடி மேற்கத்தி மாடுகள் குளத்தின் அக்கரையில் அடிக்கப்பட்டபோது ஏற்பட்ட அலையில் கால்கள் நனைந்தன. குயில் தட்டு கட்டியவன் ஏறி அவிழ்த்து குயிலோடு வந்து குயிலைக்கொடுத்துவிட்டு என் புன்னகைக்காகக் காத்திருந்தான். ஏற்றம் தண்ணீரை மொள்ள குளத்துக்குள் மூழ்கியபோது திரும்பவும் வெளியில் வருவதற்குச் சற்றுத் தூரம் நடந்து போனால் என் முகம் அத்துணை பிரகாசமாகத் தெரியாது போய்விடுமோ என்று அஞ்சியதாலோ என்னவோ, மூழ்கியது காத்திருந்தது. அரப்பைத் தலையில் தேய்த்து, பாவாடையை மாரில் கட்டி – கண்கள், நெற்றி, உதடுகள் வழியாக எண்ணெயும் சீயக்காயும் வழிந்தோட – முழுகி எழும்போது, மறைந்து மீண்டும் தோன்றும் என் தரிசனத்தை இழக்க விரும்பாத கணத்தில் அப்படியே நின்று கொண்டிருந்தாள் கண்ணெரிச்சலோடு.

மனக் குளுமையோடும் கண்ணெரிச்சலோடும் – எங்கிருந்தோ ஓடி வந்து லாடம் அடிக்கப்போகும் மாடுகளைத் தேடிப் பிடித்து அதன் நான்கு கால்களிலும் உடம்பிலும் கயிற்றை வீசி – மாட்டை அண்ணாத்தி சாய்க்கப் போகும் கணத்தில் கண்டுவிட்ட கண்கொள்ளாக் காட்சி, நீண்டநேரம் மாடும் சாயவில்லை, என் கண்களும் அவனுக்குச் சாய்வதாயில்லை.

கல்லெறியும் தூரத்தில் கழுத்துச் சலங்கை ஒலியைக் கேட்டு நனைந்த கால்களை, தாமரைக் கொடியை விலக்கி எழுந்த போதுதான் மடையில் தண்ணீர் பாய்ந்தது.

அவன்தானா. . ! வேறு யாராக இருக்க முடியும். அரப்பைத் தேய்த்து அவள் மூழ்கிப் போனாள்.

'அவனும்கூட என் நினைப்பில் மூழ்க வேண்டும்', இப்படி நினைத்துக்கொண்டே அவனைப் பார்க்காமல் கண்களை இறுக்கமாக மூடி, கைகளைப் பின்னால் கட்டி, கால்களை அகட்டி விரித்து, அண்ணார்ந்து வானத்தைப் பார்த்து இடுப்புக்கு மேலே உடம்பை இடம் வலமாகத் திருப்பி காது ஜிமிக்கியும் தலைமுடியும் ஆடக் காதுகளை மட்டும் கவனமாக அந்தச் சத்தத்திற்குக் கொடுத்திருந்தாள், அருகில் வந்து நிற்குமானால் கண்களைத் திறக்க. இல்லாவிட்டால் பின்னாலேயே ஓடுவதற்கு ஏதுவாக.

ராதா சலூஜாவுடன் மக்கள் திலகம் பாடிய பாடல் இன்றும் என் நினைவில் இருக்கிறது.

நீங்க நல்லா இருக்கோணும் நாடு முன்னேற
இந்த நாட்டிலுள்ள ஏழைகளின் வாழ்வு முன்னேற

ரம்மி ஆடிக்கொண்டிருந்த போது வெளியில் மழை பெய்து கொண்டிருந்தது. என்னுடைய அப்பா கட்டிக் கொண்டிருந்த வீட்டின் உள்ளே நானும், வைத்தியநாத ஸ்தபதியும், ராஜேந்திரனும் சேர்த்து மொத்தத்தில் ஏழு கை.

'வைத்தி அண்ணா..!'

'அட..!'

'ஜோக்கர கீழ போட்டுட்டியேப்பா..!'

இப்படியாக எழுந்த குரல்களில் களம் அதிர்ந்த போதுதான் அந்தச் செய்தி வந்தது. 1987, டிசம்பர் 24. அவர் இறந்து போனார்.

'சொர்க்கபுரியாக மாறிவிடும்...'

மாயா உலகம், கடைசி ஆட்டம் பார்த்த பின்பு பகல் காட்சி ஆரம்பிப்பதற்குள் நடந்துவிடும் என்ற நம்பிக்கையை வைத்தி அண்ணனால் இன்றைக்கும் கைவிட முடியவில்லை. தமிழருவி மணியன் போன்ற பிரச்சாரகர்களால் கூட நம்ப வைக்க முடியவில்லை அவர் இறந்து போய்விட்டார் என்று. இன்றளவும் அவர் உயிரோடு இருக்கிறார் என்ற நம்பிக்கையை உடைக்க முடியவில்லை.

எங்கே தீங்கு நடந்தாலும், யார் பசித்திருந்தாலும், மேலிருந்து குதித்துத் தீர்த்து வைப்பார் என்கிற எதிர்பார்ப்பு. யாராவது வந்து கொடுத்துவிட்டுப் போவார்கள் என்று நம்பிக் கிடக்கும் மூட நம்பிக்கை. எத்தனை பெரியார் வந்தாலும் அழிக்க முடியாத இலவச குப்பை.

அம்மாஞ்சி

சீனிவாசன் நடராஜன்

3

“இது என்னடா? மற்றவை வழக்கம் போல் . . !”

“அதுலதாண்டா நம்ம மைனர்ல மைனர், மூணு வேலி சம்பாரிச்சாண்டா.”

“ஷோ கொட்டாயா?”

“இந்த பெட்ரமாக்ஸ் லைட்ட அஞ்சு ரூவா குடுத்து வாடகைக்கு எடுத்துட்டா என் வேல முடிஞ்சது.”

“என்னதான் மைனர் உட்டத புடிக்கணும்னு இங்க வந்தாலும், உட்டுருந்தாதானே புடிக்கறதுக்கு.”

“ஆமாமா . . . அவன் புடிச்சதெல்லாம் புளியங் கொம்புதான?”

“ஏண்டா வயிறெரிஞ்சி சாவறீங்க? அவ என்ன பெரிய கிளியோபாட்றாவா?”

“நீ ஓட்ற மில்லுக்கு கிரீஸ் டப்பாவும் சந்தன பேலாவும் ஒண்ணுதான் . . .”

“ஆமா . . . செத்து செத்துப் பொழச்சி வர்றபாரு சுடுகாடு தெரியறதுக்கு . . ?”

“தாயோளி, எப்பப்பாரு எம் பேச்சாவே கெடக்கு. பவானி ஜமக்காளம் இல்லாம நான் எப்ப களத்துல உக்காந்திருக்கேன்.”

“தெரிஞ்சதுதான் மைனர். நான் ரெண்டார் ரூவா குடுத்து அளவுக்காரன்ட்ட பொய் சொல்லி வாங்கி விரிச்சி வெச்சிருக்கேன் . . . நீங்க உக்கார்றதுக்காக . . .”

“யார்ரா அந்த ஆறு கை?”

“அஞ்சு வேலி நெலத்த வுட்டுட்டு ஒரு கை. பட்டணத்துல பொகையில ஏத்துமதி இன்னொரு கை. சிறீலங்காவுக்கு

வெங்காயம், கைலி, பாக்கியெல்லாந்தான் உனக்குத் தெரியுமேப்பா. மிராசுதாரோட எடுப்பு, தொடுப்பு, நானு, நீ."

"புதுக்கட்டா?"

"பௌடர் போட்டு வச்சிருக்கு. ஒட்டுதான்னு பாரு..."

"நெழல் அடிக்காம பெட்ரமாக்ஸ அப்பப்ப பம்ப் பண்ணுடா. ஆஸ் அடிக்கிறதுக்கு மட்டும் வர்ரல்ல..."

"இந்தா... கருப்பு வில்ஸ் இல்லன்னா கத்திரிக்கோல்னு கேட்டு ஒரு பாக்கெட் வாங்கிட்டு வாடி... சீக்கிரம் ஓடு..."

"ஒட்றதுக்கு நானொன்னும் உன் பொண்டாட்டி இல்ல..."

"ஒரு ஃபுல் எவ்வளவு?"

"ஃபுல்லுக்கு நூறு ரூபா..."

"ஆயிரத்துக்குக் கொறஞ்சி நான் ஆடறது இல்ல..."

"சரி... அப்படியே வெச்சிப்போம்!"

"எடம் அடிக்கனுமா?"

"மைனருக்கு எப்போதுமே ராணிதான்யா."

"சும்மாய்ரு, வெறும் ராணியில்லய்யா... இஸ்பேடு ராணி..."

"அதத்தான் பேசிட்டு இருந்தீங்களா! அட... அவ ஒரு ஆடுதன் ராணி."

சித்திரை மாசம், வெள்ளிக்கிழமை 19ஆம் தேதி எல்லாரும் வந்துடுங்க, காலைல அஞ்சே முக்கால் மணிக்கு நடக்கப்போற நிகழ்ச்சிக்கு...

மத்தியானம் அன்னதானம்...

சாயங்காலம் ரெக்கார்டு டேன்ஸ்...

மற்றவை வழக்கம்போல்...

வானொலி புகழ் வர்றாங்க.

அலறியது ஸ்பீக்கர்...

குடிகாரனின் குரல்

சுவரொட்டியின் ஆறு கேள்விகளுக்கு அண்ணன் சிங்கத்தின் பதில்கள்.

"டேய், அந்த எறவானத்துல சொருவுன அருவாள எடு. நம்ம ஆளு எல்லாரையும் கூப்புட்றா! இனிக்கி மத்தியானம் ஒரு கிடா விருந்து. அங்க, எவனோ ஒரு ஆபீசர் வந்திருக்கான்டா. அவன் நம்ம ஆளு இல்ல. அவன போட்றனும். இன்னிக்கி சாயங்காலத்துக்குள்ள. இல்லன்னா, அவன் டிரான்ஸ்பர் வாங்கிட்டுப் போகட்டும். அவன் இருக்கக் கூடாது. எப்புடி அவன் வாத்யாரா வர முடியும் இங்க? நம்ம புள்ளங்க அந்தப் பள்ளிக்கூடத்துக்குப் போவாது."

"முடியாது ... முடியாது ..."

"அங்க சாப்டாது ... சாப்புட முடியாது ..."

"பஞ்சாயத்து கூட வேணான்டா. எதுக்குப் பஞ்சாயத்து போர்டு? இவன், இவன் யாரு நமக்குப் பஞ்சாயத்துப் பண்றதுக்கு. பஞ்சாயத்து போர்டுல பிரசிடென்ட் ஆவறதுக்கு நிக்கக் கூடாது. அவன், அவன் வரட்டும் பாத்துக்கலாம் ஒக்காலி, எவனா இருந்தாலும் பாத்துக்கலாம். அவன் நிக்கக் கூடாது. அவன் வந்தான்னா அவன கொளுத்திடுவோம். வெட்டிடுவோம். போட்ருவோம்டா! போட்ருவோம்! சாயங்காலத்துக்குள்ள போட்ருவோம். யாரா இருந்தாலும் சரி."

"அவன, நாளக்கி ..."

"பஸ்ஸ ஊருக்குள்ள உடவே கூடாது."

"அவன் எப்படி டிரைவர் ஆவலாம்? அவன் டிரைவர்லாம் ஆவக் கூடாது. அவன் டிரைவர் ஆனா எங்க வேணா போவட்டும். இங்க நம்ம ஊருக்கெல்லாம் அவன் ... நம்ம புள்ளங்க எல்லாம் போற பஸ்ஸுறா அது. நம்ம பொண்டு புள்ளங்க எல்லாம் போற பஸ்ஸுக்கு அவன் டிரைவரா? இதெல்லாம் நடக்கவே நடக்காது. வாய்ப்பே இல்ல! அத செய்யக் கூடாது தப்பு. அந்த பஸ்ஸு ஊரு உள்ளுக்கே வரக் கூடாது."

"நாளக்கி நம்ம ஆளுங்கள எல்லாம் எறக்கி உட்டுட்டு பஸ்ஸ கொளுத்திடுவோம். பஸ்ஸே வேணாம்டா. நாம என்ன பஸ்லயா பொறந்தோம். பஸ்ஸே கிடையாது. டாக்டர போன வாரந்தா அடிச்சி ஆள தொவச்சப்ப ஓடிப்புட்டான்ல அவன். நம்ம பயதான் கம்பவுண்டர். பத்து வருஷந்தான் டிரைனிங். அவன் போதும் நமக்கு. என்ன அந்த வெள்ள மாத்திரைய குடுத்து ஊசிய போடுறதுக்கு எதுக்குடா டாக்டரு.

டாக்டர் வேணும்னு கேட்டம்னா எவனயாவது போட்ருவான். நம்ம பொண்டு புள்ளக்கெல்லாம் ஊசி போடுவான். என்ன இவன் எப்படிடா கைபுடிச்சி ஊசி போடலாம்? நம்ம கம்பவுண்டர் போதும்டா. நம்ம இவன்டா!"

"அவன்தான், நம்ம சித்தப்பா பையன் இருக்கான்ல அவன் போதும். அவன் குடுத்த மாத்திரையில எல்லாம் கிழிச்சிங்கன்னா போதும். இல்லன்னா மதுர ஆஸ்பத்தரியில நம்ம இவரு இருக்காரில்ல. அவருகிட்ட போயிருவோம். அங்க போயி பாத்துக்கறேன். என்ன பெரிய இது. உடு..."

'ஆமா ஆமா... சாப்பாடு எல்லாமே..."

"கடா வெட்டியாச்சு."

"ஆமா, அந்தப் பூஜைய போட்டுட்டுக் கிளம்பிப் போலாம் எல்லாரும்."

"அதான்..."

"அந்த ஆட்டம் உண்டு."

"ஆமா, மெட்ராஸ் போயி அவர பாத்தம்னா, செகரட்ரி நம்ம ஆள்தான். அவருகிட்ட சொல்லிட்டு வந்துட்டேன். அந்தப் பஞ்சாயத்து அத பாத்துக்குமாம்."

"ஆமா, ஆமா... மேல சொல்லிட்டாங்க. மேலயும் சொல்லியாச்சு. சொல்லிப் பாத்துக்கலாம்."

"இவன்தான்..."

"இவன் யாருடா போஸ்டிங் போடுறதுக்கு, நம்ம போடுவோன்டா. இவன் வந்து வேல பாத்துருவானா ஒரு நாளாவது..."

"அவன்லலாம் உள்ளயே வர முடியாது."

"பாத்துக்கலாம்."

"ஆமா, சிங்கம் மாறி புறப்படுவோம். நாம, சிங்கம்டா நம்மல்லாம்."

"ஏங்கண்ணே, அந்த மீசைய தடவாதிங்கண்ணா, கைய எடுங்கண்ணா."

"நல்லா இரு..."

"சரி..."

"பழக்க தோஷம்..."

"சரி வாங்க போகலாம்..."

சிங்கம்

4

"கோட்டய பிரிக்கச் சொன்னனே!"

"ஆமாங்கய்யா. நேத்திக்கே தண்ணியில ஊறப் போட்டுட்டோம். இன்னிக்கிப் பிரிச்சி வெத நெல்ல எடுத்து வச்சாச்சி. காலைல வெதக்கிறதுக்கு எல்லாமே ஏற்பாடாகியிருக்கு. பண்ணைலருந்துதான் முதல் விதைப்பு. அய்யா வந்தீங்கன்னா ஆரம்பிச்சிரலாம்."

"பூ கொண்டாந்திருக்காங்கய்யா!"

"எத்தன கூடடா?"

"நாலு கூட கோயிலுக்கு, ரெண்டு கூட பூசைக்கு..."

"சரி, அவள்ட்ட சொல்லி வெச்சிட்டுப்போ."

"இந்தா... அய்யா உங்கிட்ட குடுக்கச் சொன்னாரு..."

"அப்ப எனக்கில்லயாடா?"

"உனக்கு இல்லாமயா?"

"படி அளக்கற மகராசீஈஈஈ... தாழம்பூ தனியாவும், மல்லிப்பூவுல ஜாதி மல்லி தனியாவும், முல்லப் பூ தனியாவும், பன்னீர் எலயில கட்டி வச்சிருக்கேன். ரோஜாவயும் கனகாம்பரத்தயும் வாழ எலயில கட்டிக் கூடவே ஒரு கட்டு நாரையும் தனியா வச்சிருக்கேன் பாத்துக்க..."

கீழத் தஞ்சை மாவட்டத்தில் ஒவ்வொரு விதைப்பு நாளிலும் ஊர்கூடி முதல் விதைப்பைத் தடபுடலாகக் கொண்டாடுவது வழக்கத்தில் இருந்தது. இதற்காகவே பெரிய கோவில் சிவாச்சாரியார்கள் வருவதும் பழக்கம்தான். அப்படி ஒருநாள் இந்தக் கிராமத்தில் விதைப்பு துவங்கியபோது...

“இந்தப் பக்கம் ஒம்பதாவது பாத்தியில மஞ்சத் தூள கரைங்கோ!”

“எத்தன வருஷந்தான் ஓய் நானே கரைக்கிறது?”

“பட்ணத்துல இருக்குற பையன கூப்ட்டா வரமாட்டேங்குறான்.”

“ஆயிரம் வேலி சொத்துக்கு இவதான் ஓய்! இனிமே என் வாரிசு. இவள வச்சி பூஜய ஆரம்பிங்க...”

எப்பவும் மிராசுதாரின் மனநிலை தும்பைப் பூவாய் வெளுத்த வேட்டியும், நிறத்திற்குச் சற்றும் குறையாத சரிகையின் மினுமினுப்போடும்தான் மின்னிக் கொண்டிருக்கும்.

ஊரில் ஒவ்வொருவருக்கும் ஒரு வெளுப்புக்காரன் உண்டு. அப்படி, அய்யா வீட்டிற்கு வெளுப்பவன் தனியாகத்தான் இருந்தான். கல்யாணத்திலும் கருமாதியிலும் அவனுக்கு மரியாதை. என்னதான் எல்லாரும் அவன மதிச்சாலும் அவ எப்பவுமே அவன பேர் சொல்லித்தான் கூப்பிடுவா.

“நச்சு... இப்புடி வா.”

ஐயாவுக்கு மட்டுந்தான் டினோ பால். மத்தவங்களுக்கெல்லாம் வெள்ளாவிதான்.

“ஒருநாள் உன்ன வெள்ளாவில வெக்கிறனா இல்லியான்னு பாரு.”

சாஸ்திரிகள் இடது கையில் மணியை அடித்துக்கொண்டே வலது கையால் அருகம்புல்லைப் பறித்து அவளைக் கூப்பிட்டார்.

“இந்தப் பக்கம் வாங்கோ!”

“ஒரு கை மேல கைய வச்சி வெத நெல்ல எடுத்து இந்தப் பாத்தியில விட்டுட்டு...”

“...”

“பசும்பால் கொண்டாந்திருக்கியா?”

“...”

“தூக்குலருந்து பால அதுல விடுங்கோ.”

“...”

“கோமியம்...”

“...”

"பசுஞ் சாணி…"

"…"

"அந்த வில்வத்த எடன்டா…"

"…"

"குட்டிக்கோங்கோ…"

"…"

"பிரதக்ஷிணம் பண்ணுங்கோ"

"…"

"மூணு சுத்து…"

"…"

ஏர்க் கலப்பைகளையும், நுகத்தடிகளையும் வைத்துவிட்டு ஊர் முழுவதும் விழுந்து வணங்கியது. எழுந்து நாற்றங்காலுக்கு விதைக்கக் கிளம்பியபோது தாழம்பூவைத் தலையில் வைத்து ரோஜாவையும் மல்லியையும் மடியில் கட்டி… அவளுக்கு… இது பிடிக்கும் என நினைத்துப் பழத்தையும் வெற்றிலையையும் பவ்யமாகப் பெற்றபின் வாய்க்காலைத் தாண்டி அவளைப் பார்க்கப் போனாள்.

குடிகாரனின் குரல்

ஆறு கேள்விகளுக்கான பதில்கள்

இந்த எதிர்க்கட்சித் தலைவன் இருக்கான் பாருங்க, அவந்தாங்க எல்லாத்துக்கும் காரணம். இந்த எதிர்க்கட்சித் தலைவராலதான் இந்த நாடு குட்டிச் சுவரா போச்சு. பாருங்க இன்னிக்கி எங்க வீட்டுல தண்ணி வரல, அவன் பண்ண சதிதாங்க இது. நேத்தியே மோட்டார்போட வுடாம சதி பண்ணிட்டான். இன்னிக்கி காலில தண்ணி வரல. கரண்டு இல்லாததுக்கு யார் காரணம்னு நெனைக்கிறீங்க நீங்க. இவன் பிரச்சனை பண்ணதுனாலத்தான் இந்த நாட்டுல கரண்டு இல்ல. இவன ஒழிச்சிட்டம்னா வேற எந்தப் பிரச்சனையும் இல்லங்க. நாட்ல நல்லா இருக்கலாம் நம்மல்லாம். பாருங்க சாப்பாடு குடுக்குறாங்க எல்லாருக்கும். சாப்பாடு குடுக்குறோம். பல்பொடி குடுக்குறோம். செருப்பு குடுக்குறோம். என்னென்னவோ குடுக்குறோம். எல்லாம் குடுக்குறோம். ஆனா, இவன் இருக்கான் பாருங்க! இவனப் பாத்தீங்கன்னா, இவனப் பத்தியேதான் பேசிக்கிட்டு இருப்பான். பிரச்சனை இவனாலதான். இவன் இல்லன்னா இந்தக் கூட்டம் தேவையில்ல பாருங்க! இந்தக் கேள்வி எல்லாம் நீங்க கேக்க மாட்டீங்கல்ல. அவன ஒழிக்கணும். அவன தூக்கி உள்ள போடணும். அவனும், அவன் கூட்டமும். அவன் கட்சியும். நாலு பேரை வச்சிக்குனு ஒரு கட்சி ஆரம்பிச்சிட்றானுங்க, கட்சியா அது? இப்பப் பாருங்க தமிழுன்னான் அங்கியும் துரோகம் பண்ணிட்டான். கருங்காலி, அவன ஒழிக்கிற வரைக்கும் நமக்குத் தூக்கம் கிடையாது. பாரு..! அவன் ஒரு பெரிய விஷயம் கிடையாது பாரு. அவன மக்கள் ஏத்துக்க மாட்டாங்க. மக்கள் வந்து நம்ம பக்கம்தான் எப்பவுமே. சாப்பாடு போடுறோம் பாருங்க. அந்த அக்கா பாருங்க, எப்படி ஜோரா சிரிக்குது.

“அக்கா சாப்பிட்டாச்சா நீ.. ?”

“ஜம்முன்னு சாப்பிட்டு வந்துக்கீது.”

இத ... இந்தப் பாட்டி பாருங்க. உனக்குக் கண்ணாடி வாங்கிக் குடுத்துருக்கிதுல்ல. இதோ அந்தப் புள்ளையப் பாருங்க பல்பொடி வாங்கிக் கொடுத்தோம் நேத்திக்கி. ஏன் இவ்வளவு! ஏங்க! இந்த வேட்டிய யாரு வாங்கிக் குடுத்தா? ம்ம்ம்...வேட்டி குடுக்குறோம்... குடுத்தோமே... குடுத்து குடுத்துட்டே இருக்கோம்ல.

அவுங்களுக்கு இன்னா வேணும்னாலும் நாங்க கொடுப்போம். இங்க இன்னா வேணும்னாலும் கேளுங்களேன். நாங்க உங்களுக்குக் குடுத்துருவோம். அப்ப உங்களுக்கு என்ன பிரச்சன? ஏன் கேள்வி எல்லாம் கேக்குறீங்க தேவையில்லாம? அவன் சதிங்க... அவன் பண்ற சதிதாங்க இந்த மாதிரி கௌம்பிட்டானுங்க. ஊர் ஊரா நாலு பயலுங்க. அவனுவதாங்க இந்தக் கேள்வி கேக்குறது, சட்டம் பேசுறது, இப்படிப் புரியாம பேசிக்கினே இருக்கானுங்கல்ல அம்பது வருஷமா! இந்தப் படிச்சவனுங்க வேற நாலு பேரு பின்னாடி போயிட்றானுவளா. ஏதாவது புரியாம பேசுறது, சாப்பாடு குடுறானா இவன் பாட்டுக்கு ஜெர்மனியப்பாரு, இத்தாலியப்பாருன்னு துண்டப் போட்டுக்கிட்டு அளப்பறைய கிளப்புவான் பாருங்க. ஜெர்மனிய, இந்த அக்கா பாருங்க எவ்வளோ சந்தோஷமா இருக்கு, சாப்புட்டுக்கிட்டு நிம்மதியா ஜம்முன்னு. சாப்பாட்டப் போடாம, ஜெர்மனியப்பாரு, இத்தாலியப்பாரு, ஓழைக்கணும் வேலை செய்யணும், யாரு செய்யுறது இதெல்லாம்?

இதெல்லாம், நாம செய்ய முடியுமா? சொல்லுங்க... காலைல போனமா, நல்லா சாப்ட்டோமா, நிம்மதியா படுத்துத் தூங்கனும்னு இல்லாத போயி அங்க ஓழைக்கணும், வேல செய்யணும். என்னவோ மொழியாங்க, அதப்போயி ஏங்க? நாம என்ன இத்தாலியிலயாங்க பேசுறோம். தமிழ்தாங்க பேசுறோம். அப்புறம் என்னங்க புதுசா காபந்து பண்றோம். அதுக்கு யாருங்க? அதனாலதான் இவனுங்க எல்லாம் கேள்விய கேட்டுக்குனு இருக்கான். அவன் ஆளு இவன்லாம். கேள்வி கேட்டவன ஓதச்சோம்னு வச்சுக்கோங்க. கரைக்டா இருக்கும் சரியா.

வாழ்க!

அவர் நாமம் வாழ்க!

இவர் நாமம் வாழ்க!

அண்ணாதாசன்

5

"கரி வாங்கறதுக்குப் பணம் குடுத்தனே!"

"அத காலயிலயே ஒலையில போட்டு, துருத்தி ஊதி நெருப்பாக் கனன்றுகிட்டு இருக்கே பாக்கலியா?"

"இன்னிக்கி சாயங்காலத்துக்குள்ள அந்தச் சக்கரத்துல இரும்பச் சேர்க்கலனா, அவன் நம்மள இந்த அடுப்புலயே வச்சிக் காச்சிப்புடுவான்டா!"

"எம் பேர்ல தப்பில்லயே, காலைலயே கள்ளகுடிச்சி உச்சி வேளைல பட்டறைக்கு வந்தா நான் என்ன செய்ய முடியும்?"

"பணத்த குடுக்காதடா, மடியில நிண்டும்னு அப்பவே சொன்னேன். கேட்டானா? கட்டு விளையாடப் போறேன் மாமா. கையில காசிருந்தா களம் சேராதுன்னு என் கழுத்தறுத்துக் கையில குடுத்துட்டுப் போயிட்டான். ஒரு மரத்துக் கள்ளு... உசிரு போனா மசிறா போச்சுன்னு குடிச்சித் தொலச்சிட்டேன். வெயில் எற ஏறத்தாண்டா மயிர் போனாலும் பரவாயில்ல, உயிர் போகக்கூடாதுன்னு ஓடியாறேன்! சக்கரத்துக்குக் கட்டு போட்ருவமா?"

துருத்தி ஊத ஆரம்பித்தது, நெருப்பில் வாட்டிய சக்கரம் மெருகேறியது. மரம், அதைச் சுற்றி இரும்பு, அதைச் சுற்றி ரப்பர் என மூன்று அடுக்குகளைக் கொண்ட சக்கரம். உறுதியாகவும் எடை குறைவாகவும் இவனைத்தவிர யாராலும் அப்படிச் செய்துதர முடியாது என்பதாலேயே அவன் மைனர்களுக்கு மாமாவாகிப் போனான். மிராசுதாரர்களுக்குக் கொல்லனாகிப் போனான்.

ஒவ்வொரு பொங்கலுக்கு முன்னாலும் புதிதாக அகப்பை செய்வதிலும், ஆடிப்பெருக்கிற்கு சிறுபிள்ளைகளுக்குச் சப்பரம் செய்துகொடுப்பதிலும் வல்லவனான விஸ்வகர்மா, ரேக்ளா பந்தயங்களில் அவன் வண்டிகளாலேயேதான் அவன் தோற்கடிக்கப்படுவான்.

"என்ன மாமா, வண்டி தயாரா?"

"இரும்புப் பூண் போட்டுருக்கேன், சக்கரத்துக்கும் வண்டிக்கும் நடுவுல வில்லு வச்சிருக்கேன் புதுசா."

"பட்டணத்து ரோதையில இருந்து எடுத்த ரப்பரையும் சேர்த்திருக்கேன். விடிஞ்சதும் விடியாததுமா வாரியே, களம் எப்படி?"

"நம்மள தோக்கடிக்க இன்னொருத்தன் பொறக்கணும் மாமா."

"அதுக்கு பயந்துதான் கல்யாணம் கட்டிக்காம இருக்கீங்களா மைனர்?"

"அடிசெருப்பால, அப்பான்னு கூப்பிட்றா தறுதலப் பய மவனே."

"நான் ஒருத்தன் கூப்டா பரவாயில்ல. ஊருக்குப் பத்து பேருல்ல கூப்பிட்றானுவ..?"

"உட்றா... அவன் ஒரு சின்னப் பய."

"அவ(ள்) வெடப்பு அப்படியே இருக்கு மாமா இவன்ட்ட."

"உன் ரத்தம் பின்ன எப்டி இருக்கும்..?"

"கண்ணுங்களா, வெக்க வச்சானா உங்களுக்கு..."

"ரெண்டு கிலோ எள்ளு புண்ணாக்கு அப்படி..."

"சும்மாவா எக்ஸ்ப்ளோரர்ல்ல, செட்டியார் கட பருத்திக்கொட்ட."

"வெக்க வெச்சனான்னு கேட்டுப்புட்ட. கள்ளு குடிச்சதெல்லாம் தனிகாசுப்பா, வாயில்லா சீவன வத்தப் போடுவனா" எனக் கேட்டுக்கிட்டே மாட்டுக்குக் கழுத்துச் சலங்கையை மாட்டி, நுகத்தடியில் பூட்டினான்.

"ஓட்டிப் பார்த்துட்டு வந்து சொல்லு."

"பலபேரு இப்படிக் கொடுத்துதான் ஓட்டிப் பார்த்தப்புறம் புள்ள குடுத்துட்டுப் போயிட்டதா பொலம்பறானுவோ."

"ஹோய்! ஹோய்!"

இது நிச்சயம் அவனாகத்தான் இருக்கணும். வண்டி, பாலமில்லாத அக்கரையை, வாய்க்காலை, தாவித் தாண்டி வந்து கொண்டிருந்தது. அவளும் அவளை மடிநிறைய பூக்களோடு அவளைத் தேடிக்கொண்டு அங்கு வந்தாள்.

குடிகாரனின் குரல்

போஸ்டர்ல இருக்குற கேள்விக்குப் பதில் சொல்லுங்க.

அரிசி வாங்க முடியாவிட்டால் எலிக்கறி சாப்பிடுங்கள். சக்கரவர்த்தி சொன்னதுபோல் குலக்கல்வி முறை இருந்திருந்தால் நம்மை அசைக்க முடியுமா? நம்ம மக்கள படிக்கத்தானே சொன்னேன். அதுக்கு ஏண்டா தோக்கடிச்சீங்க? மக்கள் தலைவர நாந்தானே காமிச்சேன். காங்கிரஸ் மட்டுந்தான் இந்த நாட்டக் காப்பாத்த முடியும். ஆராலயும் காப்பாத்த முடியாது. அன்னை இந்திராவும் ஜவகர்லால் நேருவும் ராஜீவ் காந்தியும் இந்த நாட்டுக்கு உயிரைத் தந்தார்கள். இந்தநாடு, மக்கள் தலைவர் மூப்பனார் அவர்களால் காபந்து செய்யப்பட்ட நாடு. மூதறிஞர் ராஜாஜி அவர்களால் நிர்மாணிக்கப்பட்ட நாடு. எந்தக் காலத்திலும் எந்தத் திட்டத்தையும் எடுத்துப் பாருங்கள். காமராஜ அவர்களால் கொண்டுவரப்பட்டது. உங்களுக்கு சுதந்திரம் வாங்கித் தந்தது. மகாத்மா காந்தி காங்கிரஸ் கட்சியைச் சார்ந்தவர். இப்படிக் கேள்வி கேட்டு, இப்படி ஒரு புத்தகத்தை எழுதுவதற்கு உங்களுக்குக் கொடுக்கப்பட்ட துணிச்சல், சுதந்திரம், யார் பெற்றுத் தந்தது? காங்கிரஸ் கட்சிதான் வழங்கியது.

“அண்ணே கூட்டணி பேசறதுக்காக யாரோ வந்திருக்காங்க அண்ணே!”

“இருப்பா! இருப்பா! கூட்டத்த முடிச்சிட்டு வந்துடுறேன். இருப்பா!”

ஆகவே, மக்கள் தலைவர் அவர்களையும், நம்முடைய பெருந்தலைவர் அவர்களையும், மூதறிஞ்ஞரையும் மக்களாகிய நீங்கள், சேவாதள தொண்டர்கள் அனைவரும் மறவாமல் குல்லா அணியவும். குல்லா அணிந்துவிட்டால் இந்த நாடு சுபிட்சம் பெரும். சுதந்திரம் பெறும் இந்த நாட்டின் ஓரே குறிக்கோள் குல்லா அணிவது மட்டுமே. குல்லாவில்தான் எல்லாமே இருக்கிறது.

“குல்லா எடுத்துட்டு வா . . . ஓடியா . . . ஓடியா . . . ஓடியா . . . வேல இருக்குது . . .”

தேசநேசன்

மருதம் வாசகர் வட்டம்

குப்புசாமிக்கு நேரம் மிக முக்கியம். வெட்டி அரட்டையாக இருந்தாலும் கூட அவருடைய மிலிட்டரித்தனம் எதையுமே நேரத்திற்குத் துவங்கிப் பழக்கப்பட்டுவிட்டார். இந்த விஷயத்தில் அவர் நேரத்தைச் சரி பார்த்தார்.

“போன மாசம் வந்த ‘திட்டிவாசல்’ இதழிலிருந்து நாம் துவங்கலாம் நண்பர்களே ...”

“கடந்த மாதம் என்று நீங்கள் ஏன் சொல்லவில்லை ?”

அசட்டுச் சிரிப்புடன் “பிரதி மாதம்ன்னு கூட நான் சொல்லுவேன். அது என் சுதந்திரம் மிஸ்டர் டாஸ்மாக்.”

“கருப்பு வில்சின் வெல என்னான்னு உங்களுக்குத் தெரியுமா ?”

“இன்றைய காந்தி படிச்சிட்டிங்களா ?”

“என்னதான் இதழ் கைக்கு வந்தாலும், அந்தக் கத எனக்கென்னமோ பழைய காலத்து அந்துபோன ரீல ஓட்றா மாதிரிதான் தெரியுது.”

“மொழி புதுசா இருக்குப்பா ...”

“என்னா ... தாவன்னாவ தீவன்னான்னு போட்டு எழுதுறானா ?”

“மிலட்டரி என்னா சொல்லுது ?”

ஜி. குப்புசாமி சிரித்துக்கொண்டே “அவ அருமையான பொண்ணுப்பா. என்னா மாதிரி அவளோட உருவகம். உண்மையிலேயே அவங்கிட்ட ஒரு நல்ல கத இருக்குன்னு தோணுது. போவப் போவதான் அவ யாரு ? அவ பேரு என்ன ? இவ யாரு ? இவளோட பேரு என்ன ? அப்படின்னு எழுதுவா போல.”

“இன்னும் பேரே வெக்கிளல்ல ரெண்டு பேருக்கும்.”

“பேர் கெடக்கு பேரு ... கத அடுத்தது என்னா சொல்லப் போறான்னு ...”

“தூ ... கழிசடைங்களா ... உங்களுக்கெல்லாம் ரசனையும் கெடையாது ஒரு மண்ணும் கெடையாது. ஒரு காலத்துல நாவல்னா இப்புடியா ஆரம்பிக்கும். பேருங் கெடையாதாம். ஊரும் கெடையாதாம். நான் இனிமே படிக்க மாட்டேன்பா ... ஒரே கன்பீசனா இருக்கு ...”

நேரம் முடிந்ததால் வாசகர் வட்டம் நிறைவு பெற்றது.

இறைவனிடம் கையேந்துங்கள்
அவன் இல்லையென்று சொல்லுவதில்லை!
பொறுமையுடன் கேட்டுப் பாருங்கள்
அவன் பொக்கிஷத்தை மூடுவதில்லை!

அலாவுதீன் அண்ணன எனக்கு ரொம்ப புடிக்கும். சாத்தப்பனையும் எனக்குப் புடிக்கும்தான். மரைக்காயர் மில்லுல தவிடும் உமியும் – பரந்து படர்ந்து – படிந்து இருக்கிற சுவர்கள் முழுவதும், தொழுத கைகளோடு பொக்கை வாய் சிரிப்புகளாக, மின்னி மிளிரும் சிவகாசி காலண்டர்களை, குழந்தைப் படங்களாக ஒட்டி வைத்திருக்கும் பாங்கு சாத்தப்பனுடையது. சாத்தப்பனுடைய மனசு மிகவும் மென்மையானது. ரைஸ் மில்லின் அகோர சத்தத்திற்குச் சிறிதும் பொருத்தமில்லாதது. அண்ணன் அலாவுதீன் என்னை அழைத்துக்கொண்டு போய் வாருகுச்சிக்கு மேற்கில் இருக்கும் செட்டியார் பண்ணையின் உள்ளே அழைத்துப்போய் வானத்தைக் காட்டி அங்கே மேகக் கூட்டங்களுக்கு இணையாகப் பறக்கும், மடையான்களைப் பார்த்து,

மடயான் மடயான் பூப்போடு
காசுக்கு ரெண்டு பூப்போடு
கையிக்கு ரெண்டு பூப்போடு

நகத்தோடு நகம் இழைத்து, பாடச்சொல்லி என்னைவிட உயரமாக இருந்த துப்பாக்கியை என் கையில் கொடுத்து வானத்தை நோக்கிச் சுட்டவுடன் கைலியை ஏந்தினால் பூப்போல மடையான் கைலியில் விழும். இதுக்கப்புறம் சாத்தப்பன், மரைக்காயர் மில்லுல தூக்குமாட்டி செத்தப்புறம் அலாவுதீன் பிரான்சுக்குப் போயிட்டாங்க. அப்பதான் நா ஒரு முடிவுக்கு வந்தேன். மடையான கண்ணி வச்சோ, சுட்டோ ஒருபோதும் புடிக்கிறது இல்ல.

அம்மாஞ்சி

6

“மாவுக்கு எவ்ளோ காணுச்சின்னு அய்யா கேட்டா என்ன சொல்றது?”

“இருவத்ரெண்டு.”

“ஆமாம் . . . அதுதான் சரி, ஏன்னா பண்ண நெலத்துல முப்பத்ரெண்டு வீதம் கண்டுருக்கே. எங்கப்பன் சும்மா சுத்திட்டு தெளி வச்சதுல இருபத்ரெண்டுன்னா பெரிய விஷயந்தான்!”

“பண்ணைல எனக்குக் குடுத்த மூணுமா நெலத்துல என்ன கண்டுச்சினு கேட்டா, இருவத்ரெண்டுன்னுதான் சொல்லணும். பதினாறு கிராமத்துல ஆயிரத்து நூறு வேலியில தியாகராஜருக்கு நூறு வேலியும் என்ன மாதிரி பண்ணைக்கு விசுவாசமா இருந்தவங்களுக்கு, பள்ளிக் கூடத்துக்கு, ஆஸ்பத்திரிக்கு, தண்ணீர்ப் பந்தலுக்கு, சத்திரத்துக்குக் குடுத்தது போக என்னூத்தம்பது வேலி அய்யாவோட நிர்வாகத்துல என்னோட மேற்பார்வையில முப்பத்ரெண்டுக்குக் கீழ கண்டு முதலானதா ஞாபகம் இல்ல.”

“மில்லு டிரைவர் வந்திருக்காரும்மா!”

“சொல்லுங்க?”

“இந்த வருஷம் பொண்ணுக்குக் கல்யாணம் வச்சிருக்கேன். திருப்பூண்டிதான் மாப்ள, அய்யாட்ட சொல்லி நம்ம மடத்துல எடம் குடுத்தா நல்லாருக்கும்.”

“அய்யா வரும்போது சொல்லிவுடுறன் டிரைவர்! மாட்டுக்குத் தவுடு கேட்டிருந்தேன். தவுட்டு பத்தாயம் முழுக்க வண்டா போச்சி. அத மாட்டுக்கு வெக்க முடியாதுன்னு மாட்டுக்காரன் சொல்றான். எல்லாத்தயும் காயப்போட சொல்லிருக்கேன். தவுடு இல்லாம தண்ணி குடிக்க மாட்டேங்குதுங்க மாடுங்க.”

“நேத்தியே கொடுத்து வுட்டனேம்மா, பச்சரிசி தவுடுதான் இருக்குன்னு ரெண்டு மூட்ட ...”

“அதான் காலையில இந்தத் தவிட்டுப் பய வெச்சிருந்தானா? எங்கிட்ட சொல்லவே இல்ல. சரி நீங்க போங்க. அய்யா வந்தா சொல்லிவுடறேன்.”

மில்லு டிரைவர் போன பின்பு அவளிடம் வண்டிக்காரன் பேசிக்கொண்டிருந்தான்.

“தார்க்குச்சி இன்ஸ்பெக்டர் நம்ம வண்டிக்காரன்ட்டருந்து குச்சிய புடுங்குனதும் இல்லாம அஞ்சி ரூவா அபராதமும் போட்டுருக்கான்.”

கல்மூங்கில் குத்தில் கொண்டையோடு கூடிய நடுவிரல் மொத்தம் கழியை வெட்டி, கல்லைக் கட்டித் தொங்கவிட்டு நிமிர்த்தி விளக்கெண்ணெய் தடவி வைக்கோலைக் குவித்து நெருப்பில் வாட்டி, பின்பு ஆணியின் கொண்டையைத் தட்டி இருபுறமும் கூர்தீட்டிக் கொண்டையிலிருந்து ஒருபாகம் கணுவிற்கு அந்தப்புறம் ஒரு விரலிடை விட்டு வெட்டி, முனையில் ஆணியைச் சொருகி பம்பரக் கயிற்றால் வரிவரியாக அழுத்திக்கட்டி ஒரு தார்க்குச்சி செய்வதற்கு, ஒரு அமாவாசை பிடிக்கும். வண்டிக்காரன் பதினைந்து நாளும் மாட்டைப் பூட்ட மாட்டான்.

“ஏண்டா பத்து ரூபா குடுத்துட்டு தார்க்குச்சிய வாங்கிட்டு வந்தா என்னடா?”

“நாங்க என்ன மைனரா? நூறுரூபா தாள்ல பொகயெலய சுத்தி பீடி புடிக்கறதுக்கு. உனக்கு என்ன மகராசி! ஆம்பளைங்கன்னா அப்படித்தான் இருக்கும்.”

“வெத்தல பொட்டலத்துல, அடி மடிப்புல ஆண்டவர் கோயிலுக்கு வேண்டிக்கிட்டு வெச்சிருந்த காசல்ல குடுத்துட்டு வந்திருக்கேன்! இப்ப குடு. அவன உண்டு இல்லன்னு ஆக்கறேன்.”

“தார்க்குச்சிய ஒடைக்காம இருந்தா ... அவனுக்கு நேரம் நல்லா இருக்கு, இல்லனா நீ வேணா பாரு, நம்ம விம்பலச் சேரி காள முட்டி எங்கயாவது அவன் செத்துக் கெடப்பான்.”

“அரசாங்க உடுப்புன்னா மனுஷனுக்குத்தான் பயம், மாட்டுக்கில்ல.”

“சரி சரி போ ... மாட்டப் பூட்டாம பதினஞ்சு நாளு ஒங்காட்டுல மழதான்!”

மாட்டுக்காரன் மூஞ்சூறு அவள்முன் வந்து நின்றான்.

“மாட்டல்லாம் கீழ வெளியிலயா மேச்ச ...”

“ஆமா ஆச்சி... கொல்லப் பக்கம் போயி சோறு வாங்கிக்க...”

நீண்டு கிடந்த சந்து வழியாகப் பின்பக்கக் கொல்லைக்குப் போனான் மூஞ்சூறு. தென்னை மரங்களைத் தாண்டி பலா மரத்திற்குப் பக்கத்தில் இருந்த கிணத்தடிக்குப் பின்பக்கம் நன்றாக வளர்ந்து தழைத்திருந்த ஆத்துப் பூவரசு மரத்தின் மீது ஏறினான். நடு மரத்தில் இரண்டு கைகளையும் சேர்த்து வைத்தால் எப்படி இருக்குமோ அந்த அகலத்தில் இலைகளைப் பறித்து வாயில் கவ்விக்கொண்டு கீழே இறங்கினான். இறங்கிய வேகத்தில் கிணற்றிலிருந்து இறைக்கப்பட்ட தண்ணீர் பழமரங்களுக்குப் போகும் வழியில் இருந்த தொட்டியில் தேங்கிய நீரில் அலசினான். பின்பு ஐயா வீட்டுக் கொல்லை வாசப்படிக்கு வந்து தலையில் கட்டியிருந்த முன்டாசுத் துணியை அவிழ்த்து உதறி இரண்டாக மடித்துப் படியின்மீது போட்டான். அதன்மேல் பூவரசு இலைகளை வெற்றிலை அடுக்குகளை அடுக்குவதுபோல் காம்புகளை வெளியில் வைத்து இலை நுனியை நடுவில் வைத்துப் பெரு வட்ட வடிவில் அடுக்கினான். பெரும் குரலெடுத்து “ஆச்சீசீ ... மூஞ்சூறு” என்றான்.

உள்ளே இருந்து ஒரு மரக்கால் சோற்றை இன்னொரு படியில் காலை வைத்து நடு இலையில் கொட்டினாள் ஏழு கஜம் புடவையைச் சுற்றியிருந்த ஆச்சி. கொட்டப்பட்ட சோற்றுக் குவியலின் நடுவில் கையை வைத்துக் குழியாக்கிக் காண்பித்தான் மூஞ்சூறு. கையிலிருந்த குவளையிலிருந்து தடதடவென குழம்பை ஊற்றினாள். துண்டின் நான்கு முனைகளையும் பிடித்து மூட்டை கட்டுவதைப் போலத் தூக்கிக்கொண்டு கிணற்றடிக்குச் சற்று தள்ளிப் போடப்பட்டிருந்த தல வரிசையில் அமர்ந்து பெரும் உருண்டைகளாக உருட்டி சாப்பிடத் துவங்கினான். எங்கிருந்தோ பறந்து வந்த அந்தச் செங்போத்துப் பறவைக்கும் மரத்தில் இருந்து தோளில் குதித்துத் தொடையில் அமர்ந்த அணில் பிள்ளைக்கும் உருட்டிய கவளங்களைப் பகிர்ந்து கொடுத்தான். மாலை சூரியன் மெல்ல கீழே இறங்கியது.

விடுதலை வேங்கை

கேள்வியாடா கேக்குறீங்க கேள்வி.

ஒன்றுபடுவோம். கொளுத்துவோம், கட்டமைப்போம். கல்லெறிவோம். முப்பதாயிரம் ஆண்டுகளுக்கும் மேலாக அடிமைப்பட்டுக் கிடந்த இந்தச் சமுதாயத்தை, அவன் ஒருவன் இல்லையென்றால், யார் நிமிரச் செய்திருக்க முடியும்? முப்பது ஆண்டுகளுக்கு முன்னால் நம்மால் சட்டை அணிய முடியாது. தோழர்களே! காலில் செருப்பிட முடியாது. இரட்டைக் குவளை முறை, எத்தனை அடக்கு முறை? இதெல்லாம் எவ்வளவு?

மனிதனை மனிதன் மனிதனாகக்கூட மதிக்கவில்லை. மிருகத்தைவிடக் கேவலமாக நடத்தப்பட்டது இந்த நாட்டில்தான். எவ்வளவோ புரட்சிகளுக்கும் பின்னால், எத்தனையோ விஷயங்களுக்கும் பின்னால், அரசியல் அரங்கில் நாம், இன்று தலை நிமிர்ந்து நிற்க, நெஞ்சை நிமிர்த்த, இதுபோன்ற பார்ப்பனீய அடிவருடிகளால் கேட்கப்படும் இத்தனைக் கேள்விகளுக்கும் நாம் தாசில்தார் ஆகிவிட்டோம் என்பதுதானே பொருள். நாம் கலெக்டராக வந்துவிட்டோம் என்பதுதானே வயிற்றெரிச்சல். நாம் இந்த நாட்டை ஆளப்பிறந்தவர்கள் என்பதுதானே அதனுடைய உண்மை. இது நம்முடைய நாடு. நமக்குத் தெரியாதா? நாம் இதைப் பேணிப் பாதுகாக்க முடியாதா?

இந்தப் பார்ப்பனீயத்தின் அடையாளங்களை அழித்தொழிப்போம். பீரங்கிகளைக் கொண்டு முழங்கச் செய்வோம். இடித்தொழிப்போம். நம்முடைய அடையாளங்களை முன்னெடுத்துச் செல்வதற்குத் தடையாக இருக்கும் அத்தனையையும் தகர்த்தெறிவோம். அது எந்த ரூபத்தில் வந்தாலும் சரி, இயக்கமாக வந்தாலும் சரி, கட்டடமாக அமைந்தாலும் சரி, மக்களாக இருந்தாலும் சரி கொளுத்துவோம். இவற்றின் மீதேறி நின்று நம் அடையாளங்களை உயர்த்திப் பிடிப்போம். பறை அறிவிப்போம். சங்கே முழங்கென்று கூக்குரலிடுவோம். இந்த முழக்கம், இந்தக் கேள்விகளைக் கேட்ட கேனையர்களை, ஈனப் பிறவிகளை, இன்றே தூளுரைப்போம். ஒவ்வொரு வீட்டிலிருந்தும் ஒவ்வொருவன் புறப்பட்டு அந்தக் குருதியைப் பங்கிட்டுக் கொள்ள அணி வகுப்போம். ஆர்ப்பரிப்போம்.

குடிகாரன்

7

அவளை நோக்கி ஓட்டமும் நடையுமாக வந்து கொண்டிருந்தவளைப் பார்த்தவள், பார்த்த மாத்திரத்திலேயே மடியில் கட்டியிருந்த பொருள் என்னவென்றே தெரியாமல், எந்த ஆர்வமும் இல்லாமல் 'இந்த நேரத்தில இவளா? சலங்க சத்தம் வேற ரொம்பகிட்ட கேக்குது...' என்று திரும்பிப் பார்த்து, ஓடி வந்துகொண்டிருந்தவளை விட்டுவிட்டுச் சலங்கைச் சத்தம் வந்த திசையை நோக்கி வேகமாக நகர்ந்தாள்.

'உன்னத்தான்டி, உனக்காகத்தான்' என்று கத்தியவளை எந்தச் சத்தமும் காதில் விழாமல், பதிலும் சொல்லாமல் கவனம் முழுவதும் சலங்கை சத்தம் அதிகமாகிக்கொண்டேபோன திசையில் லயித்திருந்தவளை, கிட்டத்தட்ட கையைப் பிடித்து இழுத்து நிறுத்தி, மடியில் இருந்த பூக்களை அள்ளிக் கையில் திணித்தாள்.

"இதயும் வச்சிக்கிட்டுப் போயேண்டி . . . நானென்ன வேணாம்னா சொல்லப் போறேன்?"

"இதெல்லாம் அந்த ஆளே பாத்துப்பான் உனக்கு ஏண்டி இந்த வேல?"

கீழே விழுந்துவிடுமோ என்ற அச்சத்தில் கசங்கிப் போகாமல், நழுவி விடாமல், பிடித்துக் கொள்ளாமல் அணைத்துக் கொண்டதுபோல், மறைத்துக்கொண்டு போனாள்.

வெட்கமும் சிரிப்பும் வாய்குளற, எதையோ சொல்லிப் பார்வையை மட்டும் ரெட்டை மாட்டு வண்டியின் சத்தம் வரும் திசையில் இருக்கக் கால்கள் தானாகவே நகர்ந்தன.

"கெழவி, வெத்தல இருக்கா?"

"நாக்கு செவந்தா ... எந்த மாடு முட்டப் போவுது, வெத்தல கேக்குற?"

"அறுத்துக் கட்டியும் உனக்கு இந்தப் பேச்சு போவலயே!"

"அந்த முரட்டு மாடெல்லாம் உன்ன முட்டுனா தெரியும்டி!"

". . ."

"அந்தா பாரு . . . உன் வயசொத்தவ ராணி கணக்கா மினுக்கி, வேகத்த கொறைக்காத மைனர் வண்டில என்னமா ஏர்றான்னு? ம்... அந்தக் காலத்துல நானெல்லாம் பார்க்காத மைனரையா? இவ வந்து பார்த்துடப் போறா?"

"ஒன்ன கொண்டுட்டுப் போக ஒருத்தன் வர மாட்டேங்குறானே?"

"கட்டுக் கழுத்தியா போகணும்னுதான் என் நெனைப்பெல்லாம் கெடக்குது. இப்படி கட்டாந்தரையில கெடந்து அல்லாடணும்னு எழுதியிருக்கு. உனக்கு என்னடி ராசாத்தி! இந்த மேனாமினுக்கிய விட ஒருத்தன் வராமலா போய்டுவான்?"

மைனரின் வண்டியில் ஏறியவள் கேட்டாள்.

"என்னய்யா ராத்திரி எல்லாம் தூங்கலயா? எல்லாம் சுருங்கிப் போய்க் கெடக்கு?"

"கைய எடுடி, கண்ட எடத்துல வச்சன்னா மாடு மெரளும்."

"நீ வேணா வெச்சிப்பாறேன் எந்த மாடு மெரளுதுன்னு பார்ப்போம்..."

தண்ணீருக்குச் சமீபத்தில் வந்துவிட்ட வண்டியிலிருந்து ஆடுதன் ராணியும் மைனரும் இறங்கினார்கள்.

"இந்த மாட்டயெல்லாம் தண்ணியில அடிச்சிக் கொண்டா அப்புறம் பார்க்கலாம்."

"நான் என்ன உனக்குப் பொண்டாட்டியா மாட்ட தண்ணியில அடிக்கறதுக்கு? ஒனக்கு வேணா வெந்நீர் வெச்சிக் குளிப்பாட்டறேன் வாய்யா, அவுத்து வுட்டா கழுத தண்ணியில நீந்தி தானா வந்து சேருது. எத்தன நாளா தேச்சிக் குளிப்பாட்டணும்னு பார்த்துட்டு இருக்கறேன்."

"இந்த வேலல்லாம் நம்மள்ட்ட வேணான்டி, களத்துக் காச கணக்குல கட்டிட்டு அப்புறம் வச்சிக்கலாம்" என்று உதாசீனப் படுத்திவிட்டுப் போனான்.

மாடும் வண்டியும், அவளும் இவளும், கிழவியும் குளமும், அடிவயிறும் அரசமரமும், பிள்ளையாரும் துறையும் சும்மாவே இருந்தன.

குடிகாரனின் குரல்

தமிழ்நாடு என்று பெயர் சூட்டியது யார்? தமிழை மீட்டெடுத்தது யார்?

"எங்க அண்ணா ..."

கேப்டன் வள்ளுவர் படத்தைப் பேருந்தில் வைத்தது யார்?

"எங்கள் தலைவன் ..."

பேருந்தை தேசிய உடமை ஆக்கியது யார்?

"சேனைத் தலைவர் ..."

கை ரிக்ஷாவை ஒழித்தது யார்? காவிரியைத் தடுத்தது யார்? அண்ணனின் வழித் தோன்றலாம் தானைத் தலைவன், தங்கத் தலைவன். வள்ளுவத்தை, தமிழை, அமிழ்தை உங்களுக்குச் சொல்லிக் கொடுத்தது யார்? எங்கள் தலைவன். தமிழ் படித்தால் அர்ச்சகர் ஆகலாம். தமிழ் படித்தால் காசில்லாமல் சினிமா பார்க்கலாம். தமிழ் படித்தால் என்ன வேண்டுமானாலும் ஆகலாம். அறுபத்தி நாலு நாடுகளுக்கு ...

கோபால் பல்பொடி விற்கும் நாடுகளில் எல்லாம் தமிழனையும் தமிழையும் காப்பாற்றியது யார்? தன்னையும் தன் குடும்பத்தையும் தமிழ் நாட்டையும், காப்பாற்றியது யார்? தங்கத் தமிழன், ராஜ ராஜசோழன், அன்புத் தலைவன் அவனின்றி வேறு யார்? கை தட்டி ஆரவாரிக்கும் நீங்கள் சிந்திக்க வேண்டாமா? இப்படிக் கேள்வி கேட்டு ஆரியர் வழி வந்தவர்களை அடித்துத் துரத்த வேண்டாமா?

கும்பகோணக் குளக்கரையில் குடுமி அறுக்கும் போராட்டம்! மீண்டும் எழுச்சியுற்று இது போன்ற கேள்விகளைக் கேட்கும் கயவர்களை, அடித்து நொறுக்கி, துரத்தி மீட்போம்.

தமிழ்க்கனல்

8

சாம்பல் பூத்த கறுப்பு நிறம், பச்சரிசி மாங்காய்க்கு மேலே பூத்திருக்கும் சாம்பலைப் போல மினுக்கிக் கொண்டிருக்கும். தலையிலிருக்கும் கூடையோடு சேர்த்தால் உயரம் ஏழரை அடி. இறுக்கிக் கட்டிய புடவை, ரவிக்கை. முன் கொசுவத்தைத் தூக்கிச் சொருகியதால் தெரியும் இடையும், கெண்டைக்காலும், முட்டியும் கல் உரலின் உலக்கைக்குச் சமானம். உழைத்து உரமேறிய கைகள், காலிலிருந்து இடுப்புவரை நீளமாகவும், இடுப்பிலிருந்து தலைவரை சற்றுக் குட்டையாகவும், இடுப்பை ஒரு பக்கமாக ஒடித்து இடதுகால் தரையில் ஊன, வலதுகாலைச் சற்றுப் பரப்பி, குதிகாலை ஊனித் தூக்கி, மெட்டி அணிந்திருந்த விரல்கள் அண்ணாந்திருக்க, முந்தானையை இழுத்துச் செருகிய குஞ்சம் ஆட, பின் முதுகு, கொண்டை எல்லாம் இறுக்கமாகப் புடைத்துத் தெரிய, காதில் போடும் தோடு, மூக்கிலோ ஒரு வளையம், வளையல் போட்ட இடது கை கூடையை மேலே பிடித்து வலது கையின் முட்டி இடுப்பிலும், விரல்கள் முட்டிக்குச் சிறிது தள்ளியும் வைத்துப் பட்டணத்தி கூவினாள்:

"மீனூஉஉஉ..! மீனோய்ய்ய்..!"

தெருவில் இருக்கும் அத்தனை பேரும் நாயும் குட்டிகளும், அவசர கதியில் ஓடி நின்று சூழ்ந்து கொண்டன. மீன் கூடையை இறக்கித் திண்ணையில் வைத்தார்கள்.

"இந்த ரெண்டு வெறாலைத் தவிர பாக்கியெல்லாம் கேக்கறவங்க கேக்கலாம்."

தன் சுருக்குப் பையை எடுத்துத் துழாவி கையில் எடுத்த புகையிலையை இடதுபக்கக் கடைவாயில் வைத்து அதக்க ஆரம்பித்தாள்.

"உன்னைத்தான் பார்த்துக்கிட்டே இருந்தேன்"

என்று அந்த வழியாக வந்த ஆடுதன் ராணியிடம்,

“இத அவிங்களுக்குக் குடுத்துட்றியா?”

ரெண்டு விறால்களையும் கொடுத்தாள்.

“இதென்ன புதுசாவுல்ல இருக்கு. எவிங்களுக்கு யார்கிட்ட குடுக்குற? உனக்கு வேணும்னா நீயே குடுத்துட்டுப் போ!”

என்று அலுத்துக் கொண்டாள்.

“சொல்லியிருந்தா சட்டியில வச்ச குழம்பயே கொண்டு வந்திருப்பனே!”

“செத்த வியாபாரத்த பாத்துக்கறயா. குழம்ப வச்சிக் குடுத்துட்டு வந்துட்றேன்” என்றாள் பட்டணத்தி.

“இந்தா... அந்த வேலயெல்லாம் இங்க வேணாம். வந்தமா, மீனு வித்தமா, போனமானு இருக்கணும். யார் வீட்ல எங்க அடுப்பெரிக்கலாம்னு பாக்காத, அதுக்குதான் நாங்க இருக்கோமுல்ல!”

“பின்ன அந்தக் குலுக்குக் குலுக்குன. வாய மூடிட்டு வாங்கிட்டுப் போவியா?”

என்று கையில் திணித்தாள்.

களத்துக் காசைக் கணக்கில் கட்டியவன் வழியில் நின்ற பட்டணத்தியைப் பார்த்து “கூடை எவ்வளோ?” என்று கேட்டான் அதிகாரத்தோடு.

“கையில காசு ஓட்டம் அதிகம்போல மைனருக்கு. வேட்டிக் கட்ட பாத்தாலே தெரியுதே! இந்தா கைய உட்ற வேலயெல்லாம் வச்சிக்காத. இன்னிக்கி எல்லார் வூட்டுலையும் நம்ம மீன்தான் கொழம்பு.”

“இத எண்ணிப் பாத்து பத்தலன்னா வாங்கிட்டுப் போ!” என்றான் சவடாலாக மைனர்.

“உங் காச யாரு கேட்டா? முடிஞ்சா ஒரு நாளு வூட்டுக்கு வந்துட்டுப் போ.”

குடிகாரனின் குரல்

ஏசு சத்யம்! ஏசு சத்யம்! ஏசு சத்யம்!

பிதாவே: ஏசு சத்தியமாகிய நான், ஆண்டவரின் மேல் ஆணையாக, கர்த்தரின் கருணையால், குருடர்களைப் பார்க்க வைப்பேன். முடமானவர்களை நடக்கச் செய்வேன். இறந்தவர்களை உயிர்ப்பிப்பேன். இந்த நாட்டை வாழ்விப்பேன். என் பிதாவைத் தவிர யாராலும் இந்நாட்டை வாழ்விக்க முடியாது. ஏசு உங்களை ரட்சிப்பார். ஏசு உங்களைக் காப்பாற்றுவார். ஏசுவே, இந்தப் பாவ ஆத்மாக்களை மன்னிப்பீராக. ஏசுவே, இந்தப் பாவிகளை ரட்சிப்பீராக.

உங்களை நோக்கி எழுப்பப்பட்ட இந்தக் கேள்விகளைக் கேட்ட சாத்தான்களை அழித்து, பாவிகளை மீட்டு, அப்பாவிகளை மன்னித்து, எங்களை ரட்சித்து, உலகை வளமாக்கி ஜபம் செய்வோம். பிரார்த்திப்போம். ஏசுவை அழைப்போம். ஏசு உங்களை அழைக்கிறார். உங்களுக்கெல்லாம் அப்பம் கொடுத்தபோது பசி தீர்ந்து போனது. அவரைக் காட்டிக் கொடுத்தபோது இவ்வுலகம் சொஸ்தமானது. சிலுவையில் அறைந்தபோது அவர் பரிசுத்தமானார். உயிர்த்தெழுந்தபோது அதிசயம் நிகழ்ந்தது. அப்படி ஒரு அதிசயம், அற்புதம், ஆச்சர்யம் உங்கள் வாழ்வில் நடக்க ஜபம் செய்வோம், ஜபம் செய்வோம், ஜபம் செய்வோம்.

அல்லலேயா . . .

அல்லலேயா . . .

அல்லலேயா . . .

ஏசு சத்யம்.

ஜீவ குமார், புனிதபுரம்

நெய்தல் நிலத்தின் அழகு மருத நிலத்தில் கொண்டாடப்பட்டது. மருதமும் நெய்தலும் இணைந்த கீழத் தஞ்சையின் எழுபத்திரண்டு மைல் அழகில் ஊடாகக் கொள்ளிடமும் காவிரியும் சந்திரநதியும் வீரசோழனும் திருமலைராஜாவும் பாமணியாறும் தெற்கு ராஜனும் அணிகலன்போல் அழகூட்டுபவையே. வடிகாலும் பாய்காலும் தனித்தனியே பராமரிக்கப்பட்ட காலமது. பாசன வசதி பெறாத கிராமங்களே இல்லாத நிலப்பரப்பு. நூற்றாண்டுக்குப் பின்னே பக்தி இயக்கத்தால் வருணிக்கப்பட்ட அநேக ஊர்களை உள்ளடக்கிய நிலப்பரப்பு கீழத்தஞ்சை. பத்தொன்பதாம் நூற்றாண்டின் இறுதி வரை கூட டேனிஷும் பிரான்சும் பிரிட்டிஷும் எழுபத்தி இரண்டு மைல் நீளத்தைப் பங்கிட்டு, ஆட்சிசெய்த போதிலும் மனநிலையும் நிலப்பரப்பும் மாற்றம் இல்லாமல்தான் இருந்தது. முப்பது ஆண்டுகளில் கருவக்கா பல்பொடியும் தண்ணீர் சுமந்துபோகும் காண்டாவும், மாடுகளைக் கட்டி வைக்கும் தாப்பூட்டும் சுலுக்கியும் காட்டுப் பூனையும் கரைந்து காணாமல் போனது தவிட்டுக் குருவியால்தானோ என்ற சந்தேகம் எனக்கு வந்தது. பெரும்பான்மையான இடத்தைத் தவிட்டுக் குருவி நிரப்பிக் கொண்டபின் அக்காக் குருவிக்கு இடமில்லாமல் போனது சிந்திக்க வேண்டிய விஷயமானது. நடுப்பண்ணையில் இரண்டாம் கட்டு காமிரா அறையிலிருந்த ஒரு சேர் டம்ளர் காணாமல்போனது எதனாலோ.

அம்மாஞ்சி

9

வீரசோழன் கரைகளில் ஈச்சை, பனை, கொடுக்காப்புளி மரங்களும் கற்றாழை, குன்றிமணிச் செடிகளும் அடர்ந்திருக்கும். ஓடப் போக்குவரத்து இருந்தாலும் பெரிதும் பயன்பாட்டில் இல்லாமலிருந்த காலம். நெடுங்காடு தாண்டி, நல்லாடை முக்கூட்டிற்கு மேற்கே ஐந்து மைலுக்கு அப்பால் வீரசோழனின் கிளை வாய்க்கால் வடக்கே பிரிந்து, திரும்பவும் தெற்கு நோக்கித் திரும்பி கிழக்கே ஐந்தாவது மைலில் வீர சோழனில் சேர்ந்துவிடும். நடுவிலிருந்த ஊர்தான் மைனருக்கும் மிராசுதாருக்கும் மேய்ப்பனுக்கும் அறுப்பு அரிவாளுக்கும் மேனா மினுக்கிக்கும் இன்ன பிறருக்கும் வாழ்விடம்.

மரநாய், வௌவால், கருங்கண்ணி, பசுமாடு, சுருட்டை எருமை, புள்ளிமான், முயல், காட்டு அணில், பெருச்சாளி, மூஞ்சூறு, வயல் எலி போன்ற பல பாலூட்டிகளின் ஜீவிதமும் அதுதான். மைனா, நாரை, கொக்கு, பச்சைக்கிளி, செண்பகம், மடையான், தேன் சிட்டு, மீன்கொத்தி, சிட்டுக்குருவி, மரங்கொத்தி, கருவாட்டுவாலி, கவுதாரி, காட்டுப்புறா, மணிப்புறா, ராஜாளி, பொட்டைப் பிராந்து, கிருஷ்ணப் பட்சிகளின் வான்வெளி வாழ்விடமும் அதுதான்.

எலுமிச்சங் கொல்லை, பத்துவகை மரங்களோடு நார்த்தை, கிடாரங்காய், பம்பளிமாஸ், சாத்துக்குடி போன்றவைகளோடு பகிர்ந்துகொண்ட சிறு தோப்பு. அதற்கு மேற்கே நெட்டை ரகத் தென்னை மரம் ஆயிரத்து ஐநூறும், தெற்கே குட்டை ரகம், நெட்டை ரகம், நெட்டை குட்டை கலப்பினம், யாழ்ப்பாணம் செவ்விளனி போன்ற வகைகள் கலந்துகட்டி ஒரு அறுநூறும், வடக்கே நான்கு பெரிய மாந்தோப்புகளும் – பாதிரி, மல்கோவா, நீலம், ருமானி, நாறுகாய், காறுகாய், பச்சரிசிக் காய், அல்போன்சா, ஒட்டு போன்ற கலந்துகட்டிய தோப்புகளோடு –

கிழக்கே இலுப்பைத் தோப்பும், புளியந்தோப்பும் சூழ்ந்திருந்த நிலப்பரப்பின் நடுவில் மிராசுதாரின் பழைய கோட்டை வீடும், புதிய வீடும் கம்பீரமாய் அமைந்திருந்தன.

மிராசுதாரின் வீட்டிற்குக் கிழக்கே, கிழக்கு மேற்காகத் தெற்குப் பார்த்த ஓட்டு வீடுகள் மிராசுதாரின் வீட்டிற்கு வடக்கே வாய்க்காலையும் களத்து மேட்டையும் வேப்பந் தோப்பையும் தாண்டிப் பெரிய வரப்பிலே மூன்று ஃபர்லாங் போனால் தெருவாக இல்லாத குழு வீடுகள். அதற்குச் சற்றுத் தள்ளினாற்போல் மேட்டுத்தெரு.

ஆற்றங்கரையிலிருந்து மிராசுதாரின் வீட்டிற்கு வரும் பாதை, இரண்டுபுறமும் கத்தாழைச் செடிகள் வைக்கப்பட்டு, ஆலமரம், அரச மரம், பாக்கு மரம், சரகொன்றை, பெருங்கொன்றை போன்ற மலர் மரங்களால் அலங்காரமாக அழகாக அமைக்கப்பட்டிருந்தது. மிராசுதாரின் வண்டிகளுக்கான கொட்டகைகள், உழவு மாடு, வண்டி மாடு, பால் மாட்டில் எருமைக்குத் தனியாக, பசுவிற்குத் தனியாக வெவ்வேறு கொட்டகைகள், தெற்கு பார்த்த வீட்டின் எதிர்ப்புறம் ஒரு ஃபர்லாங்கிற்கு அப்பால் கிழக்கில் ஆரம்பித்து மேற்கே முடியுமாறு வடக்குப் பார்த்து அமைந்திருந்தன.

இவ்வாறான ஊர் அமைப்பில் ஒரு காளி கோவிலும் சிவன் கோவிலும் வள்ளலார் மன்றமும் தூண்டிக்காரனும் முனியப்ப சாமியும் காத்தவராயனும் பேச்சி அம்மனும் ஆங்காங்கே அமைந்திருந்தன.

பாப்பாக் குளம் – மாடுகளுக்கும் மேட்டுத்தெருவுக்கும் உரியது.

திருவாசகக் குளம் – மிராசுதாருக்கும் சிவன் கோவிலுக்கும்.

சொக்கன் குளம் – குடியானவர்களுக்கும் மற்றவர்களுக்கும்.

சுடுகாட்டை ஒட்டி இருந்த குளம் – கருமாதிக்கும் காலைக்கடனுக்கும்.

நாவல், வாதா மரங்கள் ஊருக்குப் பொதுஉடைமை. பனம்பழமும் இலந்தையும் பெரு நெல்லியும் சிறுவர்களின் தனி உடைமை.

எது தப்பினாலும் அமாவாசையன்று இரவுக் கூட்டமும், பௌர்ணமி அன்று தூண்டிக்காரனுக்குப் படையலும் தப்பாது.

விடம்பனம் 47

குடிகாரனின் குரல்

ஃப்ரண்ட்ஸ், இந்த நாடு ரொம்பக் கெட்டுப் போச்சு. சினிமாவே யாருக்கும் எடுக்கத் தெரியல. இப்பல்லாம் தமிழ்ச் சூழல்ல நல்ல சினிமாவே இல்ல. மகேந்திரனுக்கு அப்பறம் எனக்குத் தெரிஞ்சி படங்களே வரல. ஆனா, இவங்கல்லாம் நெறைய படம் பண்ணிட்டதா இவங்களாவே சொல்லிக்கிறாங்க. ஒரு நல்ல சினிமா இல்லாத ஒரு சூழல்ல, நம்ம, இந்த நாட்டுல ஒண்ணுமே பண்ண முடியாது. நல்ல டைரக்டர் வரணும். இன்னமும் ஒலிச்சித்திரம் மாதிரியே படம் எடுத்துட்டு இருக்காங்க. உலக சினிமாவ தரம் உயர்த்திட்டா இந்த நாடு தரம் உயர்ந்துடுமுன்னு நெனைக்கிறாங்க.

"நண்பர் தம்முடைய முகநூலில் அருமையாகப் பதிவிட்டு இருக்கிறார். இதை நான் ஒத்துக்கொள்கிறேன்."

"நல்ல சினிமா இல்லன்னு எப்படிச் சொல்லுகிறார் என்று தெரியவில்லை. நான் பார்த்த அத்தன சினிமாவும் நல்ல சினிமாதான்."

"நண்பர்களே எனக்கு ஒரு வசனம் தோணுது. பி.எஸ். வீரப்பான்னு ஒரு வில்லன் நடிகர் ஒரு படத்துல பேசிய வசனம்"

"அப்போ இந்த நாடு..."

"இந்த நாடும், நாட்டு மக்களும் நாசமாகப் போகட்டும்."

ஸ்டுடியோ

சீனிவாசன் நடராஜன்

மீனம்பநல்லூரில் பீடி வாங்கி கருங்கண்ணி வரை நடந்து சென்று, பின்பு கந்தகம் வாங்கிக்கொண்டு சீராவட்டம் பெரிய மதவடிக்கு நடந்துபோய் வாழக் கரையிலிருந்து, கிடைய மாடு ஓட்டி வந்தவர்களோடு சேர்ந்து வரிசையாக உட்கார்ந்து கந்தகத்தை சீராவட்டம் பெரிய மதகின் உள்புறம் ஒட்டிவைத்து, அதில் குச்சியைத் தேய்த்து பீடியைப் பற்றவைத்து, பின்பு வரிசையில் முதல் ஆளாய் அமர்ந்துகொண்டு வாயில் இழுத்த புகையை விடும் போது பக்கத்திலிருந்த கொட்டாங்குட்சி, நான் விட்ட புகையை மீண்டும் இழுத்து அவனுக்குப் பக்கத்தில் இருந்த மூஞ்சூருக்குப் புகைக்கத் தருவான். இப்படிப் பத்தாவது ஆளிடம் இருந்துதான் என் பீடிப் புகை நமத்துப்போய்க் காற்றில் கலக்கும். புகை, வாய் மாறுவதைப்போல் பீடியும் கைமாறும். சாட்டியக்குடியில் இருந்துவந்த கமலா, ஏர்வக்காட்டில் இருந்துவந்த ரோசா, மேலப் பிடாகையிலிருந்து வந்த அல்லி, இவர்களிடம் பீடி போனால் மீண்டு வருவது புகைச்சலுடன் கூடிய நமைச்சலும்தான். எப்பொழுதுமே என்னை அவர்கள் ஆணாகவோ, அவர்களை நாங்கள் பெண்களாகவோ உணர்ந்ததில்லை. உடும்புக் கறி சாப்பிட்ட பின்பு தோலை உரித்து உடைந்த பானையின் கழுத்தில் கட்டித் தப்படிக்கத் தயாராகும் தோழியர் கூட்டம். வாத்து முட்டையைக் களிமண் தடவிப் பில்பசலை இல்லாத காய்ந்த வயலில் தீமூட்டித் தின்ற பின்பு பாடும் பாட்டும் ஆடும் ஆட்டமும் நாட்டுக் கருவ மரநிழலில் அல்லியும் ரோசாவும் எனக்குக் கற்றுத் தந்ததெல்லாம் கலவி இன்பம் என்று அப்பொழுது நான் உணரவில்லை. இப்பொழுதும் வேறு யாருடனான உறவிலும் அதை அனுபவித்ததும் இல்லை.

அம்மாஞ்சி

10

முனி, நாவல் மரத்துக்கு மேலே ஏறி நாவற்பழம் பறித்துக் கொண்டு இருந்தான். கீழ நின்னவ கத்திக் கூப்புட்டா:

"எலேய்ய்ய்... முனீனீனீ... கீழ எறங்கறியா கல்லால அடிக்கவா..?"

"போடி பச்ச பொறுக்கி நாயி, நான் வரமாட்டேன்... நீ ஏமாத்திடுவ..."

"அடி செருப்பால, அச்சு வெல்லத்துல ஒரு கட்டி கொறஞ்சதுக்கு இவ்வளவு க்ராக்கியா உனக்கு?"

மேலே பார்த்து ஏக வசனத்தில் திட்டிக் கொண்டிருந்தாள். முனிக்கு பதினோரு வயதிருக்கும். அவனைவிட இவள் ஒரு எட்டு வயது மூத்தவளாக இருக்கலாம். சுடுகாட்டிற்குப் பக்கத்தில் ஆற்றை நோக்கிச் சரிந்திருந்த கரையில் படர்ந்திருந்த வெள்ளரிக் கொடியைத் தூக்கி நடுவிரலும், மோதிர விரலும் சேர்ந்தார்போன்ற அளவுள்ள, பிஞ்சுகளில் சற்று நீளமான பிஞ்சாகப் பார்த்துப் பறித்துக்கொண்டு வந்து தருவதுதான் முனியின் திறமை.

ஆற்று நீரில் பிஞ்சை நன்கு கழுவிக் கால் சட்டையில் துடைத்து எப்பொழுதும் வைத்துக்கொள்வான். எப்பொழுதெல்லாம் இவள் கூப்பிடுகிறாளோ அப்பொழுதெல்லாம் அவனுக்குக் கீழத் தஞ்சையின் பிரசித்தி பெற்ற நாட்டு வெள்ளரிப் பிஞ்சுதான் ஒரே ஆயுதம்.

சுடுகாட்டில் ஆறு மணிக்கு மேலே அவளுக்கும் முனிக்கும் என்ன வேலை. அவளைத் தேடிக்கொண்டு வந்தவள் எண்ணிக் கொண்டாள், "இந்தத் தறுதலை நாய்ங்க திருந்தவே திருந்தாது!"

காலை அகல விரித்து இடுப்பை அசைத்துப் பாவாடையைச் சுற்ற விட்டிருந்தாள். காற்று பாவாடைக்குள் புகுந்து அதன் மடிப்புகளை உயர்த்திக் குடையாய் விரித்து இடமும், வலமுமாகச் சுற்றிச் சுழன்று கொண்டிருந்தது.

தூரத்திலிருந்து பார்த்தால் தலையாட்டி பொம்மை அசைந்து ஆடுவதைப் போன்ற பிரமை ஏற்படும். பார்த்துக்கொண்டே நின்ற தோழி கொட்டாங்கச்சியை எடுத்துக் குறி பார்த்து உப்பியிருந்த பாவாடையை அடித்தாள், ஒரு காட்டுப்பன்றி புதருக்குள்ளிருந்து உறுமிக்கொண்டு ஓடுவதைப் போல, கரிய சிறிய உருவம் ஓலமிட்டுக் கொண்டு ஓடி ஆற்றில் குதித்தது. அசைவையும் ஆட்டத்தையும் நிறுத்தியவள் சொக்கிப்போயிருந்த கண்களை மெல்லத் திறந்து கொட்டாங்கச்சியை கவனிக்காமல் வந்தவளிடம்,

"ஏண்டி உனக்கெல்லாம் சாவே வராதா? அதுக்குள்ள ஏண்டி சுடுகாட்டுக்கு வர!"

என்று கோபித்துக் கொண்டாலும், இருவரும் சேர்ந்து காளி கோவிலுக்கு விளக்குப் போட குளத்தை நோக்கிக் குளிக்கப் போனார்கள்.

குடிகாரனின் குரல்

கேள்விக்கு பதிலை எந்த காலத்திலும் சொல்லி எங்களுக்குப் பழக்கம் இல்லை.

இந்தியால உச்சநீதி மன்றத்துல நீதிபதியா அவன் இருந்தான். அவன் ஒரு நாலு பேரு. இவன் மூணு பேரு. அவன் ரெண்டு பேரு இருக்கான். எப்படி வந்தது? நம்மாளு இருக்கானா அங்க! இருக்க மாட்டான். இவன் முதலமைச்சர் ஆனா, அவன் அப்ப நீதிபதி ஆனா, அவன் முதலமைச்சர் ஆனா, அவன் நீதிபதி ஆயிட்டான். நம்மாளு எப்பதான்டா ஆவான்? இப்பப் பாரு. அவன்லாம் ஜீன்ஸ் பேன்ட் போட்டுட்டு நம்ம புள்ளயுல தூக்கிட்டுப் போறான். போயி கல்யாணம் பண்ணிக்கிறான். எப்படி வுடுவ நீ! அயோக்கியத்தனம் இது. இதெல்லாம் செய்யக் கூடாது.

நம்ம வந்து இந்த வடக்கு பக்கத்த ரெண்டா பிரிச்சிட வேண்டியதுதான். பிரிச்சித் தனியா நம்ம வச்சிப்போம். இவன் யாரு? நம்ம ஆதரவு இல்லாம, ஒண்ணுமே பண்ண முடியாது. ஆமா எல்லாமே நம்மதான். நம்ம வந்துடறோம். அப்படியே நம்ம இருக்கோமுள்ள. ஆமா, நாடு நம்மட்ட வந்துடுச்சுன்னா, அப்ப அய்யா முதலமைச்சர் ஆயிட்டா, ரெண்டு நிமிஷத்துல ஒரு கையெழுத்துலயே அய்யா இதையெல்லாம் தீர்த்துருவாங்க. போர்டு வைக்கச் சொன்னோம். நம்மதானே சொன்னோம். தமிழ்ல போர்டு வையுன்னு எவனாவது கேட்டானா? தார்பூசி ஒரு பெரிய போராட்டம் பண்ணோம். தமிழ்ல போர்டு வைக்கச் சொல்லி எவன் பண்ணான்? கேக்கல இந்த நாட்டுல. இப்ப ஐயா கையெழுத்து போட்டா பண்ணித்தானே ஆவணும். பள்ளிக் கூடத்தப் பாரு. இந்தப் பாடத்திட்டம் வையுன்னு நம்மதான் சொன்னோம். வெக்காம போனான். ஏதாவது நடந்துச்சா? இப்ப வைக்கிறான்ல . . . எப்படி வைக்கிறான்? அய்யா! அய்யா சொன்னா நடக்கும். ஆனா, அவன் பண்ண மாதிரி பண்ணிட்டு இருக்கான். இதெல்லாம் நம்ம அய்யா சொன்னது. அவஞ் செய்யல! அத ஏன் நாம ஐயாவே இருந்து செய்யக் கூடாது? ஏன் யோசிக்க மாட்டிங்கிற நீ? இந்த தடவ, நம்ம ஐயா உக்கார்றாரு கையெழுத்த போடுறாரு, அப்புறம் நம்மதான் எல்லாமே! உங்களுக்குத்தான் எல்லாமே!

பழமால்

மருதம் வாசகர் வட்டம்

ஒருவர் முகத்திலும் தெளிவான களை இல்லை. குழப்பமே மிஞ்சியது. மணி பார்க்கக் கூட மறந்துபோன குப்புசாமி காக்கி அரை டவுசரும், கை வைத்த பனியனுமாக அந்தக் கையில்லா நாற்காலியில் காலைப் பரப்பிக்கொண்டு அமர்ந்திருந்தார். எதிரேயிருந்த டாஸ்மாக்தான் முதலில் ஆரம்பித்தார்.

“நம்ப ஊர்லருந்து யாரோ எழுதுறா மாதிரிதான் . . .”

“கஞ்சா குடுக்கி நாயே . . . நீதானா அது ?”

சற்று நேரத்திற்கு அங்கேயிருந்த கோழிக் கூடைகள், தாம்பாளங்கள், கூடவே ஒரு செருப்பு எல்லாம் பறந்தபின் நண்பர்கள் ஆசுவாசமாக இப்படி ஆரம்பித்தார்கள்:

“எல்லாம் சரிதான். அந்தக் கொளம் எப்படி அவனுக்குத் தெரிஞ்சிது ?”

“எனக்கின்னான்னா முனிக்குக் கூட இந்த விஷயம் தெரியுமான்னு தெரியல . . .”

“ரேக்ளா ரேசு நம்ம ஊர்லதான் உடுவாங்க . . .”

“நம்மாளுதான் பஸ்டு கிளாசு . . .”

குப்புசாமி பயந்த சுபாவி. குதிருக்குப் பக்கத்திலிருந்து மெல்ல வெளிப்பட்டு ”அந்தக் கட்டாந்தரையில கெடக்குற கெழவியக் கூட எழுதியிருக்குறானே ?”

“அடு . . . உண்ணும் இழ்ழப்பா ஆட்டங்கர அழசமரம். புதுமைப்பித்தன் கததானே . . .”

“ஒரு ஜோடி செருப்பு எழுதுறவனுக்குக் காத்திட்டிருக்கு . . .”

“எங்கியாவது நல்லபடியா ஒருத்தன் கத எழுதிடப்பிடாதே. உமக்கெல்லாம் அறிவு எங்க ஓய் வளரும்.”

அந்த இதழின் பக்கங்கள் கிழித்துக் கொளுத்தப்பட்டன. குப்புசாமிக்கோ பதற்றம் தொற்றிக்கொள்ள திட்டிவாசல் இதழுக்கு ஒரு கடிதம் எழுதினார். மருதம் வாசகர் வட்டம் சார்பாக.

11

“மைனர் உன்ன இவ்வளோ சீக்கிரம் உட்டுடுவான்னு நெனைக்கல.”

“அவங்க நெலம் வாங்கறது விஷயமா ரிஜிஸ்டர் பண்றதுக்குப் பட்டணம் போயி வக்கீல் அய்யாவ பாக்கப் போயிருக்காங்க... ஏண்டி அந்த மலேஷியாகாரன் நெலத்த விக்கிறான்?”

“சாராயம் காய்ச்சுன காசு. ஊர்ல மரியாத இல்ல. பட்டணம் போயி பெரிசா வளர்ந்துட்டதா சொல்றாங்க. இங்கயும் பத்து வேலிய வெச்சி ஒன்னும் செய்ய முடியாது. அங்க ஏதோ சென்ட் ஃபாக்டரி வச்சி ஏத்துமதி பண்றாராம். அதனால போன தரமே அய்யாட்ட சொல்லிட்டிருந்தாரு. அய்யாதான் காசிருக்கறவனா பாத்து குடுக்கச் சொல்லி ரோசனை சொன்னாரு.”

“அதான் சங்கதியா?”

“கோழிய காணோம்னு அந்தக் கத்து கத்தனாளே ஒங் கண்ணுல ஏதும் பட்டுச்சா?”

“ஒருவாரம் முன்னாடி காசு குடுத்து கேட்டப்ப போந்தாக் கோழி அதுயிதுன்னு கதவுட்டா! மைனர் ஆசப்பட்டா கொழம்பாகாம போய்டுமா என்ன?”

“அடிப்பாவி அது நீதானா?”

“வெறால் வறுத்தேன். இத கொழம்பு வச்சேன். இன்னிக்கு நல்ல சாப்பாடு, முட்டையும் பொரிச்சிருந்தேன். குளிச்சி முடிச்ச ஒடனே கொண்டு போயி குடுத்தனா, ஒரு புடி புடிச்சாங்க பாரு ...”

“ஒன்னையா?”

"ச்சீ!"

"எங்கடி புடிச்சாங்க?"

"எங்கயோ புடிச்சாங்க. ஒரு கிளாஸ் சுத்தமான சாராயமும், வாழ எல நிறைய ஆவி பறக்கிற சோறும், நானும் சேர்ந்தா என்னாகும்னு பார்த்துக்கோயேன்."

"அதுக்குதான காலைல எங்கிட்ட பூவக்கூட வாங்காம ஓடுனே? தெரியும்டி ..."

குளித்து முடித்துக் கரையேறும்போது நன்றாக இருட்டி விட்டிருந்தது. அந்தக் குளத்திலிருந்து காளி கோவிலுக்குப் போகும் வழி இலுப்பை எண்ணெயில் ஏற்றிய விளக்குகள், மினுக்கட்டான் பூச்சியாய் மின்னுவதில் இருந்து பகலைவிடப் பிரகாசமான வெளிச்சம் வரும்வரை நடக்க வேண்டும். இரண்டு பெண்களின் கைகளிலும் எண்ணெய்த் தூக்கு, திரி நூல், எலுமிச்சம்பழம், கால்ரூபாய் காசு, தீப்பெட்டி, ஈரத்துணி, சோப்பு. துவட்டிய தலை ஈரம் சொட்ட நடந்துபோனார்கள்.

எப்பொழுதுமே அவளுக்கு ஒரு பழக்கம் இருந்தது. உள் பாவாடையைக் கட்டி சுருக்குப் போட்ட பின்னால், அதன் நீளமான முனையில் ஒரு மூக்குத்திச் சலங்கையைக் கட்டி இருப்பாள். மேல் பாவாடை கட்டிய பின்பு கவனமாக அந்த முனையை எடுத்து வெளியில் தொங்கி ஆடிச் சிணுங்கிக்கொண்டு வரும்படி செய்திருப்பாள். அது எப்போதுமே அவளுக்குப் பிடிக்கும். நடக்கும்போது கணுக்காலுக்கு மேலே நின்று ஆடும் பாவாடை கொலுசைக் காட்டிக் கொடுக்கும். ஒரு அடிக்கும் இன்னொரு அடிக்கும் நடுவே குதிகாலை நன்றாகப் பார்க்கும்படி உயர்த்தி நடப்பது ஒரு பெண் நடந்து போவதாக உணர முடியாது. அப்படி நடந்து போகும் இரண்டு பெண்களும் சிரித்துக்கொண்டும், பேசிக்கொண்டும் காளி கோவிலை நெருங்கும்போது பேச்சை நிறுத்தி மௌனமாகி அங்கே அடிக்கப்பட்டிருந்த உயரமான சூலத்தின் மையத்தில் எலுமிச்சம் பழத்தைக் குத்தி மூன்று சுற்று வலம் வந்த பின்னால் உள்ளே சென்று இலுப்பை எண்ணெயை ஊற்றி எல்லா விளக்குகளையும் தூண்டிவிட்ட பின்பு, வெளியில் வந்து பலிபீடம் தாண்டி நமஸ்கரித்து, குங்குமம் இட்டுக்கொண்டு ஆலமரத்தைத் தாண்டிய பின்புதான் அவர்களின் மௌனம் கலைந்து சிணுங்க ஆரம்பிக்கும்.

12

“இன்னிக்கி பூரா அவங்களோட இருந்ததுல ரொம்ப சந்தோஷமா இருந்தது. குளிச்சிட்டு வந்தவுடனே அந்த ஒடம்ப பாக்கணுமே, இரும்பு மாதிரி இருக்குடி.”

“அன்னக்கி என்னமோ தேக்கு மரம்னு சொன்ன..?”

“கல்லுன்னு வேணாலும் வச்சிக்கோ, எங்க தொட்டாலும் தெறிக்குதுடி, என்ன அழகா தல சீவி, சுருள் வச்சி, பவுடர் போட்டு... ஹூம்... அந்த வாசனையே வேறடி.”

“என்ன வாசனையோ என்னமோ, எரும மாட்டு வாசன...”

“உனக்கெங்க தெரியப் போகுது?”

“நேத்தி டிரைவர் வந்திருந்தாரு பொண்ணுக்குக் கல்யாணமாம். மாப்பிள்ள திருப்பூண்டியாமே? உன்னையும் புடிச்சி கருங்கன்னிலயோ மீனம்ப நல்லூர்லயோ குடுத்துட்டா போக்குவரத்து சரியாயிருக்கும்னு நெனச்சேன்.”

“நாங்கூடதான் நேத்தி உன்னைய புடிச்சி பொறயாருல கட்டி வச்சிட்டா ஒரு பக்கக் கொழுப்பு அடங்கும்னு நெனச்சேன்.”

“எங்கய்யா இருக்குற வரைக்கும் அது நடக்காது. பொறையாரோ, பட்டணமோ மாட்டுக் கொட்டாய்ல கட்டி, தவிட்டுத் தண்ணி வைப்பனே தவிர எவனும் கிட்ட வந்து மடிய புடிச்சி மல்லாத்த முடியாது.”

“ஏண்டி இப்படி அலையிற? ஏற்கனவே உன்ன பாக்கறவன்லாம் எட்டு ஆம்பளன்றான். நான் உங்கூட சுத்தனா மைனர் போய்ட்டான் போலிருக்கு மினி

மைனரோட லாத்துரா பாருன்னு என் காது படவே சொல்றாங்க."

"அய்யா, பட்டணத்துல அய்யா வூட்டுத் தம்பிக்கு மாரிஸ் மைனர்னு போன வாரம்தான் ஒரு பிளஷர் கார் வாங்குனாங்க. அதும் பேரு கூட ஏதோ மினி மைனர் தாண்டி."

"அப்ப நான் என்ன பிளசரா?"

"யாருக்குடி தெரியும்? ஆப்டுக்கிட்டவனுக்கு அஷ்டமத்துல சனி, ஓடுனவனுக்கு ஒன்பதாமிடத்துல ராஜா."

"எங்க... கொட்டாங்கச்சில அடிவாங்கி பன்னி கணக்கா ஓடிப்போச்சே அத சொல்றியா? நான் நடந்துபோனா ஊரே நின்னு வேடிக்க பார்க்குது. நீ நடந்துபோனா ஊரே ஒதுங்கி ஓடிப் போயிடுது."

"அதுக்காக..? முச்சந்தியில நின்னு கூத்தாடனுங்கிறியா?"

"நாளைக்குக் காமுட்டி கொளுத்தறாங்க. இப்பத்தாண்டி ஞாபகம் வருது."

பேசிக்கொண்டே இருவரும் அய்யா வீட்டுத் திண்ணைக்கு வந்திருந்தார்கள்.

உதய சூரியனின் பார்வையிலே
உலகம் விழித்துக்கொண்ட வேளையிலே,
... ...
... ...

எங்க வீட்டுக்கு முன்னாடி ஒரு பெரிய கருப்பு வெள்ளைப் படம் வைத்து மாலைபோட்டுக் கொடி ஏற்றினார். அவர் சுப்ரவேலு. இரண்டுமுறை பாராளுமன்ற உறுப்பினராக மக்களவைக்குத் தேர்ந்தெடுக்கப்பட்டவர். இரட்டை உறுப்பினர் முறை சட்டமன்றத்திற்கு இருந்தபோது அவர் சட்டப் பேரவைக்குப் போட்டியிடவில்லை. முத்தையா பிள்ளைக்குப் பிறகு கே. பி. எஸ் மணிக்கும், தங்க வேலுவுக்கும் அப்புறம் அவர் சட்டமன்ற உறுப்பினராகவும் பணிபுரிந்து இருக்கிறார். அண்ணாவும் இ.ரா. செழியனும் பேராசிரியரும் சுப்ரவேலுவும் ஒன்றாக மக்களவையில் பணிபுரிந்து இருக்கிறார்கள். அவருடைய அரசியல் பிரவேசம் என்பது அண்ணாவால் அழைத்து வரப்பட்டதுதான். எப்படியோ எனக்கும் அவருக்குமான நட்பு மலர்ந்துவிட்டதை இருவராலும் தவிர்க்க முடியவில்லை. எண்பத்தி ஏழுக்குப் பிறகு, தொண்ணூத்தி ஒன்பது வரையிலான என் தீவிர அரசியல் அவரில்லாமல் சாத்தியப்பட்டு இருக்காது. எளிய மக்களின் உண்மையான பிரதிநிதியாக அண்ணாவின் கொள்கைகளை அப்படியே பின்பற்றும் அழகுத் தமிழ்ப் பேச்சாளர். படிப்பறிவு இல்லாத மக்களிடத்தில் எழுத்தறிவின் அவசியத்தை வலியுறுத்தியவர். எத்தனையோ அலைகளில் சமூகம் தத்தளித்த போதும் கொண்ட கொள்கையின் உறுதியால் உண்மையான அரசியல் அமைப்பின்பால்கொண்ட நம்பிக்கையால் அலைக்கழிப்பும் தத்தளிப்பும் இல்லாத ஆழமான அமைதியான சமதர்ம சமுதாயத்தை நிறுவும் முயற்சியில் என்போன்ற இளைஞர்களையும் இணைத்துக்கொண்டு போராடிவரும் உத்தமர்.

> *“அதன் பொருட்டே அரசியலில் இருந்தும் சமுதாயத்தில் இருந்தும் மக்களாலும் மக்கள் தலைவர்களாலும் புறக்கணிக்கப்பட்டவர்.”*

அம்மாஞ்சி

13

விடியற்காலை ஐந்து மணிக்கெல்லாம் வீரசோழன் கரைப் பனை மரங்களிலிருந்து உதிரும் பனம்பழத்தைப் பொறுக்க மிகப்பெரிய போட்டி நிலவும். சிறுவர்கள் மத்தியில் அன்று காலையும் அப்படித்தான் விடிந்தும் விடியாததுமாக, அம்மாவின் பழம் புடவைகளைச் சுற்றிப் படுத்திருந்த குழந்தைகள் மூத்திர நாற்றமும் சில்லிப்பும் தாங்காமல் புரண்டு படுத்தபோது எதிரே வானம் விடியத் துவங்கியிருந்தது. போட்டி போட்டுக்கொண்டு புடவையை உதறி டவுசரைக் கழற்றி எறிந்தபின் கிட்டத்தட்ட ஒரே அலைவரிசையில் முறத்தை உயர்த்தித் தூற்றும் நெல் அலையலையாய்க் களத்தில் விழும் அதே நேரத்தில் பதர்கள் தூசியாய்ப் போய்ப் படிவதைப் போல, வயல்களைக் கடக்கும் சிறுவர் கூட்டத்தின் இரைச்சல் ஊரையே எழுப்பிவிட்டிருந்தது.

சின்னஞ்சிறு பிஞ்சுக் கைகளுக்கு அடங்காத பனம்பழங்கள் கறுப்பு நிறத்தில் சற்று உப்பி வெடித்திருந்த வெடிப்புகளின் வழியே பளிச்சிட்டுத் தெறிக்கும் மஞ்சளும் ஆரஞ்சும் சிவப்பும் சற்று வெளிச்சக் குறைவான காலை வேளையிலும் அவ்வளவு கவர்ச்சி. அதைவிட அது வெளிப்படுத்திய நறுமணம் அத்தனை புத்துணர்ச்சி.

வாய்கொப்பளிக்காமல், முகம் கழுவாமல் அடிக்கும் வாடைக்கு மாற்றாகத் தாழம் பூவின் வாசம், காட்டு மல்லியின் மெல்லிய உணர்வு ஈச்ச மரத்தில் கட்டியிருந்த சொரக்குடுக்கையிலிருந்து வெளிப்பட்ட போதையைக் காட்டிலும் அதிகமாக இருந்தது. அருகிலிருந்த மட்டையை ஆளுக்கொன்றாகப் பிய்த்துச் சேகரித்த பனம்பழங்களோடு, கொடுக்காப்புளியையும் சேர்த்தே கொண்டு வந்தார்கள்.

ஒவ்வொருவரும் வீட்டிற்குப் பின்புறம் வாய்க்கால் வரை நீண்டிருந்த கொல்லைகளில் தத்தமது சேமிப்பு மூலைகளில்

போட்டுவிட்டு வாய்க்காலில் சாய்க்கப்பட்டிருந்த ஒற்றை மூங்கிலின் வழியே அக்கரைக்குப் போய் வயல் வெளிப் புதர்களில் ஒதுங்கினார்கள்.

சேம இலைமீது தண்ணீரை ஊற்றினால் ஒட்டாமல் ஓடியாடும் தண்ணீர்த் திவலைகள் ஏற்படுத்தும் அப்போதைக்கப்போதைய அறு உருவ நீர்ச் சிற்பங்கள் செங்கா மட்டையைத் தேய்த்துப் பல் விளக்குவதற்கு முன்பான பிள்ளைகளின் வேடிக்கைகளில் ஒன்று.

முந்தின இரவுகளில் கண்ணாமூச்சு ஆடிய களைப்பு சிறிதுமில்லாமல் அவர்களின் நாள் நன்றாகவே துவங்கியிருந்தது. மல்லிகைக் கொல்லைக்குப் பூ எடுக்கப் போயிருந்த அக்காக்கள் திரும்பி வந்தால் நீராகாரம் கிடைக்கும். அதுவரைக்கும் பொழுது, தட்டானையும் ஓணானையும் வண்ணத்துப் பூச்சியையும் சுற்றிச் சுற்றி ஓடிக்கொண்டிருக்கும்.

சாமிநாதன் கடை டீ மேடை யாருக்கு எப்படியெல்லாம் பயன்பட்டதோ தெரியாது. எனக்கும் பெரிய பாஸ்க்கும் VCR–ஐயும், TV–ஐயும், கேசட்டையும் ஒளித்து வைக்கும் இடமாகத்தான் பயன்பட்டது. அடுப்பங்கரைக்குப் பின்னாலிருந்த இடத்தை எப்பொழுதுமே நாங்கள் சமாதி என்று குறிப்பிடுவோம். இரவு ஏழு மணிக்கே ஆரம்பித்துவிடும் தண்ணீர்ப் பந்தல். சேகரும் நானும் ஜி.கே. ரவியும், கே.வி. ஆனந்தும், ஓவியர்களும், ராம்போவும், கட்டையனும், கவுச்சிகளும் சேர்ந்து கையிலிருக்கும் காசைப் போட்டுக் குடித்து முடிக்கும்பொழுது மணி பத்து. சுப்ரமணியும் சீனிவாசனும், பெரிய பாஸும், எஸ்.பி. வீடியோவில் ஒரு VCR–ஐயும் பாபுவிடமிருந்தோ, யாரிடமிருந்தோ பெற்ற பிரபலமான தமிழ் நீலப்படப் பிரதிகளைக் கொண்டுவந்து மறைத்து வைத்துக் காத்திருந்தோம். எங்கள் வீட்டின் மேல் ரூமுக்குப் போக முடியாதபடி அண்ணனும் நண்பர்களும் பேசிக்கொண்டிருப்பதைச் சகிக்க முடியாமல் கல்லெறிந்து திசை திருப்பியிருக்கிறோம். ஒன்னரை மணிக்கு ஸ்டார் தியேட்டர் சினிமா விடும்வரை எங்களுக்குக் குடிக்கக் காசு இருக்காது. ஆனால், அவர்களுக்குப் பேச விஷயம் இருக்கும். பெண்களை அறியாத ஆண்களிடத்தில் பேச்சைத் தவிர வேறென்ன இருக்க முடியும். பெண் வாசனை பிடிக்காத, முகரக் கூச்சப்பட்டதால் ஆண்களாகிய நாங்கள் அவர்களை விலக்கி வைத்ததில் தப்பேதுமில்லை. ஒரு வழியாக மாவரைக்க வந்த பெண்கள், பஸ் கிடைக்காதவர்கள் என நான்கு பேரைத் தேத்திப் படியேறியபோது மணி இரண்டு. ஊமைப் படங்களைப் பார்த்த பின்பு முனகிவிடக் கூடாது என்ற நிபந்தனையுடன், புணர்ந்து படர்ந்து படுத்தபோது பகல் பன்னிரெண்டு.

அம்மாஞ்சி

14

ஒண்ணு... ரெண்டு... மூணு... நாலு...
ஒளிஞ்சிக்கோ... ஓடிக்கோ...
கூழ முட்டய விட்டுட்டு
நல்ல முட்டய கொண்டுட்டு வா!

சிதறி ஓடியபோது இவர்கள் இரண்டுபேருக்கும் இடையில் புகுந்தே ஓடினார்கள் அத்தனை பேரும். தூணுக்கு ஒருத்தனும், பத்தாய ரூமில் ஒருத்தனும் பழைய வீட்டின் திண்ணைக்கும், ஓட்டிற்கும் இடையே இருந்த உத்தரத்தில் ஒருத்தனும், பழைய வீட்டிற்கும் புதுவீட்டிற்கும் சந்தில் ஜன்னலுக்கு மேலிருந்த சன்ஷேடுக்கு மேலே ஒருத்தனும், கோழிக் கூண்டு, பைப்படி, வைக்கப்போர், வவ்வா மண்டபம், கத்தரிக் கொல்லை என்று அய்யா வீட்டைச் சுற்றிலும் போய்ப் பதுங்கிக்கொண்டார்கள்.

அவளுக்கோ தன் சிறு பிராயத்தின் நினைவுகளில் எண்ணம் இழுத்துச் சென்றது.

"ஏய்! சின்னாச்சி எங்கியாவது இவன பார்த்தியா?" என்று கேட்டவளுக்கு "ஏண்டி! எப்பப் பார்த்தாலும் அவன் மூத்திரத்த குடிக்கவே அலையுற,"

இப்பவும் நினைத்துச் சிரித்துக்கொண்டாள்.

"ஏண்டி சிரிக்கிற?"

"இல்ல நீ மூத்திரம் குடிச்சிருக்கியோனு நெனச்சேன். அதான் சிரிச்சேன்."

பட்டென்று கையில் அடித்து, "ஏண்டி உளர்ற?"

"காலையில் காந்திகுல்லா போட்டு, கிளிமூக்கும் கண்ணாடியுமா இருந்த ஒருத்தர காமிச்சி இவரு தினமும் மூத்திரம் குடிக்கிறாருனு சொன்னாங்க டீக் கடையில."

“டீ ஏங்க மாட்டு மூத்திரம் மாதிரி இருக்குன்னு கேட்டதுக்கு, அவனவன் மனுஷ மூத்திரத்தையே குடிக்கிறான்னு தொரத்தி விட்டான் ...”

“திருவிளையாட்டம் போனாலே நீ ஒரு மாதிரிதான் ஆயிட்ற ...”

“போடி வேலயத்தவளே .. !”

டீக்கடையில் உட்கார்ந்திருந்த நான்கு பேருமே தட்டியில் ஒட்டியிருந்த சினிமா போஸ்டரைப் பார்த்து,

“இவன்லாம் அரசியலுக்கு வந்து என்ன பண்ணப் போறான்னு தெரியலியே? விசிலடிச்சாங் குஞ்செல்லாம் வால் புடிக்குது.”

“அப்படி இல்லண்ணே! இந்த தடவ நம்ம பாடு கொஞ்சம் கஷ்டம்னுதான் சொல்றாங்க. பொம்மனாட்டி பூரா ஓட்ட மாத்தி போட்ருவாங்கன்னுதான் பேச்சா கெடக்கு. தெக்க இவர் கொடிதான் மேல பறக்குது. எங்க திரும்பனாலும் ரெட்டெலதான்!”

மற்றொருவன் “ஆங் ... அதெல்லாம் பொட்டிய ஒடச்சா தெரிஞ்சிடும்பா! திருவாரூர்ல தலைவர் கூட்டத்த பார்த்தியா? இல்லியா?, அவரோட ஒரு கேள்விக்குக் கூட ஒருத்தனும் பதில் சொல்ல முடியாதுல.”

“இலவச கண்ணொளித் திட்டம் ஆரம்பிச்சி எவ்வளோ சாதனை. இருந்தாலும் டம்ப்ளர்ல பால ஊத்தி சத்தியம் வாங்கறதுதான் கொஞ்சம் பயமா இருக்கு. நேத்து பட்ணம் போனவங்க சொல்றாங்க ஆர்.டி. சீதாபதியே தோத்துடுவார்ன்னு. கணேசனும், கிட்டப்பாவும், சுப்ரவேலும் ஜெயிக்கறதுக்கு வாய்ப்பிருக்கு பாப்போம்!”

“பொறையார்லயும் தரங்கம் பாடியிலயும் நாளக்கி சர்ச்சுல கூட்டம் போடறாங்க, போகணும். சங்கரம்பந்தல் பெரிய பள்ளி வாசலுக்கு நாளன்னிக்கிப் போகணும்”

என்று பேசிக்கொண்டே பெரிய மூட்டையாய்க் கட்டிய தேர்தல் பொருட்களை ஏற்றிக் கொண்டு அந்த மார்க்–2 அம்பாசிடர் கிழக்கு நோக்கிப் போனது.

சுவரொட்டி

தமிழ்நாட்டில் 1977ஆம் ஆண்டு தேர்தல், 67க்குப் பிந்தைய மிக முக்கியமான தேர்தல்களில் ஒன்று. முழு நேர அரசியல்வாதிகளாக இல்லாதவர்களும் மக்களை மகிழ்விக்கும் துறைகளில் இருந்தவர்களும் அரசியலே தொழிலாகக் கொண்டவர்களும் எதிர்கொண்ட தேர்தல். முதன்முறையாக சுதந்திர இந்தியாவில் எமர்ஜென்சிக்குப் பின் காங்கிரஸ் அல்லாத அரசு அமைந்த தேர்தல், இதில் வென்றவர்கள் நாட்டைச் சீர்திருத்துவார்களா? ஜனநாயகத்தைக் காப்பார்களா? மக்களுக்கான மக்களாட்சியைத் தருவார்களா? முதலாளிகளுக்கு வால் பிடிக்கும் இந்த ஆட்சியை எதிர்க்கும் காலம் வெகுதூரம் இல்லை.

யாரோ

குறிப்புப் பலகை

மாயவரம் ஜங்ஷனில் இறங்கி ராமசாமி அய்யர் ஓட்டலில் காபி குடித்த பிறகு ஊருக்குக் கிளம்பியவர்கள் இப்போதுதான் அந்த டீக்கடையைக் கடந்து போய்க்கொண்டிருந்தார்கள். அவர்கள் எல்லாருமே ஏதோ காரணத்துக்காகப் பட்டணம் போய்த் திரும்பியவர்கள். அவர்கள்தான் வடநாட்டிலும் பட்டணத்திலும் நிலவும் அரசியல் சூழலை தினந்தோறும் கீழத் தஞ்சையின் கிராமங்களுக்கு எடுத்துச் சென்றவர்கள்.

தமிழ்வாணனும் நானும் அண்ணாசாலையில் நடந்து போய்க் கொண்டிருந்தோம். மாக்ஸாவது மாவா வாங்கிக் கொடுத்து நடத்தியே பல்லாவரத்திலிருந்து கூட்டி வருவார். தமிழ்வாணனுக்கு அப்படி ஒரு பழக்கம் இல்லாததால் வெறும் வாயில் அவல் மென்றுகொண்டு நடந்தோம். அன்றைக்கு எங்களுக்குக் கிடைத்த அவல்தான் இசைக்கு மொழி முக்கியமா?

படம் போட்டா... போட்ட படத்த பத்தி மத்தவங்க கேக்குற கேள்விக்கு பதில் சொல்லனுமா?

தனபால் சார் பிரிட்டிஷ் கவுன்சில்ல ஒரு ஷோ வச்சிருந்தாங்க. நானும் பாலுவும் அத பாக்கத்தான் நடந்து போயிட்டுருக்கோம். அங்க போனதுமே நாங்க ரெண்டு பேரும் தனித்தனியா பிரிஞ்சி அங்க காட்சிப்படுத்தப்பட்ட சிற்பங்களையும் ஓவியங்களையும் பார்க்க ஆரம்பிச்சோம். திரும்பவும்...

அம்மாஞ்சி

விடம்பனம்

Anupam Sud
The Howl
Etching on Paper
48 cm X 48 cm
1987

15

பேசிக்கொண்டே இருவரும் பத்து, பதினஞ்சி படிகள் ஏறி பழைய வீட்டைத் தாண்டி, புதிய வீட்டிற்குள் பிரவேசித்தார்கள். பரண் மேல் இருந்து எடுத்த புத்தகத்தைக் காண்பித்து ஆடுதன் ராணியிடம் சொன்னாள்,

> "என்ன அழகான படங்க பாத்தியா! ஒரு அங்குலம், ரெண்டு அங்குலம் அளவில தாமரைப்பூ, மொட்டு, இலை, அன்னம், தண்ணீர், அதற்கு மேலே எவ்வளவு ஒய்யாரமா கட்டிலுக்கு மேல இரண்டு மார்புகளும் அழகா தெரியிற மாதிரி ஒருக்களிச்சி வானத்த அண்ணார்ந்து பார்த்து படுத்துக் கிடக்கா! பட்டுத்துணி திரைச்சீலையும், முன் மண்டபமும் எவ்வளோ அழகா எழுதப்பட்டிருக்கு பார்த்தியா?"

மாராப்பு இல்லாத தோழி நின்னுகிட்டுப் பேசற மாதிரி, ஜடை பின்னி குஞ்சம் குதிகாலத் தொடுது, மேல ஒரு பெரிய பாம்பு, வலதுபக்க மூலைல படமெடுத்து முழுசா மறைச்சிக்கிட்டு மெல்லிசான நெளி நெளியான வாலு, இடதுபக்கம் மேல் மூலைக்கு அந்தப் பக்கம் போயிருக்கு. தோழிக்குப் பின்னால செவுரு, செவுத்துக்கு அந்தப் பக்கம் குத்துக்கால் வச்சி உக்காந்துருக்குற மூணுபேர்ல நடுவுல இருக்கறவன் நீலக் கலர்லயும், வலது பக்கம் பின்னாடி வெளிர் ஊதாப்பூ நிறத்திலயும், இடது பக்கம் செங்கா மட்டை கலர்லயும், பின்பக்கம் திண்ணைல இருக்கறவன் சாம்பல் கலர்லயும் அவுங்களுக்கு நேரெதிர்லயே இவங்க நாலு பேரும் பாக்கற இடத்துல, கையில குழந்தையோட போற காட்சி எழுதப்பட்டிருக்கு. கீழ பாகவத புராணம்னும், 1525ஆம் வருஷம்னும் போட்டுருக்கு. இந்த மாதிரி சித்திரங்களால அலங்காரம் செஞ்ச வீடு எப்படி இருக்கும்னு ராப்பூரா நெனைச்சிக்கிட்டே இருந்தேன்.

பொம்பளைங்க புள்ள பெத்துக்கறதும், புருஷன் செத்துப்போனா அவன் மேலயே விழுந்து எரிஞ்சி சாகறதும் இதுல படமா போட்டுருக்கு. எட்டுக் கையுள்ள ஒரு பொம்மனாட்டி கழுத்துல பாம்பு, புலி மேல உக்காந்து ஆம்பளைங்கள பந்தாடுறதும் அந்த ஊட்லயே படமா போட்ருக்காங்க. பெரியய்யாவோட அப்பா காசிக்குப் போனப்ப காசி மடத்துல தம்பிரானா இருந்தவரு இதக் குடுத்ததா சொல்றாங்க. வித விதமான பொம்பளைங்க வயிறும், மார்பும் தெரியிற மாதிரி, உன்ன மாதிரியே நீள நீளமான முடியோட ஆம்பளங்களோட கொஞ்சிக் குலாவுற படங்களும் இதுல இருக்கு.

வேங்கடமும் விண்ணகரும் வெஃகாவும் அஃகாதி
பூங்கிடங்கில் நீள்கோவல் பொன்னகரும் – நான் கிடந்தும்
நின்றா னிருந்தான் கிடந்தான் நடந்தானே,
என்றாள் கெடுமாம் இடர்.

"ஒரு படத்துல பாதி ஆம்பளயாவும், பாதி பொம்பளயாவும் வேடிக்கையா உன்னையும் என்னையும் மாதிரி இருக்கறத பார்த்து, விழுந்து விழுந்து சிரிச்சிக்கிட்டு இருந்தேன்."

"நீ ஏண்டி படத்த பார்த்து வயித்துல இடிச்சிக்கிற?"

"பின்ன உன்னைய மாதிரி பொறுக்கித் திங்கச் சொல்றியா?"

"யார் பொறுக்கி? நானா, நீயான்னு உனக்கே தெரியும்?"

"வீம்புக்குப் பேசறவள்ட்ட எவதான் நியாயம் பேச முடியும்?"

"அதான் சொல்லிட்டியே புலி மேல ஒக்காந்து ஆம்பளங்கள எட்டி உதைக்கிறது."

"இருந்துட்டுப் போ! நானு கொஞ்சிக் குலாவறதுலயே இருந்துக்கறம்ப்பா."

"இந்தப் பூனைய என்னா பண்றதுனே தெரியல. ராப்பூரா கத்தி தூக்கத்த கெடுக்குது."

– பொய்கையாழ்வார்

மருதம் வாசகர் வட்டம்

குப்புசாமி பேச ஆரம்பித்தார். "இந்த ஊரில் இயல்பாய் இருக்கும் எல்லாமும் எழுத்தில் பார்ப்பது மகிழ்ச்சியே. இதுபோல இயல்பை எழுதுபவர்கள் அரிதாய்க் கிடக்கிறார்கள். அப்பட்டமான உண்மைகளைச் சம்பவமாக எழுதுவதில் எனக்கு இலக்கியமாகாமல் போய்விடுமோ என்ற சந்தேகமும், இது வெறும் பரபரப்புக்காகச் செய்யப்படும் வேலையோ என்றும் தோன்றுகிறது. இப்படி ஒரு நடை சுவாரஸ்யத்தைக் கூட்டினாலும் எதற்காக இந்தக் கதை எழுதப்பட வேண்டும்? அதுவும் நம்ப ஊர்ப் பெண்களைப் பற்றியும் எழுதப்படுகிறதே! இப்பொழுதே இதைக் கண்டித்து ஒரு தீர்மானம் போடலாம். ஊரில் இருப்பவர்களிடம் சொன்னால் பெரிதாக ஒன்றும் நடக்காது. அவர்களுக்கு இதைப் பற்றி எந்த அறிவும் இருக்காது. சினிமா நோட்டீசுக்குத்தான் அவர்கள் அலைவார்களே தவிர இதை எப்படிப் புரியவைத்து நிறுத்தச் சொல்வது?"

"யோவ் கேன... நீயெல்லாம் உண்மையிலேயே வாசகர் வட்டம் நடத்துறயா? இல்ல ஆள் கட்டுறியா?"

"இதை நான் வன்மையாகக் கண்டிக்கிறேன்."

மௌனமாக வெளியேறுகிறார் மற்றொருவர்.

"இருந்ததே நாலு பேரு. ஒருத்தன் எழுன்ச்சி பூட்டான். தீர்மானம் போட கோரம் வேணுமே கோரம்."

மணிமொழியும் தமிழ்வாணனும் உள்ளே நுழைந்து குப்புசாமியிடம்

"குப்ஸ்... நீங்கதானே இத எழுதுறது? அருமையா வருது... உண்மைய சொல்லுங்க."

"தா... தா... தா... சீ... சீ... சீ... எங்க நீளமான வாக்கியம் வரணும்? எங்க வாக்கியத்த ஒடைக்கணும் அப்படின்னு கூடத் தெரியல. அபத்தமா இருக்கு. இதப் போயி நான் எழுதுவனா?"

"பொய் சொல்லாதீங்க..? நீளமான வாக்கியத்தோட ரசிகரே நீங்கதான்..."

"அப்புறம் அந்த உள் பாவாட விஷயம் உங்களுக்குத்தான் தெரியும்..."

மணிமொழிக்கும் தமிழ்வாணனுக்கும் குப்புசாமியின் ரியாக்ஷன் வெகு பயங்கரமாக இருந்தது.

பூபதி டீச்சரோட பொண்ணுதான் சாந்தி. நானும் சாந்தியும் அறிவுக்கண்ணும் ஒண்ணா இங்கிலீஷ் மீடியத்துலதான் படிச்சோம். சாந்தியோட அம்மாவும் தறி வாத்தியாரும் ராசாத்தி அண்ணி நடுநிலைப் பள்ளிலதான் வேல பார்த்தாங்க சங்கரம்பந்தல்ல. ஒரு ஆதி திராவிடர் நலப் பள்ளிக்கூடமும், அரசு உதவி பெறும் பெண்கள் மேல்நிலைப் பள்ளியும் இருந்தது. அங்க சாப்பாடு, சீருடை, புத்தகம், பால்வாடி, காலணி, எல்லாமே இலவசம்தான். ஆனா பன்னிரண்டு மைலுக்கு வண்டி காசு கொடுத்து மாசா மாசம் கட்டணம் செலுத்தித் தன்னோட பொண்ணுங்கள ஆங்கில வழில படிக்க வெச்சாங்க பூபதி டீச்சர். அறிவுக் கண்ணுக்கு மட்டும்தான் அந்தக் காலத்துலயே Word star, Cobalt, Lotus எல்லாம் தெரியும். எனக்கும் சாந்திக்கும் தமிழ் தெரியாது. ஆங்கிலமும் தெரியாது. பள்ளிக்கூட நாடகத்துக்காக நாங்க ரெண்டு பேரும் சேர்ந்து டிவிஸ்ட் ஆடுனதுதான் மிச்சம். அன்னைல இருந்து இன்னைக்கு வரைக்கும் நா போட்ட வேஷத்த கலைக்கவும் முடியல. நடிக்கவும் தெரியல.

அம்மாஞ்சி

16

“பள்ளூடம் போகாம இப்படியே சுத்திட்டிரு.”

கீழே கிடந்த விளக்குமாற்றை எடுத்துத் துரத்த ஆரம்பித்தாள் சரோஜா.

“எல்லா புள்ளங்களும் போகும்போது உனக்கு மட்டும் ஏண்டா புத்தி இப்புடிப் போவுது?”

முடியைப் பிடித்துக்கொண்டு சுத்திச் சுத்தி கட்டை விளக்கு மாத்தால் அடிக்க ஆரம்பித்தாள். வலி பொறுக்க முடியாமல் மூக்குச் சளியும், அழுகையும் ஆத்திரமுமாக அரற்றிக்கொண்டு “போறேன்மா” என்று கத்தினான்.

“என்னத்த போற பொறம்போக்கு. நீ போற லட்சணந்தான் தெரியுதே! ஒழுங்கா போயிருந்தா ஆறாப்புலயே ஏன் மூணு வருஷமா ஒக்காந்திருக்க?”

பதிலுக்குக் காத்திராமல் தரதரவென்று இழுத்துக்கொண்டு பள்ளிக்கூடத்துக்குப் போனாள்.

“டீச்சரம்மா. இவன் கண்ண முட்டும் வுட்டுட்டு அவன் தோல உரிக்கச் சொன்னா நீ கேக்க மாட்டேங்குற. சொன்னா கேக்குற ஜாதியாம்மா இது? அடி ஒதைக்கே அஞ்ச மாட்டேங்குது. எப்படி திருத்துவயோ தெரியாது. இந்த வருசமாவது ஏழாப்பு போவுதான்னு பாப்போம்.”

“நீங்க அவன வுட்டுட்டுப் போங்க. நான் பாத்துக்கறேன்.”

“ஊர்ல கால்ரா வந்து நல்லதெல்லாம் செத்துப் போவுது. இதுக்கு ஒரு கேடும் வரமாட்டேங்குதே?”

என்று முனகியபடியே பள்ளிக்கூடத்தில் விட்டுவிட்டு

"ஏற்கனவே இருந்த வாத்யார்னாலும் வட்டிக்குப் பணம் குடுப்பாரு. ஒங்கிட்ட அதுவும் இல்ல. ரெண்டு ஆடாவது வாங்கி வாரத்துக்கு வுட்றியா, கேட்டா ஏதோ பாட்டெல்லாம் பாடி கறி சாப்பிடாதீங்கன்ற. புள்ளயும் படிச்ச மாதிரி இல்ல, நாங்களும் வாழ்ந்த மாதிரி இல்ல போ!"

கையை உதறிக்கொண்டு ஓட்டமும் நடையுமாய் நகர்ந்து போனாள்.

முனி எப்போதுமே பள்ளிக்கூடத்துக்குப் போவதில்லை. ஊரில் இருக்கும் அத்தனை வேலைகளையும் செய்து கொடுப்பதில்தான் பெரும் விருப்பம். டீச்சருக்கும் அப்படியே. டீச்சருக்கு வேண்டிய சகல வேலைகளையும் அவனே முன்னின்று செய்வான் என்பதால் மதிய சாப்பாட்டிற்குப் பிறகான அவனுடைய பொழுது சுடுகாட்டிலும் ஆற்றுப் படுகைகளிலும் தோப்பிலும் காளவாயிலுமாகக் கழிந்தது. மாடு வளர்ப்பதில் பெரு விருப்பம் கொண்டிருந்த முனி யாருக்கும் அடங்காத மாடுகளை அடக்கிப் பழக்குவதில் வல்லவன்.

17

"காளவாய்க்கு மரம் கேட்டு காத்தான் ஒருத்தன கூட்டிட்டு வந்திருக்கான்."

"என்ன காத்தான்..? இந்தப் பக்கம் காத்தடிக்குது. பண்ணைல எப்பவும் மரம் குடுக்கறதில்லன்னு தெரியாதா?"

"மரைக்காயர் பண்ணைக்கு மரம் வாங்க வந்திருக்காரும்மா அப்படியே உங்களையும் பாத்துட்டுப் போணும்னாரு யாவாரி!"

"பாக்கறதுக்கு எங்கிட்ட என்ன இருக்கு யாவாரி?"

"இடி வுழுந்து ரெண்டு தென்ன மரம் நிக்கிது. குருத்தழுகி தல தள்ளிப் போச்சி."

"அதுதான் நம்ம நள்ளாட முக்குட்டுக்குப் பாலம் போட கேட்டாங்கன்னு குடுத்துட்டாரு அய்யா, சொல்லலியா காத்தான்."

"இல்லமா, அந்த இலுப்பை மரம் பட்டுப் போச்சி."

"அத தீ மிதிக்குன்னு வுட்டு வெச்சிருக்கு."

"சரிம்மா ஏதாவது இருந்தா சொல்லியனுப்புங்க."

"மோட்டு நெலத்துல மண்ணெடுக்க விட்டீங்கன்னா தண்ணி பாய வசதியா இருக்கும்னு காத்தான் சொல்லிச்சு."

"அய்யா, ஏதோ டிராக்டர் வாங்கப் போறாங்க. அதனால பல்லக்கால்ல களிப்ப அடிக்கச் சொல்லி சொல்லிருக்காங்க. கடலில இருக்குற சவுட்டு மண்ண வேணா குடுக்கறதுக்குக் கேட்டுப் பாக்கறேன்."

"சரி, கும்புட்றங்கம்மா சொல்லியனுப்புங்க."

"யாவாரிய அனுப்பிட்டு வர்றியா காத்தான்."

"சரிங்கம்மா";

கக்கத்தில் இருந்த துண்டை மேலும் இறுக்கிக் கொண்டு முதிர்ந்த வயதிலும் பணிவோடு நகர்ந்து போனான் காத்தான். பண்ணையின் மூத்த தலையாரிகளில் ஒருவன். கூடவே காவக்கார கண்ணுச் சட்டியும், நீலானிக்கம் மாரிமுத்துவும், கறவைக்கார கோவிந்த ராசுவும் நகர்ந்தார்கள்.

"என்ன கோவிந்தராசு அதுக்குள்ள மரப்பபடிக்கு வந்திட்டு மாடு?"

"ஆறு மாசமா கறக்கரோம்லம்மா அதான் நாளைக்கிக் காள கட்டலாம்னு இருக்கேன். கொண்டைக் கடலைய இப்பவே ஊறப் போட்டாத்தான் நாளக்கி வெக்க முடியும்."

"சரி கோயிந்தம்மாட்ட சொல்றேன். ஒரு தூக்கா, ஒன்னரை தூக்கான்னு சொல்லி வாங்கிக்க."

"மாட்டு டாக்டர் வந்தாருன்னா அந்தக் கன்னுக்குட்டிய காமி. நம்ம கருங்கன்னியோட குட்டிகளையும் பார்த்துட்டுப் போகச் சொல்லு!"

"அவரோட மோட்டார் வண்டிக்கி எப்ப நம்ப ஊரு கண்ணுக்குத் தெரியும்னு தெரியலியே?",

அங்கலாய்த்துக் கொண்டு போனான் கோவிந்தராசு.

"கீழவெளில எல்லா குண்டுக்கும் தண்ணி வச்சிட்டேன். பம்ப் செட்டு, தோப்புல இருந்து தண்ணி எடுக்க மாட்டேங்குது. மெக்கானிக்கக் கூப்பிட மாயவரந்தான் போகணும் போலிருக்கு. லஸ்கரு போன தடவ தண்ணி தொறந்ததுக்குக் காசு கேட்டாரு. இந்த வருஷம் ஆயில் இன்ஜினு ஒண்ணு புதுசா வாங்குனா நல்லதுன்னு அய்யாட்ட சொல்லுங்க. இன்னைக்கும் நாளைக்கும் தண்ணிக்கு நம்ம மொற, நமக்குப் பாஞ்சது போகத்தான் மீதிய சங்கரம்பந்தலுக்குத் திருப்ப முடியும்னு சொல்லியனுப்பிட்டேன். மரைக்காயர் பண்ணைக்கும் சொல்லியாச்சி."

"சரி மாரிமுத்து, அந்தப் பள்ளக்கால்ல தண்ணி நிக்காம இருக்க என்ன செய்யப் போற?"

"வழக்கமா செய்யறதுதான். வடிகால கொஞ்சம் தாழ வெட்டி மேல் மடையில மண்ணு மூட்டைய அடுக்கி ரெண்டு சாலு போட்டு எறைக்கச் சொல்லிட்டேன்."

"ஆமாம், கொளத்துக்கெல்லாம் தண்ணி கட்ட சொன்னாங்களே, கட்டிட்டியா?"

“தண்ணியும் கட்டியாச்சு. சவுக்காரம் போடக் கூடாதுன்னு காவலுக்கு ஆளும் போட்டாச்சு. வெறால் குஞ்சும் வுட்டுருக்கு. இப்ப நீ வந்து தண்ணிய பார்த்தியினா காசபோட்டுக் காச எடுக்கலாம்.”

“சரி கணக்குப் புள்ளட்ட காசு தரச் சொல்றேன். வாங்கிட்டுப் போயி மாயவரத்துல ஒரக் கடைக்குக் குடுக்க வேண்டியத குடுத்துட்டு, அபிராமி ஆச்சிக்கிட்ட ரோகாவ வாங்கிட்டுப் போயி செட்டியார் மளிகைக் கடைல குடுத்துரு, வண்டிக்காரன்ட கேட்டுப் பூட்டாங்கயிறு, மூக்கணாங்கயிறு, இன்னும் என்னென்ன வேணுமோ எல்லாத்தையும் நோட்ல குறிச்சிட்டு வண்டில போட்டுட்டு வந்துடு. வரும்போது எங்காசுல காளியாக்குடில அல்வாவும், பக்கோடாவும் வாங்கிட்டு வர மறந்துடாத. ராத்திரி மாட்ட அவுத்துப்போட்டு வாத்யார் படம் பாக்கறேன்னு போயிடாதீங்க. பொழுதோட வந்துசேருங்க.”

“நாலு மாடு, பதினாறு ஆடு கொண்டுபோய் பவுண்டுல அடைச்சிருக்கேன். ஆண்டவர் கெடா ஒன்ன வெரட்டி வுட்டுட்டேன். இது எல்லாமே எல்லு கொல்லைக்குள்ள பூந்திட்டுது. நம்ம மேலக்கொல்லையில கிளுவப் போத்து நட்டுட்டு இருக்காங்க. முள்ளு அறுத்துட்டு வந்து நாப்பது படல் முடிஞ்சி இன்னைக்கிப் பொழுதுக்குள்ளே நூற தாண்டிடும். பால ஊறப் போட்டுருக்கோம், நாளக்கி விடிகாலைல கட்ட ஆரம்பிச்சிடலாம். பொங்கலுக்கு அய்யா வரும்போது கத்தரி, வெண்டை எல்லாம் வெச்சி துளிர்த்திடும்.”

“சரி, நீ போய் பொங்கலுக்குத் திருக்கலாச்சேரில இருந்து நெட்டி மாலைக்கிக் கொடி அறுத்துட்டு வா. அப்படியே பதர் உருவி பத்து மாலையாவது கட்டச் சொல்லு. மாட்டுக்காரன்ட்ட சொல்லி மொட்ட மாடு தவிர பாக்கி எல்லாத்துக்கும் கொம்பு தேய்க்கச் சொல்லு. டயர் வண்டியும் பார வண்டியும் பெயின்ட் அடிக்கறதுக்கு வண்ணக்காரங்க வீட்டுல சொல்லி வுடு. மரமேறி இருந்தான்னா வரச்சொல்லிட்டுப் போ! தென்ன மரத்துல காய்க்காத மரத்துக்கு இன்னா செய்யலாம்னு பாரு. கொல்லைல ஆச்சிகிட்ட சோறு வாங்கிட்டு போ!”

‘பொழுதுக்கப்புறம் வரம்மா’

விடைபெற்றான் கண்ணுசட்டி.

இத்தனை ஐபர்தஸ்தும் பொங்கலுக்காக.

18

அய்யாவும், தம்பியும், பாப்பாவும், அண்ணியும் புதிதாக வாங்கியிருந்த மோரிஸ் மைனரிலும் அம்பாசிடரிலுமாக ஊருக்குத் திரும்பியிருந்தார்கள். பெரிய அண்ணி, அய்யாவின் அக்கா சேலத்தில் இருப்பதால் அவர்களைக் கூட்டிவர பிளைமவுத்தில் கிருஷ்ணனுடன் போயிருப்பதாகவும், டேனியல் இன்பராஜ் புதிதாக வாங்கியிருந்த டிராக்டரும் ரெண்டு ட்ரெய்லர்களோடும் ஊருக்கு வந்து சேர்ந்திருந்தான். பட்டணத்தில் அய்யாதான் அவனைப் படிக்கவைத்து மோட்டார் மெக்கானிக்காக ஆக்கிவிட்டிருந்தார். மாயவரத்துலயே கொடிகட்டிப் பறக்கறான். ஊர் முழுக்க ஒரே களேபரமாக இருந்தது சிவப்பு நிறத்தில். தங்கள் வயிற்றில் அடிக்க டானியலும் உடந்தை என்று அவனைப் பழிதீர்க்க ஊர் சதி ஆலோசனை உச்சத்தில் இருந்தது.

ஒவ்வொரு வீட்டிலும் வாசல்படிக்கு எதிரே திறந்த வெளியில் சாணம் மெழுகி பச்சரிசி மாக்கோலங்கள் போடப்பட்டிருந்தன. மூன்று பக்கம் பனை மட்டைகளைக் கொண்டு ஒவ்வொரு வீட்டிற்கும் தனித்தனியே அடப்பு கட்டிக் கொண்டிருந்தார்கள். ஒட்டடை அடிப்பதும் ஓடு மாற்றுவதும் வேகவேகமாக நடந்தேறியது. வெள்ளையடிப்பதும் பானை வாங்குவதும் இயல்பாக நடந்தது. எல்லோருமே வேலையும் உற்சாகமும் அசதியுமாக நீண்ட இரவுகளை அவசரமாகக் கடந்துகொண்டிருந்தார்கள். அப்போதுதான் அந்தச் செய்தி.

சுபத்ரா தூக்கு மாட்டிக்கொண்டாள். ஆண்களும் பெண்களும் குஞ்சும் குளுவானுமாக ஓலமிட்டுக்கொண்டு தெருவின் கோடியில் இருந்த சுபத்ராவின் வீட்டைச் சுற்றிப் பயமும் வேதனையும் என்னவென்று சொல்ல முடியாத பதற்றமும் திகிலும் குழப்பமான சத்தமும் பேச்சுமாக எவரும் துணியவில்லை, வீட்டுக்குள் போக. அய்யாவிடம் சொல்லிவிட்டு

'எப்படியும் நாக்குத் தள்ளியிருக்கும், உயிரிருக்காது, அறுத்துப் போட்டுட்டு வரேன்' என்று கிளம்பிப் போனாள். தூங்கு மூஞ்சி மரத்தில் ஏறி ஓட்டுக்கு மேலே தாழ்வாக வளைந்திருந்த கிளைக்குப் போய், ஓட்டைப் பிரித்துக்கொண்டு அரிவாளால் சட்டத்தைப் பேர்த்தெடுத்துவிட்டுப் பந்தத்தைக் கொளுத்தி உள்ளே பார்த்தாள். போன புயலுக்குக் கொடுத்த புடவைதான். நாக்குத் தள்ளி, முழியும் சளியும் வெளியில...

உள்ளே ஒரு கையைக்கொடுத்து உத்தரத்தில் இறங்கி இடதுகையில் சுருட்டிப் பிடித்து உத்தரத்தில் இருந்த புடவையை அறுத்தாள்.

"என்ன கனம்..!"

தரையில இறக்கி, கிட்டிப்போன பல்ல தாடைய தொறந்து நாக்கத் தள்ளி மூடி, கண்ண அழுத்தி மூடிட்டுக் கைய அலம்பி கதவத் தொறந்தா வண்ணானும் பரியாரியும் வாசல்ல நிக்காங்க. தலையாரி வெட்டியானோட கொல்லைக்கு வந்துட்டான். கயித்துக் கட்டில போட்டு மூணு பேருமே சேர்ந்து படியிறக்கிக் கொல்லையில போட்டப்புறம் ஊரே வாயிலயும் வயித்துலயும் அடிச்சிட்டு அழுவுது.

"என்ன பண்றது? தலைய திருவ துப்பில்லன்னா இப்படித்தான்!"

என்று சொல்லிவிட்டு வாய்க்காலில் இறங்கி முழுகிய பின்பு,

> நின்றும் இருந்தும் கிடந்தும் நடந்துனை
> என்றும் சிவன்தான் இணை.

எழுந்து தன் வீட்டிற்குப் போனாள் உடை மாற்றிக்கொள்ள.

சங்கற்ப நிராகரணம் – உமாபதி சிவம்.

Anupam Sud
Voyage-1
Etching on Paper
91 cm X 50 cm
2007

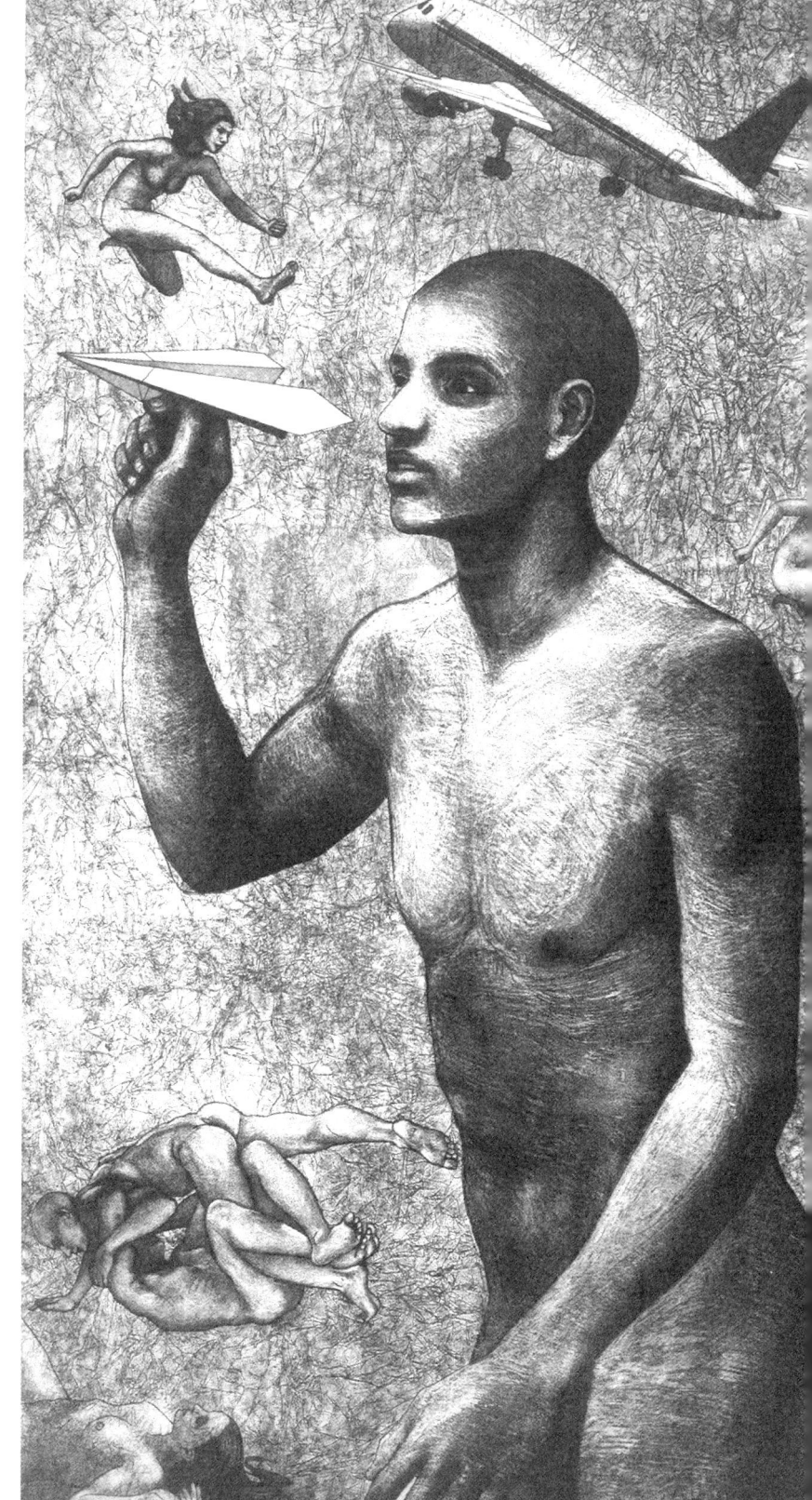

காந்திமதி டீச்சர் எனக்கு வகுப்பாசிரியர் இல்லை. உடற்கல்வி ஆசிரியர்தான். வகுப்புக்கு ஒரு பானை தேவைப்பட்டபோது என்னிடம்தான் அந்தப் பொறுப்பு ஒப்படைக்கப்பட்டது. முதன்முறையாக நான் சிங்காரத் தோப்புக்குப் போய் மண்ணுடையார் வீட்டில் கேட்டபோது "கால் ரூபாய்க்குப் பானை வராது. வேணும்னா பழய பஸ் ஸ்ட்டேன்ட்ல பழய பானை கிடைக்கும் வாங்கிக்க"ன்னு சொன்னப்ப, நேரா திராட்சைப் பழங்கள் நிரப்பி அனுப்பப்படும் கழுத்து மடங்காத பானையை, காலிப் பானையை, இருபது பைசாவிற்கு வாங்கிக்கொண்டு போய் வகுப்பில் வைத்தபோதுதான் வேடுவம் கட்டுவதற்கான முறையும், பொன்னுசாமி சொல்லிக்கொடுத்தான். பழமும் வெல்லமும் நவச்சாரமும் இன்ன பிற 16 வகைப் பொருட்களையும் பானைக்குள்ளிட்டு தாண்டவன்குளம் முந்திரித்தோப்பு மணலில் புதைத்துவைத்துப் பின்பு அதன் கர்ப்ப காலத்திற்குப் பின்னால் தோண்டியெடுத்துப் பெரிதாகச் செய்யப்பட்ட கருப்புக் கல் பானையில் ஊற்றி, மேலே மண்சட்டியில் துவாரமிட்டுப் பானை வாயைக் களிமண் கொண்டு பூசி மெழுகி, அதை இன்னொரு பானையில் மேலே கவிழ்த்துச் சூடாக்கி ஆவியைப் பிரித்துக் குளிர்வித்து இரண்டுமுறை வடிக்கப்படும் எங்கள் கொள்ளிடக்கரை பேட்டரி கலக்காத பட்டை சாராயத்திற்குத் தொட்டுக்கொள்ள உடும்புக் கறிக்கு சொத்தை எழுதிக் கொடுத்தவர்கள் பலபேர். அதில் நானும் ஒருத்தன். பிற்காலங்களில் கொத்துக் கறியும் ரொட்டியும் பட்டை சாராயமும் பதநீரும் கள்ளும் குற்றமாகிப்போன நாட்டில் செண்பகத்தைப் பிடித்துத் தின்றால் ஆறுமாத சிறைவாசம் என்றானபோதுதான் 'பிரிட்டீஷ்காரன் தேவல இவனுங்களுக்கு' என்று போதிக்க ஆரம்பித்தான். இலை, புகையிலையைச் சுருட்டி இழுத்த என் பொன்னுச்சாமி.

அம்மாஞ்சி

19

"எங்கடி போனான் உன் மைனரு?"

"நீ என்னதான் ஆம்பளயா இருந்தாலும்..?"

"அடி செருப்பால யார பாத்து ஆம்பளங்கற."

"பின்ன பொணத்த அறுத்து கீழ போட்றவள பொம்பளனா சொல்லுவன். அவ்ளோ ஆம்பளங்களும் கைய கட்டிட்டு இருக்கறப்ப உனக்கு என்னாடி வந்தது. இந்த மரத்துல ஏற்றது, சொந்த மரத்துலயே திருட்டுத் தேங்கா பறிக்கறது, காட்டுப் பன்னியோட சுடுகாட்டுல சுத்தறது, சின்னப் பசங்களோட சேர்ந்து சுடு தேங்கா போட்றது, எந்தப் பொண்ணுடி செய்வா இதெல்லாம்? என்னப்பாரு, கண்ணாடி வளையல், கலர் கலரா ரிப்பன், பொட்டு வச்சிக்கறதுக்கு அச்சு, மலேயாக்காரன் குடுத்த நகப்பாலீஷ், குனேகா சென்ட்டு, பார்த்தாலே பத்திக்கனும்டி",

தலைக்கு மேலே கையைத் தூக்கி இடது கையால் பாவாடை நுனியைப் பிடித்து சிரித்து சுற்றிச் சுழன்று பாதங்களைத் தட்டி ஒரு ஆட்டமாடிக் காண்பித்தாள்.

அந்த வேளையில் எங்கிருந்தோ நான்கு குரல்கள்:

நின்றும் இருந்தும் கிடந்தும் நடந்தும் நினைப்பதுன்னை
என்றும் வணங்குவது உன் மலர்த்தாள் எழுதா மறையின்
ஒன்றும் அரும்பொருளே அருளே உமையே இமயத்து
அன்றும் பிறந்தவளே அழியா முத்தி ஆனந்தமே

"அய்யோ! கொல்றாளே இன்னொரு தரம் எங்களுக்காக ஆடப்படாதா."

காலால் ஒட்டாஞ்சல்லியைப் பொறுக்கிக் கைக்குக் கொண்டு வந்தாள். இன்னொரு சுற்று ஆடிய பின்பு ஒட்டாஞ்

– அபிராமி அந்தாதி

சல்லிக்கு முத்தம் கொடுத்துக் குரல்வந்த திசையில் தூக்கி எறிந்தாள். பத்துக்கும் மேற்பட்ட பெரிசுகள் முண்டியடித்துப் பிடிக்க முடியாமல் குப்புற விழுந்தனர்.

“பாத்தியாடி என் பவர?”

“இந்தப் பல்லு போனவனுங்கள வச்சி பல்லாங்குழி கூட ஆட முடியாது.”

“பல்லே மொளைக்காதவனுக்குப் பல்லு போனவன் எவ்வளவோ தேவலாம் போடி நாயே!”

“ஏய்..! சொர்ணம்... உன் ஊட்டுக்காரன இழுத்துக் கட்டிப் போட்றி. ஊர் மேயுது.”

“ஆமாம். கட்டிப்போட்டாலும் குப்பைய சீச்ச கோழிக்குத் தெனன்னுதான் தெரியுமா? வெனன்னுதான் தெரியுமா? போங்கடி பொழப்பெடுத்தவங்களா. இன்னொருக்கா பேரச் சொல்லி கூப்புடு பல்ல ஒடக்கிறேன். நானே என் போந்தாக் கோழியக் காணோம்னு அல்லாடிட்டு இருக்கறேன்.”

“என்னா கெழவா. நீதானே செம்பனார் கோவில்ல வித்துட்டு வந்துட்ட.”

“அடிப்பாவிகளா, எதயாவது சொல்லி சோத்துல மண்ண அள்ளிப் போடாதிங்கடி.”

“அப்ப நாந்தான் திருடனேங்கிறியா?”

“நீ ஏண்டி எங்கப்பன் குதுருக்குள்ள இல்லங்கற?”

“சரி வுடு, நான் பொம்பளையா? இவ பொம்பளையா?”

“நீயா? எட்டு ஆம்பளையாச்சே..!”

இருவரும் சிரித்துக்கொண்டே ஓடினார்கள்.

மாயூரத்திலிருந்து பொறையாறு வரைக்கும் ஓடுற ரயில் இரண்டு கல்லூரிகளையும் ஒரு பல்கலைக் கழகத்தையும் இணைப்பதாக இருந்தது. ஒரு கல்லூரி சைவ குடும்பத்தைச் சேர்ந்தவங்களாலும், மற்றொன்று கிறிஸ்தவர்களாலும் நிர்வகிக்கப்பட்டாலும் இரண்டிலும் தமிழ்த்துறை மிகச் சிறப்பாகவே செயல்பட்டது. அதில் இளங்கலையும் முதுகலையும் முடித்துத் தமிழ் படித்தவர்களுக்கு ஆசிரியர் பணியும் காத்திருந்தது. பள்ளிக்கூட ஆசிரியர்களாக வேலை கிடைக்காதவர்கள் கவிஞர்களாகவும் எழுத்தாளர்களாகவும் ஆக ஆசைப்பட்டனர். நவீன இலக்கிய வட்டத்தை ஆங்காங்கே நிறுவி விவாதித்து மகிழ்ந்த காலம்.

சட்றஸ் மெக்கானிக்காக மிலட்டரியிலிருந்து திரும்பி வந்து, கல்யாணமே செய்து கொள்ளாமல், லடாக்கிலும் ஜாம்ஷெட்பூரிலும் அசாமிலும் பணி செய்தபோது தவறாது தமிழிலக்கிய சிற்றிதழ் வாசிப்பில் தன்னை வளர்த்துக்கொண்ட குப்புசாமி கணேசன்தான் அந்த ஊரின் ஒரே இலக்கியவாதி. கூடவே எம்.ஏ. படித்து தாசில்தார் வேலைக்குப் பரிட்சை எழுதத் தயாரித்துக் கொண்டிருந்த மணிமொழி பொழுதெல்லாம் கையைக் கசக்கி கஞ்சா குடிக்கும் எம்.ஏ. கோல்டுமெடல் சார்..!

“இந்த நாட்லே வேல இல்லா திண்டாட்டம் அதிகமாயிட்டு” என்று ஏதேதோ பேசித் திரியும் காரல் மார்க்ஸுும் இன்னும் சில இளைஞர்களும் சேர்ந்து நடத்திய ‘மருதம் வாசகர் வட்டம்’ வட்டாரத்தில் மிகவும் பிரபலம்.

அம்மாஞ்சி

20

பதினெட்டாவது பொங்கல் விழா கபடிப் போட்டி, வெற்றிபெற்ற காடாக்குடி குட்டியாண்டி குழுவுக்கு நம்ம ஊர்ல மூத்த பயிற்சியாளர் ரிட்டயர்ட்டு உடற்கல்வி ஆசிரியரும் மண்ணம்பந்தல் கல்லூரியின் உடற்பயிற்சிக் கழகத் தலைவருமான மரைக்காயர் ஜனாப் முகமது ஜின்னா அவர்கள் நூத்தியெட்டு ரூபாயையும், பொறையாறு வீரப்பா பிள்ளை சுழற் கோப்பையையும் வழங்கிப் பேச இருக்கிறார்கள். பொதுமக்களும் வாலிபர்களும், அனைவரும் வந்திருந்து விழாவினைச் சிறப்பிக்க வேண்டி விரும்பிக் கேட்டுக் கொள்கிறோம்.

ஸ்பீக்கர் மீண்டும் ஒருமுறை அலறியது . . . காதைப் பொத்திக்கொண்ட இருவரும் . . .

“நோட்டீஸ எப்படி என் மூஞ்சில போட்டுட்டு போறான் பார்த்தியாடி . . ?”

“இன்னைக்கி ராத்திரி போனா பாக்கலாம். அய்யா வூட்டுல வேல இல்லன்னா நானும் வர்றேன்.”

“உனக்குதான் ஒரு வேலயும் இல்ல. பாப்பா சினிமாவுக்குப் போறதுக்குக் கூப்டுட்டு கிடக்கு. அண்ணியும் போலாம்னு சொல்லியிருக்காங்க. விஜயா செட்டியார்கிட்ட அஞ்சு நாற்காலி கயிறு கட்டச் சொல்லி மொத ஆட்டத்துக்கு ஆளனுப்பனும். அதுக்கப்புறந்தான் நான் வரமுடியும்.”

“போடுங்கம்மா ஓட்டு பசுவும் கன்னுயும் பார்த்து.”

“உங்கள் சின்னம் ‘பசுவும் கன்றும்’. நமது சின்னம் பசுவும் கன்றும் . . .”

நாளை மாலை சரியாக ஆறு மணிக்கு மாயவரம் காந்தி பூங்காவில் குடந்தை ராமலிங்கம் வாக்கு கேட்டுப் பொதுக்கூட்டம் என்று கூவிக்கொண்டே ஒரு வண்டி வேகமாகக் கடந்து போனது.

“ஏர் உழவன்னு சொன்னாங்களே அது யாரு? உதய சூரியனா?”

“வாத்தியாரோட சின்னம் ரெட்டெலன்னு சொன்னாங்க.”

“யாரு செயிச்சி என்னாவப் போவுது. அய்யாவோட தாத்தா மந்திரியாதான் இருந்தாரு. பட்ட மரத்த வெட்டி இன்னைய வரைக்கும் நாந்தான் பாலம் போட்டுட்டு இருக்கேன்! பள்ளிக்கூடம் போறதுக்கு மூணு மைல் சுத்த வேண்டியிருக்கு. இதுல மகாத்மா காந்தியயும் நேருவயும் நேர்ல பார்த்த மாதிரி. டீக்கடைக்கு டீக்கடை இந்த ஆம்பளங்களுக்கு வேற வேலயே இல்லப்பா”

டீக்கடையை வம்புக்கிழுத்தாள்.

“நேத்து அம்மாஞ்சி கேக்கறான் உங்க அய்யா கிழிக்காதத கவர்மென்ட்டா கிழிக்கப் போவுதுனு?”

“அதுக்கு அந்தக் குடிகாரப் பய சொன்னான் இந்தக் கறுப்புத் துண்ட போட்டுப்பாரு அப்புறம் தெரியும். அய்யா யாரு ஆட்டுக்குட்டி யாருனு?”

ஆடுதன் ராணி அவளைச் சீண்டினாள்.

“கால்ரா வந்தப்ப அந்தக் கம்மனாட்டிய தூக்கி வெக்கா வண்டியில போட்டு அய்யா அனுப்பலனா கருப்புத் துண்டுல கோமணம் கட்றதுக்கு அவன் இன்னிக்கி இருந்திருப்பானா?”

“ரிவிட்டுமென்ட்டு கட்றனு சொல்லி தின்ன காசு நிண்டுது. அன்னைக்கே அய்யா ஒரு வார்த்த சொல்லாம இருந்தா இந்நேரம் அவனுக்குக் கருமாதிதான்.”

“ஆமா. தகர உண்டிய எடுத்துக்கிட்டு ஒரு சேப்பு முண்டாசு வருமே அத இன்னும் காணுமே, உழுதவனுக்கு நெலம் சொந்தம், ஒப்பாரி வச்சவனுக்குப் பொணம் சொந்தம், ஒட்டடை அடிச்சா வூடு சொந்தம். டிராக்டர் வந்து நூறு நாளாச்சி இன்னும் போராட்டம் மறியல்னு கௌம்பாம இருக்குது. எப்பவும் ரெண்டு நாளைக்கி அப்புறந்தான் ராத்திரியில காசு வாங்கிட்டுப் போவாரு. இப்ப அய்யா மொதல்ல கூப்ட்டு கவனிச்சி வுட்டுட்டாங்களோ!”

“புதுசா இது யார்றி, ஏர் உழவன்? ஒர மூட்டையில ஒருத்தன் சிரிப்பானே முண்டாசு கட்டிட்டு அந்த மாதிரி இதுவும் ஏதோ பூச்சி மருந்து போலருக்கு.”

“எந்தப் பூச்சி மருந்துக்கும் இவனுவோ சாவானுவோங்கெறே, மருந்தடிச்சவன்தான் சாவனும்.”

“நல்ல வேள. உனக்கும் எனக்கும் ஓட்டு இல்ல. இருந்திச்சினா இந்த நாடு தாங்காதுடியம்மோவ்!”

குடிகாரனின் குரல்:

"நா வந்து, என் வாழ்க்கையப் பத்தி உங்களுடன் பகிர்ந்துகொள்ள விரும்புகிறேன். ஹைஸ்கூல்ல படிக்கும்போது, ப்ரைமரி ஸ்கூல்ல படிக்கும்போது, அஞ்சாங் கிளாஸ் படிக்கும்போது, பத்தாங் கிளாஸ் படிக்கும்போது எனக்கொரு கனவு. நா ஒரு பெரிய இவனாக வேண்டும், அவனாக வேண்டும் என்று பெரிய கனவுகளுடன் வாழ்ந்தேன்."

குழந்தைகளே! நாளை உங்கள் சிற்றூருக்குப் பக்கத்தில் ஒரு தேநீர்க் கடை திறப்பு விழாவிற்கு வருகைபுரிய இருக்கிறேன். உங்களுக்குத் தேநீர் அருந்தும் பழக்கம் இல்லையென்றாலும், அங்கு வந்திருந்து எனக்குக் கொடி அசைத்து உங்கள் முக மலர்ச்சியைக் காட்டுங்கள். ஐந்து கேள்விகளுக்கும் அதற்கும் மேலும்கூட நான் பதில் சொல்வேன். நீங்கள் குழந்தையாக இருக்கும்வரை மட்டுமே என்னால் பதில் சொல்லமுடியும். கனவு காணுங்கள். படுத்துக்கொண்டு போர்த்திக் கொள்ளுங்கள். உங்களுக்குச் சிறகுகள் வளர்ந்து வானத்தில் பறந்து பேருந்தே இல்லாத நாட்டை 20-20இல் நிர்மாணிக்க முடியும்...

நம்புங்கள்...

நீங்கள் இந்த நாட்டின் மன்னராகி விடுவீர்கள். போர்த்திக்கொண்டு படுத்துக்கொள்ளுங்கள். என் படத்தைப் போட்டு போர்டு வையுங்கள். என் சாதனைகளான ரோஜா தோட்டத்தைத் திறந்து விட்டதையும் யாருக்கும் அமையாத நீளமான சிகை அலங்காரத்தை, சிக்கனம் கருதி நான் செருப்பணியாததையும், எல்லோரையும் தரையில் அமர்த்தி சாப்பிடச் சொன்னதையும் எழுதி வையுங்கள்; ஊக்கம் பெறுவீர்கள்; உற்சாகம் அடைவீர்கள். ஒருபோதும் உங்கள் கேள்விகளை நினைவில் கொள்ளாதீர்கள். கனவிலும் சொல்லாதீர்கள். அப்போதுதான் நான் கண்ட கனவு பலிக்கும்.

தம்பிக்கு நல்லான்

சீனிவாசன் நடராஜன்

மருதம் வாசகர் வட்டம்

“மணிமொழி, நம்ப ஊர் சம்பந்தப்பட்ட ஒருத்தராலதான் இத எழுத முடியும். இவ்வளோ கிட்டத்துல யாராலையும் தூரத்துலருந்து எழுத முடியாது. நமக்குத் தெரிஞ்சாகூட வெளியில சொல்லக் கூடாது.”

“தெரிஞ்சா என்ன தெரிஞ்சா ? நம்ப ஊருக்கு யாருக்கு வேணா லெட்டர் வரும். நம்ப ஊருலருந்து லெட்டர் போகுதுன்னா ஒண்ணு ஐயா ஊட்டுலருந்து. அதுவும் ஃபோன் வந்தப்புறம் நின்னு போச்சு. நான் போடறது வெறும் அப்ளிகேஷன். ஒரே ஆள்தான் ... குப்புசாமி, *திட்டிவாசலு*க்கு *சுபமங்களா*வுக்கு, *கணையாழி*க்குன்னு இந்த ஆளு லெட்டர் எழுதுவாரு. அப்புடி இன்னாதான் எழுதுவாருன்னு வாசகர் வட்டத்துல படிச்சிருக்காரா ?”

“ஸ்டாம்பு காசு அவருது. கவரு ஐயா ஊட்டுது. பேப்பரு கவர்மென்டுது. இங்க்கும் பேனாவும் நம்பளுது. படிச்சி காட்டனும்ல.”

“வேணும்னா நீங்களும் லெட்டர் எழுதுங்க. நான் ஸ்டம்ப்பு காசு தரேன். அத உட்டுட்டு நாந்தான் இந்தக் கருமத்த எழுதுறேன்னு சொல்றதெல்லாம் அநியாயம். நான் எழுதுனா அது ஓலக இலக்கியம்.”

“ஆமாண்டியோவ்.”

“நேரா நோபல்தான்.”

“வாங்குவாரா ? குடுப்பாங்களா ?”

“வாங்க முடியுமா ? குடுப்பாங்களாட்டுருக்கு ...”

“குப்புசாமிக்குக் கொங்கு பாஷ எப்புடித் தெரியும்.”

“புடிச்சோமுள்ள ...”

“யாரோ ? எவரோ .. ? கத நல்லாத்தான் போகுது. நிக்காம வந்தா நாமகூட வந்துடுவோம். இத மூடி மறைக்கிறது நம்ம வேல.”

“ஏலே டாஸ்மாக்கு ... உனக்குந்தான் ...”

“டக்ளஸ்னு கூப்புடு அதென்ன டாஸ்மாக்கு ...”

“மத, இன, மொழி நம்பிக்கைகளைப் புண்படுத்துவதால் ...”

கஞ்சாகுடுக்கி வழக்கம்போல் செருப்பை எடுத்து வீச வழக்கம்போல் கூட்டம் முடிந்தது.

21

க. குப்புசாமி
(கவிஞர் ஏகலைவன்)
இரண்டாம் ஆண்டு B.SC,விலங்கியல்
ஊரிசுக்கல்லூரி
வேலூர்

மதிப்புமிக்...... இதழ் ஆசிரியருக்கு,

வணக்கம்.

என் பெயர் க. குப்புசாமி. வேலூர் ஊரிசுக்கல்லூரியில் இரண்டாம் ஆண்டு விலங்கியல் படிக்கிறேன். கவிஞர் ஏகலைவன் என்ற புனைபெயரில் கவிதைகள் எழுதி வருவதை அறிந்திருப்பீர்கள். சென்ற மாத கணையாழி இதழில் சுஜாதா என் கவிதையைக் கடைசிப் பக்கத்தில் குறிப்பிட்டிருக்கிறார்.

என் கவிதை ஒன்றை உங்கள் இதழின் இரண்டாவது இதழில் வெளியிட்டிருக்கிறீர்கள். (மேலும் இரண்டு சிறுகதைகள் அனுப்பியிருக்கிறேன். படித்திருப்பீர்கள் எனக் கருதுகிறேன். எப்போது வெளியாகும் என்று காத்திருக்கிறேன்.)

நான் மிகவும் விரும்பி வாசிக்கும் இலக்கிய இதழ் உங்களுடையது. மிகவும் செறிவான கதை, கவிதை, கட்டுரைகள் வெளிவருகின்றன. கடந்த மூன்றாண்டுகளில் உங்கள் இதழ் தமிழின் நவீன இலக்கிய உலகில் ஒரு சகாப்தத்தை உருவாக்கியிருக்கிறது. ஆனால் புதுமை புரியும் ஆர்வத்தில் நீங்கள் எல்லை மீறியிருப்பதாக இப்போது எண்ணுகிறேன்.

தற்போது உங்கள் இதழில் தொடராக ஒரு நாவலை வெளியிட்டு வருகிறீர்கள். நானும் ஆர்வத்தோடு படிக்கத்

தொடங்கினேன். எனக்குப் பரிச்சயமில்லாத நிலப்பகுதியைச் சேர்ந்த கதை என்பதால், முதலில் எனக்குப் பல விஷயங்கள் பிடிபடவில்லை. எனவே என்னுடைய ஹாஸ்டல் அறைத் தோழன் செல்வராஜிடம் இந்நாவலைப் பற்றிச் சொன்னேன். அவன் மன்னார்குடி பகுதியைச் சேர்ந்த ஒரு பண்ணையாரின் மகன். அவனுக்கு இலக்கிய ஆர்வம் எதுவும் கிடையாது. ஆனால் இந்நாவலைப் பற்றி நான் அங்கொன்றும் இங்கொன்றுமாகச் சொன்னதைக் கேட்டு பெரும் அதிர்ச்சிக்குள்ளானான்.

இந்நாவலில் சொல்லப்படுபவை அனைத்தும் அப்பட்டமான உண்மை என்று விளக்கினான். பல சங்கடமான, அசிங்கமான ஆனால் சத்தியமான விஷயங்களை அப்பட்டமாக எழுதியிருப்பதாகச் சொல்லி அவன் கோபப்பட்டான். அவனுடைய உறவினர்களுக்குத் தொலைபேசி, கடிதம் மூலம் இப்படி ஒரு இலக்கிய பத்திரிகை வருவதையும், அதில் இப்படி ஒரு தொடர்கதை வருவதையும் சொல்லியிருக்கிறான்.

விஷயம் விபரீதமாகிக் கொண்டிருப்பதாக எனக்கு அச்சமாக இருக்கிறது. அவன் சொல்வதைப் பார்த்தால், கீழ்தஞ்சை பகுதியில் ஒரு பெரிய கூட்டுச்சதி, எல்லாத் தரப்பினராலும் வெற்றிகரமாக நிறைவேற்றப்பட்டிருப்பதாக இக்கதையில் குறிப்பிடப்படுவது உண்மைதான் என்று தோன்றுகிறது. மேலும் நாவலில் வருகிற சில பாத்திரங்களை என் நண்பன் நேரடியாக அறிந்திருப்பதாகச் சொன்னான். பெயர்களை மட்டும் மாற்றியிருக்கிறாராம். ஆனால் அவன் ஊரில் இக்கதையை படிக்கச் சொன்னால் எல்லா பாத்திரங்களையும் ஊரார் அடையாளம் கண்டு கொள்வார்கள் என்றும் சொன்னான்.

தவிர, நண்பனின் சித்தப்பா இக்கதையை எழுதுபவன் யார் என்று விசாரிக்கச் சொன்னாராம். அவர் எழுதிய கடிதத்திலிருந்து நான்கைந்து பேர் கொண்ட பட்டியலை நண்பன் எடுத்துக் காட்டினான். இவர்களில் யாராவது ஒருவர்தான் என்று அவர்கள் சந்தேகப் படுகிறார்களாம். இந்த நாவலினால் நிச்சயமாக சில கொலைகள் நிகழ வாய்ப்பிருக்கிறது என்றான். உங்கள் பத்திரிகை அலுவலக முகவரியையும் நண்பன் அவனுடைய சித்தப்பாவிடம் தந்திருக்கிறான். எனவே இத்தொடர் கதையை உடனடியாக நிறுத்திவிடவேண்டுமென்று நல்லெண்ணத்துடன் வற்புறுத்துகிறேன்.

மேலும் இளம் வாசகனான என்னுடைய குறைந்த வாசிப்பனுபவத்திலும் கூட இந்நாவல் சர்ச்சையைக் கிளப்புவதற்காகவே எழுதப்பட்டதாகத் தோன்றுகிறது.

விடம்பனம் 93

எனவே பிரச்சனையைத் தவிர்ப்பதற்கு உடனே தொடரை நிறுத்தி விடுங்கள். உங்கள் அலுவலக முகவரியையும் மாற்றி விடுங்கள். எழுத்தாளரின் பெயர், விலாசத்தைத் தவறியும் யாரிடமும் தெரிவித்துவிடாதீர்கள்.

நன்றி.

அன்புள்ள,
கவிஞர் ஏகலைவன்.

பி.கு

நான் அனுப்பியிருந்த சிறுகதை 'தண்டவாளத் துண்டில் அமர்ந்த பட்டாம்பூச்சி' அடுத்த இதழில் வெளிவருமா?

பி.பி.கு

'பசி' படத்தைப் பார்த்து விட்டு அதை உலகத் தரத்திலான திரைப்படம் என்று நினைத்திருந்தேன். கடந்த இதழில் வந்த விமரிசனம் எனக்குத் தெளிவை ஏற்படுத்தியது. விமரிசகர் கரிநாக்கன் அவர்களுக்கு நன்றி.

எல்லாம் ஏசுவே எனக்கெல்லாம் ஏசுவே
தொல்லைமிகு இவ்வுலகில் சுகமில்லையே...

ஆயனும் சகாயனும் நேயனும் உபாயனும்
நாயனும் எனக்கன்பான ஞானமணவாளனும்

தந்தைதாய் இனம்ஜனம் பந்துளோர் சிநேகிதர்
சந்தோட சகலயோகசம் பூர்ணபாக்யமும்

ஹென்றியோட நானும் ராஜரத்னமும் சேர்ந்தே இருந்த காலம் அது. R.C சர்ச்சுக்கு நா போனதா ஞாபகமில்ல. கிறிஸ்துமஸ்க்கு ஒரு வாரம் முன்னாடி, ஹென்றியோட வீட்ட அலங்கரிப்பதுதான் எங்க வேல. அதுக்காக கிறிஸ்துமஸ் மரம், காகிதத்துல செய்யப்பட்ட ஸ்டாரு, வைக்கோலும் புல்லும் கொண்டு ஒரு மேசை மேல உருவாக்கப்படும் மாட்டுத் தொழுவம், அதுல வைக்கிறதுக்காக சின்னச் சின்ன பொம்மைகள், தேவதைகள், மேரி மாதா, கழுத, கிறிஸ்துவோட பிறப்பு சொல்ற குழந்தைன்னு எல்லாத்தையும் சேகரிச்சு வெச்சிருப்போம்.

கிறிஸ்துமஸ் நெருங்க, நெருங்க இவைகளைக் கொண்டு வீடும் வீதியும் ஜொலிக்கும்படி செய்வோம். இரவு நேரங்கள்ல தாஸ் சாரோட சேர்ந்து ஹார்மோனியம் வாசிச்சுப் பாடல்கள் பாடுவோம். ஹென்றி இவைகளை மட்டும் எனக்கு அறிமுகம் செய்யவில்லை. கருப்பான, உயரமான, ஒல்லியான, பருமனான பெண்களையும் சுதந்திரமான அன்பையும், கூடவே மற்ற எல்லாவற்றையும் அறிமுகம் செய்தான். ஏனோ தெரியவில்லை அதன்பிறகு இன்றுவரை கருப்போ, சிவப்போ, ஒல்லியோ, பருமனோ எவர்மீதும் எனக்கு எந்த ஆர்வமும் இல்லை.

அம்மாஞ்சி

22

காத்தானைப் பார்ப்பதற்காக இரண்டு பாதிரியார்கள் மேட்டுத் தெருவில், வீரங்கோயிலுக்குப் பக்கத்தில், கூந்தப்பனை மரத்தடியில் காத்துக்கொண்டிருந்தார்கள். கூட்டிவந்திருந்த கூட்டம் சுற்றி நின்றிருந்தது.

“உங்க எல்லாருக்கும் கொம்பிருக்கு!”

“அப்படியா?”

“ஆமாம்!”

“எங்க காணோமே?”

“எல்லாரோட முதுகுலயும் வெள்ள கலர்ல பழுப்பு நிறத்துல கருப்பா விரிச்சா பச்சையாவும், அசைச்சா நீலமாவும், பறந்தா மஞ்சளாவும் றெக்க இருக்கு.”

“எங்க! நீ பாத்தியா?”

“இல்லியே!”

“உனக்குத் தெரியுதா? உன்னால அசைக்க முடியுதா?”

“ஒரு பெரிய வாலு எல்லார் பின்னாடியும் இடுப்புக்குக் கீழ ஆரம்பிச்சி வலதுபக்கத் தோள் வழியா மாருல எறங்கி கமுக்கட்ட வழியா பின்னாடி போயி வானத்த நோக்கி மேல போகுது. பாத்திருக்கீங்களா?”

“இல்லயே! இல்லயே! இல்லயே!”

“நாங்க எப்பப் பாக்குறது இதெல்லாம்?”

“கர்த்தர் உங்கள ரட்சிக்கும்போது, மேரி மாதாவால ஆசிர்வதிக்கப்படும்போது! புனித நீரும் வெள்ளையப்பமும், சிலுவையும் உங்கள தொடும்போது ...”

“அதுக்கு?”

“அதுக்கு?”

“என்ன செய்யணும்?”

“பங்கு கொடுக்கணும். தேவனின் திருச்சபைய உருவாக்கணும். தேவனின் திருத்தூதர்களைக் கூப்பிடனும்.”

“எப்படி?”

“எப்படி?”

“எப்படி?”

“நீங்க எல்லாரும் சட்ட போட்டுக்கலாம்.”

“அப்படியா!”

“ஆமாம்..!”

“எல்லா கஷ்டங்களும் எல்லா சிரமங்களும் எல்லா பாவங்களும் நீங்கப்பெற்று நீங்க புனிதப்பட முடியும். தேவனின் ஆசீர்வாதத்தால் எல்லாம் நடக்கும்.”

“பங்கு கொடுக்கறோம்!”

“பங்கு கொடுக்கறோம்!”

“பங்கு கொடுக்கறோம்!”

“முதல்ல உன் பேரென்ன?”

“மொதல்ல எம்பேரு காத்தவராயன், இப்ப எம்பேரு மணிமாறன். அப்ப நாளக்கி?”

“காத்தவராயன் யாரு?”

“அது... என் தாத்தன் எனக்கு வச்ச பேரு. எங்க அம்மாயியோட கொலசாமி!”

“அப்போ மணிமாறன்?”

“கருப்பு துண்டுக்காரன் வந்தப்ப நான் கொலசாமிய கும்பிட்றத பார்த்து பைத்தியம்னான்.”

“அப்புறம்?”

“கால்ல செருப்பு போட்டுக்கலாம்னான். தமிழுன்னான், சுயமரியாதன்னான், சரிதான்னு நானும் பேர வச்சிக்கிட்டேன்! அப்ப அவன் வச்ச பேருதான் ‘மணிமாறன்!’ இந்தா... இவங்களுக்கும் வச்சானே,

மூக்காயிக்கு 'மணிமொழி', ராமக்காவுக்குத் 'தமிழ்மொழின்னு', ஆனா எங்க அய்யா வூட்டுக்கு இவங்கள்லாம் எப்பவுமே நடவாளுதான். அந்தா அவ சாணியள்றவ. நான் மாட்டுக்காரன்."

"இப்ப நீங்க சட்ட போட்டுக்கலாமா?"

"சரிதான் மாத்திக்கிடுவோம்! சொல்லுங்க..."

"காத்தவராயனாகிய, மணிமாறனாகிய நீ இனிமேல் 'மோசஸ் இன்பராஜா!' மூக்காயியாகிய, மணிமொழியாகிய நீ 'அமலோற்ப மேரி ஃப்ளாரன்ஸ்'!"

"அப்போ இனிமே இப்படித்தானா..!"

"சட்ட?"

"..."

"என்னோட வாலு?"

"கெடைக்கும்... தெரியும்..."

"எங்க ஆலயம் அமைக்கறது? அந்த வீரங்கோயில் பக்கத்துல, மோட்டு நெலத்துல என்னோட முந்திரி மரத்த வெட்டி எடந் தாரேன். எசமானே தோத்திரம், ஏசுவே எங்கள் பிதாவே."

"ஆமென்!"

ஆத்தாடி மாரியம்மா
சோத்த ஆக்கி வச்சேன் வாடீயம்மா!
ஆழாக்கு அரிசிய
பாழாக்க வேணாம்
தின்னுப்புட்டு போடீயம்மா!

வெங்குட்டும் செல்வராசும் இரண்டாம் தாரத்துக்குப் பிறந்த அண்ணன் தம்பிகள். மாரியம்மன் கோவிலின் கொட்டாய்க்குக் கீத்து மாத்தும்போது கீற்றில் மறைத்துச் சொருகப்பட்ட எல்லா காசையும் நானும் செல்வராசும்தான் பங்கிட்டுக் கொள்வோம். திருமஞ்சன வீதியும் பிடாரி வடக்கு வீதியும் வெட்டும் இடத்திலிருந்த ஜெ. பி. கே. சைக்கிள் கம்பெனியில் அரை சைக்கிளை வாடகைக்கு எடுத்து, ஒரு மணிக்கு எட்டணா வீதம் வாடகை கொடுத்து ஊரைச் சுற்றி வருவோம்.

எனக்குக் கொம்பும் எக்காளமும் சங்கூதவும் அவன்தான் கற்றுத் தந்தான். கோவிலுக்கு வரும் பெண்களை அனுசரணையாக ஆறுதலுடன் ஆதரிக்கவும் அவனே கற்றுத் தந்தான். கையில் சூடமேற்றி வாயில்போட்டு முழுங்கும் வித்தையை மட்டுமல்லாது குடும்பங்களால் கைவிடப்பட்ட பெண்களை அணைத்து அடக்கும் வித்தையையும் கற்றுத் தருவான். அடவு கட்டவும் ஆட்டம் போடவும் பச்சை ரத்தம் குடிக்கவும் தெரிந்துகொண்டு திமிரோடு திரிந்தகாலம் அது. இரவு நேரம் தீவட்டி ஏற்றி பயணப்படும் வரை தொடர்ந்து கொண்டுதான் இருந்தது. தண்ணீர் அருந்தித் தந்துவிட்டுப்போன டம்ளரைக் கவிழ்த்து வைத்து, காலையில் அதில் ரத்தம் பார்த்தபோது, அறுந்து அடங்கிப் போனது.

அம்மாஞ்சி

23

ராத்திரி பதினோரு மணிக்கெல்லாம் தன்னந்தனியாய்க் குளித்து முழுகி, தலையை இருக்க முடிந்து தனியாகத் துவைத்துக் காயப்போட்டிருந்த துணிகளை உடுத்திக்கொண்டு வழியில் நடுக் காட்டில் அமைந்திருந்த கழுமலைக் கோவிலுக்கு நடந்து போனாள். பம்பை அடிக்கும் மெலிதான சத்தம் எழும்பிக் கொண்டிருந்தது. பெரிய இரும்புச் சட்டிக்குள் நெருப்புமேல் போடப்பட்ட சாம்பிராணிக் கட்டிகள் புகைந்து கொண்டிருந்தன. நிமிடத்திற்கொருமுறை விட்டுவிட்டு சங்கு முழங்கியது. எக்காளமும் கொம்பும் முறைவைத்து ஊதப்பட்டன. ஒரு கையில் தொங்கிய வட்ட வடிவமான பித்தளையை மறுகையின் குச்சியால் தட்டி உலோக சப்தத்தை எழுப்ப முயன்றான். குளிப்பாட்டிக் கொண்டுவரப்பட்ட எருமைக்கிடா முகம் முழுவதும் குங்குமம் பூசி உடல் முழுவதும் மஞ்சள் பூசப்பட்டு மிக விகாரமாகப் பல்லைக் காட்டி வெறித்துக் கொண்டிருந்தது.

வேப்ப மரத்தின் அடியில் சாணம் மெழுகப்பட்டிருந்த செங்கல் மேடையில் ஆள் உயரத்திற்கும் சற்று குறைவான அரிவாள், எந்த ஒளியும் இல்லாத வேளையிலும் இருட்டில் மின்னிக்கொண்டு, தூரத்தில் உயரமான மூங்கில் குச்சியின் மேலே சீரான இடைவெளியில் மூன்று இரும்புக் கம்பியில் சுற்றப்பட்டிருந்த துணியில் தீவட்டி கொழுந்துவிட்டு எரிந்து புகை கக்கிக் கொண்டிருந்தது. நீண்ட நெடிய சர விளக்கின் எல்லா முகங்களிலும் சுடர்கள் பிரகாசித்தன. உள்ளே எலுமிச்சம் பழ மாலை, செவ்வரளிப் பூ மாலை சூட்டப்பட்டு கத்தி, சூலம், பாம்பு ஆகிய ஆயுதங்களோடு கழுமலம், எருமைக்கிடாய்க்கு மேலே அமர்ந்த திருக்கோலம் ஒரு கால் பூமியிலும் இன்னொரு கால் மடித்தும் ஆக்ரோஷமாக அண்ணார்ந்த பார்வையும், எவரையும் குலை நடுங்கச் செய்யும் நிறக் கலவையும், இருட்டும்

கரிய நெடிய உருவத்தோடு மணியடித்துக்கொண்டிருந்த அவன் கண்கள் வாசலைப் பார்த்தபோது அவள் வந்து விட்டிருந்தாள்.

மணி வேகமாக ஒலிக்கத் தொடங்கியதும் கையிலிருந்த பித்தளைத் தூக்கை எடுத்துக்கொண்டு வெளியில் வந்தவன் உள்ளே குங்குமத்தோடு கலந்த சோற்றைத் திறந்து "ஆகட்டும்!" என்று உத்தரவிட்ட மறுவினாடி அவளின் ஓங்கிய கைகளில் இருந்த அரிவாள் கீழ் இறங்கிய வேகத்தில் எருமையும் தலையும் இரண்டு துண்டுகளாக, எந்த ஒலியும் எழுப்பாது, சாணியும் மூத்திரமும், முண்டத்திலிருந்து வடிந்த ரத்தம் தூக்குச் சட்டியின் சோற்றில் பிடிக்கப்படும் வேளையில் உருட்டப்பட்டு வானத்தைப் பார்த்து கட்டியம் கூற,

"வாங்கிக்க!" என்று சொல்லி உயரே எறிந்தான்.

ஒரு பருக்கையும் கீழே விழாது மாயமாய் மறைந்தபோது தோல் வாத்தியமும் மணியும் எக்காளமும் கொம்பும் சங்கும் வேக வேகமாய் ஒலித்தன. அவளின் பேய்ச் சிரிப்பும் சேர்ந்தே அடங்கியபோது வீடு திரும்பியிருந்தார்கள்.

மணி மூன்று...

விடம்பனம்

குடிகாரனின் குரல்

"ஓனக்கு பேய் புடிச்சிருக்கு, வாடி மங்கம்மா!"

"இவளவுட்டுக் கீழ எறங்கி வா."

"உன்ன எனக்குத் தெரியும்."

"எனக்குத் தெரியும் உன்ன!"

"நீ . . . நீயா இல்ல இப்ப . . ."

"அந்த வேப்பெலைய ஓடிச்சிட்டு வாடா . . ."

"அந்தக் கடா குட்டிய வாங்கிட்டு வந்துட்டியா ? பன்னண்டு அமாவாச ராத்திரி நீ வரணும். வந்தியன்னா! சரி பண்ணிடலாம். ஒன்ன மட்டும் இல்ல! இந்த நாட்டையுந்தா! சரி பண்ண முடியாதுன்னு ஒண்ணுமே கெடையாது. இங்க எவ்வளவோ பண்ணிட்டன் நானு. ஆனா ராத்திரி நீ மட்டுந்தா வரணும்."

"சரி பண்ணிடலாம். சரி பண்ணிடுவேன். ஒவ்வொரு அமாவாச ராத்திரியும் நீ தனியா வந்தா போதும். ஒன் புருஷன் புள்ள யாரும் கூட வரக் கூடாது."

"இதெல்லாம் ஒரு விஷயமே கெடையாது. மாரியாத்தா இருக்கறா! காளியம்மா இருக்கு, மாடசாமி இருக்கான், நா இருக்கேன்."

"முக்கியமா வரும்போது அந்தக் கடா குட்டிய மறந்துறாத."

"ஒரு பாட்டில் சாராயம், சுருட்டு, கருவாடு, தலகறி வாங்கிட்டு வந்துரு."

"மாடசாமி சந்தோஷப்பட்டா மழ பெய்ய வெப்பா மாரி ஆத்தா . . ."

"மழ பெய்ய வெக்கிற மாரி ஆத்தா, மாடசாமிய குளிர வெப்பா. மாடசாமி ஒன்ன மலர வெப்பான்."

"நாளக்கி காலைல நம்ம சங்கத்து சார்பா ஒரு பேரணி இருக்கு . . ."

"பாதுகாப்பு வேணும் இந்தத் தொழிலுக்கு . . ."

"இந்த ஏட்டு எப்பப் பாரு காலைலயே மாமூலுக்கு வந்து நின்னா, நா எங்க போறது ?"

"ராத்திரி பூரா சரோஜா மடிய அவுத்துட்டுப் போறாரு. காலைல யார் மடிய அவுத்து நா குடுக்கறது. வரவரத் தொழிலுக்கு ஒரு ஞாயமில்லாம போச்சு."

"என்னண்ணா, இப்பிடி பண்ணிட்டீங்க ?"

"எப்பவும் செய்யுறதுதானடா! புதுசா என்ன பண்ணிட்டேன்."

"கேட்டுருக்குறாங்க, பாத்திங்களா கேள்வி ? பாத்திங்களா இல்லியா ?"

"ஆமான்டா! நம்ம பொழப்பு, ஒன்னும் கெட்டுப் போவாதே."

"சேச்சே, எவ்வளோ பேரு கேட்டுட்டுப் போயிட்டான் . . ."

". . ."

"நீ நடத்து."

"இன்னிக்கு ஒரு கமலா, கவிதா, ரெண்டு பேரு போதுமா ?"

"அந்த ரெண்டு கிழவியயும் அனுப்பிடு, ரெண்டுமே பூட்ட கேசுறா."

"யாரு அதுங்களா ? நாப்பது கூட ஆவல. அதுக்குள்ளே ஆடி அடங்கிட்டுப்போல இருக்கு."

"அந்த டிரைவர் பொண்டாட்டி இப்பல்லாம் வரது இல்லயேடா ?"

"எவனோ ஒருத்தன் துபாய்ல வாங்குன தாயத்த கட்டிட்டான். அவன் போனாதான் இனிமே ஒனக்குப் பொழப்பு ஓடும்."

"மாரி ஆத்தா, மழ பெய்ய வெப்பா! காளி தேவி கருமத்த தொலைப்பா. இந்த மாடசாமி மண்ண பொன்னாக்குவான். பொன்ன பூ ஆக்குவான். பூவ புஷ்பவதி ஆக்குவான். புஷ்பவதிய அம்மா ஆக்குவான். அமாவாசைக்கு, அமாவாச, அம்மாவ தாயாக்கித் தூய தெய்வமாக்குவான். தெய்வம்னா அம்மணம்னு அர்த்தம்."

"சாட்டைய எடு . . ."

"உடுக்கைய அடி . . ."

"கொம்ப ஊது . . ."

"சாம்பிராணிய போட்டு பொழப்பப் பாப்போம்."

சாமியாடி

24

குயிலுக்குக் கூண்டு செஞ்சி மைனாவ தனியா ஒரு கூண்டுல வச்சி, பச்சை கிளிக்குப் பக்கத்துல தேன் சிட்டுக்கு இடதுபுறமா தொங்கவிட்டா.

கிளி, 'யார் இவன்? யார் இவன்? யார் இவன்?' என்று கேட்டதற்கு, 'மைனர்! மைனர்! மைனர்!' என்றது.

இரண்டையுமே பேசப் பழக்கியவள் இவள்தான் என்றாலும், வெங்காயமும் பூண்டும் தேய்க்கப்பட்டு நாக்கில் தோல் உரியும் இடத்திலிருந்தது குயில். பேசுவதாக நினைத்துக்கொண்டு குயில் கூவியது.

குளத்துக்குத் தண்ணி குடிக்கப்போன அக்காவ இன்னமும் தேடிட்டிருக்கற அக்கா குருவி 'எக்கோ! எக்கோ! எக்கோ!' என்று கூப்பிடவும், மீண்டும் கிளி 'காட்டுப் பூன! காட்டுப் பூன! காட்டுப் பூன!' என்று கிறீச்சிட்டது.

எவ்வளவு முயன்றும் கூண்டுக்குள் இருந்த புறாவைப் பிடிக்க முடியாமல் ஏமாற்றத்தில் புறாக் கூண்டையே உருட்டிக் கீழே தள்ளியது காட்டுப்பூனை. மரத்தால் ஆன புறாக்கூண்டு கீழே விழுந்தபோது குறவனின் சுளுக்கி காட்டுப் பூனையின் விலாவில் செருகி அந்தப் பக்கம் வந்துவிட்டது.

வளைந்து நெளியும் சுளுக்கியோடு சேர்ந்து ஆக்ரோஷத்தோடு குறவனின் மீது பாய்ந்தபோது தயாராய் இருந்த வலையில் மாட்டியது.

"எனக்கு அரைக் கிலோ சுத்தம் பண்ணி குடுத்தனுப்பு. மீதிய நீ எடுத்துக்க."

இரண்டு ரூபாயை மடியில் இருந்து...

" ... "

"மஞ்சளும் மசாலாவும் போட்டே அனுப்பிடு."

அங்கேயே பங்கு வைக்கப்பட்டது. தென்னந் தோப்பிற்கு என்று விதைக்கப் போயிருந்தவள் கையில் கிருஷ்ணப் பருந்தின் குஞ்சோடு வந்து கொண்டிருந்தாள்.

"என்னடியம்மா! கருட வேட்டையா?"

"நேத்து அடிச்ச மேலக் காத்துல கூடு விழுந்திருச்சி. ராப் பூரா தாய்ப் பறவையும் வரல, கீரிப்புள்ள புடிச்சிக்கிட்டு போயிடுமோனு பயமா இருந்தது. அதான் வளர்க்கலாம்னு எடுத்துட்டு வந்துட்டேன்."

"சரி, எங்க வச்சி வளக்கப்போற?"

"வீட்டுக்கு வெளியில மூங்கில நட்டு ஒசரத்துல பலக அடிச்சி குடுக்கச் சொல்லியிருக்கேன். அதுலதான்."

"ஆமாம்... இதுக்கு என்ன குடுப்ப?"

"இப்போதைக்கு மீனு. அப்புறம்... போவப்போவ பாக்கணும்."

"இதுக்கு ஏதாவது பேர் வெக்கணுமே?"

"வள்ளலார் மன்றத்துல அப்பப்ப கேட்கற கதைல எனக்கு ஒரு பேர் பிடிச்சிருக்கு. அதத்தான் வெக்கப் போறேன்!"

"என்னமோ போ..."

"ஆமாம்! உன்னோட குயிலுக்கு என்ன பேர் வெக்கப் போற?"

"வழக்கம்போல கண்ணன், காமன்னு இல்லாம புதுசா நான் வைக்கப் போறது 'ராக்'..!"

"இத, இந்தப் பேர எங்கிருந்து புடிச்ச நீயி?"

"மிலிட்டரிகாரன்கிட்ட கத கேட்கறான் பாரு தமிழ்வாணன் அவன்தான் சொன்னான் 'இம்ப்பாலா'ன்னு வையின்னு. அதான் ஒரே குழப்பமா கெடக்கு."

"ஒன் கொழப்பம் பேர் வக்கறதுல இல்லடி. மைனர் எப்ப வருவான்... குயிலடிச்சி கொழம்பு வக்கிறத்துக்குப் பேராவது, ஊராவது."

25

கூச்சலிட்டுக்கொண்டு சிறுவர்கள் ஓடிவரும் சத்தம் கேட்டது. அதையும் தாண்டி ஒரு சத்தம் சீராக, மிக உறுதியாக இடைவெளிவிட்டு வெடிப்புச் சத்தம் கேட்டபோது இவள் மனசில் ஏதோ பட்டது. கையும் காலும் பரபரத்தன. ஓடிப்போய்த் தெருவில் நின்று பார்த்தாள், தூரத்தில் சிவப்பு நிற புல்லட்டும் அது அலங்கரிக்கப்பட்டிருந்த விதமும், அதில் அமர்ந்திருந்தவனின் கை மடிப்பும் தன்னவன்தான் அவன் என்ற நினைப்பே அவளுக்குள் எங்கோ சில்லிட்டது. கிட்டே வரவர அவன்தான் என்ற கணிப்பு நிஜமானது.

"இன்னாயா! நெலத்த கட்டி இழுத்துட்டு வந்துட்டியா? பட்டணம் போறதாதான சொல்லிட்டுப் போன. இத எங்கிருந்து புடிச்ச?"

"இது ஜெயிப்புடி, ஜெயிப்பு. களம் தோத்ததும் மடிய அவுத்துக்காட்டி காசு இல்லன்ட்டான். சரி இருக்கறத கொண்டான்னா இதான் இருக்கு மத்ததெல்லாம் ஓட்டிவிட்டு மூணு மாசம் ஆகுதுங்கறான். அப்புறம் கால்டாக்ஸ்ல எண்ணெய ஊத்தி எடுத்துட்டு வாரேன்! மொதல்ல இந்த சிங்கத்தக் கழட்டிட்டு புலிய வரையணும். ஏன்னா அதுக்குதான் பதுங்கவும் தெரியும் பாயவும் தெரியும். மட்கார்டுல இருக்கற ரப்பர் கழுக எடுத்துட்டு மாட்டுத் தலய வெக்கணும்."

"போதும்யா! உன் புராணத்த நிறுத்து. போயி இவ்வளவு நாளாச்சே"

சொல்லிக்கொண்டு தெருவென்றும் பாராமல் ஒரு கையால் பிள்ளைகளைத் துரத்திக் கொண்டு மறுகையை டாங்கில் வைத்து நகர்த்திக்கொண்டு போனாள். லாகவமாகப் பக்கவாட்டில்

காலைத் தூக்கி அவளுக்கு எதிர்ப்புறமாகக் கீழிறங்கி காலை உதைத்து இழுத்து நிறுத்தினாள்.

"ச்சீ போ ..."

"சரி சமையல் பண்ணட்டா? எப்ப வருவ, நானும்கூட குளிக்க வரவா?"

எதையுமே காதில் வாங்காமல் விடுவிடுவென நடந்தவன் வீட்டுக்குள்ளே போய்,

"உன் பேரென்ன?"

"ஆங்! அது இம்ப்பாலா!"

சரிதான் என்று சொல்லிக்கொண்டே திண்ணையைத் தாண்டி குனிந்து உள்ளே நுழைந்து கொல்லைப் பக்கமாக வெளியேறினான். பின்னாலேயே ஓடிக் கொண்டிருந்தவளுக்குச் சற்று நேரத்திற்கெல்லாம் அவன் தெற்குவெளிக் குளத்தில் (மைனரின் பிரத்தியேகமான நீராடும் துறை) நீச்சலடிக்கப் போய்விடுவான் என்று தெரிந்தது. இவளும் கூடப்போய்ப் படித்துறையில் கீழிறங்கி அமர்ந்துகொண்டு அவனுடன் வாயாட ஆரம்பித்திருந்தாள்.

"ஆமாம்! பட்டணம் ரொம்ப பெரிசுங்கறாங்களே! அப்படியா?"

"உன்ன விடக் கொஞ்சம் சின்னதுதான்."

"ச்சீ ... நான் என்ன அவ்வளோ பெரிசாவா இருக்கேன். இல்ல ... எனக்கும் பட்டணம் போகணும்னு இருக்கு. அடுத்த தடவ கூட்டிட்டுப் போறயா?"

"நான் என்ன லாரி சர்வீஸா நடத்தறேன்?"

"லாரில்லாம் வேண்டாம். உன் சுண்டு விரல காண்பிச்சா, உன் நகக்கண்ணு இல்ல, நகக்கண்ணு அதுல நான் உக்காந்துட்டு வந்துடுவேன்."

"உனக்கென்ன படுத்துக்கிட்டுக் கூட வருவ, தாமரைப் பூவுக்குத் தெரியுமா தண்டோட வலி ..."

"அப்படியேன் வலில தாங்கனும் ... தெம்பத்து போச்சா என்ன? பட்டணம் கெட்டுக் கெடக்குதுன்னு இப்பத்தான தெரியுது."

தண்ணீரை மொண்டு அவள் மேல் ஊற்றி மல்லாந்து நீந்தி அக்கரைக்குப் போனான்.

"எந்தச் சீமைக்குப் போனாலும் கட்டிக் கொண்டாந்துர மாட்டே ..."

எழுந்து கொண்டாள். கால் தானாகப் படியில் தட்டியது. இங்குமங்கும் அசைந்த போதுதான் பார்த்தாள் 'இதுக்கொன்னும் குறைச்சலில்ல...' என்று நினைத்துக்கொண்டு தன்னைத்தானே ஒரு சுற்று கட்டிக்கொண்டு, ஒருமுறை தன் இரண்டு குதிகால்களையும் உயர்த்தித் தாழ்த்தினாள்.

"இன்னைக்குக் கபடி விழாவுக்குப் போனமாதிரிதான் போ!"

பதினோராம் வகுப்புத் தேர்வைப் பொதுத் தேர்வாக அறிவித்த தமிழக அரசின் கொள்கை முடிவை எதிர்த்து SFI-யின் ஜெயபிரகாஷும், நானும், கமல் படங்களை எனக்கு அறிமுகப்படுத்திய கராத்தே மாஸ்டர் தெய்வீகனும், ஜோக்கரும் இணைந்து நடத்திய மிகச்சிறிய வகுப்புப் புறக்கணிப்பு சாலைமறியல் போராட்டமும் 3500 மாணவ மாணவிகளைக் கொண்டு, சாத்வீகமான வைத்தியநாத சுவாமி கீழ சன்னதியில் துவங்கப்பட்டது. பதினோரு மணிக்குப் பிறகு பேருந்து ஓட்டுநர்கள் மாணவர்கள் மோதலாக மாறிப்போனது. பன்னிரண்டு மணிக்கெல்லாம் கீழத் தஞ்சை மாவட்டம் தலைநகரிலிருந்து துண்டிக்கப்பட்டது. இரண்டு மணிக்கு நாகை ஆட்சித் தலைவரும், திருவாரூர், தஞ்சாவூர் மாவாட்ட ஆட்சியரின் பிரதிநிதிகளும் வைதீஸ்வரன் கோயிலில் முகாமிட்டு என்னைக் கைதுசெய்யத் தலைப்பட்டார்கள். மாலை ஐந்தரை மணிக்குத் தமிழக அரசு பொதுத்தேர்வை ரத்துசெய்து அறிவிக்கும் வரை அந்தச் சாலை துண்டிக்கப்பட்டுதான் இருந்தது. பாரதிதாசனின் "சங்கே முழங்கு", "பூட்டிய சிறையிலிருந்து சிறுத்தையே வெளியே வா", பாரதியின் "அச்சமில்லை அச்சமில்லை..." பாடல் வரிகளை போதித்த தமிழ் ஆசான்கள் நிரம்பிய பள்ளியில் வீரம், காந்தியக் கோட்பாட்டில் வெளிப்படுமேயானால் மக்கள் சக்தி மக்களுக்காக என்ற நிலைப்பாடும் நீதியின் காலடியில் அநீதியை மண்டியிடச் செய்வதிலும் அளவற்ற நம்பிக்கை உடையவன்தான் நான். என்னிடம் இன்றுவரை இருக்கும் எளிய மக்களிடமிருந்து பெற்ற ஆயுதம் அன்பு.

அம்மாஞ்சி

26

காடாக்குடி கபடிக்குழு ஆடிக்கொண்டிருந்தது. அது விழாவுக்கு முந்தைய நேரத்தில் கூடியிருந்த கூட்டத்திற்குப் பெரும் விருந்தாக அமைந்தது. இரவில் டியூப்லைட் வெளிச்சத்தில் மட்டுமே நடக்கும் போட்டியானது, பரிசளிக்கும் விழாவின்போது மட்டும் பொழுது சாயும் வெளிச்சத்தில் நடக்கும் வீரர்களின் உடற்கட்டு, நிறம், உடல்மொழி, மூச்சடக்கி ஆடும்போது விரிந்த மார்பு – தெளிவாகப் பார்க்கக் கிடைக்கும் பெருவிருந்து – எல்லாருக்கும் பொதுவாகப் பிடித்துப் போனவன் குழுவின் நட்சத்திர வீரன்.

ஒவ்வொருவருக்கும் தனித்தனியாகப் பிடித்துப் போனவன், தோற்றுப்போன குழுவில் இருந்தாலும் வெற்றியாளனே. கைதட்டலும் விசிலும் ஆரவாரமும் புழுதி பறக்க நடந்து கொண்டிருந்தது. ஒத்தையில் இவள் மட்டும் போய்ச் சிறுவர்கள் அதிகமிருந்த இடத்தில் உயரமாய்த் தெரியும்படி நின்று கொண்டாள்.

"என்ன புடிடா போட்றான் அவன். நான்லாம் எறங்குனா அவ்வளோ பேரும் கோட்டுக்கு வெளியிலதான்."

"ஒன் ஆட்டமா... அடே அப்பா!"

"அடச்சீ, கழிசடை. ஒனக்குப் புடி எப்படி போடறதுன்னு கத்துத்தறேன் வரியா?,"

அதற்குள்ளாக ஆட்டம் முடிந்து விழா மேடைக்கு எதிரில் நடந்த சிலம்பாட்டத்தைப் பார்க்கப் போயிருந்தார்கள். இரண்டு பேர் மிக அழகாகச் சிலம்பம் சுற்றிக் காண்பித்தார்கள். மதுரைக்குத் தெற்கேயிருந்து கொண்டு வந்திருக்காங்க இந்த செட்டை.

விழாவின் தலைவர் பேச ஆரம்பித்தார்:

மாடன் மறி, பொன்கலையும், மழ, பாம்பு, ஒரு கையில் வீணை குடமாள் வரைய திண் கோளும், குனி சிலைக் கூத்தின் பயில்வும்

இடம் மண் தழுவிய பாகம், இரு நிலன் ஏற்ற சுவடும்,
தடம் ஆர் கெடிலப் புனலும், உடையார் நடுவர் தமர், நாம்!
அஞ்சுவது யாதொன்றும் இல்லை; அஞ்ச வருதுவம் இல்லை.

உடல் வலிமையையும் மன உறுதியையும் பற்றிப் பேசியவர் நாட்டுப்பற்றையும் குப்புசாமியைப் பற்றியும் பேசினார். இன்றைக்கு நம் கிராமத்து ஆண்கள் வலுவோடு இருக்கிறார்கள். அறுபதில் குப்புசாமி போன்றவர்கள் ராணுவத்தில் சேர்ந்து மெக்கானிக்காகப் பணியாற்றிக் கல்யாணமே செய்துகொள்ளாமல் நம் சுற்று வட்டாரக் கிராமங்களில் தொடர்ந்து இலக்கியமும் உடல் தகுதியையும் நாட்டுப் பற்றையும் பேசி வருகிறார். சீனத் தாக்குதலில் நாம் எப்படியெல்லாம் சீரழிக்கப்பட்டோம் என்பதையும், எப்படி மீண்டும் நிகழாமல் நாம் எழுந்து நிற்க வேண்டும் என்பதையும் ஜிகே என்று அழைக்கப்படும் குப்புசாமி பேசி நாம் கேட்க வேண்டும். விளையாட்டு தேசத்திற்காகப் பயன்பட வேண்டும் என்று ஏதேதோ சம்மந்தா சம்மந்தமில்லாமல் பேசிக்கொண்டு போனார். ஒன்று மட்டும் புரிந்தது. இன்றிரவு குப்புசாமி வீட்டில் திருவிழாதான்.

இந்திய ராணுவத்தில் இருந்துவிட்டு வந்திருந்ததால் குப்புசாமி மாதம் ஒருமுறை தஞ்சாவூருக்குப்போய் தனக்கான அரசு கொடுக்கும் உதவித்தொகை மானியத்தில் வழங்கும் பொருட்கள் போன்றவற்றை வாங்கிவந்து தனக்குப் பிரியமானவர்களோடும் தனக்கு நெருக்கமானவர்களோடும் பகிர்ந்துகொள்பவர். அவருடைய வீட்டில்தான் இன்றிரவு கொண்டாட்டம்.

அவ்வளவு ஒன்றும் சாதாரணமான கொண்டாட்டம் இல்லை. பெரிய கொண்டாட்டமான மனநிலைதான் அவருக்கு வாய்த்திருக்கிறது. எப்படி எல்லாருக்கும் அத்தகைய மனநிலையைக் கடத்த முடியும் என்பது ஒரு பெரும் வியப்பு? எல்லாருக்குமே அப்படியான மனநிலை வாய்த்துவிடுவதில்லை.

கொண்டாட்டம் என்பது ஒரு மனநிலை என்று எடுத்துக்கொண்டால் அதைக் கடத்துவதென்பது அதைவிடப் பெரிய மனநிலையின் கொண்டாட்டம். அப்படியான கொண்டாட்டங்களின் கொண்டாட்டத்தை இன்றிரவு கொண்டாடப் போகிறார்கள்.

நாவுக்கரசர் தேவாரம் – திருவதிகை.

Anupam Sud
Aquapura
Etching on Paper
81 cm x 49.5 cm
1999

ஓலையாம் புத்தூர் முருகனும் நானும் 'படிக்காதவன்' படத்துக்குப் பந்தல் போட்டுக் கொடி ஒட்டி, ஷீல்டு வைத்தோம். சங்கரும் முருகனும் செலவுக்காக முருகனின் கைக்கடிகாரத்தை விற்றுவிட்டு வந்தார்கள். அதன்பிறகு ரஜினி படங்களை, முதல் ரசிகர் காட்சியை, சிதம்பரத்திற்குப் போய்த்தான் நாங்கள் பார்ப்பது வழக்கம். பத்துப்பதினைந்து வெள்ளை அம்பாசிடர் கார்களை எடுத்துக்கொண்டு, சௌக்கத் அலியோ பாபுவோ கூட வருவார்கள். நானும் வெங்கடேசனும் பழைய பஸ் ஸ்டாண்டில் ஒயின் ஷாப்புக்குப் போய் ஏதாவது ஒரு ஃபுல் பாட்டிலை வாங்கி, நான் எப்பொழுதுமே எம்.ஸி விஸ்கிதான். அவன் சாராயம் கூடக் குடிப்பான். நூற்றுமுப்பது ரூபாய்க்கு ஒரு ஃபுல் வாங்கிக் கூடவே இரண்டு கல்யாணி பீர் வாங்கி, பீர் பாட்டிலைத் திறந்து மிகச் சரியாகப் பாதியை வாய் எடுக்காமல் குடித்த பின்பு எம்.ஸி விஸ்கி ஃபுல் பாட்டிலை இரண்டு பேரும் மிகச் சரியாக, சமமாகப் பிரித்துக்கொண்டு கீழே சிந்தாமல், கை நடுங்காமல் எங்கள் பீர் பாட்டிலுக்குள் ஊற்றி, கட்டை விரலை வைத்து பாட்டிலை மூடி இரண்டு முறை குலுக்கிய பின் வாயில் வைத்து அண்ணார்ந்து ஒரு சொட்டும் மீதமில்லாமல் குடித்த பின், எட்டு முழ வேட்டியை மடித்துக் கட்டி காருக்குள்ளமர்ந்து 'ரஜினி வாழ்க! சூப்பர் ஸ்டார் வாழ்க!!' கோஷமிட்டால் எங்களிருவருக்கும் லேனாவிலோ, வடுக நாதனிலோ... இரவு ஆட்டம் இண்டர்வலுக்குப் பிறகுதான் படம் லேசாகப் புரிய ஆரம்பிக்கும். அதன்பிறகு கும்பகோணத்திலோ தஞ்சாவூரிலோ படம் பார்க்கும் பொழுதுதான் தலைவரின் பேண்ட்டும் சட்டையும் கண்ணுக்குப் புலப்படும். இப்படியாகப் பதினைந்தாவது முறை டிவியில் பார்த்துதான் எனக்குத் தலைவர் படமே மனப்பாடம் ஆனது.

அம்மாஞ்சி

27

காய்ந்த மிளகாயைக் கீறி விதைகளைத் தனியாகப் பிரித்தெடுத்து கிள்ளிப்போட்ட காம்புகளை எண்ணியபோது, எண்ணிக்கை இருபதைக் காட்டியது. தேங்காயும் மிளகும் மிளகாயும் மல்லியும் கசகசாவும் வைத்துப் பாவாடை முட்டிக்கு மேல் தாவணி இடுப்பை இறுக்கிப் பிடிக்க அவள் மேல் இருந்து வழிந்தோடிய வியர்வை வாய்க்காலை எட்டும்போது அம்மியில் மைய அரைபட்டிருந்தது மசாலா. எலுமிச்சம் பழம் பறிக்கப் போனவள் தொடையில் குத்திய முள்ளைக்கூட எடுக்காமல் அடுப்பில் கல் சட்டியை ஏற்றினாள். செக்கில் ஆட்டிய நல்லெண்ணெயை ஊற்றி அரைத்த மசாலாவை மீனில் தடவி, தெருவில் ஊரே கூடும் வாசனையை உருவாக்கினாள். எங்கிருந்துதான் அப்படியொரு கலையைக் கற்றிருந்தாலோ தெரியாது. மீன் வறுத்து, குழம்பு வைத்துச் சோறாக்கிச் சுடச்சுட வைத்திருந்தாள் அவன் வருகைக்காக.

“ஏண்டி, என்ன செய்யுற? துண்ட புடிச்சி இழுக்காதன்னு எத்தன தடவ சொல்லுறது.” என்று அலுத்துக்கொண்ட மைனரைக் கழுத்தில் கையைப்போட்டு வளைத்து இழுத்துச் சாப்பிட அமர்த்தினாள்.

தூரத்தில் கபடி விழாவின் ஹாரன் சவுண்டு கேட்டுக் கொண்டிருந்தது.

மாயவரம் விஜயா தியேட்டருக்கு இரண்டாம் ஆட்டத்திற்கான டிக்கட்டும் வந்து சேர்ந்திருந்தது. அய்யா வீட்டில் எல்லோரும் புறப்பட்டுப் போக, தாவங்கட்டையைத் தாங்கிப் பிடித்து இரண்டாவது படிக்கும், மூன்றாவது படிக்குமாகக் காலை அகலப் பரப்பி மேலே பறந்துகொண்டிருந்த வௌவாலைப் பார்த்தவாறு அமர்ந்திருந்தாள்.

இறக்கையை அகலமாக விரித்துப் பறக்கும் வௌவால்களில்தான் எத்தனை ரகம். நேற்று சாத்தப்பன் சுட்டுக்கொண்டுவந்த பழம்தின்னி வௌவால் எவ்வளவு ருசி. அலாவுதீனும் நானும் போட்டிபோட்டுத் தின்றும் கூடத் தீர்க்க முடியவில்லையே. இத்தனைக்கும் ஐந்து கிலோ கெடா குட்டியைப் பந்தயத்தில் சாப்பிட்டவர்கள்தானே நாங்கள்.

"வௌவால் மரம் எப்படி இருக்கும்னு ஒருநா பொழுதொடப் போயி பாக்கணும். அந்த ஊருல அதுதான் குல சாமியாமே? ஒவ்வொன்னும் தலகீழாத் தொங்குனா ஒரு கொல யாழ்ப்பாணம் கா தொங்குற அளவுக்கு இருக்கும்னு சொல்றாங்களே? அத்தன கனத்த அந்த மரம் எப்படித் தாங்குது? அது எப்படிப் பறக்குது? அந்த றெக்கதான் இரும்பால செஞ்சதா?"

யோசித்தவாறு தானும் அதுபோல் பறக்க நினைத்தாள்.

"தம்பிகிட்ட சொன்னா அமெரிக்காவுல வௌவா மனுஷன் இருக்கானாம். அவன் கதைய படமா போட்டு வந்த புத்தகத்த குடுத்துட்டுப் போச்சு. நானும்கூட மனுஷிதானே! அவன விட எனக்கு எதுல என்ன கொற? பறந்துதான் பாத்துருவோம்."

பறப்பதன் மீது அவளுக்கு ஏற்பட்ட ஆர்வம் கிருஷ்ணப் பருந்து வளரவளர அதிகரித்துக்கொண்டே போனது.

"விஸ்வநாதன் கச்சேரியாமே. பட்டணத்தி சொல்லிட்டுப் போனா. போயிட்டு வருவோமா?"

எழுந்து கொண்டவள் அவளைக் காணாது அங்குமிங்கும் தேடிக் கொண்டிருந்தாள். தூரத்தில் சர்க்கஸ் கொட்டாயின் சர்ச் லைட்டு சுழன்ற போது ஒளி விட்டுவிட்டு அவள் முகத்தில் அடித்தது. தூரத்திலிருந்து அவளைப் பார்த்த காத்தானுக்குக் கழுமளம் சிங்காரித்துக்கொண்டு நிற்பதாய்த் தோன்றியது.

Anupam Sud
Silent Moment
Etching on Paper
49 cm x 66 cm
1998

புனலூர் தாத்தா எழுதிய பாடல்களால், நான் கவர்ந்திழுக்கப்பட்டு சுவாமி ஐயப்பனின் காடுகளில் அலைந்து திரிய ஆசைப்பட்ட போது, தென்பாதியிலிருந்து ராஜா அண்ணனும் நானும், எனக்கு நுன்ச்சாக் சுழற்றக் கற்றுக்கொடுத்த அந்த அண்ணனுடன், சட்டைநாதர் காலனியில் என் தாத்தா கட்டியிருந்த பங்களாவின் மாடியில் மாலை போட்டுக்கொண்டு பூசை செய்துவந்தோம். அப்பொழுதெல்லாம் எனக்குக் காட்டு ரோஜாவைப் பற்றி அதிகம் தெரியாமல் இருந்தது. லைலன்ட் பேருந்தின் டயஃப்ரம் கிழிந்தபோது பண்ணாரி அம்மனைத் தரிசித்த பின்பு திம்மம் ஏரி தலைகாவேரிக்குப் போகும் வழியில்தான், நான் காட்டு ரோஜா பூத்திருந்ததைப் பார்த்த பரவசத்தில் தூங்கிப் போனேன். மடிசேரிக்கராவிற்குச் சற்று முன்பு என் கால்கள் நகர்த்த முடியாதபடி வலித்தது. என்னை அள்ளிக் கொண்டுபோய் கிருஷ்ணன் கோயிலுக்குப் பக்கத்திலிருந்த கர்நாடக மாநில அரசுக்குச் சொந்தமான மிகச் சிறிய அரசு மருத்துவமனையில் மாவுக்கட்டுப் போடுவதற்கு முன்பாக, மருத்துவருடன் ஒருவர் என்னை நலம் விசாரித்தார், ஆங்கிலத்தில். அவர் ராமகிருஷ்ண ஹெக்டே, மாநிலத்தின் முதல்வர். அந்தக் காலத்தில் தமிழ்நாட்டில் ரயில்வே அமைச்சராக இருந்தவர்கள், மிகப்பெரிய கோர விபத்துகள் நடந்தாலும், கிருஷ்ண மேனனுக்குப் பின்பு எவரும் ராஜினாமா செய்ததாக நான் அறிந்திருக்கவில்லை. இளம் துருக்கியர்களை என்னால் எண்ணிப் பார்க்காமல் இருக்க முடியவில்லை.

அம்மாஞ்சி

---

* உண்மையில் ராஜினாமா செய்தவர் லால்பகதூர் சாஸ்திரி

28

வயல்கள் பாளம்பாளமாக வெடித்துக் கிடந்தன. தாளடி முடிந்து காலில் குத்தும் அளவிற்கு வைக்கோல்கள் இரண்டு கைப்பிடி அளவிற்கு விட்டு அறுக்கப்பட்டிருந்தது. இருட்டு, நீல நிறமாக வயல்களின் மேல் பரவப்பரவ கால் விரைவாக விரைவாக என்று பரபரத்தது. கண்கள் நன்றாகப் பழகிவிட்டிருந்ததால் தூரத்தில் பெரிய வரப்பிற்குப் பக்கத்தில் மூன்று கட்டை வின்ஸ்சிஸ்டர் லைட்டின் பல்பைப்போல வெளிச்சம். உடனடியாக அவளுக்குப் புரிந்துபோனது; காட்டுப் பூனைதான். திரும்பிப் போனால் நரிகள் சுற்றும். பெரிய வரப்பில் காட்டுப் பூனை, தலைக்கு மேலே அண்ணார்ந்து பார்த்தால் தேங்காயைக் கரண்டி தின்று கொண்டிருந்தது மர நாய், அப்போதுதான் நாலுமட்டை விட்டிருந்த பனங் கன்றுக்குப் பக்கத்தில் நெடிதுயர்ந்து பார்வைக்கு எட்டாத தூரத்தில் பழுத்த மட்டைகளை உதிர்த்துக்கொண்டு, நீலநிற இருட்டைக் கருப்பாக்கிக் கொண்டு நின்ற பனை மரத்தடியில் கிடந்த பனை மட்டைக் கருக்கை எடுத்தாள். ஓலையைப் பிடித்துக்கொண்டு கருக்கை ஓங்கி பக்கத்திலிருந்த கருங்காலி மரத்தில் அடித்துத் தேய்த்தால், கருக்கு கைப்பிடிக்கும் அளவிற்கு நசுங்கிப் போனது. மேலே பனை மட்டையின் ஓலையைக் கிழித்துச் சுற்றிப் பிடித்துக் கொண்டாள் வாட்டமாக. தொடர்ந்து கால்கள் அதிர்ந்து, நண்டு வலையில் ஓசை எழுப்பும் சோழிபோல குலுங்கிக் குலுங்கி அதிர்ந்து அதிர்ந்து நடந்துபோனாள். சற்று தூரத்தில் எதிர்ப்பட்ட மேட்டிலிருந்து பன்னாடையைப் பீராய்ந்து, கையில் கொண்டுபோன பனங்கருக்கின் முனையில் சுற்றி, நெருப்பைப் பற்ற வைத்தாள். மேட்டில் சற்று நேரம் அமர்ந்து இடையில் சொருகியிருந்த சுருட்டை வாயில் வைத்துப் புகைக்க ஆரம்பித்த போதுதான் தூரத்தில் "சம்போ சிவ சம்போ... சிவனே மந்திரம்" பாடல் உச்சஸ்தாயியில், விஸ்வநாதன் குரல் ஒலித்தது.

ராணி மார்க், அந்த வட்டாரத்திலேயே பிரபலமான சுருட்டுக் கம்பெனி. வேதாரண்யம் வேதபுரீஸ்வரர் ஆலயத்திற்குத் தெற்கே, தேசிகர் தெருவிற்கு மேற்கே, மந்திர நதிக்கு வடக்கே அந்தக் கம்பெனி பாதி ஊரை அடைத்தபடி அமைந்திருக்கும். ஒரு தடவை இலைப் புகையிலை வாங்குவதற்கு இவள் வேதாரண்யம் போயிருந்தாள். அப்போதுதான் அவளுக்கு ராணி மார்க் என்று இவள் பெயரிட்டாள். இழுக்கஇழுக்க இன்பம் தரும் என்று அந்தக் கம்பெனியின் போர்டில் படித்திருக்கிறாள். அதன் பொருட்டே அவளுக்கு அந்தப் பெயரை இவள் வைத்தாள். திரும்பவும் இரண்டாவது இழுப்பில் அவள் ஞாபகம் இவளைச் சுட்டது.

"பொகயெல கொள்ளைக்கு எவன் கொள்ளி வச்சானோ? மூணு வருஷமா ராணி மார்க்ல பழைய காட்டம் இல்லாமப் போச்சி."

முன்பெல்லாம் வேதாரண்யம் உப்பளத்துக்கும் புகையிலைக்கும் பெயர் போனது. குறிப்பாகச் சுருட்டுக்குப் பெயர் பெற்றது. சுருட்டு பிடிக்காமல் கீழத் தஞ்சையில் பெண்களுக்கு என்றைக்குமே விடியாது. சுருட்டின் புகை விலகினால் மட்டுமே சூரியன் உதித்த காலமது. எந்தப் புகை விலகினாலும் இனி விடியப் போவதில்லை என்று நினைத்தாள்.

அது 1976 எமர்ஜென்சி காலம்

அமிர்தகடேசனும் நானும், பாட்டா கம்பனி புதிதாக அறிமுகம் செய்திருந்த குவாடிஸ் வகைச் செருப்பைப் பார்த்து ஆசைப்பட்டோம். மாயவரம் பியர்லெஸ்சில் மணிரத்னத்தின் கீதாஞ்சலி (இதயத்தை திருடாதே) தமிழ் டப்பிங்கைப் பார்த்துவிட்டுத் திரும்பும் போதுதான் அந்தச் செருப்பு எங்கள் கண்களில் பட்டது. கூடவே "ஓ... பிரியா பிரியா..." என்ற பாடலும் அவனுக்குள் ஒட்டிக்கொண்டது. பின்னாளில் கல்லறைத் தோட்டத்திற்கு நாங்கள் இருவரும் சென்றபோதுதான், எனக்குத் தெரிய வந்தது. ஆனால் என்ன காரணத்தினாலோ எங்களிருவரின் கால் அளவுகளுக்கு அங்கே செருப்பில்லை. எந்தத் தயக்கமும் இல்லாமல் பஸ்ஸில் ஏறி சிதம்பரத்திற்குப் பிரயாணப்பட்டோம். அங்கேயும் இல்லாது போனதால் ஓடிப்போய் சுபஸ்ரீ பஸ்சில் தொற்றிக்கொண்டு அடுத்த ஐம்பதாவது நிமிடம் கடலூர் என்.டி. ரயில் டிராக் பக்கத்திலிருந்த பாட்டா கடையில் வாங்கிக் கொண்டுதான் வீடு திரும்பினோம். எப்பொழுதெல்லாம் அடுக்குச் செம்பருத்தியைப் பார்க்கிறோமோ, அப்பொழுதெல்லாம் அவள்தான் என் நினைவுக்கு வருவாள். எப்பொழுதுமே அடுக்குச் செம்பருத்தியைப் பார்த்துக்கொண்டே இருந்துவிட்டேன். ஒரு கடையில் இல்லாது போனால் மறுகடையில் வாங்குவதற்கு பாட்டா கம்பெனியின் தயாரிப்பு அல்ல காதல். ரஜ்ஜு பொருத்தம் சரியில்லாது போனால் தட்டிக் கழிக்க ஜாதகம் பார்க்கும் சாதகம் இல்லை காதல். ஒவ்வொரு நாளும் சாப்பிடுவதற்கு முன்பாக, சாப்பிட்ட பின்பு கூடவே நடந்துபோய் எல்லா இடங்களிலும் அவளே நினைவாக, அவள் நினைவாக வாழ்ந்துகொண்டிருக்கும் மனநிலையில்தான் மாற்றம் என்பது மாறாத ஒன்று என்பதை ஏற்றுக்கொள்ள முடியாத நிலைப்பாடு. கோபாலபுரத்திலிருந்து ஆழ்வார்பேட்டைக்கு யுனிகார்னில் வந்துகொண்டிருந்தபோது இறந்துபோய்விட்ட பிரபாகரன், உயிரோடிருந்த நாட்களில் ஒருநாள் கைபேசியில் சொன்ன செய்தி 'அவளுடைய கணவன் இறந்து போய்விட்டான்'. இன்று வரையில் என்னால், அமீரால், ஏற்றுக்கொள்ள முடியாத செய்தி அவர்களுக்குக் குடும்பம் இருக்கிறது. கல்யாணம் ஆகி விட்டது. குழந்தைகள் இருக்கிறார்கள் என்பதைத்தான். எப்படி அடுக்குச் செம்பருத்தி காய்த்துக் குலுங்கும்? அது எப்பொழுதுமே எங்களுக்குப் பூத்துத்தான் குலுங்கும்.

அம்மாஞ்சி

29

சவுக்காரம் தேயத்தேய உடம்பின் மினுமினுப்பு ஏறுவதாக நம்பிக் கொண்டிருந்தாள். வழுக்கிக்கொண்டே போகும் உடம்பை அவள் அனுதினமும் ரசித்துரசித்து மெருகேற்றிச் சவுக்காரம் போடும் போதெல்லாம் நினைத்துநினைத்து உருகிக்கொண்டிருந்தாள். ஸ்நானப் பொடியும் அரக்குத் தூளும் தேங்காய் எண்ணெய்யும், கூட விளம்பரத்தில் சொல்லுவதைப் போல அவள் மேனி எழிலுக்குப் பாத்தியப்பட்டது. இந்த வாசனை அவனுக்குத் தெரிந்ததுதான் என்றாலும் மிளகாய் அரைத்த கைகளை அவன் சாப்பிடும்போது தயிரில் ஊறப்போட்டாள். அவனுக்கு எரியக் கூடாதாம். எப்படியும் தன்னை அவன் வலிக்க வலிக்க இறுக்கிப் பிடிப்பான் என்று தெரியும். இப்படி வலிக்கும் என்று அவள் நினைக்கவில்லை. வலி, யானை தன் கால்களால் தலையை இடறியபோது இப்படித்தான் இருக்கும் என்று நினைக்க முண்டத்திற்கு மூளையேது. இந்த முண்டமும் அவன் பிடியின் வலியை உணர, மூளையற்று உணர்ச்சி மிகுதியால் சொக்கிப் போய்க் கிடந்ததால் ஏற்பட்டது.

தயிரில் ஊறப் போட்டதால் கையில் புளிச்ச வாடை அடிக்குமென்று அவளுக்குத் தெரியாதா என்ன? ஜவ்வாது பூசி, சந்தனம் குழைத்து வைத்திருந்தாள் என்று அவனுக்குத் தோன்றியது. முகர்ந்து பார்ப்பது மட்டுமே ஒரு கலையாக அவனிடம் இருந்தது. முகர்தல் மூலம் அவளை விடியவிடிய வசியப்படுத்தினான். அவளுக்குப் பாவாடையின் நாடா அவிழ்ந்ததும் தெரியாது, மல்லார்ந்து பார்த்துக் கிடந்ததும் தெரியாது. கூவாமல் போன கோழியை மட்டும் எப்படித் தெரியும்? எந்த நினைவும் அற்றவளாக இருக்கப் பழகியவள் இல்லை. இப்பொழுது நினைவற்றுப் போயிருந்தாள். சிலிர்க்கும் உடம்புக்கும் கூச்சத்தை விட்டொழித்த மனதிற்கும் மீண்டும் வெட்கம் நினைவூட்டப்பட்டது. நின்றபொழுதும் கால்கள்

பாவாது தரை நழுவியது. எப்பொழுதேனும் ஒரு முறைதான் அவனுக்கு அவள் இப்படியாகக் கிடப்பதாய்த் தோன்றும். அவளுக்கோ எப்பொழுதுமே தோன்றும்.

சுவரில் காலை உதைத்து, முதுகு தரையில் படாமல், தலையை அவன் மார்பை நோக்கித் திருப்பி வாட்டமாகத்தான் வளைந்து கொடுத்தாள். அவன் காலை ஊன்றிக் கைகளில் முதுகைத் தாங்கி இடுப்பில் அணைத்து இறுகப்பற்றினான். குப்புசாமியின் வீட்டில் தாய்ச் சுவருக்கு அப்பால் சாராயத்தின் நெடி காற்றில் மிதந்தது. கீழக் காத்து அடிக்கும் பொழுதெல்லாம் மகரந்த வாடை அவளை என்னவோ செய்யும். மேலக் காத்து அப்படியில்லை. சாராயத்தைக் கடத்தி அவனை வெறியேற்றும். மனம், மேலைக் காற்றுக்கு ஏங்கித் தவிக்கும். அவளுக்கும் அடி வயிறு கனக்கவே ஆசை. ஆனால் இன்றுவரை நடந்தேற வில்லை.

தாண்டு மாமா என்னுடன் நெருக்கமாக இருந்தபோது எனக்கு ஜானும் அக்காவும் அறிமுகமானார்கள். எங்கள் பள்ளிக் கூடத்திற்குப் பக்கத்தில்தான் அக்காவின் வீடு இருந்தது. நானும் கோபாலும் காதலிக்கத் துவங்கியிருந்த நாட்கள். கோபாலுக்கு அவனுடைய காதலியை ஒருமுறையேனும் பார்க்காமல் இருக்க முடியாது. எனக்கு அவளைப் பார்ப்பதில் மிகப் பெரிய பயம் இருந்தது. எப்பொழுதெல்லாம் தமிழ் வகுப்புகள் இருக்கிறதோ அதில் மட்டுமே நான் அவளைச் சந்திக்கும் சந்தர்ப்பம் கிடைக்கும். கடைசி பெஞ்சில் நானும் அவளும் ஒருவரை ஒருவர் பார்த்துக் கொள்வோம். தாண்டு மாமா ஒருநாள் என் கையைப் பிடித்து இழுத்துக்கொண்டு போனான். அக்கா வீட்டில் யாரும் இல்லை. அவள் மட்டும் தனியாக எனக்காகக் காத்திருந்தாள். பேசுவதற்கு எங்கள் இருவரிடமும் வார்த்தைகள் இல்லை. எத்தனை நேரம் பார்த்துக்கொண்டே இருந்தோம் என்று நினைவில் இல்லை. பள்ளிக்கூடத்தின் தாழ்வாரத்தில் ஒற்றையாய் அறுந்து தொங்கிக்கொண்டிருந்த தண்டவாளத்தில் அடிக்கப்பட்ட மணி ஓசை.

இருவரும் எழுந்துகொண்டோம். வகுப்பிற்கு இணை பிரியாமல் சேர்ந்தே போனோம்.

அம்மாஞ்சி

30

ஒரு ஆள் மட்டுமே உட்கார்ந்து தண்ணீரில் தள்ளிக் கொண்டு போகும் மிதவை. அந்த ஊரில் ஓடம் என்று பிரபலம். வீரசோழனும், திருமலை ராஜனும், சந்திர நதியும் உப்பனாறும், கொள்ளிடமும், காவிரியும் கடலில் கலக்கும் முகத் துவாரங்களைப் பட்டினம் என்று அழைத்தார்கள். சங்கரன்பந்தலுக்குக் கிழக்கே வீரசோழன் கலக்கும் இடத்தில் அமைந்திருந்தது அந்தப் பட்டினம். இரவு ஊரே விழாக்கோலம் பூண்டிருந்தது. ஒரு பக்கம் பலூன்காரன் விற்பனையைத் துவக்கியிருந்தான். சில்லுண்டிகள் புல்லாங்குழலைக் கேட்டு நச்சரித்தன. ஆப்பிள் பலூன் இரண்டு வண்ணத்தில் ஊதிக் கட்டப்பட்டிருந்தது. பச்சையும் குங்குமமும் கலந்த நிறத்திலிருந்த ஆப்பிள் பலூனில் ஒன்றைக் கையோடு இழுத்துத் தலைக்கு மேலே சுற்றினாள். இடது கையில் டிக் டிக் ஓசை எழும்பிக் கொண்டிருந்தது. அவளுக்கு மீசை முளைக்கவில்லையே தவிர மற்றபடி பெண்தான். எப்பொழுதும் யாரிடமாவது வம்பிழுத்துக் கொண்டிருப்பதை வழக்கமாக வைத்திருந்தாள். இன்றைக்குக் கிடைத்தவன் பாவம் ஒரு சோப்ளாங்கி பலூன்காரன்.

அவனுக்குத் தெரியும் அவளிடம் வாயைக் கொடுத்தால் காற்றடிக்க பம்ப் இருக்காது என்று. பலமுறை பலூனை ஊதப் பயன்படும் காற்றடிக்கும் பம்ப்பை அவனிடமிருந்து பிடுங்கிச் சென்றிருக்கிறாள். இன்றைக்கும் அதற்காகவே அவள் அவனிடம் வம்பிழுக்கிறாள். கச்சேரியும் களைகட்டி இருந்தது. சேமியா பாயாசம் விற்கும் கடைகளில் ஈக்கள் மொய்த்துக் கொண்டிருந்தன. கலர், சர்பத், பாயாசம் போன்றவையும் இனிப்புப் பண்டங்களும், சிலோன் கேக்கும், மீன் வறுவலும் அந்த இடத்தை வெவ்வேறு கலவையான நிறத்தை இருட்டுக்குப் பெட்ரமாக்ஸின் துணையோடு கொடுத்துக் கொண்டிருந்தன. எங்கெல்லாம் டியூப் லைட் கட்டப்பட்டிருக்கிறதோ அதன் மேல்

செலஃபன் பேப்பரைச் சுற்றி வெவ்வேறு நிறங்களில் அவைகள் ஒளிருமாறு செய்திருந்தார்கள். நட்டிருந்த சவுக்கின்மேல் சீரியல் பல்புகளின் தோரணம். படகுகளில் எங்கு திரும்பினாலும் லைட் வெளிச்சம் பட்டு இருட்டில் இருந்து கடலை வெளிச்சத்திற்குக் கொண்டு வந்தன. எங்கே திரும்பினாலும் ஏத்திக் கட்டிய கைலியும் டவுசரும் வலைவலையாய் முண்டா பனியனும் இரவில்கூட கூலிங் கிளாசும் பூப்போட்ட கர்சிப்பும் மோதிர விரல்களில் சிலேட்டு மோதிரமுமாகச் சாராய நெடி சவட்டித் தள்ளியது. இத்தனை பிரம்மாண்டமான மேடையை ஊருக்குள் போட முடியாது. கடற்கரைதான் சரியான இடம். மீன் பிடிக்கும் மீனவர்களின் கிராமத்தில் நடக்கும் திருவிழா என்பது பட்டணத் திருவிழா. ஏழு கன்னிமார்களின் கோவிலுக்கு நடக்கும் விழாவில் இவளுக்கும் ஏதேனும் நடக்குமா என்று பாவாடையைக் கையில் தூக்கி டிக் டிக்கும், ஆப்பிள் பலூனுமாகக் கணுக்கால் மணலில் புதைய சுற்றிச்சுற்றி வந்தாள் பொதி கழுதையைப்போல.

ஒருநாள் மாயவரத்தில் படம் பார்க்க வெவ்வேறு பேருந்துகளில் இருவரும் பயணப்பட்டோம். படம் பார்த்து முடிந்த பின்பு ஒரு முடிவிற்கு வந்து இனிமேல் சேர்ந்தே பயணிப்பது. அல்லது படத்திற்குப் போகாமல் வேறு எங்காவது ஊர் சுற்றுவது. பிரிந்தே வாழ்ந்தாலும் ஒன்றாகப் பயணிப்பது. சேர்ந்தே இருந்தாலும் கடமையைச் செய்வது. காதலி அவள் அவளாக இருந்தாள். நான் நானாக இருந்தேன். கோபாலின் கதை வேறாக இருந்தது. அவனுக்குக் கல்யாணத்தின் மீது நம்பிக்கை இருந்தது. காதலித்தால் கல்யாணம் செய்துகொள்ள வேண்டும் என்றும் முடிவு செய்திருந்தாள். அவனுடைய காதலிக்கு அப்படி எந்த எண்ணமும் இருக்கவில்லை. எப்பொழுதும் போல் பள்ளிக்கூடம் முடிந்து போனால் அவளுக்கென்று வீட்டில் ஒரு புதிய உலகம் துவங்கியிருக்கும். எங்கெல்லாம் போகிறாளோ அங்கெல்லாம் அவன் காத்திருந்தான். கடைசிவரை அவளுக்குப் புதிதுபுதிதாய் உலகம் தோன்றிக்கொண்டே இருந்தது. அவனுக்கான காதலும் கல்யாணமும் வேறொரு இடத்தில், வேறொரு பெண்ணுடன் அமையும்வரை அவளோடு அவனுக்கு எந்த ஸ்பரிசமும், எந்த வார்த்தையும், எந்த வாழ்க்கையும் கிடைக்கவில்லை. பாபுவுக்கும் எப்படியோ எங்களைப்போல மோகம் தொற்றிக் கொண்டது. கோயிலில் கைகளைக் குவித்துக் கண்களை மூடி கற்சிலைகளுக்கு முன்பாகக் காத்திருந்தான். எங்கிருந்தாவது காதல் தன் கால்களில் வந்து விழுமென்று. கற்சிலைகள் உடை மாற்றிக்கொண்டன. இரண்டு வேளையும் குளித்தன. அலங்காரம் செய்துகொண்டன. பாபுவுக்கு கால் வலியும் தலை வலியும் மட்டுமே மிஞ்சியது.

அம்மாஞ்சி

31

காண்டா விளக்கு என்பது பழைய டின்களின் மேல் ஓட்டை போட்டுப் பழந்துணியை முறுக்கி உள்ளும் புறமும் முடிச்சுப்போட்டு, முடிச்சுக்குக் கீழே இருக்கும் பகுதி முழுவதும் எண்ணெயில் நனைந்திருக்கும். முடிச்சுக்கு மேலே நீட்டிக் கொண்டிருக்கும் பகுதியைப் பற்றவைத்து ஒளியூட்டிக் கொள்வதுதான் காண்டா. இதுபோல சிமினி, அரிக்கேன், பெட்ரமாக்ஸ் போன்ற தொழிற்சாலைகளில் உருவாகும் விளக்குகளும் உண்டு. இதுதவிர சரவிளக்கு, குத்து விளக்கு, தூண்டா விளக்கு, அகல், மடக்கு விளக்குகளும் புழக்கத்தில் இருந்தன. இவை அனைத்திற்கும் அடிப்படை எரியூட்டுவதற்கு எண்ணெயும் எரிவதற்குத் திரியும் இவைகளைத் தாங்கி நிற்கும் ஆதாரங்களுமே பிரதானம்.

சீமை எண்ணெய் அல்லது மண்ணெண்ணெய், நெய், இலுப்பெண்ணெய், நல்லெண்ணெய் போன்றவைகளும் எரிக்கப் பயன்பட்டன. எலுமிச்சைப் பழத்தைப் பாதியாக அறுத்துப் பிழிந்த பின்பு அதன் மேல் தோல் உள்பகுதியில் இருக்குமாறு கட்டை விரலால் அழுத்தித் திருப்பி குழியாக்கித் தாமரைப் பூவின் தண்டிலிருந்து எடுக்கப்பட்ட நாரைத் திரியாக்கி, பசு நெய் ஊற்றி, நறுமணத்திற்காக ஏற்றப்படும் விளக்குகளும் உண்டு. விளக்கு ஏற்றப்பட்டால் ஒளியை மட்டும் உமிழ்வதில்லை புகையும் சேர்ந்தே வருகிறது. புகையைக் கட்டுப்படுத்துவதும், புகையை நுகரும்போது கிடைக்கும் நறுமணமும் அவ்விளக்கிற்கான முக்கியத்துவத்தைக் கூட்டுகிறது. நூற்றுக்கும் மேற்பட்ட விளக்குகளை ஏற்றி உருவாக்கும் வெளிச்சத்தை ஒரு காண்டா விளக்கால் ஏற்படுத்த முடியும் என்ற போதிலும் அதன் இருப்பு என்பது மக்களால் கடை நிலையிலேயே வைத்துப் பார்க்க முடிகிறது. ஒரு தீவட்டி செய்யும் வேலையை ஒரு பெட்ரமாக்ஸ் செய்கிறதானாலும் தீவட்டியைக் காட்டிலும் பெட்ரமாக்ஸிற்கு

மரியாதை அதிகம். பரப்பும் ஒளியும் நறுமணமும் அதன் உயிர்ப்புக் காலமும் அரிதான பொருள்கொண்டு அமைந்த கட்டமைப்புமே உயர்வு தாழ்வு செயல்பாட்டைக் காட்டிலும் முடிவு செய்வதாய் எடுத்துக்கொண்டால், அந்த சர்க்கஸ் கூடாரத்தின் மேல் மின்சாரத்தால் இயங்கும் சுற்றிச்சுழன்று பத்து மையிலுக்கு அப்பால் ஒருத்தியின் மேல் விழுந்து எழுந்துபோன போதிலும் ஒருபோதும் தாமரை திரி நூலில் ஏற்றிய நறுமண ஒளிக்கு இணையாக வைக்க முடியுமா? என்று அவள் முகத்தில் விழுந்த ஒளியின் கணத்தில் நினைத்துக்கொண்டாள்.

தென்காசியிலிருந்து புறப்படும் ரயில் எங்கள் ஊருக்கு இரவு எட்டு மணிக்கு வந்து சேரும். பிளாட்ஃபாரத்தின் ஆளரவமற்ற கடைசி முனையில் நானும் பாலுவும் குடித்துக் கொண்டிருப்போம். அன்றும் அப்படித்தான். ரயில் கிளம்பிப்போன பின்பு கறுத்த மிகவும் குள்ளமான எட்டிலிருந்து பத்து வயது மதிக்கத்தக்க சிறுவன் எங்களிடம் வந்து கேட்டான்,

"கேப்டனைப் பாக்குனண்ணே..."

போதையின் உச்சத்தில் நாங்கள் அவனை அரவணைத்தோம். நான் பட்டினத்துக்குப் படிக்கப் போகும்போது வீட்டில் கொடுத்தனுப்பிய அரிசி மூட்டையோடு அவனும் பயணித்தான். பின்பொருநாள் என்னிடம் சாப்பாட்டு வேளையில் மெல்ல ஆரம்பித்தான்:

"அந்தப் பொண்ணு உங்கள காதலிக்குதாமே? இன்னிக்குக் கூட சமச்சிப் போட்டது நானில்ல. அதுதாண்ணே..."

நான் சொன்னேன்:

"சமைச்சி வேண்ணா போடட்டும். காதலைத் தவிர மீதி எல்லாமே எனக்குச் சம்மதம்தான்."

அடுத்தநாள் காலை அவனை அழைத்துக் கொண்டுபோய் சினிமாவில் சேர்த்துவிட்டேன். அன்றிலிருந்து எனக்கு அவள்தான் சமையல்காரியும் சகலமானவளும்.

அம்மாஞ்சி

32

சர்க்கஸ் கூடாரத்தின் வெளிச்சம் அவள்மீது பட்ட கணத்தில் காத்தானுக்கு இப்படித் தோன்றியது.

சாமி புறப்பாட்டுக்குத் தீப்பந்தம் கொளுத்துறோம், அத தீவட்டின்னு சொல்லலாம். வீதில பொக கக்கி மேலப் போனாலும் அது யார் மொகத்துலயும் அடிச்சி மூக்கு அடைச்சிப் போகச் செய்யாது. மூணு பந்தமுள்ள தீவட்டியும், அஞ்சி பந்தமுள்ள தீவட்டியும் மடத்துலதான் கொளுத்துவாங்க. நம்ம ஊருல ஒத்தப் பந்தம்தான், அதுவே நாலஞ்சி பேரு தனித்தனியா புடிச்சிக்கிட்டு நிப்பானுவோ. வாடகைக்கு எடுக்குற பெட்ரமாக்ஸ் லைட்டு பெரிய திருவிழாவுக்குத்தான். தலையில சும்மாடு கட்டிச் சுமந்துகிட்டு வர டவுனு ஆளுவோ சுமந்து வருவாங்க. பொக கக்காது, வெளிச்சமும் ஜாஸ்தி, ஆனா அப்பப்ப சத்தம் போடும். அறுப்பு அன்னிக்குக் களத்துல காவலுக்கு அரிக்கேன் வெளக்குதான் சவுரியமா இருக்கும். என்ன இருந்தாலும், வீட்டுக்குள்ள கொளுத்துற வெளக்குக்கும் தெருவுல கொளுத்துற வெளக்குக்கும் வித்தியாசம் இருக்குன்னுதான் நெனச்சிக்கிட்டு இருந்தோம். இப்பல்ல தெரியுது சர்க்கஸ் லைட்டு கரண்ட்டுல எரியுது. அய்யா வூடும் கரண்ட்டுக்கு மாறிட்டுது. திருவிழால கூட கரண்டு லைட்டுதான். என்னதான் கரண்ட்டு லைட்டுன்னாலும் அதுல கூட குண்டு பல்பும், டியூப் லைட்டும், சர்ச் லைட்டும் விதவிதமா வச்சிருக்காங்கன்னு நெனச்ச காத்தானுக்கு இந்த கரண்ட்டுல நாத்தம்தான் வருதே ஒழிய வாசன வருமான்னு தெரியல என்று நினைத்துக்கொண்டான்.

சர்ச் லைட்டின் வெளிச்சத்தில் அவள் முகத்தைப் பார்த்தவனுக்கு வேறு என்னவெல்லாமோ தோன்றியது. என்னதான் நாமளும் ஒத்த லைட்டுப் போட்டுக்கிட்டாலும் நமக்குக் கழுமளம் ஆசிர்வதிக்குமா? என்றும் நினைத்துக்கொண்டான்.

வெட்டவெளிகளில் பயன்படுத்தப்படும் இருளைப் பகலாக்கும் யுக்திகளுக்கு இருக்கும் தெம்பு, அடைப்புகளுக்குள்ளும் தேவையாய் இருக்கிறதா, அடைப்புகளுக்குள் உருவாகும் ஒளி வெட்டவெளியில் பயன்படுமா, என்றும்கூட நினைக்கத் தூண்டியது காத்தானை. பின்நாட்களில் அந்த கிராமத்தில் ஒற்றை லைட்டுகள் வந்தாலும்கூட சீமை எண்ணெய் வாங்குவது குறைந்த பாடில்லை. என்னதான் சுள்ளி பொறுக்கி அடுப்பெரித்தாலும், விறகும் கரியும் மலிவாகக் கிடைத்தாலும் சீமெண்ணெய்ப் பயன்பாடு அதிகரிப்பதை, அதன் பின்னிருக்கும் அதிகாரத்தை நினைத்துக் காத்தானுக்குக் கவலையாய் இருந்தது. எங்கே கழுமலம் தன்னை அறைந்துவிடுமோ என்று.

Anupam Sud
The dice
Etching on Paper
49 cm x 49 cm
1986

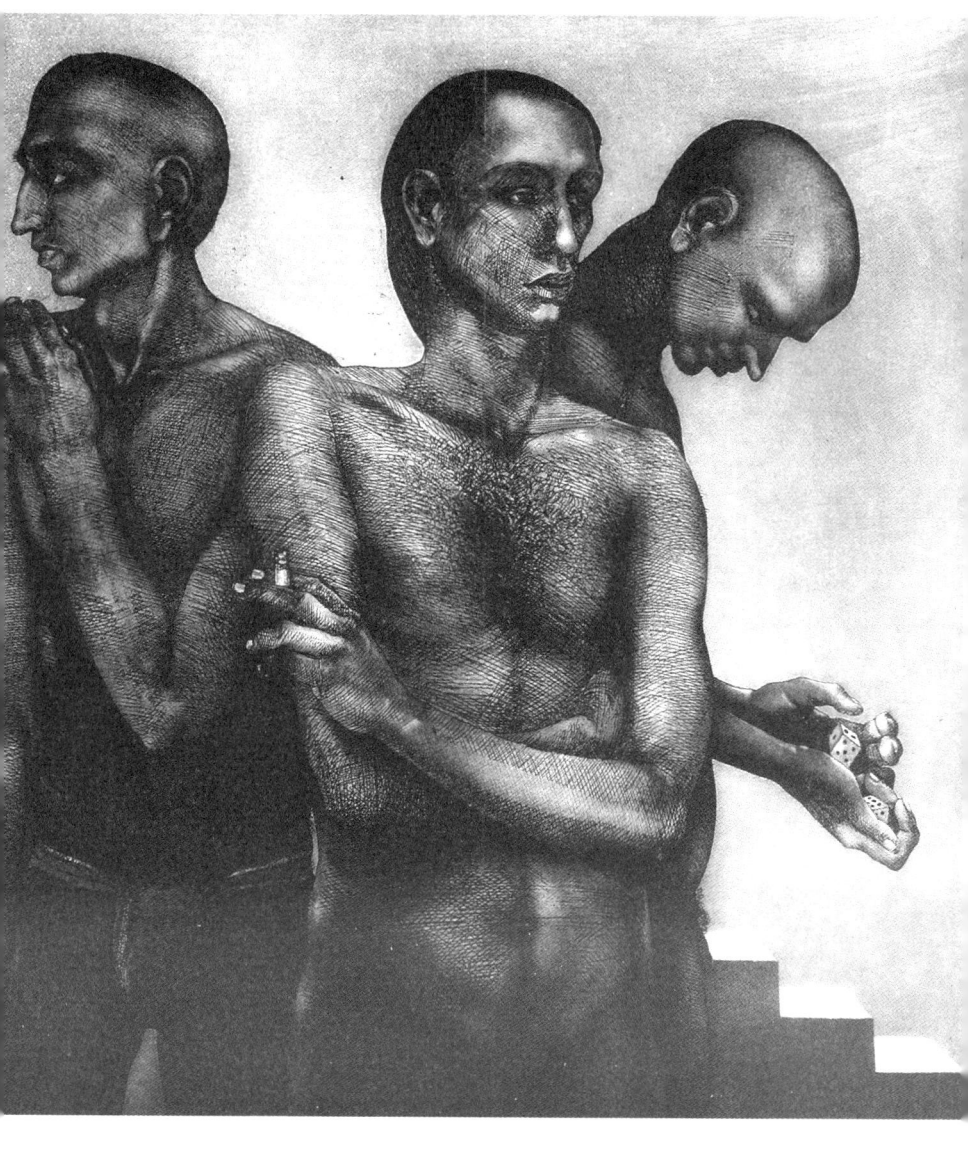

நாங்கள் தேர்தல் பிரச்சாரம் செய்துகொண்டிருந்தோம். எங்களுடன் பயணித்த அத்தனை பேருக்கும் ஒரு நம்பிக்கை இருந்தது. தேர்தல் வெற்றி பெறுவதற்காக அல்ல. தோல்வி அடைவதற்காகவும் அல்ல. மக்களைச் சந்திப்பதற்காக. எங்கள் கொள்கையில் உடன்பட்டவர்களை ஒன்றிணைக்க. மாற்றுக் கொள்கைகளுக்கு சாவு மணி அடிக்க. எண்ணிக்கைத் தத்துவத்தில் நம்பிக்கை அற்றவர்களை ஒருங்கிணைத்தோம். சொற்பமான வாக்குகளைப் பெறும் தகுதியுடைய குழுக்களைத்தான் நாங்கள் வெற்றிபெற்ற அரசியல் இயக்கங்களாக நம்பினோம். பெரும்பான்மையை வெறுத்து மிகச் சிறிய கலகங்களை விளைவிக்கும் ஒத்த கருத்துடையவர்களைச் சேர்த்துக் கொண்டோம். அப்படியான ஒரு தேர்தல் பிரச்சாரத்தில் எனக்கு மிகப்பெரிய வெற்றி கிடைத்தது. அந்தத் தேர்தலில் எங்கள் குழு பெற்ற வாக்குகளின் எண்ணிக்கை மொத்தம் மூன்று. எங்கள் குழு என்று நான் சொன்னது என்னையும் செழியனையும் மட்டுமே. வெற்றி முகம் தெரியாத அடையாளமற்ற அந்த மற்றொரு வாக்கைப் பெற்றுத் தந்த எங்கள் பிரச்சாரத்தை.

அம்மாஞ்சி

33

மைனரோடு இருக்கும் தருணங்களில் வீட்டைச் சுத்தப்படுத்தி அறையைப் பசுஞ் சாணம் கொண்டு மொழுகி, மஞ்சள் தெளித்து, சாம்பராணி புகைபோட்டு, வாசனைக்காகச் செய்யப்படும் எல்லாவிதமான காரியங்களையும் செய்தாலும் குங்கிலியம் என்னும் வாசனையற்ற பல நிறங்களில் எரியக்கூடிய வஸ்துவையும் கனன்று கொண்டிருக்கும் நெருப்பில் அவ்வப்போது போட்டு, அந்த அறையைப் பல நிறங்களில் ஒளியூட்டுவது அவளது பழக்கங்களில் ஒன்றாக இருந்தது. ஏற்றி வைத்திருக்கும் விளக்குகளிலிருந்து வெளிப்படும் நறுமணப் புகை கொடுக்கும் மயக்கத்தைக் காட்டிலும் வெவ்வேறு நிறங்களில் எரியும், எரிந்து அடங்கும் குங்கிலியப் புகையும் இணையான மயக்கத்தைத் தரும் என நினைத்திருந்தால் நறுமணம் முகர்தலின் மூலமும், நிறக் கலவைக் காட்சியின் மூலமும் அவனுக்கும் அவளுக்குமான கூடுதலை அதிகப்படுத்தும் வித்தையாகவே கற்றிருந்தாள். அந்த அறை முழுவதும் மெல்லிய ஒளியும் நறுமணமும் பல நிறக் கலவையும் சூழ்ந்த இருளைப் பரப்பிக் கொண்டிருந்தது. இவ்வாறான சூழலுக்கு அவனும் அவளும் மயங்கித்தான் கிடந்தார்கள். எப்பொழுதும் அவனுடனிருப்பதைக் காட்டிலும் அவள் வேறெதையும் விரும்பியதில்லை. உடனிருப்பது என்றால் அவனோடு கலந்து விடுவதைத்தான் அப்படிச் சொல்கிறாள். கிராமத்தின் அத்தனை பெயர்களுக்கும் இவர்களுடைய வாழ்வு ஒன்றும் புதிதாய்த் தோன்றுவதில்லை. எல்லோருக்குமே கூடுதல் என்பது இயல்புதான். சுவாரஸ்யமாக அவளின் அறையமைப்பும் அலங்காரமும் அழகுணர்வும் தோரணையும் அவர்கள் இருவரையும் கிராமத்தின் ரதி மன்மதனாகவே பார்க்கப்பட்டது. காமன் பண்டிகையான காமுட்டித் திருவிழாவில் பெண் வேடமிட்டு வரும் ஆண்களும் சரி, மன்மதன்களாகத் தோன்றும் ஆண்களும் சரி, அந்த கிராமத்தில் மட்டும் கேலிக்குரியவர்களாகப் பார்க்கப்பட்டதற்கு இவர்களும் ஒரு காரணம்.

குழல் விளக்குகளில் சுற்றப்படும் செலஃபன் பேப்பர்கள் ஏற்படுத்தும் நிறக் கலவையைக் காட்டிலும் இயற்கை எழுப்பும் நிறக் கலவை என்பது சற்று அதீதக் கற்பனைக்குள் எப்பொழுதுமே அவளைத் தள்ளிவிடுவது உண்மை. அதன் பொருட்டே அரிதாகக் கிடைக்கும் பொருட்களைச் சேகரிப்பதும், அதை மிக அரிதான பொழுதுகளில் பயன்படுத்துவதும், அவளுடைய அன்றாடப் பொழுதுபோக்குகளில் அவனில்லாத நாட்களின் வெறுமையைத் துடைப்பதில் பெரும் பங்காற்றின.

பித்தளை விளக்குகள் எத்தனையெத்தனை விதம் உண்டோ, அத்தனையும் அவளிடத்தில் இருந்தன. அன்னமும் மயிலும் ஐந்துமுகம் முதல் பதினாறு முகம்வரை திரியிட்டு ஏற்றும் விளக்குகளும் கூட வைத்திருந்தாலும் சரம் சரமாகத் தொங்கும் விளக்குகளில் ஆரம்பித்து அந்தரத்தில் நிற்கும் விளக்குகள் வரை ஏற்றப் பழகியிருந்ததால் மாக்கல் விளக்கு, சுட்ட களிமண்ணால் ஆன விளக்கு, தரங்கம்பாடி ரயில் நிலையத்தில் ஸ்டேஷன் மாஸ்டரால் கைவிடப்பட்ட விளக்கு என்று அவளுடைய சேகரிப்பு விஸ்தாரமானது. கண்ணாடிகளைத் துடைத்து வைப்பதைப்போல விளக்குகளையும் துடைத்துத் தூய்மையாய்ப் பராமரித்தாள். விளக்கேற்றப் பயன்படும் திரி நூல் பலவிதத்தில் அவளிடம் நறுமணத்திற்கு ஏற்ப இருந்தது. எண்ணெய்யும் அப்படித்தான்.

அவளுடைய இந்த வாழ்க்கை அவளை மேன்மையானவளாக வைக்கும் என்று ஒருபோதும் அவள் எண்ணியதில்லை. இயல்பாய், இயற்கையாய் அவளுடைய ஆசைக்கு இணங்கியவனுக்காக இருவருக்குமான பொது விருப்புவெறுப்புகளை மிக சாதாரணமாகக் கொண்டாடித் தீர்த்தாள்.

விருத்தாச்சலத்தில் இருந்து நான்கு மைல் தூரம் சைக்கிளில் போனால் அந்த கிராமம். இரவு முழுவதும் ஆற்றங்கரையில் அமர்ந்து நாடகம் பார்த்தோம். நாடகத்தில் பஃபூனுக்குப் பெரிய வரவேற்பு இருந்தது. கூடவே இருந்த கல்யாண சுந்தரத்திற்கு ஜாதகம் பார்க்கத் தெரியும். அவன் சொன்னான், "ஸ்திரீபார்ட்டுக்கும் பஃபூனுக்கும் உறவு சரியாய் இருக்கிறது..." என்று.

நான் சோதிக்கும் விதமாக விடிந்தும் விடியாததுமாக ஸ்திரீபார்ட்டிடம் கேட்டேன்,

"எங்கூட வந்துட்றியா?"

அவ சொன்னா,

"நீ கேட்க மாட்டியான்னுதான் காத்துக் கிடந்தேன்."

கல்யாண சுந்தரத்துக்குக் கார் ஓட்டத் தெரியாது. ஸ்திரீபார்ட்டை ஏற்றிக்கொண்டு மதிய வேளையில் விருதாச்சலம் தாண்டி வந்தபோதுதான் மெல்ல விசும்பினாள்.

"பாவம் பஃபூன் இன்றிரவை யாருடன் கழிப்பானோ..." என்று.

அம்மாஞ்சி

34

கட்டு மரத்திற்கும் போட்டுக்கும் லாஞ்சுக்கும் கப்பலுக்கும் ஓடத்துக்கும் பெரிய வித்தியாசம் இல்லை. எல்லாமே மிதவைகள்தான். வலை கீழே இருப்பதை நீர்மேல் அடையாளமிட்டுக் காட்டிக் கொடுப்பதும் மிதவைதான். வானத்திற்குக் கீழே நீர்நிலைகளின் மேலே மிதக்கும் எல்லாப் பொருளின் மீதும் மிதந்து போகலாம் என்று அவளுக்கு அர்த்த ராத்திரியில் தோன்றியது.

முழு வீச்சில் கச்சேரி போய்க்கொண்டிருந்தது. பெரிய பெரிய பூப்போட்ட கைலிகளைக் கட்டிய இளைஞர்கள் சூழ்ந்திருந்தார்கள். எங்கு திரும்பினாலும் ஜனக் கூட்டம். எல்லோருடைய பார்வையும் மேடை மீதுதான். மேடையில் பாடிய பாடகி ஒரு பழங்காலத்துக் காதல் பாடலை ரசிக்கும்படியாகவும் கேட்கும்படியாகவும் பாடிக்கொண்டிருந்தாள். அவளுடைய கால்கள் தாளம் போட்டுக்கொண்டிருந்தன. ஒரு கையில் மைக்கைப் பிடித்துக்கொண்டும், மறு கையால் தன் தொடையைத் தட்டிக்கொண்டும் பாடியதை தூரத்தில் இருந்தும்கூட, நன்றாகப் பார்க்கும் படியான ஒளியமைப்பு செய்யப்பட்டிருந்தது.

அவளுக்கு மட்டும் மேடையின் மேற்புரத்திலிருந்து வெள்ளமென வெளிச்சத்தைப் பரவ விட்டிருந்தார்கள். ஏறக்குறைய ஜனங்களின் காதுகளிலும் கண்களிலும் அந்தக் காட்சியும் பாடலும் ஏனோ சௌக்கார் ஜானகியை நினைவூட்டியது. இவளும்கூட சௌக்கார் ஜானகியை 'பாபு' திரைப்படத்தில் பார்த்திருக்கிறாள். அப்படி ஒன்றும் அழகிய அலங்காரமான சௌக்கார் ஜானகியாக அந்தப் படத்தில் இருந்திருக்கவில்லை. கண்ணைக் கசக்கி முந்தானையைப் பிழிந்துபிழிந்து அழும் சௌக்காரைத்தான் அவளுக்குப் பிடிக்காதே தவிர, புதிய பறவையில் அறிமுகக் காட்சியிலிருந்து கடைசி வரை தொடை தட்டிப் பாடி ஆடும் சௌக்காரை அவள் மனம் விரும்பவே செய்தது.

எந்தத் திரைப்படத்திலும் பெண் கதாப்பாத்திரங்கள் 'வாணிராணி'யில் வாணிஸ்ரீயைப் போலவோ, அல்லது பல ஜெயசங்கர் படங்களில் வரும் ஸி.ஐ.டி சகுந்தலாவையோ எப்போதும் அவள் ஏற்றுக் கொண்டவள்தான். துடுப்புப் போட்டுப் படகைச் செலுத்தும் ஆண்மகனுக்குக் கைகளிலும் உடம்பிலும் வலு எவ்வளவு என்பதை அவள் திரும்பத்திரும்ப நினைத்துப் பார்த்தாள்.

"பார்த்த ஞாபகம் இல்லையோ... பருவ நாடகம் தொல்லையோ...", என்ற பாடல் சற்று அவளுக்கு அன்னியப் பட்டிருந்தாலும் கூட நளினமும் ஒய்யாரமும் அவளோடு சேர்ந்துதான் இருந்தது. தானாகவே ஒரு சுற்றுச் சுற்றிப் பார்த்துக் கொண்டாள். கால்கள் நடனமாடுவதற்கு ஏதுவாகத் துடித்துக் கொண்டுதான் இருந்தன. மிகுந்த சிரமத்திற்குப் பின் கால்களைக் கட்டுப்படுத்திக் கொண்டாள். ஓர் உயரம் தாண்டுவதையோ நீளம் தாண்டுவதையோ கூட அனாயாசமாகச் செய்துவிட முடியும். தான் விரும்புவதை மனம் தனக்கே சொல்லும் தருணங்களில் அவள் தன்னைத்தானே தண்டித்துக்கொள்ளத் தயங்குவாள் இல்லை. எங்கிருந்து இந்தப் பழக்கம் தொற்றிக்கொண்டிருக்கும் என்றுகூட நினைப்பாள் இல்லை. இப்பொழுதெல்லாம் கண்கள் விரிய அதிசயத்துப்போய் எதையும் பார்க்கத் தோன்றாது சாதாரணமாகவே பார்த்துக்கொண்டிருந்தாள். சற்று மிதப்போடு...

பொழுது சாயும் தருவாயில்கூட இப்படி எதுவும் தோன்றவில்லை. பகல் எப்பொழுதும் அவளுக்கு அலுவல் சார்ந்ததாகவே போய்விடுகிறது. தேவையிருக்கும் பொழுதெல்லாம் கை தட்டினால் வந்து தீர்த்து வைப்போரை தெய்வமென அவளுக்கு நினைக்கத் தோன்றாது. மாறாகத் தன் அருள் கிடைப்பாருக்குத் தானே தெய்வமென வழிபடுவார்களா என்று நினைத்துக்கொள்வாள்.

பட்டணத் தெருவில் ஆண்களும் பெண்களும் அவளுடைய மனம்போலவே அதிர்ந்து பேசுபவர்களாகவும் ஓங்கி நடப்பவர்களாகவும் ஓசரமாகவும் அகல மார்புடனும் இருப்பதால் அவர்களுடைய உடல் தோற்றத்திற்குச் சற்றும் தான் குறைந்தாளில்லை என்று நினைக்கும்போதே கை தானாகத் தொடையைத் தட்டியது. வானத்தில் கிருஷ்ணப் பருந்து வட்டமடித்து உதய நேரத்தை அறிவித்தது.

வேம்புலி அம்மன் கோவில் கும்பாபிஷேகம் செய்ய சகல ஏற்பாடுகளும் நடந்தன. நானும் சுந்தர் அண்ணனும் அங்கே போயிருந்தோம். சுந்தர் அண்ணனுக்கு இடதுகையால் படம் போட்டுத்தான் பழக்கம். யாகசாலை மண்டபத்தில் அவர் வரைந்து காட்டிய படங்களெல்லாம் பிரமிப்பானவை. சிவாச்சாரியார்கள் வலதுகையால் பவ்யமாகச் செய்யும் எல்லாக் காரியங்களையும் சுந்தர் அண்ணன் இடதுகையால் சாதாரணமாகச் செய்தார். பூரண கும்பம், தாமரைப் பூ, காளி மாதா, சிங்கவாகனம் என்று எல்லாவற்றையும் கோட்டுச் சித்திரங்களின் மூலம் உயிர்ப்பித்தார் தன் இடதுகையால். எப்படியெல்லாம் அணுகக் கூடாதோ அப்படியெல்லாம் அணுகியதால் அச்சித்திரங்களுக்கு உயிர் வந்தது. எனக்கும்கூட ஓவியம் கற்றுக்கொள்ள ஆசை வந்தது. தரித்திர தொழிலைக் கற்றுக்கொடுக்க அவருக்கு எந்தத் தயக்கமும் இருக்கவில்லை. எனக்கும் கூடப் புனிதத்தின் மீதிருந்த மதிப்பும் நம்பிக்கையும் வேறொன்றாக மாறிப்போனது. இடதுகையோ வலதுகையோ குருவுக்கு மிஞ்சிய கோட்பாடுகளில் சந்தேகம் இல்லாமல் நம்பிக்கை வைத்தேன். இன்று நானும்கூட வண்ணக்காரன்தான்.

அம்மாஞ்சி

35

அதிர்வேட்டு வைப்பதற்காகச் சிலபேர் வாணக் குழாயைத் துடைத்துச் சுத்தம் செய்தார்கள். இலுப்பமரக் கட்டையில் வரிசையாக அடித்து வைக்கப்பட்டிருந்த இரும்புக் குழாய்கள் மரத்திற்கு மேலே கிளைகள்போல ஒன்றரை அடி உயரத்திற்கு நீட்டிக் கொண்டிருந்தன. அதை வாணக் குழாய் என்று அழைத்தார்கள். அதனுள்ளே வெடித் தூளை நிரப்பி மேலே செங்கல்லைப் போட்டு இடித்து வாணக் குழாயின் அடியிலிருந்த துவாரத்தில் மருந்தைக் கோலம் போடுவதுபோலக் கோடு இழுத்துக்கொண்டு கடற்கரை மணலில் இருபதடி தூரம் வந்தபின் பற்றவைத்து, அதிர்வேட்டை வெடிக்கச் செய்த கணத்தில் மேடைக்குப் பின்புறத்திலிருந்து கிளம்பிய தொடர் சத்தத்தால் கடற்கரை முழுவதும் அதிர்ந்தது. மேடைக்கு முன்னால் கூடியிருந்த ஜனக்கூட்டம் அண்ணாந்து வானத்தைப் பார்த்தபோது அதிர்வேட்டுகள் ஏற்படுத்திய அதிர்ச்சியில் பொட்டப் பிராந்துகளும் கிருஷ்ணப் பருந்துகளும் பச்சைக் கிளிகளும் காக்கைகளும் நூற்றுக்கணக்கில் பறந்தன.

தூக்கம் கலைந்து பறந்துபோன பறவைகள் ஊடே கூடியிருந்த குழந்தைகளும் பெண்களும் ஆண்களும் வயோதிகர்களும் கலைந்து காணாமல் போனார்கள். எங்கோ மல்லாந்து கோட்டுவாய் ஒழுகப் படுத்திருந்த அவளுடைய திறந்த வாயில் மணல் கொட்டியதும் 'தூ...' என்று துப்பி விழித்துக்கொண்டாள். எதிரே குளித்து முழுகி ஈரத் தலையுடன் மண்ணை அள்ளி வாயில் போட்டவள் நின்றுகொண்டிருப்பதைப் பார்த்து, "நீதானா..." என்று ஸ்நேகமாய்ச் சிரித்தாள்.

“என்னத் தவிர உன் வாயில மண்ண போடுறதுக்கு யாரிருக்கா?”

“அது சரி, மண்ணா இருந்தாலும் வெண்ணையா இருந்தாலும் நான் நெனச்சா அள்ளிப்போட ஆளிருக்கு. நெனக்காமலேயே அள்ளிப் போடுறதுக்கு நீ இருக்க”,

சொல்லிக்கொண்டே எழுந்துபோய்க் கருவக்கா பல்பொடியைத் தேடினாள். அழகாக நாள்காட்டியின் காகிதத்தில் மடித்து வைக்கப்பட்டிருந்த பொட்டலத்தில் ஒன்றை உருவி எடுத்து, மொட்டை மாடியிலிருந்து இருவரும் கீழிறங்கிப் போனார்கள்.

“நேத்து ராத்திரி சனியனே எங்க போயித் தொலஞ்ச”

“நீ என்னமோ என்னைய தேடன மாதிரியில்ல கேக்குற.”

“இல்ல, கோழி திருடு போயிடுச்சி. அதனால கேட்டேன்.”

“ஈரத் துணியப் போட்டு கோழி புடிச்சிட்டுப் போனவன் என் கண்ணுலயா மாட்டனும். அங்க அம்மாசி மரத்துல கட்டி வச்சிட்டுத்தான் வந்திருக்கேன்.”

“அந்த மரத்துலயா ...”

“ஏண்டி .. ?”

“ஆறு மணிக்கு மேல புளிய மரத்தடி பக்கம் யாரும் போறதில்ல. அதுவும் அம்மாசி கெழவன் தூக்கு மாட்டுன மரத்துக்குப் பகல்லகூட யாரும் போறது இல்ல. அர்த்த ராத்திரியில உனக்கு அங்க என்ன வேல?”

“அதுவா .. ? ராத்திரில்ல ராத்திரி, பட்ணத் தெருவுக்குப் போயிட்டு வந்தனா ...”

“என்னாது .. ? தனியாவா?”

“ஆமாண்டி . . . கேளு . . . விடிஞ்சி போச்சு. ஒருத்தன் கைலில கட்டித் தூக்கிட்டுப் போனான். உடுவனா? ஒரே அர. சுத்திக்கிட்டு உழுந்தான் இல்ல. கையி ரெண்டையும் வைக்கப் பிரியில கட்டித் தலகீழா தொங்க விட்டுட்டுதான் வந்திருக்கேன்.”

“அன்னிக்குக் காணாமப் போன கறுப்புக் கோழியவும் அவன் கணக்குலயே எழுதிடுவோம்.”

இருவருமாகப் பேசிக்கொண்டே பல் துலக்கி அவள் குளித்து முடிக்கும்வரை கூடவே அமர்ந்திருந்தாள். இரண்டு பேரின்

வாசனைகளுக்குள்ளும்தான் எத்தனை வித்தியாசம். மூன்றாவது முழுக்கில் ஆழத்திலிருந்து எடுத்துவந்த களிமண்ணை மேலே உடம்பில் பூசி வெய்யிலில் காய்ந்ததால் சிறிது நேரத்திற்குப் பின்பு வறண்டுபோய்த் தோலை இழுத்ததால் திரும்பவும் குளத்தில் குதித்துக் கழுவிக்கொண்டாள். பச்சை முட்டையை உடைத்து வெள்ளைக் கருவைத் தலையில் தேய்த்தாள். பின்பு நன்றாக அலசிக் குளித்துவிட்டு எழுந்துவரும் அவள் உடம்பில் என்ன வாசனை அடிக்குமென்று அவளுக்குத் தோன்றியது. சவரட்சனை செய்துகொள்வதில் மனம் விருப்பமாகத்தான் இருக்கிறது. அதன் போக்குகளில்தான் இருவருக்கும் வெவ்வேறு விதமான ரசனை இருப்பதை நம்மால் தெரிந்துகொள்ள முடிகிறது.

உலகின் பல சோப்பு விற்கும் கம்பெனிகளில் முக்கியமானது ஹிந்துஸ்தான் லீவர். அப்பா அதன் விநியோகஸ்தராக இருந்த காலத்தில் எங்கள் ஊரில் சவுக்காரம் விற்பதற்குக் கரகாட்டம் வைத்து ஊர்வலமாக எடுத்துச்சென்றார். ரின் சோப் இப்படித்தான் பிரபலமானது. நானும்கூட அந்த ஆட்டத்தின்பால் ஈர்க்கப்பட்டேன். எனக்கு சவுக்காரமும் தெரியாது; கரகாட்டமும் தெரியாது. இரண்டும் ஒரே சமயத்தில் அறிமுகம் ஆனதால் மிகச் சிறிய குழப்பம். கரகாட்டத்திற்கும் சவுக்காரத்திற்கும் என்ன சம்மந்தம்? மக்கள் துணியை வெளுப்பதற்கு எதற்காகக் கரகாட்டத்தைப் பார்க்கிறார்கள். ஒருவேளை கரகாட்டம் உடலையும் மனதையும் துணியையும் சேர்த்தே வெளுக்குமோ என்னவோ என்று எண்ணிக்கொண்டேன். மனம் கறை படிந்தது. எந்த சவுக்காரத்தாலும் கரகாட்டத்தாலும் கழுவிக் களைய முடியா கறை அது.

அம்மாஞ்சி

36

பெரிய சிவன் கோவிலெல்லாம் இல்லை அது. முச்சந்தியில் இருக்கும் நான்கு செங்கற்களைக் கூம்பு வடிவத்தில் அடுக்கி அதன் அடுக்குமுறை ஒரு செங்கல்லைப் படுக்க வைத்து, அதன்மேல் இன்னொரு செங்கல்லையும் வைத்து, இரண்டு செங்கற்களைக் குத்துவாக்கில் மேலே குவியும்படி முட்டுக்கொடுத்தால் அது மேல் நோக்கிய முக்கோணம். செங்காமட்டை நிறத்தில் மேல் நோக்கிய முக்கோணத்தின் நடுவில் ஏற்பட்ட முக்கோண துவாரத்தில் ஒரு அகல் விளக்கை ஏற்றி வைத்தால் அதுதான் காமுட்டிக் கோவில். அப்படியொரு காமுட்டிக் கோவிலுக்கு வருடத்திற்கொருமுறை அந்த ஊரில் விழா கொண்டாடுவது வழக்கம். இவளைத் தவிர அந்த விழா எல்லோருக்கும் பிடித்தமானதுதான்.

ராமானுஜம் காலையிலேயே மீசையை எடுத்துவிட்டுத் தன் நீண்ட கூந்தலை அவிழ்த்துக் காய வைத்திருந்தான். அதிகாலையில் குளித்ததாலோ என்னவோ அது இன்னும் ஈரமாகவே இருந்தது. முகம் முழுவதும் சுத்தமாகச் சவரம்செய்து கைகள் இரண்டிலும் கண்ணாடி வளையல்போட்டு ரதிவேஷம் கட்டுவதற்குத் தயாரானான். ரதியின் மார்புப் புடைப்பு அவன் கைவண்ணம்தான். சென்ற ஆண்டு தைத்து வைத்திருந்த அளவு ஜாக்கெட்டை விட மார்பையும் மார்புக் காம்பையும் எடுப்பாகக் காட்டும்படி சற்றுப் பெரிதாகத் தைத்து வைத்திருந்தான் நேற்றே. பாவாடையின் அளவுக்கு மீறிய ஜரிகை வேலைப்பாடுகள் சுருக்கம் எல்லாம் புதிதாக இருந்தது. கம்முகட்டை முடியை எடுக்கும் போதுதான் சோமு இப்படிக் கேட்டான்,

"எல்லா வருடமும் நீதான் ரதியா? மன்மத வேஷம் எப்பத்தான் கட்றது?"

வாழ்க்கையிலாவது ஒருமுறை மன்மதனாக வேஷம் கட்ட ஆசைதான் ராமானுஜனுக்கு. ஏனோ இதுவரை அது அமைந்த பாடில்லை. ராமானுஜம் ஒன்றும் படிப்பறிவில்லா நாடகக்காரன் இல்லை. நாடகத்தின்பால் அவனுக்கிருந்த ஈர்ப்பால் முச்சந்தியில் காமுட்டித் திருவிழாவில் குறவன் குறத்தி ஆட்டத்திற்கு நடுவில் உலாவரும் ரதி வேஷம்தான் கிடைத்தது. அன்றிலிருந்து அவன் என்றுமே மன்மதனுக்கு அடிமையாகவே விரும்பினான். கும்மோணத்தில் முறையாக நாட்டியப் பள்ளியில் படித்தவன்தான்.

சலங்கை கட்டிவிட்டாலும் ஆடத் தெரியணும் இல்ல. என்னதான் எட்டுக் கட்டையில பாடத் தெரிஞ்சாலும், பொம்பளக் குரல் வேணுமில்ல. எல்லாம் அமஞ்சிதான் போச்சு. ஒரு மாசம் கூட ஒருத்தியும் வீடு தங்க மாட்டங்கிறா. நெனப்பெல்லாம் பொழப்பா இருந்தா, பொழப்பு கனவாத்தான் போச்சு. வச்சிப் பொழக்க வக்கில்லன்னாலும், வச்சிக்கிறவங்களும் வக்கத்துப் போயிட்டாங்கோ. இருந்தா "ஐயா, வூட்டுல இருக்காளே அவள மாதிரி இருக்கணும்" என்று எண்ணிக்கொண்டே முகச் சாயத்தைப் பூசிக்கொள்ளத் தொடங்கினான். புதிய ரசம் ஏற்றப்பட்ட பெல்ஜியம் கண்ணாடி அவன் முகத்தை மேலும் அழகாகக் காட்டியது. அவன் அல்ல அவளாக...

கார் வாங்குவதென முடிவெடுத்த பின்பு கும்பகோணம் பாண்டியன் மெஸ்ஸில் சாப்பிட்டுக் கொண்டிருந்தேன். நண்டுக் குழம்பு கண்களிலிருந்து நீரை வரவழைத்தது. ராமன் & ராமனில் இரண்டுநாள் ஆகும் என்று சொல்லிவிட்டான். இரண்டு நாட்களும் கும்பகோணத்தில் மடத்துத் தெருவும் காந்தி பூங்காவும் மகாமகக் குளமும் யானையடியும் வெங்கடா லாட்ஜும் ஓவியக் கல்லூரியும் காவேரிப் பாலமுமாகப் பொழுது ஓடியது. அம்பாசிடரைப் பார்ப்பதற்கு முன்னால் ரங்க விலாஸ் புகையிலைக் கம்பெனியும் இன்டர்நேஷனல் டிராக்டரும்தான் அறிமுகமாயின. இன்றும் எனக்குக் கார்களின் மேல் பிரியம் வருவதற்கு அந்த நண்டுக் குழம்பிற்கு எந்தச் சம்பந்தமும் இல்லை. ஒருவேளை நான் பார்த்த பொல்லாதவன் படத்தின் பாடல் காட்சிக்கு ஏதாவது சம்மந்தம் இருக்கலாம்.

அம்மாஞ்சி

37

புதிதாக வாங்கிய ட்ராக்டரும், ட்ரைலரும் இந்த வருடம் காமுட்டித் திருவிழாவுக்குச் சிறுவர்களை ஏற்றிக்கொண்டு, குறவன் குறத்தியும், ரதி மன்மதனும் ஆடிக்கொண்டுபோன எல்லா இடங்களுக்கும் பின்னாலேயே ஊர்ந்து போனது பெருத்த கூக்குரலோடு. ஆட்டமும் பாட்டமும் அமளிதுமளிப்பட்டது.

ஊரிலுள்ள எல்லோருமே, காதல் வயப்பட்டிருந்தார்கள். ஏனோ அவளுக்கும் உடம்பு ஒரு மாதிரியாய்ப் படுத்தியது. அவ்வளவு உசரத்திலிருந்து கீழே பார்த்தால் ஆட்டக்காரிகள் தூக்கிக்கட்டிச் சுற்றிவந்து பம்பரமாய் ஆடுவது அழகாகத்தான் இருந்தது. அடித்த மேளம் நையாண்டியாய் இருந்தாலும், அதன் ஓசை மனதில் ஏதேதோ தோன்றி மறைவதைத் தவிர்க்க முடியவில்லை அவளால்.

ஒரு மரத்திலிருந்து மற்றொன்றுக்குக் கிளைகள் வழியாகவே தாவிக் கொண்டிருந்தாள். ஆட்டம் நகர்ந்தபோது அவளும் நகர்ந்துகொண்டே, ஒரு கட்டத்தில் கீழிறங்க முடிவு செய்தாள், அந்தக் கட்டம் மன்மதன் உயிர்பெறும் மூன்றாம் கட்டம்.

> "இந்த மன்மதனுக்கு மீச வரஞ்சது யாரு? அந்தக் கட்டு கட்டியிருக்கானே! கெண்டைக்கால் சதையெல்லாம் நெஜந்தானா? இந்த ஆட்டம் ஆடுறானே? அவனுக்கு இடுப்பு நோவாது? ஆட்டமே ஆறுமணி நேரம்னா மத்ததுக்கெல்லாம் எத்தன மணி நேரம்?"

யாரோ அவள்மீது காறித் துப்பியதுபோல உணர்ந்தாள், கிருஷ்ணப் பருந்துவின் எச்சம். அவள் இடதுகாலில் விழுந்தது அண்ணார்ந்து பார்த்தால் அவள் அமர்ந்த கிளைக்கு மேலே உச்சிக் கிளையில் அவள் பிரியமுடன் வளர்த்த கிருஷ்ணப் பருந்து அவளைப் பார்த்துக் கத்தியது. இருவருக்கும் ஒரு போட்டி

ஆரம்பிக்கப்போவது கீழே கூடியிருந்த கூட்டத்திற்குத் தெரியாது. மரத்தின் உச்சியிலிருந்து தரையைத் தொடுவதில் இந்த முறையும் அவள்தான் முந்தினாள்.

இடது தோளில் வந்தமர்ந்த கிருஷ்ணப் பருந்துவைக் கொஞ்சத் தொடங்கினாள். இடுப்பில் முடிந்து வைத்திருந்த வாதாங்கொட்டையைத் தின்னக் கொடுத்தாள். இறங்கிய மரமொன்றும் அவ்வளவு சுலபமில்லை. ஆன போதிலும் அச்சமூட்டும் விதமாக இருந்ததை மரமேறிப் பழகிய அந்தக் காட்டுப் பூனைகள் அதிர்ந்து பார்த்துக்கொண்டிருந்தபோதுதான் கூட்டத்தில் இருந்தவனுக்கு இவளைப் பற்றி அச்சம் மெல்லப் படர ஆரம்பித்தது.

மருதம் வாசகர் வட்டம்

வழக்கத்துக்கு மாறாக இந்த முறை ஒரு சிறப்பு அழைப்பாளரை அந்த வாசகர் வட்டம் எதிர்பார்த்துக் காத்திருந்தது. வங்கிப் பணியை முடித்துக்கொண்டு மாயவரத்திலிருந்து பஸ் ஏறி அந்த ஊருக்கு வருவது அவ்வளவு சாதாரணம் இல்லை. வழியில் என்ன தடங்கலெல்லாம் வரும் என்றே சொல்ல முடியாது. வாசகர் வட்டம் தன் விதியைத் தளர்த்தத் தயாராய் இல்லாததால் சரியான நேரத்திற்கு . . .

“நண்பர்களே . . . அழகியசிங்கர் எப்படியும் வந்துவிடுவார் நாம் வாசகர் வட்டத்தை முதலில் கேள்விகளிலிருந்து துவங்கலாம். யாருக்காவது கேள்வியிருந்தால் கேளுங்கள்.”

“வாசகர் வட்டம்னா இன்னாங்க ?”

கூட்டத்திலிருந்த மற்றொருவர் அவரை முறைக்கவும் அடங்கிப் போனார்.

“அவர் கேட்பதில் ஞாயம் இருக்கிறது. எவனோ ஒருத்தன் எங்கயோ நடக்கறத எழுதறான். நாம வேடிக்கை பாக்குறோம். யாரு எழுதுறான்னு தெரியல. எதைப் பத்தி எழுதுறாங்கன்னும் புரியல. கேள்வி மட்டும் கேட்க சொல்றிங்க ?”

“யாரு எழுதுனா என்ன ? புரியாட்டிப் போனா ? உங்களோட வாசிப்புல கொறன்னு அர்த்தம்.”

டாஸ்மாக் எழுந்தான்.

“ஒரு தடவ தஞ்சாவூர் போனப்ப, எம்.வி வெங்கட்ராமைப் பாத்தேன்.”

“யோவ் உட்காருய்யா . . .”

“இல்லைங்க நான் கேட்டு முடிச்சிடறேன்.”

“நீ ஒன்னும் கேட்க வேணாம். மூடிட்டு உட்காரு . . .”

இந்தக் கதையில வர கதாபாத்திரங்களா இருக்கட்டும், சம்பவங்களா இருக்கட்டும், கிட்டத்தட்ட நம்முடைய கலாச்சாரத்த கெடுக்குற மாதிரி இருக்கு. அதுக்கு நம்ப அனுமதிக்கலாமா ?

“யோவ் . . . உனக்கெல்லாம் ஏதுயா கலாச்சாரம் ?”

“அநாகரீகமாகப் பேசுவதை நிறுத்திக்கொள்ளுங்கள்.”

“எனக்கென்னமோ . . .”

வாங்க அழகியசிங்கர் . . . நண்பர்களே, ‘கலாச்சார மாற்றமும் இலக்கியத் தொடர்பும்’ என்ற தலைப்பில் இப்பொழுது அழகியசிங்கர்.

தாயக் கட்டத்தில் பன்னிரெண்டு கட்டத்தில் ஆடியே பழக்கப்பட்டவன் நான். என் பாட்டிகளெல்லாம் காயைப் பழுக்காமல் என்னிடம் வெட்டுப் பட்டார்கள். ஐந்து காய்களையும் முதலில் பழுத்த ஒரே ஆள் நான்தான். அவளோடு சேர்ந்து ஆடிய நாட்களில் வேண்டுமென்றே வெட்டுக் கொடுத்தாலும் இதுவரை அவள் என்னை வெட்டியதில்லை. தாயம் உருட்டினால் வீட்டிற்கு நல்லதல்ல என்று சொல்லிப் பக்கத்தில் இருந்த வண்டிக் கொட்டகைக்கு என்னைக் கூட்டிச் செல்வாள். நான் தாயக் கட்டைகளை மட்டும் உருட்டிப் பழகவில்லை. வெட்டப்படாத காய்களையும்தான். மொட்டை மாடுகள் கனைத்து எழுந்து மிரண்டு ஓடும் அளவிற்கு எங்கள் காமம் வண்டியின் பாரை உடைத்தது.

அம்மாஞ்சி

38

சாகசங்கள் பலவும் செய்பவர்களுக்குக் கயிற்றின் மேல் கண்ணிருக்கும் என்பது உண்மைதான். ராணி மார்க் அடைந்த அதிர்ச்சியை அடுத்த வினாடியே இவள் தெரிந்து கொண்டதில் வியப்பேதும் இல்லை. கூட்டம் விலகி வழிவிட்டது. கம்பீரமாக நடந்து அவளருகில் சென்று தோளைத் தொட்டாள். அரை வினாடிக்கு நின்ற ஆட்டம் மீண்டும் இவள் புகழ்பாடத் துவங்கியது. மன்மதன் கட்டியம் கூறினான்,

“மகா ராஜாவுக்கெல்லாம் மகாராஜா ...”

“ஆமா .. !”

“மகா ராணிக்கெல்லாம் ... மகாராணி ...”

“ஆமா .. !”

“மன்மதனுக்கெல்லாம் மன்மதன் ...”

“ஆஹா .. !”

“ரதி தேவிக்கெல்லாம் ... ரதிதேவி ...”

“அப்படி ...”

ஆட்டக்காரர்கள் பலவிதம். ஆட்டத்தில் ஐந்து பெண்களும் நான்கு ஆண்களும் ஆடிக்கொண்டிருந்தார்கள். அந்தக் காலத்தில் புகழ் பெற்றிருந்த ஹிந்திப் படப் பாடல்களை நாயனக்காரர் வாசித்தார். சங்கம் படத்தின் பாடல். படத்தில் முதல் இடைவேளைக்குப் பின் வைஜெயந்திமாலா பாடி ஆடும் பாடல். பாடலுக்கு வைஜெயந்தி மாலாவின் ஆட்டம் மிகவும் பிரபலம். கிட்டதட்ட ஆடிய அத்தனை பெண்களுமே தங்களை வைஜெயந்தி மாலாக்களாக நினைத்துக் கொண்டுதான் ஆடினார்கள். ராஜ்கபூரும் ராஜேந்திர குமாரும்

நடித்த படம். படத்தில் இரண்டு இடைவேளைகள் இருந்த போதும் இந்த ஆட்டத்தில் இடைவேளையே இல்லை. மூன்று இசையமைப்பாளர்கள் படத்துக்கு இசையமைத்திருந்தாலும் இங்கு எல்லாவற்றுக்கும் ஒரே நாயனம்தான். கட்டை நாயனம்.

அந்தப் படத்தின் பாடல்கள் எல்லாம் ஆட்டத்தில் பாடப்பட்டன. அவளுடைய கண் வேறு எவரையோ தேடிக் கொண்டிருந்தாலும் ஆட்டக்காரர்களின் கண் அவளிடமே நிலைகொண்டிருந்தது. பாடல்களுக்கு நடுவில் அவளைப் புகழ்ந்ததுகூட காதில் கேட்கவில்லை. ஆட்டம் பார்த்த அத்தனை பேருக்குமே அவள்தான் வைஜெயந்தி மாலா.

"அம்மா, ஐயா, சின்னவக, ஆச்சி, இதெல்லாம் இல்ல, எங்க மகராசி, கிருஷ்ணப் பருந்த தோளுல வச்சி கோவில் காளைய காலுல வச்சி மதம் கொண்ட யானைய தோலுரிப்பா..."

"அந்த சிவபெருமானுக்கும் சிவபெருமான் இவதான்..."

கட்டியங்காரன் பாடிக்கொண்டே போனான். ஆட்டம் நிற்காமல் தொடர்ந்தது. நண்பகல் சூரியன் உச்சியில் வியர்வை வழிந்தோடியது அவளுக்கு. ஏனோ இவளுக்குள்ளும், வெறுமையும் இருட்டும் ஊதா நிறத்தில் ஊறிக் கிடந்தன.

சாவு வீடுகளுக்கு நான் போவதில்லை. செத்தவனை மாத்திரமே நான் அறிந்திருந்த படியால் எனக்கு சாவு வீட்டில் எந்த வேலையும் இல்லாதிருந்தது. சாவில் எனக்கு நம்பிக்கை இல்லை. சாவு வரும்போது என்னிடம் சொல்லிக்கொண்டு வரப்போவதில்லை. சாவு வந்தபின் அதைச் சொல்ல நான் இருக்கப் போவதில்லை. சாவுக்காகவே காத்திருக்கும் ஊரில் வாழ்வுக்காக எப்பொழுதும் நான் காத்திருந்தேன். வாழ்வு எப்பொழுதும் எனக்குக் கொண்டாட்டமாய் இருந்தது. கொண்டாட்டம் எல்லை மீறிய போது பலருக்குச் சாவு வந்திருந்தது. எனக்கு ஏனோ இன்னமும் கொண்டாட்டம் தீர்ந்தபாடில்லை. அன்றைக்கும் அப்படித்தான். சப்பளங் கொட்டி உட்கார்ந்து கொண்டிருந்தவன் என்னிடம் கேட்டான்.

"அவளை எப்படி நீ சமாளிக்கிறே?"

இப்படிக் கேட்கும் எல்லோருக்கும் என் பதில் ஒன்றே ஒன்றுதான்...

"என்னை சமாளிப்பதென்பது என்னாலேயே முடியாத காரியம்".

அம்மாஞ்சி

39

ஊரிலுள்ள வயசானவர்களில் முக்கியமானவர் கிருஷ்ணன். கிருஷ்ணனுக்கு ஊர் மிகவும் மரியாதை கொடுத்தது. பலமுறை கிருஷ்ணன் தன்னுடைய சிவப்பு முண்டாசை அவிழ்த்து, உதறி, தோளில் போட்டுக் கொண்டிருக்கிறார். உதறிப் போடும்போது அங்கே ஒரு புகார் காத்துக்கொண்டிருக்கும். மிகப்பெரிய சச்சரவுகளை எல்லாம் தன் அனுபவத்திலிருந்தும் தன்னுடன் படித்த சக நண்பர்களிடமிருந்து பெற்ற ஞானத்தாலும் எளிதாகத் தீர்த்து வைத்திருக்கிறார். கிருஷ்ணனோடு இன்டர்மீடியேட்டில் படித்தவர்தான் மதராஸ் பெரிய கோர்ட்டில் ஜட்ஜ் ஐயாவாக இருக்கிறார். இன்னொருத்தர் தஞ்சாவூரில் போலீஸில் சூப்பரிண்டெண்டாக இருக்கிறார். எப்போதாவது கிருஷ்ணனுக்கு அவர்களிடமிருந்து அழைப்பு வரும்.

"ஒரு நட மாயரம் போய்ட்டு வந்துடறேன். கிளப்புல எல்லாரும் வந்திருக்கானுவோ. நானும் பாத்து நாளாச்சில்ல. அதான் ..."

என்று சாதாரணமாக மீசையில்லாத தன் முகத்தைத் தடவிக் கொள்வார். யாராவது பேச்சுக் கொடுத்தால் சளைக்காமல் பேசிக்கொண்டிருப்பார். குழந்தைகளிடமும் பெரியவர்களிடமும் எந்த வித்யாசமும் அவருக்கிருக்காது. அப்படியான கிருஷ்ணனுக்கு இன்றொரு சோதனைக் காலம். ஊரில் விவசாய வேலை செய்பவர்கள் எல்லோரும் ஒரு பெரிய போராட்டத்தை முன்னெடுப்பது பற்றித்தான் அவரிடம் ஆலோசித்தார்கள். கூடவே இளம் வாலிபர்களும் ஆக்ரோஷமாகக் குரல் உயர்த்திப் பேசினார்கள். எல்லாவற்றையும் பொறுமையாகக் கேட்டுக் கொண்டிருந்த கிருஷ்ணனுக்கு இது புதிய வழக்காகத்தான் பட்டது. இதைத் தீர்த்து வைப்பதற்கு மிகவும் மெனக்கெட வேண்டுமென்று தோன்றியது. விவகாரம் இதுதான், பண்ணையில் வேலை பார்த்துவரும் விவசாய ஆட்களைத் தவிர பண்ணையை நம்பி வாழும் விவசாயக் கூலிகள் தங்களுக்கான வேலை நாட்கள் குறைந்துபோய்விடுமோ என்றும், முன்புபோல்

சம்பளம் அதிகம் கேட்க முடியாதோ என்றும், தாங்கள் இல்லையென்றால் பண்ணையில் விவசாயம் செய்ய முடியாது என்றிருந்த காலம் மாறிப்போய்விடுமோ என்றும் பயந்து போயிருந்தார்கள். காரணம் இன்டர்நேஷனல் மற்றும் மேசே ஃபர்கூஸன் போன்ற கிருஷ்ணனைத் தவிர யாராலும் உச்சரிக்க முடியாத வார்த்தைகளால் ஒரு பெரிய கனரக வாகனத்தைப் பண்ணையில் வாங்கி வந்திருந்ததுதான். கூடவே, அந்த எந்திரத்தைக் கையாளுவதற்கு டேனியல் இன்பராஜுக்கும் இன்னும் சிலருக்கும் பயற்சியளிக்கப்பட்டிருந்தது.

"நூறு ஆளு செய்யிற வேலைய ஒருமணி நேரத்துல இது செஞ்சிப் போடும். பறம்பு அடிக்கிறதா இருந்தாலும் சரி, புழுதி அடிக்கிறதா இருந்தாலும் சரி..."

இவர்கள் காதுபடவே டேனியல் பேசித் திரிந்தான் சவடாலாக.

கிருஷ்ணன் முன்னால் எல்லோரும் ஒரு கோரிக்கையை வைத்தார்கள்.

"அந்த மெசின கொளுத்திப் போடறது... இல்லன்னா அரசாங்கத்துல சொல்லி நம்ப ஊருலருந்து வெரட்டி உட்டுட்றது."

நிதானமாக கிருஷ்ணன் அவர்களிடம்,

"இது விவசாயப் பண்ணைல இருந்து குடுத்திருக்காங்க. தஞ்சாவூர் ஜில்லாலையே நாலுதான் இருக்கு. நம்ம ஊருக்கு ஐயாதான் டேனியல் மூலமா கொண்டாந்திருக்காரு, பணங் கட்டி... பாதிப் பணத்த கவுர்மெர்ண்ட்டுக் கொடுத்திருக்கு... அதனால இத கவுர்மெண்ட்டுகிட்ட சொல்ல முடியாது. நாமதான் இனிமே ஒரு வழிய கண்டுபுடிக்கணும். போன வருஷம் மாதிரி இந்த வருஷமும் எல்லாருக்கும் அதே கூலிய கொடுக்கச் சொல்லிப் பேசுவோம். இல்லன்னா எங்களுக்கெல்லாம் என்னா வழின்னு கேட்டுப் பாப்போம். நீங்க சொல்றா மாதிரி இந்த மெஷின கொளுத்திட்டா, இல்ல டேனியல தொரத்தி விட்டுட்டா... இந்தப் பிரச்சன தீரும்னு நான் நெனைக்கல. எதுவா இருந்தாலும் பொங்கல் வரைக்கும் தள்ளிப் போடலாம். பொங்கலுக்கு அப்புறம் இதப் பத்தி யோசிக்கலாம். நானும் பட்டணத்துல இருக்குற பெரியவருகிட்ட நேரம் கெடைக்கும்போது பேசிப் பாக்குறேன். இதே மாதிரி மிஷின, டிராக்டர் கூட சேர்த்து வாங்குன ஊருலயும் கேட்டுப் பார்ப்போம். அதுக்கப்புறம் நாம ஒரு முடிவுக்கு வருவோம். அது வரைக்கும் கொஞ்சம் பொறுமையா இருங்க."

யாருடைய பதிலுக்கும் காத்திருக்காமல் எழுந்துகொண்டார்.

சுப்பிரமணி "பட்டம் விட வறியா?" என்று கேட்டான். எனக்கு நன்றாகப் பட்டம்விடத் தெரியும். வயல்களில் நானும் சுப்பிரமணியும் அவ்வப்போது பட்டம் விடுவோம். நாகப்பட்டினம் போய் கலர் பேப்பர்களை வாங்கிவந்து கனமில்லாத தக்கையான மரக் குச்சிகளை வில்லாய் வளைத்து நூலால் கட்டிப் பட்டம் செய்வது எங்கள் இருவருக்கும் பிடித்தமான பொழுதுபோக்கு. மெஜீராவிலிருந்து அறுந்துபோகாத உறுதியான நூல்கண்டை அப்பா வாங்கித் தந்தார். அதன்பிறகு என்னுடைய பட்டம் காற்றின் வேகத்திற்கு ஏற்ப ஒலி எழுப்பக்கூடிய மிக மென்மையான கத்தாழை நார்களைக்கொண்டு தயார் ஆனது. அப்படியான பட்டங்களில் இருந்துவரும் ஒலியை நானும் சுப்பிரமணியும் வீணையிலிருந்து வரும் சத்தத்தைப்போல் இருந்ததால் வீணைப் பட்டம் என்று பெயர் சூட்டினோம். வானத்தில் பறக்கும் பட்டத்திற்குச் செய்தியை அனுப்ப சிறுசிறு காகிதங்களைத் துளைத்து பட்டம் பறக்கும் நூலில் மாட்டினால் அது பட்டத்தோடு போய்ச் சேர்ந்துவிடும். கீழத் தஞ்சையில் காற்று அடிக்கும் நாட்களில் எல்லாம் எங்கள் இருவரின் பட்டமும் வானோடு சேர்ந்து உயரே உயரே பறந்தது. பொட்டைப் பிராந்தும் கழுகும் கிளிகளைத் துரத்துவதாக நினைத்து எங்கள் பட்டத்தைப் பலமுறை கிழித்திருக்கின்றன. வயலில் அறுந்து விழுந்த நூலைச் சிக்கு விழாமல் ஒரு குச்சியில் சுற்றிப் பாதுகாத்து வைத்திருப்போம் மறுமுறை பட்டம் தயார் ஆகும்வரை. சுப்பிரமணி கேட்டான்,

"நாளை நமக்கு என்ன வந்தாலும் இருந்து பார்க்க... நம்மை யார் பாதுகாப்பார்கள்?"

"யாரும் நம்மைப் பாதுகாக்காத வாழ்வுதான் நம்முடையது" நான் சொன்னேன்.

அம்மாஞ்சி

சீனிவாசன் நடராஜன்

40

மேட்டுத் தெரு கிருஷ்ணனுக்குக் கட்டுப் பட்டதுதான் என்றாலும் அவர்கள் தங்களுக்குள் ரகசியமாக ஒரு அமைப்பையும், காத்தானைத் தங்கள் தலைவனாகவும் வைத்திருந்தார்கள். மேட்டுத் தெருவிலிருந்து பண்ணையம் பார்க்கும் குடும்பம் காத்தானுடையது. மற்றவர்கள் எல்லோருமே தினக் கூலிகள். காத்தானுடைய குடும்பம் மட்டும்தான் மிராசுதாருக்குப் பரம்பரைபரம்பரையாகச் சேவகம் செய்தது. அவர்களைக் குடி வைத்ததும் மேட்டுத் தெரு உருவானதும் மிராசுதாரின் தாத்தா வழித் தாத்தாவின் கருணைதான் என்று காத்தான் இன்றும் விசுவாசியாக இருந்தான். மேட்டுத் தெருவில் குடியிருக்கும் எல்லோருமே ஒருவகையில் காத்தானுக்கு உறவினர்கள்தான். இப்பொழுதெல்லாம் காத்தானின் வாரிசுகளும் அதே வயதை ஒத்தவர்களும் படித்துப் பட்டம் பெறும் அளவிற்கு வந்துவிட்டார்கள். ஆனால், கிருஷ்ணனைத் தலைவனாகக்கொண்ட தெருவில் மேட்டுத் தெருவைப்போல் படித்தவர்கள் எவரும் இல்லை. அவர்கள் என்ன படித்திருந்தாலும் விவசாயமும் கலையும் பாரம்பரியமும் முக்கியம் என்று நம்பினார்கள். பெரும்பாலும் தமிழும் அறிவியலும் மட்டுமே படித்தார்கள். ஊரிலிருந்து வெளியில் சென்று படித்தபோதிலும் அவர்களுடைய வாழ்க்கை மிராசுதாரைச் சுற்றியே அமைந்திருந்தது.

அன்றிரவு கிருஷ்ணன் எழுந்துபோன பின்னால் மேட்டுத்தெரு குறைந்த வெளிச்சத்தில் கூடியது. பேசிய பலரும் கிருஷ்ணனுக்கும் அவருடைய தெருவுக்கும் டிராக்டரால் பெரிய பாதிப்பு எதுவும் இருக்காது, நமக்குத்தான் நேரடியாகப் பாதிப்பு. ஒரு நாளைக்கு ஐம்பதுபேர் கூலிக்குப் போனால் இப்போதெல்லாம் நாற்பதாகிவிட்டது. போகப்போகப் பத்திலிருந்து பதினைந்தாகிவிடும் என்று கவலைப்பட்டார்கள். இளைஞர்கள் பெண்கள் காத்தானிடம் "நாங்கெல்லாம்

படிச்சிட்டோம். உத்தியோகமும் கெடச்சிடும். எப்புடி இருந்தாலும் நமக்குன்னு இருக்குற உரிமைய உட்டுக் கொடுக்க முடியாது. நாளைக்கே பண்ணைய மூடிட்டு மிராசுதாரர் போயிட்டா, அந்த ஆளுங்களுக்குத்தான் நெலங் கெடைக்கும்." என்று ஏதேதோ பேசிக்கொண்டே போனார்கள். கடைசியில் காத்தானும் அவர்களைப் பொங்கல் வரையில் பொறுத்திருக்கச் சொல்லிக் கூட்டத்தைக் கலைத்தான்.

காத்தானுக்கு மனதிற்குள் ஒரு பக்கம் எஜமான விசுவாசமும் மற்றொரு பக்கம் தன் மக்கள் வஞ்சிக்கப்பட்டு விடுவார்களோ என்ற எண்ணமும் கலவையாக ஓடின. அதற்குத் தகுந்தாற்போல் அவனுடைய பேரன் வயதையொத்த அந்த நான்கு இளைஞர்களும் காத்தானும் தனியாகப் பேசிக்கொண்டார்கள்.

"முன்னாடி மாதிரி இப்போ இல்ல. மூணு வருஷத்துக்கு முன்னாடியே ரெவென்யூ ஆபீசர்லாம் வந்து பண்ணைய நெலத்த அரசாங்கம் எடுத்துக்கப் போறதாகவும், ஊருல எல்லாருக்கும் பிரிச்சிக் கொடுக்கப் போறதாகவும் சொன்னாங்க. இன்னிய வரைக்கும் எதுவும் நடக்கல. அப்படி நடந்தாலும் நெலமெல்லாம் ஐயா ஊட்டுக்கு அப்புறம், கிருஷ்ணனுக்கும் அவரோட ஆளுங்களுக்கும்தான் போகும்போலத் தெரியுது. நம்மல்ல எல்லாருமே படிச்சிட்டு, வேலைக்குப் போப்போறோம்னும் தெரியும். ஆனா, நெலத்துல ஒரு குழியாவது கெடைக்குமாங்குறது சந்தேகம்தான். எப்படிப் பாத்தாலும் நெலம் வாங்கிட்டா, விவசாயம் செஞ்சாவது பொழைக்கலாம். உத்தியோகத்துக்குப் போயி என்ன பண்றது?"

தெளிவில்லாமல் பேசிச் சென்றார்கள்.

அர்த்த ராத்திரியில், வெகுதூரத்தில் கோட்டான் கத்தியது.

எங்கள் பள்ளிக்கூடம் எப்பொழுதும் திறந்தே இருக்கும். அன்றைக்கு இராப் பள்ளிக்கூடம் நடந்துகொண்டிருந்தது. எல்லோரும் கல்வி கற்கத் துவங்கியிருந்தார்கள். இராப் பள்ளிக் கூடத்தில் யார் வேண்டுமானாலும் பாடம் நடத்தலாம். யார் வேண்டுமானாலும் கல்வி கறக்கலாம். பள்ளிக்கூடம் சுத்தமாக அழகாக வைக்கப்பட்டிருக்கும். அங்கே மாணவர்களும் ஆசிரியர்களும் தங்கள் வேலையை ஒழுங்காகச் செய்தார்கள். நானும்கூட பள்ளிக்கூடத்திற்கு சரியான நேரத்தில் போய் வந்துகொண்டிருந்தேன். பழைய வாத்தியாரெல்லாம் ஓய்வு பெற்ற பின்னால் வந்த புதிய வாத்தியார்களுக்கு நிறைய வேலைகள் இருந்ததால் மாணவர்களாகிய நாங்கள் சுதந்திரமாக நடமாடினோம். சினிமா பார்ப்பது, மாடு மேய்ப்பது, வட்டிக்குக் கடன் கொடுப்பது என்று வளரத் துவங்கினோம். எல்லா நாளும் பிரேயரும் சத்துணவும் மிகச் சரியாக நடக்கும். பள்ளிக் கூடத்தில் மற்றவைகளெல்லாம் வழக்கம்போல்...

அம்மாஞ்சி

41

பதினோரு மணிக்குத் தபால்காரர் பழைய வீட்டுத் திண்ணையில் அமர்ந்து மோர் குடித்தபடி “காத்தானோட பேத்திக்கு அரசாங்கத்துலருந்து தபால் வந்திருக்கு” என்று சொல்லிக்கொண்டிருந்தார்.

“காத்தானே வராரே ...”

“வாங்க காத்தான் ...”

“என்னாங்க கிண்டல் பண்றீங்க ..?” என்று காத்தான் அவரிடம் பவ்யம் காட்டினான்.

“இல்ல காத்தான் ... உன் பேத்திக்கு அரசாங்கத் தபால் வந்திருக்கு. போன வருஷம் பரீட்சை எழுதுச்சி இல்ல ... அது பாசாயிருக்கும் போலருக்கு. உன் பேத்திய கூப்டியின்னா, என்னான்னு தெரிஞ்சிட்டுப் போவேன்.”

காத்தானிடம் போஸ்ட் மேன் சொல்லிக்கொண்டிருந்த வேளையில் அதைக் கேட்டுக்கொண்டிருந்த சின்னப் பிள்ளைகள் சிட்டாகப் பறந்து தெருவுக்குள் ஓடின. மணிமொழியின் அறைக் கதவைத் தள்ளித் திறந்தன.

மிகச்சிறிய குடிசை வீடு. கதவென்று தனியாக எதுவும் இல்லை. ஒர சாக்கு மூங்கித் தட்டியில் அடிக்கப்பட்டு மறைப்பாக உருவாக்கப்பட்டிருந்தது. காத்தானுக்கு அந்தத் தெருவில் தனியாகக் குடிசையும் இருந்தது. மணிமொழி படிக்க ஆரம்பித்த காலத்திலேயே அவளுக்கென்று காற்றும் வெளிச்சமும் அதிகம் வரும்படி அறையை மாற்றி அமைத்திருந்தான். அவள் பிறந்த உடனேயே பொறையாரில் இரண்டு கன்னியாஸ்திரிகளிடம் விட்டுவிட்டான் காத்தான். அவர்கள்தான் மணிமொழியை போர்டிங் ஸ்கூலில் சேர்த்துப் படிக்க வைத்தார்கள். பின்னர்,

அவள் கல்லூரியிலும் படித்தாள். விடுமுறை காலங்களில் மட்டுமே தாத்தாவின் ஊருக்கு வருவதை வழக்கமாக வைத்திருந்தாள். ஊருக்கு வரும் காலங்களிலெல்லாம் மணிமொழியால் அந்த ஊரை, அதன் அழகை இயற்கையை ரசித்துரசித்து சிலாகிக்காமல் இருக்க முடியாது. அவள்தான் தெருவையும் அதன் சுகாதாரத்தையும் மாற்றி அமைத்தவள்.

தனக்கென எல்லா வசதிகளையும் தன் தாத்தாவிடம் சொல்லிப் பண்ணையில் கேட்டுப் பெற்றுக்கொண்டிருக்கிறாள். இப்படித்தான் மணிமொழிக்கு ஊரில் பெரிய மரியாதை ஏற்பட்டிருந்தது. மணிமொழி வளரவளர அவள் அரசாங்க உத்தியோகத்திற்குப் போகவேண்டுமென்று மிராசுதார் விரும்பினார். அதன் பொருட்டு அவள் சர்க்கார் உத்தியோகத்திற்கான எல்லா தேர்வுகளையும் எழுதினாள். வழக்கமாகக் கன்னியாஸ்திரிகளிடம் படிக்கும் பிள்ளைகள் எழுதும் ஆசிரியர் தேர்வைத் தவிர.

ஓடிவந்த பிள்ளைகள் தள்ளிய வேகத்தில் ஒர சாக்கு கிழிந்துபோய், மூங்கில் தட்டி திறந்துகொண்டது.

“ஏண்டா இப்புடி ஓடியாறீங்க? உங்களுக்கெல்லாம் காலுல சக்கரமா கட்டி இருக்கு?”

“தா ... தா ... தாத்தா ...”

“காத்தான் கூப்புடுது ...”

“லெட்டர் வந்துருக்கு ...”

தலையை ஒழுங்குபடுத்திக்கொள்ளத் துவங்கி மூன்று நிமிடம் ஆகிவிட்டது. பஃப் வைத்து நேர் வகிடெடுத்துச் சீவிக்கொண்டாள். ஊதாப்பூ நிறத்தில் முக்கால் கை ரவிக்கை கழுத்தும் முதுகும் தெரியாதபடி மூடியிருந்தது. மெல்லிய கனம் குறைவான பளிச்சென வெள்ளை நிறத்தில் ஒரு சேலையை உடுத்திக்கொண்டு முகத்திற்குப் பவுடர் போட்டுப் பொட்டு வைத்தாள். தலைக்கு ஹேர்பின்னை எடுத்துக் கலைந்து போகாமல் குத்திக்கொண்டாள்.

வாரு வாராக மெலிதாய்த் தைக்கப்பட்ட செருப்பை மாட்டி மிடுக்காய் நடக்கத் துவங்கினாள். பிள்ளைகள் கூச்சலிட்டுக்கொண்டு அவளுக்கு முன்னால் வரப்பில் ஓடினார்கள். தூரத்திலிருந்து பார்ப்பவர்களுக்கு மணிமொழியின் சின்னஞ் சிறிய அழகிய கொண்டையும் கணுக்கால் தெரியாமல் கட்டியிருந்த புடவையும், முழங்கைக்குக் கீழே சதையைப் பிடித்தபடி ஒட்டியிருந்த ரவிக்கையும் அவளை ஏறத்தாழ

கன்னியாஸ்திரியைப் போலவே நினைக்கத் தோன்றியது. ஆனால், அதையும் தாண்டி அவளிடம் ஏதோ ஒன்று கிருஷ்ணனுக்குத் தரும் மரியாதையைக் காட்டிலும் காத்தானுக்குத் தரும் வயதுக்கான மரியாதையைக் காட்டிலும் பயமில்லாத மரியாதையுமில்லாத அன்பான கருணையான ஓர் ஈர்ப்பு அனைவரையும் எழுந்து நிற்கச் செய்தது.

"சொல்லுங்க அண்ணே ..."

"உனக்குக் காயிதம் வந்துருக்கும்மா... ரிஜிஸ்தர் தபால், நீதான் கையெழுத்துப் போட்டு வாங்கணும். வயசாயிடுச்சிப் பாரு இந்த சைக்கிள தள்ளிக்கிட்டு வரப்புலல்லாம் வர முடியிலமா... அதான் இங்கயே ஒக்காந்துட்டேன்."

"அதனால என்னண்ணே... எப்பவும் மாதிரிதானே, நீங்க ஏன் இன்னிக்குக் கஷ்டப் படுறீங்க?"

"இல்ல... தபாலப் பாத்தா... தாசில்தாராயிட்டிங்கன்னு நெனைக்கிறேன்."

"எப்பவுமே தாத்தாவுக்கும் உங்களுக்கும், இந்த ஊருக்கும் நான் மணிமொழிதான் ... எப்பவும் போலச் சின்னப் புள்ளன்னே கூப்புடுங்க..."

"சரி சின்ன புள்ள, அத வாங்கித்தான் பாரேன். என்னா சேதின்னு ஐயா ஊட்டுக்குச் சொல்லணும்ல. மணி வேற பதினொன்னாயிடுச்சி. அவசரமா இருந்தா பட்டணம் போறதுக்கு மாயாரம் ஜங்ஷனுக்கு இப்பவே வண்டி கட்டினாதான் உண்டு."

கையெழுத்தைப் போட்ட மணிமொழியோ மிக அழகாக அந்த உறையைக் கிழித்து உள்ளிருந்த டைப் செய்யப்பட்ட கடிதத்தை எடுத்துப் படித்தாள்.

"இந்தா எனக்கு சைதாபேட்டைல ஆர்.டி.ஓவா டிரைனிங் போட்டிருக்கு. ஒரு வருஷம் டிரைனிங் முடிஞ்சதும் வேறெதாச்சும் ஊருல போடுவாங்க."

"என்னிக்கி போவனும் புள்ள?"

"அதிருக்கு இன்னும் பதினஞ்சி நாளு"

"அப்போ சரி, பொங்கல் கழிச்சி போயிடலாம்."

எங்கிருந்தோ ஓடிவந்த நாய் மூச்சிரைக்க நாக்கைத் தொங்கப்போட்டு, கோரைப் பற்கள் தெரிய, இறைக்க இறைக்க வாலாட்டிக் கொண்டே முன்னங்கால்கள் இரண்டையும்

நீட்டிச் சோம்பல் முறித்தது. அதன் கறுப்பு நிறம் சூரியன் பட்டு மினுமினுத்தது.

"அட... நம்ம ஜிம்மிக்கிக் கூட இந்த விஷயம் தெரிஞ்சி போச்சுப்பா."

"அது என்ன காத்தான்... பேரு ஜிம்மி?"

"மணிமொழிதான் அதுக்குப் பேரு வச்சுது. அதையே கேளேன்"

"ஒன்னுல்லண்ணா... அமெரிக்கா இல்ல அமெரிக்கா... அதோட ஜனாதிபதி பேரு ஜிம்மி கார்டர். என்ன மாதிரி மொத தலமுறையில படிக்கிறவங்களுக்கு எல்லாம் அவர ரொம்பப் பிடிக்கும். அதான் இதும் பொறந்த உடனே இதுக்குப் பேரு ஜிம்மி"

42

பதினோரு மணி வெயில் கடுமையாகக் காய்ந்து கொண்டிருந்தது. வழக்கம்போல சப்பாத்திப் பழம் பறிக்க ஆட்களை அனுப்பிவிட்டுக் காத்திருந்தாள். அவளுக்கும் ஆடுதன் ராணிக்கும் சப்பாத்திப் பழம் என்றால் உயிர். கள்ளிச் செடிகளில் ஒரு வகையைக் கீழத் தஞ்சை சப்பாத்தியாக்கி விட்டிருந்தது. முட்கள் அதிகமாக இருக்கும். பழம் அதில் காய்க்கும். சிவந்த நிறமும் முள்ளும் அதைச் சாப்பிடத் தூண்டும். பலமுறை அவளுக்கு முள் குத்தியிருக்கிறது. விறால் மீனிலும் கூடத்தான் முள்ளிருக்கும். அதற்காக ரெண்டையும் விட்டுவிடவில்லை. விறால் பிடித்து வர ஒரு ஆளையும், சப்பாத்திப் பழம் பறிக்க ஒரு ஆளையும் தனித்தனியாக ஊரில் பயன்படுத்திக்கொண்டிருந்தாள். அவளுக்குத் தினந்தோறும் ஏவல் கூவல்களைச் செய்வதற்கு எப்பொழுதும் இரண்டு பேர் உடனிருந்தார்கள். ஒருவனுக்கு சோப்ளாங்கி, மற்றவனுக்கு சோனி என்றும் பெயரிட்டிருந்தாள். இருவருக்கும் பெரிய வித்தியாசமெல்லாம் இல்லை. ஒருத்தன் மொடாக் குடிகாரன், மற்றொருத்தன் மகா அசடு. அசட்டுத்தனத்துக்குப் பெயர்போன சோப்ளாங்கி ஒரு சோத்துப் பண்டாரம். ஒரு மரக்கால் அரிசியை வடித்துக் கொட்டினாலும் ஒண்டியாய் உட்கார்ந்து சாப்பிட்டு விடுபவன்தான். சோனிக்கோ சோறு இறங்காது. எப்பொழுதுமே சாராய நெடியும் சுருட்டும் இல்லாமல் அந்தி சாயவோ பொழுது விடியவோ நடக்காது. இருவரும் கூட்டாளியாக இருந்ததில் அதிசயம் இல்லை. வேலை வெட்டிக்குப் போகாமல் சோறு கண்ட இடம் சொர்க்கம், திண்ணை கண்ட இடம் தூக்கம் என்றிருப்பவர்களுக்குக் கூடவே ஒட்டுண்ணியாக மிஸ்டர் பிச்சைக்காரர் வந்துசேர்ந்தார். அவரிடத்தில் இருவருக்கும் பெரிய மரியாதை உண்டு. அவர் பேசும் பேச்செல்லாம் பெரிய பேச்சாகவே இருக்கும். கேட்கும் கேள்வியெல்லாம் புரிகிற

மாதிரியும் இருக்கும். பதில் சொல்லச் சொன்னால் புரியாத மாதிரியும் இருக்கும்.

எப்போதாவதுதான் மிஸ்டர் பிச்சைக்காரர் பதில் சொல்லியிருக்கிறார். அவருடைய எல்லா கேள்விகளுக்கும் சோப்ளாங்கியாகிய அம்மாஞ்சிதான் பதில் சொல்லியிருக்கிறான். அம்மாஞ்சிக்கும் மிஸ்டர் பிச்சைக்காரருக்கும் ஏற்படும் எல்லா சந்தேகங்களையும் தன்னுடைய அரசியல் ஞானத்தைக் கொண்டு தீர்க்க முற்படுவான் குடிகாரன் சோனி. குடிகாரனுக்குத் தன் குரலில் பேசியே மறந்து போய்விட்டிருந்தது. நேற்றுகூட அவன் ஒரு நேபாள கூர்க்காவைப் பார்த்தான். அவன் எப்படிப் பேசினானோ அன்று முழுவதும், அப்படியே பேசிக் கொண்டிருந்தான். குடிகாரனுக்கு வந்த ஞானத்தைப் பார்த்து மிஸ்டர் பிச்சைக்காரரும் அம்மாஞ்சியும் ஆச்சரியப்பட்டார்கள். அவளுக்காக அம்மாஞ்சியும் குடிகாரனும் பகலில் இரவில் எப்பொழுதும் வேலை செய்யத் தயாராகத்தான் இருந்தார்கள். வேலைதான் எப்போதாவது கொடுப்பாள். எல்லா நாட்களிலும் அவர்களுக்குச் சோறும் குடிகாரனுக்குக் குடிக்கக் காசும் கொடுத்து விடுவாள். வேலை மிகுந்த சிரமமான வேலைதான். இராப் பூரா பழைய வீட்டுத் திண்ணையில படுத்துக் கெடக்கணும். பகல் பூரா வெறால் மீன் புடிக்கணும். அந்தி சாஞ்சா கட்சிக் கூட்டத்துக்குப் போகணும். எல்லா கட்சிக் கூட்டத்துலயும் என்ன பேசுறாங்களோ அத ராவிக்கிக் குடிச்சிப்புட்டுப் பேசிக் காட்டனும். அத்தக் கேக்க அந்த ஊருல அம்மாஞ்சியயும் மிஸ்டர் பிச்சைக்காரரையும் தவிர நாலஞ்சி நோவு வந்ததுங்களும் உண்டு. எப்பயாச்சும் அவ சத்தம் போட்டிருக்கா. பல சமயம் கட்ட கழியால அடிச்சும் இருக்கா. அதெல்லாம் இந்த மூணு பேருக்கும் ஆசிர்வாதம் மாதிரி.

கிடா குட்டியின் ஊட்டியை அறுத்து ரத்தத்தைப் பிடித்துப் பொரியலுக்கும் தலையை வெட்டிப் பின்பு தோலை உரித்துச் சுத்தம் செய்த கறியை அவள் வீட்டிற்கும், தல கறியைத் தனியாகக் கொத்தி இலையில் மடித்து, மசாலாவைப் பதமாகக் கட்டி, அனுப்பியிருந்தான் சின்ன ராமைய்யன்.

எனக்கொரு பதினோரு வயது இருக்கும்போதுதான் ஆல்பெர்ட் டூரர் அறிமுகம் ஆனார். அறிமுகம் செய்தது என் ஊருக்குப் பக்கத்திலிருந்த சூரிய மூர்த்தி. அவருக்கு நிறைய தெரிந்திருந்ததாக அப்போதெல்லாம் நான் நினைத்துக்கொள்வேன். எனக்குக் கோவில்களின் சுவற்றில் படம் வரைய மட்டுமே தெரிந்திருந்த காலமது. என் பொழுதுபோக்குகளில் மிக முக்கியமானதாகக் கரிக் கோடு கிழிப்பது இடம்பெற்றிருக்கும். எங்கெல்லாம் யாரும் பார்க்கமுடியாதபடி ஒரு சுவர் இருக்கிறதோ அங்கெல்லாம் என் கரிக்கோட்டுச் சித்திரத்தை எழுதுவதில் விருப்பமுடன் இருந்தேன். பின்நாட்களில் கோபுரங்களின் உச்சியில் உட்புறச் சுவர்களில் நான் வரைந்து வைத்திருந்த கரிக்கோடுகளுக்கு மேல் எவரும் வெள்ளை அடிக்காமல் விட்டு வைத்திருந்ததால் எனக்குப் பார்க்கக் கிடைத்தன. இவ்வோவியங்கள் எதற்குமே மேல்துணி வரையாமல் விட்டிருந்தது என் மனதிற்கு மிகுந்த மகிழ்ச்சியைத் தந்தது. அவ்வோவியங்களில் காணப்பட்ட ஆண் பெண் உறவு குறித்த படங்கள் யாவும் எனக்கு அவளையும் அவளுடன் வாழ்ந்த காலத்தையும் நினைவூட்டிச் சென்றன. இப்பொழுதெல்லாம் நான் வரைவதாக நினைத்துக்கொள்ளும் சித்திரங்களில் உருவங்கள் இல்லாமல் போனதற்குக் காரணம் அவளும் சூரியமூர்த்தியும் இல்லாமல் போனதாகக்கூட இருக்கலாம்.

அம்மாஞ்சி

43

அந்தகாரம், இருள், வெவ்வேறு வார்த்தைகளில் சொல்லப்படும் ஒரே பொருளா? வெவ்வேறு பொருள்பட எழுதப்படும் ஒரே நிறமா? நிறம் வெளிச்சம் பட்டுத்தான் வெளிப்படுகிறதென்றால் வெளிப்பட வைப்பதற்கு வெளிச்சத்தை எங்கே பாய்ச்சுவது? பாய்ச்சிய இடம் நிறங்களாக மின்னினாலும் அங்கும் இருள் கவிழ்ந்திருக்குமா? அல்லது இருள் விலகிய நொடியில் கறுப்பு நிறம் உருமாறுமா? உருமாறியது கறுப்பு நிறமா? அல்லது இருளா? இருள் நிழலில் கிடைக்குமா? நிழலில் கிடைப்பதை இருளாகப் பார்க்க முடியுமா? பார்க்க முடிந்ததெல்லாம் தண்ணீர் நூற்றியிருபது அடிக்கும் கீழேயிருக்கும் கிணற்றில் – அமாவாசை இருட்டில், நட்சத்திரங்களின் ஒளியில் தண்ணீரில் மின்னும் பிரதிபலிப்பு – துழாவித் தேடி அடையும் பாதையை அந்தகாரம் என்பதா? இருள் என்பதா? கறுப்பு என்பதா? நிறம் என்பதா? தூரம் என்பதா? தொலைவு என்பதா?

தொலைந்து போ... விடிந்துவிடு... வெளிச்சமே வா... என்று உதயத்திற்காகக் காத்திருப்பதா? பதினைந்து தினங்கள் பௌர்ணமி இதே நேரம் காத்திருந்தால் கிடைக்கும் நிறக் கலவைக்கும், ஒன்றரை நாழிகை காத்திருந்தால் விடிந்துவிடும் நிறக் கலவைக்கும் எவ்வளவு வித்தியாசம். இரவு நேரத்துச் சந்திரனின் ஒளியை அடியாழத்தில் இருக்கும் நீரின் பிரதிபலிப்பில் பார்ப்பதற்கும், விடிந்தவுடன் சூரிய ஒளியின் பிரகாசத்தில் பார்ப்பதற்கும் எவ்வளவு வித்தியாசம்?

எங்கே தண்ணீர்? எங்கே பிரதிபலிப்பு? எங்கே வெளிச்சம்? எது நிறம்? எது அந்தகாரம்? எது இருள்? ஏன் இந்தக் கறுப்பு? என்று எண்ணிக்கொண்டாள்.

மேட்டுத் தெருவிலும் கிருஷ்ணனுடனும் நடந்த கூட்டத்தைப் பற்றி அவளுக்கு வந்த ரகசிய தகவலைப்பற்றி அவள்

கவலைப்பட்டதாகத் தெரியவில்லை. சேலத்து அண்ணியின் பூட்டிய வீட்டிற்குப் பின்புறம் அடர்த்தியான அடுக்குச் செம்பருத்தி மரத்திற்குப் பக்கத்தில் புழங்கிப் பல வருடங்கள் ஆனதால், காய்ந்த தேங்காயும் மட்டையும் சருகும் குப்பைகளாக விழுந்து கிடந்த பாழும் கிணற்றை எட்டிப் பார்த்து,

> "நாளக்கி மொத வேலயா இந்தக் கெணத்த எறச்சி சுத்தம் பண்ணச் சொல்லணும். அண்ணி வரதுக்குள்ள இந்த வீட்டையும் ஒட்டடட அடிச்சி, வெள்ள அடிச்சி வைக்கணும். பெரிய பூசை பண்றதுக்கு அண்ணி இந்தக் கெணத்துத் தண்ணியிலதான் குளிப்பாங்க."

எட்டு அடி நீளம், ஒரு முற்றிய பழுத்த கூட்டு மூங்கில் கழியின் மொத்தம் மினுமினுப்பாக ஏதோ ஒன்று அவள் காலைச் சுற்றிக்கொண்டு சரசரவென்று ஓடியது. பின்னால் வந்த கீரிப்பிள்ளை இவளைக் கண்டதும் தூரத்திலேயே திசை மாறிப்போனது. கருங்கண்ணி தொடர்ந்து குரைத்துக்கொண்டு சிறிது தூரம் பாய்ந்துவிட்டுத் திரும்பியிருந்தது. தெற்கே பைரவ பூஜைக்கான அர்த்தஜாம பூஜை கண்டாமணி ஒலிக்கத் துவங்கியிருந்தது. நினைவு திரும்பி, பைரவர் சன்னிதி நோக்கிக் கால்களை எட்டிப் போட்டாள். மற்ற சன்னிதிகளில் பூஜை முடிந்தது. கடைசியாக பைரவர் சன்னிதியில் விமரிசையாகத் தீபம் ஏற்றப்பட்டது. கண்டாமணி ஒலித்தது. பூசாரி எல்லா சாவிகளையும் பைரவர் சன்னிதிக்குள் வைத்துக் கதவைப் பூட்டிச் சாவியை அவளிடம் கொடுத்துவிட்டு நகர்ந்தான். கருங்கண்ணி துணையுடன் ஐயா வீட்டிற்குத் திரும்பினாள் அந்தகாரத்தில்.

என் வயதையொத்த பிள்ளைகள் எல்லாம் பம்பரம் விடும் போது நான் தூரமாக நின்று வேடிக்கை பார்த்தேன். பிடாரி வடக்கு வீதியில் கழுமலக் கோவிலுக்கு வெளியிலிருந்த திறந்தவெளிதான் பம்பரம் விடுபவர்களின் களம். பின்னாட்களில் என் நண்பர்களுடன் சேர்ந்து ஒரு சிறிய படிப்பகத்தை அங்கே துவங்கினேன். ஃபோர் ஸ்டார் லைப்ரரி என்று பெயர். பெரும்பாலும் காமிக்ஸ் புத்தகங்கள் நிரம்பிய இடம். ஆனால், எல்லாருக்கும் கோமல் சுவாமிநாதனின் சுபமங்களா இதழ் பிடித்திருந்ததால் அதையும் வாங்கி வைத்திருந்தேன். அப்பாவிற்குக் கோமலை மிகவும் பிடிக்கும். வீட்டிலிருந்து பழைய பஸ் ஸ்டாண்டிற்கு நடத்தியே கூட்டிப் போவார். திரும்பி வரும் பொழுது என் கைகளில் குறைந்தது ஐந்திலிருந்து ஆறு புத்தகங்கள் இருக்கும். ஒன்றிரண்டு இரவுகளில் அத்தனை புத்தகங்களையும் முனை மடங்காமல் படித்துவிட்டுத் திரும்பக் கொடுத்துவிடும் பழக்கத்தை அப்பா எனக்குக் கற்றுத் தந்திருந்தார். ருஷ்ய மொழிபெயர்ப்புப் புத்தகங்கள்கூட எங்கள் ஊரில் நான் வாசித்த பின்புதான் விற்பனைக்குப் போகும்.

அம்மாஞ்சி

மருதம் வாசகர் வட்டம்

"வாசகர் வட்டக் கூட்டம்னா, அது மாசத்துக்கு ஒண்ணுதான் நடத்தணும். நீங்க பொழுது போகாம தெனிக்கும் ஒண்ணு நடத்துனா எப்புடி ?"

"எங்களுக்கு பொழுது போறதே வாசகர் வட்டத்துலதான். ஆடல் பாடல் ஸ்டண்ட் காட்சி, திகிலூட்டும் சம்பவங்கள், திடீர் திருப்பம் எல்லாம் வேறெங்க கெடைக்கும். வாசகர் வட்டத்துல ஏதாவது ஒரு தீர்மானத்த போடணும். அந்தக் கதைய வர விடக் கூடாது. அந்த எழுத்தாளர நாடு கடத்தணும். அடிமட்ட சமூகத்துக்கு எதிராகவும் மேல்மட்ட சமூகத்துக்கு ஆதரவாகவும் நடுவில் இருப்பவர்களுக்கு விரோதமாகவும் மொத்தத்துல மனித குலத்துக்கே தீங்கு விளைவிக்கும்... குறிப்பா பறவைகள அவமானப்படுத்தியும் எழுதப்பட்ற கதைய நாம நிறுத்தணும். வரவுடாம தடுக்கணும்."

"யோவ்... பூசாரி நீ எப்புடியா உள்ள வந்த. யாரக் கேட்டுட்டு வந்த ?"

"யார கேக்கணும் ? போன வருஷம் இருவது பேருகிட்ட சந்தா வாங்குனீங்களே அதுல நானும் ஒருத்தன். அந்தக் கதையில என்னையும், என் தொழிலையும் அப்பட்டமா எழுதியிருக்கு. எனக்கு வருமானம் போச்சின்னா சந்தா எப்படி கட்றது. சோத்துக்கு வழி என்ன ? என் கையில காசு பொறண்டாதா உங்களுக்கு சந்தா. இல்லன்னா ஏது சந்தா ?"

"யோவ்... உன்ன மட்டும் இல்லியா, நம்ம கிராமத்துல இருக்க எல்லாரையும்தான் புட்டுப்புட்டு வெக்கிறான். அதுக்காக... அவன கொன்னுடுவியா ? நம்பகூட இல்லாம போயிடலாம். ஆனா அந்தக் கதை இருக்கும். அந்தக் கதகூட இல்லாம போயிடலாம். ஆனா அந்தக் கருத்து இருக்கும்."

"குடிகாரக் கபோதி, நீ இன்னாதாண்டா சொல்லவர. புரியும்படி சொல்லித் தொள."

"இந்தக் கத மட்டும் உனக்கு புரிஞ்சிடுச்சா ? இந்தக் கவிதைய படிச்சிப் பாரு உலகமே புரியும்."

44

மணிமொழியும் தமிழ்வாணனும் சிறு வயதிலிருந்தே நண்பர்கள். மணிமொழிக்குத் தமிழ்வாணனை அவ்வளவு பிடிக்கும். தமிழ்வாணன் படித்தவன். சிற்றிலக்கியங்களில் கரை கண்டவன். பக்தியிலக்கியத்தில் ஆண்டாளை அவனுக்கு மணிமொழியின் பொருட்டே அவ்வளவு பிடிக்கும். எப்பொழுதெல்லாம் இவர்கள் இருவரும் சந்திக்கிறார்களோ அப்போதெல்லாம் இலக்கியத்தைப் பிரதானமாகப் பேசுவார்கள். பேச்சு ஒரு பக்கம் சுவாரஸ்யத்தைக் கூட்டினாலும் தமிழ்வாணனுக்கு அவளை மீறிய சுவாரஸ்யம் வேறெதுவும் இல்லை. சுவாரஸ்யங்கள் அவளைத் தீவிரமாகக் காதலிக்கும்வரை சென்றுவிட்டன. இருவரும் பக்கத்துப் பக்கத்துக் கல்லூரிகளில் ஒன்றாகப் படித்தவர்களே. ஒரே கிராமத்தில் வெவ்வேறு தெருவில் பிறந்தவர்கள். மணிமொழி போர்டிங்கில் தங்கியிருந்தாள். தமிழ்வாணன் கிராமத்திலிருந்து தினமும் போய் வருவான். இருவரும் பலமுறை தரங்கம்பாடி கடற்கரையில் சுற்றியலைவார்கள். அவர்களுக்குள் நட்பும் காதலும் மாறிமாறி மலர்ந்திருந்தன. பல நேரங்களில் இருவரும் நட்புடன் இருந்தார்கள். தங்கள் காதலையும் அறிந்தே இருந்தார்கள்.

இருவருக்குள்ளும் உடல் ரீதியிலான எந்த ஈர்ப்பும் இல்லை. அதுபற்றி அவர்களுக்குத் தெளிவான புரிதல் இருந்ததாகத்தான் தோன்றுகிறது. பல மணிநேரம் தனிமையில் பேசிக்கொண்டிருந்தாலும் பேச்சு சிரிப்பு பார்வை எல்லாம் அவையவையின் அழகுகளோடும் விருப்புகளோடும் மட்டுமே இருந்தன. தமிழ்வாணனுக்குத் தமிழும் மணிமொழியும் எவ்வளவு முக்கியமோ அவ்வளவு முக்கியம் மணிமொழிக்குத் தமிழ்வாணனும் சமுதாயமும்.

காதல், கைம்பெண்களுக்கு வருவதாய் இருந்தால் மறைத்துக்கொள்ள வேண்டிய அவசியமில்லையென்று

பாரதிதாசனை முன்னிறுத்தி மேடை முழங்கிய காலம் அது. கன்னிப் பெண்கள் காதல் வயப்பட்டால் கலப்புத் திருமணமே ஆனாலும் செய்துவைக்கப் பலபேர் காத்திருந்த காலமும் அதுதான். ஆனபோதிலும் இருவருக்குள்ளும் இருந்த காதலை எவரும் மறுக்கவும் இல்லை, இவர்கள் இருவரும் மறைக்கவும் இல்லை, தெளிவாகத்தான் இருந்தார்கள், மணிமொழிக்கு வேலை கிடைத்தபின் சேர்ந்தே வாழ்வதென்று. சேர்ந்து வாழ்தலில் இருக்கும் இன்பம் பந்தங்களில் இருக்குமா? என்ற கேள்வியும், பந்தங்களால் சடங்குகளால் சம்பிரதாயங்களால் சட்டங்களால், அன்பையும் காதலையும் கண்ணியத்தையும் கடமையையும் ஏற்படுத்திவிட முடியுமா என்றும் விவாதித்தார்கள். அன்பும் கலப்படமற்ற காதலும் சேர்ந்து வாழ்தலை அப்போதைக்கப்போதைய இன்பத்தை, துன்பத்தைச் சேர்ந்தே சந்திப்பதற்குத் துணிவைத் தந்தது. இப்போதும்கூட அவ்விருவருக்குள்ளும் எந்த ஒளிவு மறைவுமற்ற நம்பிக்கையின் தீவிரம் வாழ்வின்மீது, சமூகத்தின் மீதிருக்கும் அக்கறையை வலுப்படுத்தியது. பொங்கலுக்குப் பிறகு சைதாபேட்டையில் தங்களின் வாழ்க்கையைத் துவங்க இருந்தார்கள் துணிச்சலோடு.

ஐஸ் வண்டிக்காரன் கூவிக்கூவி மரப்பெட்டியின் கதவை அடித்து ஓசை எழுப்பி விற்றுக்கொண்டு போனான். இடைமறித்து ஆரஞ்சு நிறத்தில் குச்சி ஐஸ் ஒன்றை வாங்கிச் சப்பிக்கொண்டே சுற்றிக் கொண்டிருந்த சிறுவர்களிடம் கேட்டாள்,

> "உங்களுக்கெல்லாம் என்ன ஐஸ் வேணுமோ வாங்கிக்கோங்க. காசுக்கு மணிமொழி நான் இருக்கேன்".

ஒருவரும் ஐஸ் பெட்டியின் பக்கம் தலை காட்டவில்லை. தமிழ்வாணன் மட்டும்தான் "எனக்கொரு பால் ஐஸ்" என்றான்.

தெருவே தமிழ்வாணனை முறைத்தது.

பெரியகோவில் குளத்தில் எனக்கு நீந்தக் கற்றுத் தந்தவர்கள் நிறைய பேர். அதில் முக்கியமானவள் அவள். என்னுடனேயே முங்கு நீச்சலில் கூட வருவாள். நாங்கள் இருவரும் நடுக் குளத்தில் தலையை வெளியே தூக்குவோம். பல ஊர்களிலும் ஆற்றிலும் குளத்திலும் நாங்கள் நீந்திப் பழகியிருக்கிறோம். வெறும் நீச்சலுக்காக மட்டும் அவளுடன் பழகவில்லை. அவளோடு எனக்கு எந்த நட்பும் எப்பொழுதும் இல்லை. அவளுக்கான தேவைகளை யாரும் பூர்த்தி செய்ய முன்வராதபோது என்னைக் கூப்பிடுவாள். கூப்பிடாத பொழுதுகளில் எல்லாம் எனக்கு யாருடைய ஞாபகங்களும் வருவதே இல்லை. எங்கெல்லாம் தண்ணீர் அளவுக்கு மீறி ஓடுகிறதோ அங்கெல்லாம் எங்கள் இருவரையும் பார்க்கலாம். ஒரு சமயம் எங்கள் ஊரின் எல்லா குளங்களும் வற்றிப் போய்விட்டன. பின்பு ஆறுகளில் தண்ணீர் வருவதும் நின்றுவிட்டது. கிணறுகள் எல்லாம் தூர்ந்து பாழாயின. தெருக்களில் புதிது புதிதாகக் கை பம்புகள் தோன்றின. எனக்கும் அவளுக்கும் பொதுவாய் இருந்த தண்ணீர் ரகசியமாய் பூமிக்கு அடியில் எங்கோ மறைந்து போனது. மழையும் வெள்ளமும் அடுத்த பத்து ஆண்டுகளுக்குப் பொய்த்துப் போயின. விவசாயம் இல்லாமல் போனதைப் பற்றி எனக்கு எந்தக் கவலையும் இல்லை. தண்ணீர் இல்லாமல் அதன் பிறகு அவளை நான் பார்க்கவே இல்லை.

அம்மாஞ்சி

45

"சுவாசிப்பத பத்தி நீ என்ன நெனைக்கிற?"

"நானென்ன நெனைக்கிறது?"

"எப்பயாச்சும் நெனச்சி பாத்திருக்கியா?"

"முங்கு நீச்சல் அடிக்கும்போது மேல வரதுக்கு நாழியானா மூச்சு நிறுத்திநிறுத்தி பழகிப் போயிட்டதால தண்ணிய வுட்டு மேல வந்த ஒடனே எறைக்கும் பாரு அப்பத்தான் நெனச்சிப்பேன் தண்ணிக்குள்ள தரையில எங்க நின்னாலும் மூச்சு நிக்கும்போது நீ எங்கூட நிப்பியா அப்படின்னு."

"நான் கேட்டது சுவாசிக்கிறதப் பத்தி... மூச்சு நிக்கிறதப் பத்தி இல்ல..."

"சுவாசம் நீதான்... இல்லன்னா நாந்தான்"

என்றெல்லாம் இலக்கியம் பேசுகிறது.

"ஆக்சிஜனுக்கும் காத்திருக்கும் கார்பன்டை ஆக்சைடுக்கும் மூக்குக்கும் மூச்சிற்கும் சுவாசத்திற்கும் ஏதாவது சம்பந்தம் இருக்கா"ன்னு கேட்டேன்.

"போங்க தமிழ்வாணன், உங்களுக்கு எப்பவுமே தமிழ் ஆராய்ச்சிதான். ஆனாலும் அறிவியல்ல ஒரு உண்மை இருக்குற மாதிரிதான் தெரியுது. எல்லாத்தையும் கலந்துகட்டி உள்ள இழுத்தாலும் ரெண்டா பிரிச்சி ஆக்சிஜன ரத்தத்துக்கும், கார்பன்டை ஆக்சைட வெளியிலயும் தள்ளித்தான் ஆகுது"

"ஆமா... எதையாவது தள்ளி விட்டாத்தான் நமக்கு வேணும்ங்குறத வச்சிக்க முடியும்..."

"வேணும்ங்குறத வச்சிக்கறதுக்கு வேணாங்கறத தள்ளி உடணும்னு இல்ல..."

"வேணுமோ? வேணாமோ? வந்து சேருதுங்கல்ல, அதத்தான் நானு... இல்லயில்ல... நம்ம சேர்ந்து பிரிச்சிப் பார்த்து உட்டுடணுங்குறேன். என்னமோ போங்க தமிழ்வாணன். எனக்கு நீங்களும் வேணும்... என் மக்களும் வேணும்... கல்யாணம் நாம நெனைகிறத சாதிச்சிடாது."

"திரும்பவும் ஒரு மதம், திரும்பவும் ஒரு ஜாதி உருவாவரத நான் விரும்பல. எந்த ஜாதியோ எந்த மதமோ எந்த இனமோன்னு கூட சொல்லத் தெரியாத ஒரு குழந்தையத்தான் வருங்காலத்துல உருவாக்கணும்னு நெனைக்கிறேன்."

"அது சரி மணிமொழி, உங்களோட கருத்துத்தான் எனக்கும். வேல பாக்குற ஆம்பள கல்யாணம் பண்ணாம புள்ள பெத்துக்குட்டா அதுக்குக் கேட்பான் கேள்வியே இல்ல. நீங்க ஒரு அரசாங்க உத்தியோகம் பாக்கப் போறீங்க. நாம ரெண்டு பேருக்கும் பொறக்கற கொழந்தைக்கு நீங்கதான் அம்மா. அப்பா யாருன்னு கேட்டா..? கல்யாணம் பண்ணிக்காம நாங்க சேர்ந்திருக்குறோம்னு சொன்னா ஒத்துப்பாங்கலான்னு கேட்கணும். இல்லன்னா ஒத்துக்க வைக்கணும். அதுக்காக நாம ரெண்டு பேரும் போராடணும். கடைசி வரைக்கும் எந்த முறைப்படியும் நாம கல்யாணம் பண்ணிக்கக் கூடாது."

"ஆமாங்க தமிழ். இதுல நான் உறுதியாத்தான் இருக்கேன். மக்கள் விடுதலை அடையனும்னா... அடையாளமற்ற, புதிய அடையாளங்களும் இல்லாத ஒரு இனக் குழுவை நம்மைப் போன்ற படித்தவர்கள் உருவாக்கினால்தான் முடியும்னு நம்பறேன். அதனாலதான் எனக்கு சீர்திருத்தத் திருமணத்துல கூட நம்பிக்கை இல்ல. திருமணம்னு அழைச்சாலே ஒரு நம்பிக்கை வந்துடுது இல்லியா? அது பெண் விடுதலைக்கு எதிரானதுன்னு நான் நெனைக்கிறேன்."

"விடுதலை, புரட்சி, கோரிக்கை, போராட்டம், இந்த வார்த்தைக்கெல்லாம் எந்த அர்த்தமும் இல்ல மணிமொழி. நாம் இயல்பாய்ச் சேர்ந்திருப்போம். இயற்கையாய் வாழப் பழகுவோம். அவ்வாழ்க்கையை இவ்வுலகம் ஏற்கும் நாளில் நாம் நம் காதலை வெல்வோம்."

கிருஷ்ண ஐயங்கார் தமிழ்ப் பாடம் நடத்துவது எனக்கு சுவாரஸ்யமாக இருக்கும். அவர் வகுப்புகளில் நான் தவறாமல் கலந்துகொள்வேன். பின் வரிசையில் அமர்ந்திருந்தாலும் எனக்கு நன்றாகக் கேட்கும்படி உரத்த குரலில்தான் அவர் பேசுவார். நடுவில் பாடிக் காண்பிப்பார். பெண்கள் எல்லோரும் முன் வரிசையில் காதைப் பொத்திக் கொள்வார்கள். அவ்வளவு சத்தம். ஒருமுறை மிகுந்த ரகசியமாக அவர் ஆண்டாள் பாசுரத்தின் காம ரசத்தை வகுப்பெடுத்தார். வேறொரு கட்டடத்தில் ஆங்கில வகுப்பெடுத்துக் கொண்டிருந்த தலைமை ஆசிரியருக்கு அந்த ரகசியப்பேச்சு கேட்டுவிட்டதென்றால் பார்த்துக்கொள்ளுங்கள். கிருஷ்ண ஐயங்காரின் தாழ்ந்த குரலின் டெசிபலை. எனக்கும் கூட கோரோசனை அதிகம் கொடுத்துவிட்டதால் குரல் இப்படி உயர்ந்து இருப்பதாக என் பெரியம்மா அடிக்கடி என்னிடம் சொல்லி இருக்கிறார். என் வாழ்வின் எல்லா ரகசியங்களும் குறைந்தது பத்து பேருக்காவது தெரிந்திருக்கும் வெவ்வேறாக. இப்பொழுதெல்லாம் நான் கறுப்புச் சட்டை அணிந்தால் சனீஸ்வரன் கோவிலுக்குத்தான் போவதாய் சிவாச்சாரியார்களும் திராவிடக் கழகக் கூட்டத்திற்குப் போவதாய் நாத்திகர்களும் ஐந்து நட்சத்திர விடுதி ஆட்டத்திற்குப் போவதாய் நண்பர்களும் நினைத்துக்கொள்ளும் அதி தீவிர ரகசிய அனுமானம் என் குரலால் விளைந்ததுவே. நல்லவேளை ஒரு பொழுதும் அவர்களின் அனுமானம் அவளுடன் இருப்பதைக் கண்டுபிடித்ததே இல்லை.

அம்மாஞ்சி

46

கண்களால் பேசிக்கொள்வது, கைகளால் செய்கை செய்வது, உடல் மொழியால் மௌனத்தில் செய்தியைக் கடத்துவது பெண்களுக்குக் கைவந்த கலை. எதிரில் இருக்கும் அத்தனை கூட்டமும் அறியா வண்ணம் தன் இஷ்டமானவனுக்கோ அல்லது தன் அலைவரிசையில் இருப்பவளுக்கோ மட்டும் புரியும்படி நடந்துகொள்வதை ரகசியம் என்று சொல்லக் கேட்டிருக்கிறான்.

ரகசியம் பிறரறியா வண்ணம் பரிமாறப்படும் சொற்களில்கூட அமைந்திருப்பதுதான் விந்தை. அது "மாடு புடிக்க வறீங்களா?" என்று கேட்பதில் துவங்கி "துணிய நனைச்சி போட்டிருக்கேன்" என்பதுவரை பெண்களின் பொதுமொழியாகவும் "அவுத்துக்கிட்டு ஓடிட்டுது, அடங்க மாட்டேங்குது" என்பதெல்லாம் ஆண்களுக்கும் பெண்களுக்கும் பொதுவான சிலேடையாகவும் அன்றாடச் சொற்களில் புழங்கியது.

அன்றும் மாலை நேரம் கபடியைப் பார்க்கக் கூடியிருந்த கூட்டத்தின் நடுவில் அந்தக் கட்டுடல் தந்த மயக்கத்தில் அவளுக்கு இன்னது செய்கிறோம் என்று தெரிந்தும் அந்தச் செய்கையை அவனைப் பார்த்து நிகழ்த்திவிட்டாள். அவனும் அதை அறியாதவன்போல வேறு விதத்தில் பதில் சொன்னான். பதிலை மகிழ்வுடன் ஏற்றுக்கொண்டவள் காத்திருக்கலானாள் அவனுக்காக. எத்தனை நேரம்தான் அப்படிக் காத்திருப்பது. ஆட்டம் முடிந்தபாடில்லை. உச்சகட்டத்தில் அவன் தோற்கவே முனைந்த போதும் வெற்றி பெற்றுவிட்டான் எதிராளியின் மெத்தனத்தால். பாவம் அவள் இன்னமும் காத்திருக்கத்தான் வேண்டும்.

கொக்கு, மீன்கொத்தியை விட அளவில் பெரியது. அதன் பொருட்டே பசியும் அதிகம். வேட்டையும் அடங்காது. ஒரு காலைத் தூக்கிக் காத்திருக்கத்தான் வேண்டும், மீனின் வரவுக்காக.

மீன்கொத்தியின் சுறுசுறுப்பு கொக்கிடம் வெளித்தோற்றத்தில் காணக் கிடைக்காதது. கொக்குக்குக் காரியம் மிகப் பெரியது. நடந்து முடியும் வரை அசையக் கூடாது. அசைவு காரியத்தைக் கெடுத்துவிடும். மீன்கொத்திக்கோ படபடவென அடிக்கும் றெக்கைகள் நின்றுபோனால் வாழ்க்கையும் நின்றுபோகும்.

மீன்கொத்தியின் ரகசியம் படபடக்கும் இறக்கைகளில் இருப்பதுபோல் கொக்கின் ரகசியம் அசைவற்று இருப்பதில் இருக்கிறது. ரகசியம் ஒன்றுதான். உடல்மொழியும் வாழ்க்கையும் வெவ்வேறானது. அவளுக்கு வேறு வழியில்லை; காத்திருந்தாள் கொக்கைப்போல.

பெரிய கோவில் கோபுரத்தின் உச்சியில் இருந்த தங்கக் கலசத்தில் கயிறுபோட்டு ஏறி தங்கத்தைச் சுரண்டி எடுத்துக் கொண்டிருந்தவனைக் கோவில் யானை காட்டிக் கொடுத்தது. பின்பொருநாள் அது இறந்தும் போனது. யானையைச் சர்வ மரியாதையுடன் புதைத்தார்கள். உடனடியாகக் கோவில் நிர்வாகம் வேறொரு யானையை வாங்கிவந்து அதற்கு ஜெயந்தி என்று பெயர் சூட்டி எங்கள் வீடுகளுக்குத் தினந்தோறும் வந்துபோகும் வழக்கம் இருந்தது. ஒவ்வொருநாளும் காலையும் மாலையும் ஒருமுறையாவது யானையைப் பார்க்காமல் நான் இருந்ததில்லை. யானை என்னுடன் மிகுந்த நட்போடு பழகி வந்தது. ஒன்றிரண்டு முறை அதன்மீது ஏறிப் பயணப்பட்டிருக்கிறேன். இப்பொழுதெல்லாம் எனக்கு யானையைப் பார்ப்பதற்கு மிகுந்த விருப்பம் இருப்பதற்குக் காரணம் எங்கள் ஊரில் யானை இல்லாமல் போனதுதான். யானை வாங்கினால் அதற்குத் தீனி போட, குளிப்பாட்ட, அதனை அழைத்துக்கொண்டு வலம் வர எங்கள் ஊரில் எதுவுமே இல்லை. தண்ணீர், குளங்கள், வீதி என்று எதுவும் இல்லாத ஊரில் யானையை எப்படி வளர்ப்பது. அதனால் எனக்கும் யானையின் நினைவுகள் வரும் பொழுதெல்லாம் புத்தகங்களில் அச்சடிக்கப்பட்ட யானையின் படங்களைப் பார்த்து மகிழ்ந்து கிடக்கிறேன்.

அம்மாஞ்சி

47

பல ஊர்களிலிருந்து ஒவ்வொரு பௌர்ணமிக்கும் முருகனுக்கு அபிஷேகமும் காவடியும் எடுப்பது வழக்கம்தான். அப்படிப் பௌர்ணமிக்கு முந்தைய மூன்று நான்கு நாட்கள் கோவில் யானையை அழைத்துக்கொண்டு ஊர்ஊராக அரிசியும் வெள்ளமும் தேங்காயும் சேகரிப்பது வழக்கம். இருபது மைல் மண் ரோட்டில் யானை நடந்து வருவது பேரழகு. அதன் கால்களில் சலங்கை கட்டப்பட்டிருக்கும். கழுத்தில் மணியும் அதன் நெற்றியில் அகன்று விரிந்த பட்டுத்துணி தும்பிக்கை வரை முக்கோணமாக நீண்டு தங்கத்தாலான வேலைப்பாடுகள் சூரிய ஒளி பட்டுப் பளபளக்கும் தூரத்தில் யானை ஆடி அசைந்து நடந்துவரும் ஓசையை வெண்கல மணியின் ஓசையால் உணரலாம். இது யானை கழுத்து மணியென்றும் தெரிந்து கொள்ளலாம். ஒவ்வொரு தோப்பிலும் யானைக்குப் பச்சை மட்டை விட்டுவைப்பது அந்த ஊரின் வழக்கங்களில் ஒன்று. தென்னை மரத்தில் தாழ்ந்து தொங்கும் பச்சை மட்டைகளைத் தன் துதிக்கையால் சுழற்றி இழுத்துக் கீழே போடும் அழகாக இருக்கட்டும், நடு மட்டையைக் காலால் மிதித்துப் பத்துப் பதினைந்து தென்னை ஓலைகளை ஆய்ந்து சுருட்டி வாயில் போட்டு மென்று தின்பதாய் இருக்கட்டும், அந்த அழகை வேறெங்கும் பார்க்க முடியாது. வீட்டுவாசலில் தேங்காயும் வெல்லமும் பச்சரிசியும் கொடுத்தால் அழகாகப் பிளிறித் தலையில் துதிக்கையை வைக்கும் ஆசிர்வாதத்திற்காக மட்டும் அவள் ஏங்கவில்லை. யானைகளுக்காகவும்தான் ஏங்கினாள்.

ஏக்கம் பெருமூச்சாய் யானையின் துதிக்கையிலிருந்து வரும் ஓசையைப்போலச் சுட்டது. பச்சைத் தேங்காயை மட்டையோடு அவள் கொடுத்தபோது காலில் வைத்து அழுத்தி மிதித்து உடைத்தது. பாகன் உடைந்த தேங்காயை அங்குசத்தால் கீறி யானையின் வாயில் போட்டான். அது, அதக்கி அதக்கிச்

சாப்பிட்ட விதத்தைப் பார்த்தவளுக்கு மார்புகள் இரண்டும் என்னவோ செய்தது. ஊறிய மார்பைத் துதிக்கைக்குக் கொடுக்கலாமோ என்று நினைத்த மாத்திரத்தில் தன் தந்தங்களின் மீது துதிக்கையைப் போட்டு ஆட்டியாட்டி அவளுக்கு வேடிக்கை காண்பித்தது. தன் மனதை அறிந்துகொண்ட யானைக்கு நன்றி சொன்னாள் கண்களால். ரகசியம் மனிதர்களிடம் மட்டுமல்ல யானைகளிடம் கூடத்தான். மொழியை மீறிப் பரிமாற்றம் நிகழ்ந்து விடுகிறது. ரகசியமாகவும் நீடிக்கிறது. மணியோசை எழும்பிய திசையில் கூர்ந்து பார்த்தாள், யானையின் பின்புறம் வெகுதூரத்தில் தெரிந்தது.

Anupam Sud
Block Conch
Etching on Paper
49.5 cm x 40 cm
2007

குதித்து ஓடிய பின்பு அண்ணியும் சங்கிலியும் பாட்டியும் கைகளில்.

காசிக்குப் போகும் முனைப்பு பாட்டிக்கு 60களின் இறுதியில் துவங்கி 80களின் துவக்கத்தில் பூர்த்தியானது. காசிக்குப் போவதற்கு எதையாவது விட்டுவிட்டு வரவேண்டுமென்ற ஆவல் மிகுந்திருந்த நாட்களில் பாட்டிக்குப் பயணம் சாத்தியமானது. இப்படித்தான் ஒருமுறை அன்றைய சென்ட்ரல் ஸ்டேஷனில் இறுதிப் பயணமாக ஒரு பாட்டி திரும்பி வராத இடத்திற்குப் போகிறேனென்றும் அது காசி யாத்திரை என்றும் தன்னையே விட்டுவிட தீர்மானித்திருப்பதாகவும் சொல்லி ரயில் ஏற்றி விடுவதற்குச்சென்ற நானும் பாட்டியும், மற்ற இருவரும் சென்றிருந்தபோது என்னிடம் ப்ளாட்ஃபாரம் டிக்கெட் வாங்க சொல்லித் தந்த பணத்தில் நான்கு பேருக்குமே ப்ளாட்ஃபாரம் டிக்கெட் வாங்கிவந்ததைப் பார்த்து அன்றைக்கு நிதித் துறையில் செயலாளராக இருந்த மூன்றாம் நபர் மூன்று பேருக்கு மட்டும் டிக்கெட் எடுத்திருக்கலாமே. பாட்டி காசிக்குத்தானே போகிறாள். அவளுக்குத்தான் டிக்கெட் எடுத்தாகிவிட்டதே என்றுகேட்ட கேள்விக்கு இருபது வருடங்கள் கழித்து என்னுடைய பதில் பாட்டியை விட்டுவிட, விட்டுவிட்டு வர மனம் பக்குவப்படவில்லையோ என்று நினைக்கத் தோன்றுகிறது.

இப்படித்தான் வாரணாசியும் காசியும் என் வாழ்வில் வீட்டின் சூழலில் அன்றாடப் பாடுபொருளாகி அங்கே போய்ப் பார்க்க வேண்டுமென்ற ஆவல் மிகுதியால் கலைகுறித்த தேடலின் உச்சத்தில் தத்துவரீதியிலான நம்பிக்கையின் அதீதத்தில், மனம் மூளையை ஏமாற்றத் துணிந்தபோது நான் வாரணாசி எக்ஸ்ப்ரஸ்ஸில் போபாலைக் கடந்து போய்க்கொண்டிருந்தேன். கங்கையின் நீளமும் அகலமும் ஆழமும் ஓடமும் படித்துறையும் குடைகளும் மக்களும் வீதியும் வெகுவாக ஆக்கிரமித்துக் கொண்ட ஒரு நள்ளிரவில் அந்த பைரவரின் கோவிலுக்கு முன்பு ஆவிபறக்கும் இட்லியை சாப்பிட்டுக் கொண்டிருந்தேன். எதையும் விட்டுவைக்க அல்லது விட்டுக்கொடுக்க நிராகரிக்க மனமில்லாத மிகப்பெரிய ரசனையையும் அகமகிழ்வையும் மயக்கத்தையும்

தரக்கூடிய பிரதேசத்தில் பாட்டி நிச்சயமாய் எட்டிக்காயை விட்டுவிட்டு வந்தது எனக்கு எந்த ஆச்சரியமுமில்லை.

அரிச்சந்திர கட்டத்தில் அடுக்கியிருந்த விறகுக் குவியல்களில் எரியும் கங்குகளுக்கு நடுவில் என்னை ஏற்றி வைத்திருந்தாலும், அது சந்தனக் கட்டையையும் சக்கரையையும் கொட்டி என்னை எரிக்க வேண்டுமென்று சொல்லத் தோன்றும் மனநிலையில்தான் மிதந்துகொண்டிருந்தேன். தெருவெங்கும் எல்லா சந்துகளிலும் பனாரஸ் பட்டுப் புடவைகளில் சரிகைப் பளபளப்புகளுக்கு அதன் வேலைப்பாடுகளில் மின்னி மிளிரும் அழகுக்குமுன் என்னுடைய மனம் அடங்கிப்போய் விட்டதாக நான் நினைத்துக்கொண்டது ஏதோ ஒரு களிமண்ணில் செய்து சுடப்பட்ட ஒரு முழ நீள பைப்பில் அடைக்கப்பட்ட கஞ்சாவைப் பற்றவைத்துப் பதினோறாவது இழுப்புக்குப் பின்பு தோன்றிய மாய புகைப்படலமாகக்கூட இருக்கலாம். இப்பொழுதும் என்னால் நம்பமுடியாத பல்வேறு செய்திகளின் அடிப்படையில் சாத்தியமே இல்லாத சாத்தியங்களைத் தேடும் முனைப்பில் பாரதத்தின் மிகப் பழமையான ஊர் அமைப்பின் மனநிலைக்கு நான் புலான்தர்வசா படிக்கட்டுகளின் மேலேறி நின்று அண்ணாந்து பார்க்கும்பொழுது ஏற்படும் ஏகாந்தம் என்பது காசிமடத்தின் படிக்கட்டுகளின் கீழிறங்கி கங்கையில் கால் நனைக்காமல் ஓடத்தில் ஏறி பயணிக்கும் பொழுது வாழ்க்கையின் க்ஷண நேரத்தையும் விட்டுவிடக் கூடாது என்கிற பிடிப்பு ஏற்படுவதை மறைக்க முடியவில்லை. சொல்லுவதில் எனக்கு எந்த வெட்கமுமில்லை.

இந்தியக் கட்டடக்கலை மரபின் புலான்தர்வாசா படிக்கட்டுகள் ஏகாந்தத்தையும் காசி கங்கைப் படிக்கட்டுகள் மிதக்கும் சுகிக்கும் எண்ணத் தகிப்பையும் உண்டாக்கும் என்பதை நுட்பமாக உணர்ந்த என் மனநிலைதான் அவளின் விருப்பமாகவும் என்னோடு அவளுடைய இருப்பு சாத்தியப்படும் பொழுதெல்லாம் ஏற்படும் தகிப்பு என்று சொல்வதைப் புரிந்துகொள்ள முடிந்தது.

கலை ஊர் அமைப்பிலும் கட்டட அமைப்பிலும் மனிதனின் உயரிய அறிவியல் சாத்தியங்களின் மனநிலை மாற்றத்திற்கான தத்துவ அமைப்பாகப் பார்க்க வேண்டும் என்கிற கட்டாயத்தை உடைத்தெறியும் முயற்சியாக உணர்வதற்கு ஆற்றின் கரையில் தொடர்ச்சியாக ஏற்படுத்தப்பட்ட கட்டட வடிவமைப்பின் சூழல் மேலிருந்து கங்கையை நோக்கி இறங்கிவரும் கண்களுக்கு கங்கையும் அதற்கு அப்பால் விரியும் காட்சியும் அதேபோல் கங்கையிலிருந்து படிக்கட்டுகளில் மேல் ஏறிப்போகும் மேல்

நோக்கிய கண்களுக்குக் காசியும் அதன் காட்சிகளும் 360 டிகிரி எங்குமே தடையில்லாக் கொண்டாட்டத்தின் காட்சி மனநிலையை இதுகாறும் நம்பியிருந்த மயங்கியிருந்த அறிவின் தெளிவு என்பதை உடைத்துப் புதிய கட்டுமானத்தை வேறொரு திறவுகோலை அறிவிற்கும் மனதிற்கும் கொடுக்கவல்லதாக அமைந்திருக்கும். ஊர் அமைப்பும் கலையும் காசியும் சொல்லப்பட்டுவந்த கதைகளுக்கு, கதைகளை நம்பி ஏற்படுத்திக்கொண்ட நம்பிக்கைகளுக்கு, ஆதாரமாகக் கொடுக்கப்பட்ட புத்தகங்களுக்கு, புத்தகங்களில் எழுதப்பட்டிருந்த தத்துவ அடிப்படைகளுக்கு முற்றிலும் மாறான புதிய புரிதலையும் பரிணாமத்தையும் உணர்வின் காட்சியின் வழிநின்று சுகிக்கும் கால அளவின் பிரதானம் கலையின், ஊர் அமைப்பின் மெய்ப்பிக்கப்பட்ட மானுடத்தின் மனநிலையின் உச்சம்.

அம்மாஞ்சி

48

இல்லாத வெறுமையைத் துரத்த முயன்று கொண்டிருந்தாள் அவள். மேலே மின் விசிறி வேகமாகச் சுழன்றுகொண்டிருந்தது. காற்றை வெட்டிய விசிறியின் இறக்கைகள் 'ஓ . . .' என்ற இரைச்சலை ஏற்படுத்தியது. தூக்கம் வராமல் புரண்டுபுரண்டு படுத்தாள். எழுந்துபோய்த் தண்ணீரை மொண்டு குடித்தாள். தண்ணீர் வயிற்றைத்தொட்டு சில்லிட்டபோது உடல் அனலாகக் கொதித்தது. என்னவெல்லாம் நடந்துவிட்டதோ, என்னவெல்லாம் நிறைவேற்றிக் கொண்டாளோ, என்னவெல்லாம் ஆசைப் பட்டாளோ . . . நினைத்த மாத்திரத்தில் எல்லாவற்றையும் அடையக்கூடிய அதிகாரம் பெற்றிருந்தவளுக்கு ஏன் இன்று உறக்கம் வரவில்லை? எங்கோ நரி ஊளையிடும் சத்தம் காற்றில் கலந்து அவள் காதுகளில் கேட்டது. சன்னமாய்க் கேட்ட சத்தம் கடிகாரமுள் சத்தத்தைவிட அதிகமாய்ப்பட்டது.

எங்கேயோ ரெக்கார்டு டான்ஸ் பாட்டு பாதிப் பாதியாய்க் காற்றில் கிழிந்துபோய் காதுக்கு வந்து சேர்ந்தது. மூக்குத்தியும் தோடும் கனத்துக் கிடந்தன. தலையிலும் நெஞ்சிலும் மூட்டை அரிசியைத் தூக்கி வைத்தாற்போல் பாரமாய் அழுத்தியது. விடிவிளக்கு ஊதாநிறத்தில் அவளைப் பார்த்துச் சிரித்தது. மூலையிலிருந்த கொலு பொம்மைப் புத்தர் இத்தனை விகாரமாய் இன்றுதான் அவளுக்குக் காட்சிப்பட்டார். காலங்காலமாய்த் துடைத்து மாட்டும் காதல் பறவைகள் சுவற்றிற்குப் பொருத்தமில்லாததுபோல் தோன்றி மறைந்தன. விளக்குகளுக்கு மின்சாரத்தைக் கொண்டுபோகும் கம்பிகள் வரிசை வரிசையாகப் பித்தளை ஆணியால் மடக்கி அடிக்கப்பட்டிருந்தன. இவள் தொண்டையை இறுக்கி ஆணி அறைவதைப்போல பிரமை கொண்டாள். காலை நீட்டிப் படுக்க முற்பட்டபோது கால் மாட்டில் தட்டுப்பட்ட மரச் சட்டங்கள் கத்திகளாய் மாறிக் கால்களை வெட்டின. படுக்கை முழுவதும் தீயாய் எரிந்தது.

தன்பாட்டுக்கு உருண்டுபுரண்டு கட்டிலின் மேலிருந்து கீழே விழுந்தாள். அவள் நினைவு அறுந்துபோனது. ஏனோ அவன் நினைவிற்கு வந்தான்.

சூரியனைப் பார்த்திருக்கிறாள் நேருக்கு நேராக. சற்று நேரம் கண்கள் இருண்டு போனாலும் கவலை கொண்டதில்லை. எருமைக் கிடாவை வெட்டியிருக்கிறாள். ஒரு வெட்டுக்கு மேல் அது தாங்காது. மரத்தில் தலைகீழாக ஏறியிருக்கிறாள். யாராலும் நேராகக்கூட ஏற முடியாது. ஆற்றைத் தன்னந் தனியாகத் தாண்டியிருக்கிறாள், நீந்தக்கூட முடியாத அக்கரையை. அதிகாரம், ஆட்சி, அழகு, அலங்காரம், வலிமை, துணிச்சல், எல்லாவற்றிற்கும் சொந்தக்காரிதான். சொர்க்கம் அவள் காலடியில் காத்துக் கிடந்தது. யாருடைய நினைப்பும் அவளை வாட்டியதில்லை. அவளுடைய நினைப்புதான் எல்லோரையும் வாட்டியிருக்கிறது. விழுந்த கணத்தில் அறுந்த தொடர்பு ஏனோ அவனை நினைவில் பூட்டியது.

49

கீழை வானத்திலிருந்து கரிய மேகங்கள் வெகு விரைவாக வந்து அறுப்புக்குத் தயாராக நின்ற வயல்வெளிகளில் மொத்தமாகக் கீழிறங்கி சற்று தூரம் வயல்களை மூடி மேலே பாய்ந்து அலையலையாய் மறைந்துபோயின. வாணக்காரன் வாணத்தைப் பற்றவைத்து மேலே எறிந்து பறந்துபோய் வெடிப்பதற்குள்ளாக நிகழ்ந்துவிட்டது. மூன்று மா நிலத்தில் ஒரு குண்டுமணி நெல்கூட எஞ்சியிருக்கவில்லை. சிறவி* எங்கிருந்துதான் இத்தனை கூட்டம் கூட்டமாய் வந்ததும் தெரியாமல், போனதும் தெரியாமல் நெல் மணிகளை மட்டும் அலகால் அரிந்துகொண்டு போனதோ, உருவிய நெல்லில் ஒன்றுகூடச் சிந்தாமல் வேட்டுக்குத் தப்பி வானத்தில் பறந்ததோ. கண்ணிமைக்கும் நேரத்தில் நடந்தேறிய தாக்குதல். சிறவிக்கு அதுதான் ஜீவிதம். மக்களுக்கு அது பேரழிவு. வள்ளலார் மன்றத்துப் பெரியவருக்கு அது ஜீவகாருண்யம். தியாகி சம்மந்தத்துக்கோ அது காந்தியக்கோட்பாடு. குப்புசாமிக்குக் கவிதை. தமிழ்வாணனுக்கும் மணிமொழிக்கும் அதுவே இலக்கியம். மார்க்சுக்கும் இங்கர்சாலுக்கும் அது மூலதனம்.

எது எப்படிப் போனாலும் வாணக்காரனுக்கு அதை விரட்டுவதே தொழில் தர்மம். தர்மம் தப்பிப் போனால் தலை தப்பாது. தர்மத்தைக் காத்தால் அதர்மக்காரன் என்ற அவப் பெயர். பயிருக்குப் பச்சை பிடிப்பதும், பால் அரும்பி அரிசியாவதும், நெல்மணிகள் உடையவனிடம் சேர்வதும் பசியைப் போக்குவதும் பலர் கைகளிலிருந்து இப்பொழுது வாணக்காரனின் பொறுப்பில் இருக்கிறது.

“ஒரு குண்டுமணி நெல் கூடவா இல்லை?”

அவளுக்கு அவள் கவலை.

---

* சிறகி–க்ரியா அகராதி, 585

பதரை உருவி மாலை கட்டச் சொன்னவளுக்கு வயலே பதராகிப் போனது. கோபம் ஒன்றும் கொப்பளிக்கவில்லை. மூன்று மா ஒன்றும் பெரிய நட்டமில்லைதான். அதுவே ஐயா வீட்டில் நடந்திருந்தால் என்ன செய்வது? மூன்று மாவும் வயசாளிகளுக்குச் சொந்தம். அவர்களின் ஜீவிதம் சிறவியின் அலகில். இனி நிலமிருந்து என்ன பயன்? மனமிருந்து என்ன பயன்? யாருக்குத் தெரியும் வயிறு இருக்கிறதென்று? அதற்குப் பசிக்குமென்று?

கொல்கத்தாவீதியில் சுபாஷ் வீட்டிற்குப் பின்னாலிருந்த உணவுக் கூடத்தில் சாப்பிட்ட மீனின் சுவை மிகவும் வித்தியாசமானது. ஹில்சா, கடலிலிருந்து நதியின் முகத்துவாரம் வழியாக நீந்தி வாழ்ந்து பிரசவித்த பின்பு கடலுக்குள் சென்றுவிடும். குஞ்சுகள் வளர்ந்த நிலையில் கடலுக்குப் போக யத்தனிக்கும் தருவாயில் பிடிக்கப்பட்டு சமைக்கப்பட்ட மீன் உணவை மிகுந்த சிரமத்திற்கிடையே கண்டடைந்த என்னுடைய நான்காவது கொல்கத்தா பயணம் இன்றும் மறக்க முடியாமல் ஞாபகத்தில் படிந்திருக்கிறது.

ஒரு முறை, பெங்களூருவின் மாவல்லி டிஃபன் ரூம், இரவுச் சாப்பாடு. லால்பாக்கில் உலாவிக் கொண்டிருந்த என்னை அழைத்துப்போய் மேசையில் வெள்ளித்தாம்பாளத்தில் பரிமாறிய உணவு அவளைவிட ருசிகரமாக இருந்தது. அதற்குப் பின் மனமுறிவு. அத்துடன் என் வாழ்வின் சுவையும் மாறிப்போனது.

சாசூஜி. அஹமதாபாத்தின் சபர்மதி ஆசிரமத்தில், பஜன் முடித்து தேடிக் கண்டடைந்த, நூற்றுக்கும் மேற்பட்ட இனிப்பு வகைகள் அடுக்கப்பட்ட தட்டின் முன் அமர்ந்து கடைசியாகச் சாப்பிட்ட பாஸுந்தி எனக்கு அவளின் ஞாபகத்தைக் கொடுத்துக் கொண்டிருக்கிறது.

இப்படித்தான் ஒரு நாள் நார்த் மெட்ராஸில் சுற்றிக் கொண்டிருந்தபோது பசியில், ‘இங்க ஏதாவது சாப்பிடறதுக்கு?’ என்று எழுப்பிய கேள்விக்குத் தொடர்ச்சியாக ஒரு பாட்டி, ரிக்ஷாக்காரர், அரசியல்வாதி, குழந்தை என எல்லோரிடமிருந்தும் வந்த பதில் ‘சிவிலா? அதோ அங்க போங்க!’

எனக்கு ஒரே குழப்பம். எனக்குத் தெரிந்து என்னைவிட ஐந்து வயது குறைவான பெண்களைப் பெற்றெடுத்த வக்கீல் மாமாக்கள் எல்லாருமே சிவில்தான். எங்கள் கிரிமினல் மாமாக்களுக்கு வாரிசு இருந்ததாக ஞாபகமே இல்லை. ஹைகோர்ட்டைக் கடந்து வெகுதூரம் வந்த பின்பும், நான் வக்கீல் அல்ல என்ற பொழுதிலும், சாப்பிட வழிகேட்ட அத்தனை பேரும் ‘சிவிலா?’ என்று கேட்டதன் நோக்கத்தை, அந்தச் சாப்பாட்டுக் கடையின்

மேல் மாடிக்குச் சென்றபோதுதான் புரிந்துகொண்டேன். அசைவச் சாப்பட்டிற்கு இங்கே 'மிலிட்டரி' என்று பெயர்.

ஒரு நாள், நார்த் மெட்ராஸை பற்றித் தெரிந்துகொள்ளும் ஆவலில், தென்னிந்தியாவில் முதன்முதலில் ஆரம்பிக்கப்பட்ட யூனியன் பற்றி எங்கோ ஒரு புத்தகத்தில் படித்ததிலிருந்து, அன்றைய தொழிலாளர்கள் வேலை செய்யும் தொழிற்சாலைகளில் அமைந்திருந்த உணவு விடுதிகள் எல்லாம் மானிய விலையில் வழங்கப்பட்ட உணவுக் கூடங்களாக இருந்ததை ஆவணப்படுத்தியிருந்தார்கள். இன்றும், எங்கள் கல்லூரிக் காலங்களிலும்...

சென்னையின் எழும்பூரில் 'ஓ.என்.ஜி.சி' கேண்டீனும், அன்றைய 'எம்.எம்.டி.ஏ' கேண்டினும் தினத்தந்தி ஆபிஸுக்கு எதிர்புறம் அமைந்திருந்த சதர்ன் ரயில்வே கேண்டீனும், அதே வழியில் சற்றுத் தள்ளி ரிப்பன் பில்டிங்கில் அமைந்திருந்த மாநகராட்சி கேண்டினும். பொதுமக்களும் பயன்படுத்தும் வகையிலான மானிய விலையில் இயங்கும் உணவுக் கூடங்களாக இருந்ததை, நாங்கள் அனுபவித்து இருக்கிறோம்.

இப்படி எல்லாத் தொழிற்சாலைகளிலும், ஆங்கிலேயர்களின் தொழில்முறைப் படிப்பினை முடித்த, சுதந்திரம் அடைந்த பின்பும் ஆங்கிலப் பாடத்திட்டத்தில் தொழிற்கல்வி பயின்ற பொறியாளர்களைக் கொண்ட தொழிற்சாலைக் கட்டமைப்பில், 'தொழிலாளர் நலன்' என்பது உணவும், உணவுவழிக் கலாச்சாரமும், கலாச்சார வழி அதிகாரமும், அதிகாரத்தின் உச்சியில் அமைந்த அரசாங்கமும் மிகக் கவனமாக வடிவமைக்கப்பட்ட, இந்திய மனநிலையைப் பாதுகாக்கும் கலாச்சார அதிகாரக் கல்வியைப் பெற்றிருந்த அமைப்பியல் கோட்பாடு.

ஒன்றுபட்ட தஞ்சை மாவட்டத்தின் நிலப்பிரபுத்துவ மனப்பான்மை என்பதை, அன்ன சத்திரங்களையும், தண்ணீர்ப் பந்தல்களையும் கிராமங்கள் தோறும் அமைத்து, வழிப்போக்கர்களுக்கும் வெகுஜன மக்களுக்குமான இலவச தங்கும், உணவு படைக்கும் கூடங்கள், 70களுக்குப் பிறகும்கூடச் செயல்பட்டு வந்ததை வைத்து அறிந்து கொள்ள முடியுமென்றால், சுதந்திர இந்தியாவில் 90களின் பிற்பகுதி வரை கோலோச்சி வந்த ஒற்றை இலக்கப் பொறியியல் கல்லூரிகளில் படித்த மாணவர்களின் மனநிலை, தொழிற்சாலைகளில் தொழிலாளர்களின் நலனைப் பாதுகாப்பதாகச் சொல்லி வடிவமைக்கப்பட்ட கொள்கைகளில் பொதிந்திருக்கும் அடையாளம் காணமுடியாத, மேல்தட்டு வர்க்கப் பிரிவினையை நிரந்தரப்படுத்த, பாதுகாக்க வகுக்கப்பட்ட கொள்கை என்று சொன்னால் இன்றைக்கு சென்னையின்

பிரதானமான ராஜீவ்காந்தி சாலையில் அமைந்திருக்கும் முதலாளிகளின் தொழிற்கூடங்கள், மேற்சொன்ன கொள்கையைக் கேள்விக்குள்ளாக்குகின்றன.

தகவல் தொழில்நுட்பப் பூங்காக்கள், இந்திய முதலாளிகளின் வியாபாரக் கேந்திரமாக ஆனபோதிலும். மலிந்த தொழிலாளர்களை உற்பத்தி செய்யும் நாடுகளில் முன்னணியில் இருக்கும் இந்தியாவும், குறிப்பாகத் தமிழ்நாடும். வர்க்கச் சுரண்டலையும் மேல்தட்டு மக்களின் கலாச்சாரத்தை, கலாச்சாரத்தின் மூலமான அடையாளங்களைப் பாதுகாக்கவும், செழுமைப்படுத்தவும் பொருளாதாரப் பரவலாக்கல் என்ற மாயையைக் கொள்கைகளாக வகுத்தெடுத்து அதைப் புரிந்துகொள்வதற்கு முன்பாகவே ஃபுட் கோர்ட் என்று அழைக்கப்படும் நவீன உணவுச் சாலைகளையும், அதன் மூலமாகத் தொழிலாளியின் பொருளாதாரச் சுரண்டலையும், என்றைக்கும் செயல்படுத்தும் இடத்தில் ஒரு வர்க்கமும், செயல்பாட்டைச் சிந்திக்கும் வேறொரு வர்க்கமும், இருவேறு வர்க்கங்களும் அவற்றின் உயர்வு தாழ்வுத்தன்மை, அதன் மூலமான பிரிவு. அந்தப் பிரிவுக்குள்ளே இருக்கும் மனநிலை போன்றவற்றை, அன்றிலிருந்து இன்றுவரை வெவ்வேறு பரிமாண வடிவங்களில் வைத்திருப்பதே உயர்ந்த பொருளாதார கலாச்சார, அரசியல், சமூகச் சிந்தனை என்று நம்பவைக்கப்பட்டு, அதில் சமத்துவமும் சமதர்மமும் விடுதலையும் கிடைத்துவிட்டதாகவும் தன்னிறைவு பெற்ற தனிநபர்கள்தான் குழு மனப்பான்மையிலிருந்து விலகி புதிய சமூகத்தைக் கட்டமைத்து விட்டதாகவும். அது கல்வியால் விளைந்தது, அப்படி விளைந்ததின் பலாபலனே அவர்களின் உணவு எனவும், உணவுமுறை மாற்றி அமைக்கப்பட்டதின், மேம்படுத்தப்பட்டதின் மூலம் கலாச்சார மேம்பாட்டை அளக்க பிரத்யேகமாக வடிவமைக்கப்பட்ட உணவுமாணியைக் கொண்டு மெய்ப்பிக்கப்படுகிறது.

சமூகத்தில், இவர்களின் அந்தஸ்து என்பது கலை, கலாச்சார வழி சிந்தனையும் செயல்பாடும் என்பது மறுக்கப்பட்டு, சிந்தனைக்கு ஒரு வர்க்கம், செயல்பாட்டுக்கு மற்றொன்று என்பது, புதிய பொருளாதாரச் சுரண்டலின் மூலம் நிரூபிக்கப்பட்டிருக்கிறது. பெங்களூரிலோ, கொல்கத்தாவிலோ அஹமதாபாத்திலோ சாப்பிட்டு முடித்துவிட்டு, நான் கேட்கும் ஒரே கேள்வி ‘தயிர் சாதம் கிடைக்குமா?’

என்னுடைய வாழ்வின் ஆதாரமாக நான் நினைத்துக் கொண்டிருப்பது வாசிப்பும், இசை கேட்பதும், நடனங்களைப் பார்ப்பதும், ரசனையின் உச்சத்தில் மகிழ்ந்து கிடப்பதும்.

தெளிவைப் பெறுவதற்காக, சிந்தனையின் தேவையற்றவைகளாக நினைப்பதை இழைத்தலின் மூலமாகவோ, எழுதுவதின் மூலமாகவோ, உரையாடலிலோ அல்லது கனவிலோ வெளியே தள்ளிவிட முயலும் முனைப்பைத் தவிர வேறு எந்த ருசியையும் தேடி அலைந்ததாகவோ, அதைத் தேடுதல் என்று சொல்லிக்கொள்ளவோ, தேடியதால் கிடைத்த தெளிவு என்று இருத்திக்கொள்ளவோ, இருத்தலின் தத்துவம் அறிந்து கொண்ட மமதையில் உணவும் உடையும் அலங்காரமும் அழகியலும். அற்புதங்கள் இன்றி இயற்கையின், இயல்பின், அறிவின், வெளிப்பாட்டின் கலை என்பது மிலிட்டரியாகவோ சிவிலாகவோ இல்லாமல், செயல்பாட்டிற்குப் பிறகான மகிழ்தலில் அவநம்பிக்கை கொண்டு, சிந்தித்தலின் பூரணத்தில் மகிழ்ந்து கிடக்கிறேன். இருத்தலின் பயன் அதுவே.

அம்மாஞ்சி

50

பசி பெரும் தீயாய்ப் பரவிக் கிடந்த ஜில்லாக்களிலிருந்து பஞ்சம் பிழைக்க வந்தவர்களெல்லாம், கயிறு திரித்து, குளங்களை வெட்டி ஆழப்படுத்தி, காட்டைத் திருத்திப் புஞ்சையாக்கி, பிழைப்பை ஓட்டினார்கள். பசி பொறுக்க முடியாதவர்களுக்கு வேலையும் ஆகாரமும் தந்த ஜில்லாவில் வாழ்வித்தவர்களுக்குப் பசி வந்தால் வாழ்க்கைக்கு எங்கே போவது. சினிமா கொட்டகையில் இரண்டாம் ஆட்டத்தில் பார்த்த மாயா உலகம் படத்தில் வரும் கதாநாயகன் ஒரு பாடல் முடிவதற்குள்ளாகவே நாட்டை சொர்க்கபுரியாக்கியது போல், இங்கும் வேலை செய்யாமல் ஆகாரம் கிடைத்தால் பசிபோய்விடும், பகவான் புண்ணியத்தில் நாடும் சொர்க்கபுரியாகிவிடும் என்று நம்பத் துவங்கினார்கள். மூன்று வேளையும் அரிசிச் சோறு. அனைவருக்கும் பாதுகாப்பு வேறு. எந்தக் கேள்வியும் யாரும் கேட்கவில்லை. வரிசையில் நின்று ஓட்டு போட்டார்கள். கனவு கண்டார்கள். இன்று வரையில் விடிந்த பாடில்லை. அந்தகாரத்தில் இருள் விலகியபாடில்லை. தூரத்தில் கரிய மேகம் மழையைப் பொழிவது போலக் கீழிறங்கி வந்து சிறவியாய் மாறி நெல்மணிகளைக் கொள்ளை கொண்டு போனதைப் போல மாயா உலகமும் வாழ்வை மயக்கத்திலும் அந்தகாரதிலும் ஆழ்த்தியது. விடிந்தால்தானே விழித்துக்கொள்ள. விழித்துக் கொண்டால்தானே விடிவு ஏற்பட. கூட்டதிற்குள்ளே நானும் ஒருவன். என்னைப் போலவே இந்தக் கூட்டமும். கொள்ளை அடிப்பது சிறவியின் ஜீவிதம்.

இலவசமாய்ப் பெறுவது என் கூட்டத்திற்கும் எனக்கும் அந்தகாரத்தில் சொர்க்கம். சிறவிக்கு ஒரு நியாயம், என் கூட்டத்திற்கு ஒரு நியாயம் என்று எப்பொழுதும் இல்லை. எல்லாம் ஒரே நியாயம்தான். அன்றிரவு நடந்த ரகசிய கூட்டத்திற்குப் பின்னால் விளைந்த நிலத்தில் மண்டியிட்டு தலையில் கட்டியிருந்த முண்டாசை அவிழ்த்து, கதிர்களைக்

கசக்கி நெல்லை உருவி, நெருப்பு வைத்து வயலை எரித்து எதிர்ப்பைப் பதிவு செய்வது எங்கள் புரட்சி. எங்கள் வாழ்க்கை. எங்கள் வெற்றி.

மீட்போம். மீளுவோம். மீண்டெழுவோம். யாருக்கும் எப்பொழுதும் அடிமையாய், அடக்கமாய், ஆர்ப்பரிக்காமல், வெகுண்டெழாமல் அமைதியாய் இருப்பதில் பயனேதுமில்லை. புரட்சிப் போர் முழக்கம் ஓங்கி ஒலிக்கட்டும். எங்கள் நியாயமும் சிறவியின் நியாயமும்ஒன்றுதான் என்பதைக் கையில் வெடித்த வாணம் சொல்லும் உண்மை.

51

அம்மாசிக் கிழவன் செத்துப் போனதிலிருந்து புளியந்தோப்பிற்கு யாரும் வராமலிருந்தது அவர்களுக்கு வசதியாய் இருந்தது. சதியாலோசனை செய்வதற்கும், பங்கு பிரித்துக் கொள்ளுவதற்கும், ஆயுதங்களை மறைத்து வைக்கவும் அந்த இடம் பொருத்தமாக இருந்தது. துண்டைப் போட்டுக் கசக்கி உருவிய நெல் மணிகளை இரவோடிரவாக வேறு ஊருக்குக் கடத்திப் போனார்கள். விடிந்து பார்த்தால் நாற்பது மா நிலத்தில் ஒரு குண்டுமணி நெல்கூட இல்லை. போன இடம் தெரியவில்லை. எல்லோரும் நினைத்துக்கொண்டார்கள் இது சிறவியின் வேலைதானென்று. வாணக்காரன் மட்டும் துண்டைப் போட்டுத் தாண்டினான், ஒரு குருவிகூட அன்றைய பொழுதெல்லாம் வயலுக்கு வரவில்லையென்று. ஆட்கள் இறங்கிய தடயத்தைப் பார்த்தவர்களுக்கு அத்தனை மூட்டை நெல்லைக் கொண்டுபோன தடயம் தெரியாமல் திகைத்துப் போயிருந்தார்கள். ஊர் முழுவதும் ஒன்றுகூடிப் பேச ஆரம்பித்ததில் யார்யாரோ வரவழைக்கப்பட்டிருந்தார்கள். சிவப்பு முண்டாசும் கறுப்புத் துண்டும்கூட அந்தக் கூட்டத்தில் தங்களுக்கும் தெரியாமல் ஏதோ ஒன்று நடந்துவிட்டதை எண்ணி பிரமித்துப் போனார்கள். இது எப்படி நடந்திருக்கும்? யார் செய்திருப்பார்கள்? என்ன காரணத்திற்காகச் செய்யப்பட்டிருக்கும்? என்பதுபோன்ற பெரும் பேச்சுகள் தொடர்ந்தபடி எந்த முடிவையும் எட்ட முடியாமல் தவித்துக் கிடந்தபோது அவள்தான் அந்த விடையை அவிழ்க்க வேண்டும். என்ன காரணத்தினாலோ அவள் வேடிக்கை மட்டுமே பார்த்துக்கொண்டிருந்தாள். விவாதம் அவளுக்காகவே நடந்தது. அவளைச் சுற்றியே நடந்தது. எந்த விதத்திலும் தன்னை சம்பந்தப்படுத்திக்கொள்ள அவள் விரும்பாதது ஊருக்குப் பெரும் ஆச்சரியத்தைத் தந்தது. அப்போதுதான் அந்தச் செய்தி மாட்டுக்காரர்களிடமிருந்து ஊருக்குள் வந்து

சேர்ந்தது. மேற்கே கரண்டு கம்பியில் அடிபட்டு நான்குபேர் இறந்து போயிருப்பதாகவும் நாற்பது ஐம்பது நெல் மூட்டைகள் சிதறிக் கிடப்பதாகவும், அவர்கள் அனைவருமே அடையாளம் தெரியாதவர்களென்றும், களவுபோன நெல் மணிகளெல்லாம் இப்படித்தான் போயிருக்கிறதென்றும் பேச்சு முற்றுப் புள்ளிக்குச் சற்று அருகே வந்து மீண்டும் துவங்கியது.

"ஆமா... எப்பிடிச் செத்திருப்பானுவோ? கரண்டு கம்பி என்ன தானா வந்து தலயில விழுமா?"

"யாரு அவனுவுல ஊருக்குள்ள கூட்டிட்டு வந்தது?"

எங்கெங்கோ சுற்றி அவள் மௌனத்தைக் கலைக்க முயன்றது கூட்டம்.

"இந்தா டாக்டர கூட்டிட்டுப் போயி போலீசுல சொல்லிக் குடுங்க. பட்டா மானியார் அய்யாவ வுட்டு நெல்லைத் திருப்பி கொண்டாரதுக்கு வழி பாருங்க. இன்னியிலருந்து ஊட்டுக்கு ஒருத்தர் ராக்காவல் போட்டுடுங்க. மணிக்கு ஒரு தரம் ஊரைச் சுத்தித் தப்படிக்கிறதுக்கு ஏற்பாடு பண்ணுங்க. மத்ததெல்லாம் ஐயாட்ட சொல்லிக் கேட்டுச் சொல்றேன்."

ஊர் முழுவதும் வாய் பொத்தி, கண்கள் குளமாகி மின்னி வெடித்துச் சிதறிப் போனது. புரட்சிக்காரர்களுக்கோ தங்கள் தோழர்களுக்கு வீரவணக்கம் செலுத்தி அடக்கம்செய்ய முடியாமல் போன வருத்தம். செங்கொடியைத் தயார்செய்து அவர்கள் மேல் போர்த்துவதற்கு அரசு மருத்துவமனையின் மதில் சுவருக்கு வெளியே தலையில் முண்டாசு கட்டிக் குத்துக் காலிட்டு அமர்ந்திருந்தார்கள்.

திடீரென்று அதிர்ந்தது முழக்கம். முண்டாசை உதறி இறந்த தோழர்கள் மேல் போர்த்தி செவ்வணக்கம் செலுத்திக் கலைந்து காணாமல் போனார்கள்; சிறவிக் கூட்டத்தைப்போல.

52

தாளடியில் போர் போடக்கூடிய அளவுக்கு வைக்கோல் சேராததால் சின்னச் சின்ன பண்ணைகளாகக் கட்டி அவற்றைத் தெறையாக்கி அடுக்கி வைத்திருந்தார்கள். ஒரு நூறு தெறை இருக்கும். பற்றிக்கொண்டு எரிந்தது. காவலுக்குப் படுத்திருந்தவன் காலில் வைக்கோல் பிரி எரிந்துவந்து விழுந்த அனலில் துடித்து எழுந்து பார்த்தால் நெருப்பு இரண்டு தென்னைமர உயரத்திற்கு மேல் கங்கு கங்காய்ப் பறந்து கொண்டிருந்தது. உயிர் பிழைத்தால் போதுமென்று பக்கத்திலிருந்த வாய்க்காலில் விழுந்து அடித்துக்கொண்டு ஓடினான். அதற்கு முன்பாகவே ஊர் திரண்டு ஓடிவந்தது. வந்த வேகத்தில் கையில் கிடைத்ததையெல்லாம் எடுத்துவீசி அணைக்க முற்பட்டது ஒரு கூட்டம். நீளநீளமான மூங்கில் கழிகளைக் கொண்டு, மேலே எரிந்துகொண்டிருந்த வைக்கோல் திரைகளை இடித்துக் களத்து மேட்டில் உருட்டித் தள்ளி விட்டது இன்னொரு கூட்டம். வாளியில் வாய்க்கால் தண்ணீரை மொண்டு, எரியாமல் கிடந்த வைக்கோலின் மேல் ஊற்றியது மற்றொரு கூட்டம். ஒரு மணிநேர அனலுக்குப் பின்னால் தீ கட்டுக்குள் வந்தது. சாம்பலாய்க் கிடந்த களத்து மேட்டைப் பார்த்து வியர்வை வழிய அனலில் காய்ந்து கொதித்துப் போனார்கள். “வாயில்லா சீவன்களோட ஜீவிதத்த நாசம் பண்றானுங்களே! நல்லாருப்பானுங்களா?”

மணல் அள்ளித் தூற்றினாள் சொர்ணம்.

“செஞ்சது ஆம்பள சனமோ… பொம்பள சனமோ இல்ல… நாயோ நரியோ இல்ல . . . அந்தத் தூண்டிக்காரன்தான் குதிரையில போகயில பத்த வச்சிப் போட்டானோ தெரியாது. யாரச் சொல்லி என்ன செய்ய சென்மம் சோத்துக்கு வீங்கி சொரக்குடுக்கையா சூம்பிப் போய்க் கெடக்குது. கேடு காலம் கேட்டுக்குட்டா வருது. சோறு போட்றாங்கலாமா … சோறு …” என்று உறுமினான் கண்ணு சட்டி.

"இந்தா தூண்டிக்காரனுக்குப் படையல போடுங்கன்னு எத்தன தடவ சொல்லியிருக்கேன். சாமிக் குத்தம் ஆகாதுன்னா கேட்டிங்களா? அவரு இளைப்பாறுற மரத்த வெட்டாதீங்கன்னா கேட்டிங்களா?"

சலம்பினான் பூசாரி.

முழு நிர்வாணமாய் அரணாக்கொடி அறுக்கப்பட்டு கைகளைப் பிணைத்து மேலே தூக்கிக் கட்டி செவுத்தைப் பார்த்து நிற்க வைத்திருந்தார்கள் அந்த நான்கு பேரையும். திருக்கை வாலால் விளாசியது வாருவாராகச் சதை பிய்ந்து தொங்கியது. ரத்தமும் சதையும் அடிபட்ட இடத்திலிருந்து காய்ந்துபோய்க் கறுப்பு நிற உடம்பை மேலும் விகாரமாகக் காட்டியது. குதிகாலை மேலே தூக்கி முழுக்காலும் தரையில் பாவாமல் தொங்கிக் கொண்டிருந்தார்கள் அந்த நான்கு பேரும்.

"அடிச்ச அடியில் ஏதாவது சொல்லுவான்னு பார்த்தா... பேரக் கூட முழுசா சொல்ல மாட்டேனுறான்களே! என்னத்த கேட்டு என்னா பண்றது? எவ்வளவு அடிச்சாலும் வாங்குறதுக்கும் தாங்குறதுக்கும் இவனுவோ எப்பிடித்தான் தயாரானானுவோன்னு தெரியல."

மேசை மேல்சூடாக இருந்த டீயை உறிஞ்சினார் ஏட்டு நாயுடு. டீ உறிஞ்ச உறிஞ்ச அதிகரித்துக் கொண்டே இருந்தது, அடியும் உதையும். திறந்திருந்த வாசல் வழியாகக் கால்பந்தளவிற்குச் சுருட்டப்பட்ட துணிமூட்டை உள்ளே வந்து விழுந்த கணத்தில் வெடித்துச் சிதறியது.

நாயுடுவின் கையும் கிளாசும் போன இடம் தெரியவில்லை. அந்தகாரத்தில் புகையும் கந்தகத்தின் நெடியும் அடங்க வெகுநேரம் பிடித்தது. விடிந்து பார்த்தால் அந்த நான்கு போரையும் காணவில்லை. ஏட்டு தர்மாஸ்பத்திரியில் நினைவு திரும்பியிருந்தார். எதிரே நின்ற அதிகாரியைப் பார்த்து வழக்கம் போல் வலதுகையை உயர்த்தி சல்யூட் அடிக்க முயன்றபோது அவருக்குப் புரிந்து போயிற்று, இனி வாழ்நாள் முழுவதும் கழுவுற கையில்தான் திங்கணும். அதாலதான் சல்யூட்டும் அடிக்கணும்னு. முகம் இறுகியது. உடல் விறைத்தது. எழுந்து உட்கார முற்பட்டார் முடியவில்லை. எங்கிருந்தாலும் கண்டுபுடிச்சிடுவேன் சார் என்று சொல்லிவிட்டு மயக்கமானார்.

திருவனந்தபுரம் மணி பார்க்கும் கடிகாரத்தில் ஒரு மணிக்கு ஒருமுறை இரண்டு ஆடுகள் முட்டிக்கொள்வதை வெகுநேரம் நின்று வேடிக்கை பார்த்திருக்கிறேன். ஹைதராபாத் சாலர்ஜங் மியூசியத்தில் ஒரு சிப்பாய் கடிகாரத்திற்குள்ளிருந்து நடந்துவந்து மணி அடிப்பதைப் பார்த்திருக்கிறேன். சிலகாலத்திற்கு முன்பு ஓமன் நாட்டில் நடந்த ஸ்விஸ் மேட் கடிகாரக் கண்காட்சிக்குச் சென்று வந்ததன் ஞாபகம் என் நினைவுக்கு வருகிறது. எனக்கு கடிகாரங்கள் விதவிதமாக வைத்துக்கொள்ள, தாத்தாவின் – செயின் போட்ட – இடுப்பில் செருகிக்கொள்ளும் கடிகாரத்தையும், பஸ்ஸில் கையை வெளியே நீட்டிக்கொண்டு போனபோது கண்ணாடி பறந்துபோன கடிகாரத்தையும் இன்றும் பாதுகாப்பதிலிருந்து என் விருப்பம் தெரிந்துபோனது.

கடிகாரத்தை வைக்கப் பெட்டியிருந்தது. நாள்தோறும் மேசைமேல் ஏறி அந்தக் கடிகாரத்திற்கு கீ கொடுக்கும் பழக்கம் எனக்கு உண்டு. பின்பொருநாள் சுவரில் மாட்டியிருந்த கடிகாரத்தின் பெண்டுலம் அசைவதை வெகுநேரம் பார்த்துக்கொண்டிருந்தேன். அன்றுதான் ரோமன் லெட்டரில் மணி பார்க்கவும் கற்றுக்கொண்டேன்.

ஒரு விசயம் பழக்கத்திற்கு வரவேண்டுமென்றால் தொடர்ச்சியாக அணுகுமுறையும் ஆர்வமும் வடிவமாக்கப்படும் போது அதைப் பொருத்திக் கொள்ளும் காலமும் இடமும் முக்கியமாகப் படுகிறது. 70களின் பிற்பகுதியில் பெரியாரைப் பின்பற்றுபவர்கள் அல்லது குடும்பம், மத சம்பிரதாயங்களாகக் கூறப்பட்ட அடையாளங்களைத் துறந்து வாழ்வைப் புதிய தத்துவத்திற்குக் கொண்டுசெல்ல முடிந்ததை பார்த்திருக்கிறேன். கடற்கரையில் அகப்படும் சங்குப்பூச்சி, ஊதும் சங்காக மாற்றமடைந்து என் கைகளில் வந்தபோது அதற்காக அதை ஊதும் பயிற்சியை எடுத்துக்கொள்ள ஆசைப்பட்டு எங்கள் ஊரின் வள்ளுவன் தாத்தாவிடம் போய்க் கற்றுத் தரும்படி கேட்டுக் கொண்டேன். ஊரின் வடகிழக்கு மூலையில் ஒன்றரை மைல் தூரத்தில் அமைந்திருந்த சுடுகாட்டில் தீப்பாஞ்சார் கோவிலின் குளத்தின் கருமாதிப் படித்துறையில் வைத்து சங்கு ஊதுவதன் சூட்சமங்களைக் கற்றுக்கொடுத்தார். வீட்டிற்கு

எடுத்துவந்து ஊதினால் தெருவே எழுந்துவந்து என்னைக் குற்றவாளியாக்கியது. பின்பொருநாள் இதே பழக்கத்தில் தரங்கம்பாடியின் புகழ்பெற்ற சர்ச்சுக்குப் போயிருந்தபோது வொயரிங் செய்யப் பயன்படுத்தப்படும் ப்ளாஸ்டிக் குழாயை வைத்து ஊதிப் பார்த்துக்கொண்டேன். நான் பெற்ற சங்கூதும் அறிவு அப்படியே இருந்தது. சங்கூதுவதன் மூலமாக எழும்பும் ஒலியும் அதை ரசிக்கும்படியான சமூகமும்தான் அற்றுப் போயிருந்தது. என் கலை தரித்திரக் கலையாகிப் போனது. இதுபோலத்தான் எக்காலமும் கொம்பும் தோல் வாத்தியக் கருவிகளும் யாருக்கும் தெரியாமல் என்னுடனேயே ரகசியமாய்ப் பயணிக்கின்றன. ஆழ்ந்த மௌனத்தில் அமிழ்ந்து கிடக்கின்றன.

மதராஸில் எங்கு திரும்பினாலும் வார வழிபாடு, திருமுறை ஓதுவது, வாய்ப்பாட்டு, சேர்ந்திசைத்தல், பாராயணம், ருத்திரம் ஜெபம், சமஸ்கிருத பாடம், ஸ்லோக வகுப்புகள் எல்லாம் தெருவுக்குத் தெரு மிகச் சாதாரணமாக அணுகக்கூடிய இடத்தில் விரவிக்கிடக்கின்றன. இவற்றைக் கற்றுக்கொள்ளவும் நிகழ்த்திப் பார்க்கவும் பல நூற்றாண்டு காலமாய்க் கட்டிவைக்கப்பட்ட கட்டடங்களும், திறவிடங்களும், புதிதாய் அமைக்கப்பட்ட நகர்களிலும் சந்துகளிலும் தெருக்களிலும் அரசாங்கக் குடியேற்றப் பகுதிகளிலும், தனியாருக்கான தொழிற்சாலைகளிலும், நிறுவப்பட்டு போஷிக்கப்படும் இந்த நாட்களில் இதுபோன்ற ஒன்றை நானும் கற்றுக்கொண்டிருந்தால் மகிழ்ந்து மயங்கிக் கிடந்திருப்பேன். என் அறிவும் துருபிடித்திருக்காது. நான் தனி ஆளாக இல்லாமல் குழுவில் ஒருவனாகவோ சமூகத்தின் அங்கமாகவோ ஆகியிருக்கலாம்.

ஓ.ஏ.டி என்றழைக்கப்படும் ஓப்பன் ஏர் தியேட்டர்கள் நிகழ்த்துக் கலையின் பிரதான இடத்தை வகிக்கின்றன. பூங்காக்களும் முச்சந்திகளும் கூடுமிடங்களாகவும், கதைக்கும் இடங்களாகவும் இருந்தபோதிலும் ஒரு கலைவெளிப்பாட்டிற்கான அல்லது பரிசோதனைக்கான, கற்றுக்கொள்ளவோ வெளிப்படுத்தவோ ஏற்ற எத்தனை இடங்களை நாம் அடையாளம் கண்டிருக்கிறோம் அல்லது புதிதாக நிர்மாணித்திருக்கிறோம் என்ற எண்ணம் எனக்குத் தோன்றும்போதெல்லாம் தொண்ணையில் நெய் ஒழுகக் கிடைத்த அக்கார அடிசலை சாப்பிட்டுக்கொண்டு நாளிதழில் பல ஆயிரம் கோடி பசும்பொன் புதையல் கண்டெடுக்கப்பட்ட செய்தியைப் படித்துக் கொண்டிருந்தேன்.

ஒரு இயக்கம் முப்பதுகளிலிருந்து வலிமையாக முன்னெடுக்கப்பட்டு சமூக மாற்றத்திற்கான கொள்கைகளை வகுத்துக் கடுமையான பிரச்சாரத்தின் மூலம் எழுபதுகளின்

துவக்கத்தை அடைந்தபோது கலாச்சாரம், கலை குறித்து அதற்கான கட்டமைப்புகளை ஏற்படுத்தியிருக்கிறதா என்ற கேள்வி எண்பதுகளின் பிற்பகுதியில் அரசு கோவில்களுக்கு ஒற்றை லைட்டு திட்டத்தைக் கொண்டுவந்தபோது பின்பு ஜோதிடர்களால் பரிகார இடங்களாக அடையாளம் காட்டப்பட்டு தொண்ணூறுகளில் மேலும் வலுவடைந்த போதுதான் மணிக்கட்டும், மணிக்கூண்டும், சுவரும் இல்லாத கண்ணாடி பறந்துபோன கைக்கடிகாரத்தைப் போல் பாழ்பட்டு பத்திரப்படுத்தப்பட்டிருக்கின்றன என்றுதான் தோன்றுகிறது. டிஜிட்டல் யுகத்தில் எல்.ஈ.டி. டிஸ்ப்ளேக்களுக்குக் கூட ஸ்பேஸ் தேவைப்படுகிறது. குன்றுகள் தோறும் ஒளிரும் விளக்குகளில் மத அடையாளச் சின்னங்கள்தான் மிகுந்து கிடக்கின்றன. இருளில் ஒளிரும் விளக்குகள் சமூகத்தின் அந்தஸ்தைக் காப்பாற்றி அதில் நானிருக்கிறேன் அல்லது தாண்டிப் போய்விட்டேன் என்கிற நிராகரிப்பு மனப்பான்மைக்கும் ஒரு ரகசியக் குறியீட்டை இருட்டைக்கொண்டு மறைக்க முயன்றும் தோற்றுப்போய் ஒளிரும் வெளிச்சத்தில் வாழ்ந்துகொண்டிருக்கிறேன்.

எங்கெல்லாம் அறிவியலும் ஆற்றலும் ஆக்கம் பெருகின்றதோ அங்கு சமூகத்தின் மாற்றம் புதைக்கப்பட்டு புதைக்கவேண்டிய மனோநிலைக்கு நீரூற்றி வளர்த்து வருகிறோம். மாற்று என்பது மிகத் தெளிவாக அறிவியல் கண்டுபிடிப்புகளில் அறிவின் நிலைப்பாட்டில் மதமும் அதன் கோட்பாடும் புனர் நிர்மாணம் செய்யப்படுவது என்று அர்த்தப்படுத்திக் கொண்டால் எங்கிருந்து யாரால் இதை மாற்றிவிட முடியும்.

ஆற்றுப் பூவரசு இலையின் மடிப்பில் கொடுக்கப்பட்ட சுண்டலை சாப்பிட்டுக்கொண்டு ஒரு மடக்கு ஒரு மரத்துக் கள் நான்காவது மொந்தை குடித்த நிலையில் உடைந்த பானையின் கழுத்தில் இழுத்துக் கட்டப்பட்ட உடும்புத் தோலைத் தட்டி ஒலியெழுப்பி உற்சாகப்படுத்தினான் மூஞ்சூறு. கொடியாட்டின் கழுத்திலிருந்து அறுத்துவந்த ஒற்றை மணியைப் பானையோட்டின் கழுத்தில் கட்டிய பின்புதான் அதன் ஒலி முழுமை அடைந்தது. நடுவில் வைக்கோலைப் போட்டுக் கொளுத்தி சுற்றி நின்று ஆட ஆரம்பித்தால் எப்பொழுது முடியுமென்று எங்களுக்கே தெரியாது. மாடு மேய்த்தபோது நானும் மூஞ்சூறும் கொட்டாங்கச்சியும் தவிலும் சேர்ந்து வீரையனிடம் கற்றுக்கொண்ட கலை இன்றிரவு பதினோரு மணிக்கெல்லாம் யாரும் கூட்டமாக (ஒருவருக்குமேல்) நிற்கக் கூடாது என்கிற சட்டத்தின் காரணமாக எட்டு எட்டரை மணிக்குத் தண்ணீர் கலக்காமல் குடித்துவிட்டு எட்டு ஐந்துக்கெல்லாம் மாநகராட்சியின் ரப்பர் ஸ்டாம்ப் குத்தப்பட்டு – சுவரொட்டி ஒட்டுவதற்காக உரிமம் வழங்கப்பட்டு –

ஒட்டப்பட்டிருந்த சுவரொட்டிக்குப் பக்கத்தில் படுத்து உறங்கியதில் காணாமல் போய்விட்டது.

நேற்று இரவு ஏற்பட்ட திடீர்க் குப்பத்தில் எனக்கும் ஓர் இடம் கிடைத்தது. இதுபோலத்தான் பத்தாண்டுகளுக்கு முன்பு எனக்குக் கிடைத்த இடத்தை விட்டுவிட்டு இப்பொழுது வேறொரு இடத்திற்கு நகர்ந்துகொண்டிருக்கிறேன். நகரமயமாக்கல் சட்டத்தில் திறவிடம் என்பது திடீர் குப்பங்களுக்காகத் தண்ணீரே பார்க்காத வாய்க்கால், மணல் அள்ளித் தரிசாகிப்போன குளம், சாக்கடை நீரால் நிரம்பிய குட்டை, தூர்ந்துபோன கிணற்றின்மேல் எழுப்பப்பட்ட தலைவர்களின் சிலைகள், செல்ஃபோன் கோபுரங்களுக்காக அழிக்கப்பட்ட சிட்டுக்குருவிகள் என எங்கோ எல்லாவற்றிற்கும் மாற்று இருக்கத்தான் செய்கிறது. என் சமூகத்தின் எழுச்சிக்கு மட்டும் எழுத்துக்காரன் ஆர்.ஆர். சொல்வதுபோல இரவு பதினோரு மணிக்குமேல் தொலைக்காட்சியில் விற்கப்படும் லேகியத்தில் கூட மருந்திற்கும் 'மாற்று' கிடைக்கவில்லை.

அம்மாஞ்சி

53

"என் பேர் என்னவாக இருந்தால் யாருக்கு என்ன?"

"என் ஊர் எதுவாக இருந்தால் உங்களுக்கு சௌகர்யமோ அதுவாகவே வைத்துக்கொள்ளுங்கள்."

"எந்தக் குலத்தில் பிறந்திருந்தாலும் நான் சுயம்பு. கலைகள் அறியாத கலைஞன், கலைகளும் அறிந்திராத கலைஞனே நான். கலைஞனாய் இருப்பது காலம் எனக்குச் செய்த நியாயம். காலத்திற்கு நான் செய்யும் நியாயம் என் கலையே. கோட்பாடுகளை வேரறுப்பது என் குலத் தொழில். குலத் தொழிலை மாற்றிக்கொள்வது என் புதிய கோட்பாடு. கற்றுக் கொண்ட வித்தைகளை மறந்து போவதும், மறந்துபோன வித்தைகளை மீட்டெடுப்பதும், மீட்டெடுத்த வித்தைகளைக் கற்றுத் தருவதும், கற்றுத்தந்த வித்தைகளைக் கலைகளாக்குவதும், கலைகள் எல்லாவற்றையும் கைத்தொழிலாக்கி, கைத்தொழிலைக் கடமையாக்கி, கடமையைக் கடவுளாக்கி, கடவுளைக் காணாமல் போகச் செய்வதே என் கலை வாழ்க்கையின் பிரதானம். பிரதானமாகக் கட்டமைக்கும் பிம்பத்துக்குக் கட்டியம் கூற நானிருக்கிறேன். நானிருக்கிறேன் நீங்களெல்லாம் பின்பற்றுவதற்கு. பின்பற்றுவதற்கு நீங்கள் இருப்பதால் நானே பிம்பமாவேன். என் பிம்பம் மாசற்றது. என் பிம்பம் உயிரற்றது. என் பிம்பம் உடலற்றது. என் பிம்பம் பெயர் தெரியாதது. என் பிம்பம், பிம்பம் அல்லாதது; மறந்துபோனது. மறந்துபோனது மறக்கடிக்கப்பட்டது. மறக்கடிக்கப்படும் என்று தெரிந்ததாலேயே நான் மறந்துபோனேன். மறந்துபோனதை நினைவூட்டியபோது நினைவுக்கும் மறதிக்குமான இடைப்பட்ட ஏகாந்தத்தில் வெற்றிடத்தில் வெளியாய் எரிந்து பறந்து படர்ந்து பகலவன் ஆனேன்."

நாடகம் பார்க்கக் கூடியிருந்த கூட்டத்தில் அவளும்தான் நின்றிருந்தாள். வெற்றுடம்போடு முண்டாசு கட்டி நான்கு குச்சிகளை உயர்த்திப் பிடித்துச் சுற்றிலும் நின்றிருக்க, இரண்டுபேர் மண்டியிட்டு முன்னால் நிற்க, நடுவில் மூன்றுபேர் முதுகைக் காட்டி முழங்காலில் கையை ஊன்றி முகத்தைக் குனிந்துகொண்டு ஆசனம் அமைத்துத் தர, அவர்கள் மேலே, கால்மேல் கால் போட்டு அமர்ந்திருந்த கதாநாயகன் இப்படிக் கூவினான்.

> “ஏவல் கூவல்களுக்கெல்லாம் எங்கே வாழ்க்கை. இத்தனை நாளும் நாம் வாழ்ந்த வாழ்க்கை வாழ்க்கையே அல்ல. இனி நாம் வாழப்போகும் வாழ்க்கை அதீதமானது. தர்மமானது, நீதியானது, நேர்மையானது, இனி உழைப்பானது உனக்கானது. ஊருக்கானது உரிமைகளாவது. உரிமைகளை மீட்போம். உடமைகளைக் காப்போம். உறவுகளை வளர்ப்போம். தலை நிமிர்ந்து நடப்போம். தாக்குதலைத் தொடுப்போம். தடுப்பவர்களை அழிப்போம்...”

துண்டை ஏந்திக்கொண்டு கூட்டத்தில் சுற்றி வந்தவனுக்கு வளையலும் மூக்குத்தியும் சங்கிலியும் மெட்டியும் நெல்லும் கருகமணியும் குண்டுமணியும் காசும் பணமுமாகக் குவிந்தது. தோழர்களை வணங்கித் தோள்களைக் குலுக்கி நன்றி செலுத்தித் துண்டை முடிந்து தோளில் சுமந்து துயரப்பட்டவர் வாழ்வை விடுவிக்க சூளுரைத்துப் புறப்பட்டது வீதி நாடகக் குழு.

54

மூன்று கட்டுகளில் இருந்து சிவப்புப் பூப்போட்ட தாள்களை மட்டும் அவசர கதியில் பிரித்து எடுத்ததில் ஒரு கட்டு கிடைத்தது. அதிலிருந்த ஸ்பேடு பூக்களை மட்டும் பிரித்தால் பதிமூன்று தாள்கள் கிடைத்தன. சீட்டுக் கட்டில் மேஜிக் செய்து காட்டுவது அவளுடைய பொழுதுபோக்குகளில் முக்கியமானது. காலையிலிருந்து கம்ப சேர்வைக்கு ஆட்கள் வந்துகொண்டிருந்தார்கள். தாழ்வாரத்திற்கு வெளியில் வைக்கப்பட்டிருந்த பித்தளை அண்டா இதுவரை பத்து முறைக்கு மேல் நிரப்பப்பட்டும் குறைந்துகொண்டே போனது. கையையும் காலையும் கழுவிக்கொண்டு கம்ப சேர்வை சாப்பாட்டுப் பந்தி ஒருபுறம் கனஜோராக நடந்துகொண்டிருக்க, இவள் செய்துகாட்டும் வித்தைகளில் சிறுவர் கூட்டம் குதூகலித்துக் கொண்டிருந்தது.

எங்கோ பெருத்த சத்தத்துடன் இடித்த இடி பதினோரு நிலை ராஜகோபுரத்தின் ஏழு கலசங்களுக்கு நடுவில் விழுந்து, கோபுரம் இரண்டாகப் பிளந்தது. குட்டிச் சுவராய்ப் போய்விட்ட கோவிலுக்குள் அதற்குப் பின் யாரும் நுழைவதில்லை.

பூசையற்றுப்போன கோவிலின் கருவறை புதர் மண்டிக் கிடந்தது. மகா மண்டபம் சரிந்துவிழுந்து பல ஆண்டுகளாய்க் கற்குவியலாய்க் காட்சி தந்தது. நந்தியும் கொடிமரமும் இருந்த இடத்தில் சப்பாத்திக் கள்ளி பூத்துப் பழுத்திருந்தது. பள்ளியறை மண்டபம் வௌவால்களுக்குப் புகலிடம் ஆனது. பள்ளியறையின் உட்சுவரில் பதிந்திருந்த கண்ணாடிகள் சிறுவர்களின் கைகளில் எம்.ஜி.ஆரும் பானுமதியும், சிவாஜியும் பத்மினியும், முத்துராமனும் காஞ்சனாவும் மடக்கி விளையாடும் பொருள்களாயின. ஊஞ்சலும் மஞ்சமும் எப்பொழுதோ பலர் வீடுகளில் கட்டிலாகவும் காளவாய்க்கு விறகாகவும் மாறிப்போயிருந்தன. சுற்று மண்டபம்

இடிந்துபோய்ச் சாராயம் காய்ச்சுபவர்களின் பதுங்கிடமாயிருந்தது. உள்ளே நுழைய வேண்டுமென்றால் நாயும் நரியும் கீரிப்பிள்ளையும் பயன்படுத்திய அதே வழியைத்தான் அவளும் பெருச்சாளியும் பயன்படுத்தினார்கள். உள்ளே நுழைந்து ஒருவருக்கும் தெரியாமல் இரண்டாய்ப் பிளந்திருந்த ராஜ கோபுரத்தின் இடதுபக்கத்தின் ஏழாவது நிலையில்தான், அவள் கூட்டிப் பெருக்கிச் சுத்தம் செய்துவைத்திருந்த அனந்த சயன அறை உருவாகியிருந்தது. சப்பர மஞ்சமும் அந்த சந்தனாதிக் கல்லின் சிலுசிலுப்பும் கம்ப சேர்வையின் சாப்பாட்டிற்குப் பிறகான தூக்கமும் வேறொரு உலகத்திற்கு அவளைக் கொண்டு சென்றன.

யானைகள் புடை சூழ வெண்சாமரம் வீச, பட்டத்து யானையின் மேல் அம்பாரியில் அவள் அமர்ந்திருந்தாள். இரண்டாம் ராஜேந்திரன் அவளுக்குச் சாமரம் வீசினான். மூலவருக்கு இணையாக அவளை வைத்துப் பார்த்ததில் ராஜேந்திரனுக்கு அவ்வளவு பெருமை. கையைத் தட்டினால் ஏவல் புரியக் காத்திருக்கும் மூல விக்கிரகங்களை ஏளனப் பார்வையோடு அவள் கடந்து போனாள். இடது காலுக்குக் கீழே முயலகன் முழித்துக்கொண்டபோது பிரளயம் ஏற்பட்டது. திடுக்கிட்டுக் கண்விழித்தாள். ஒரு நூல் புரண்டு படுத்திருந்தால் பாதாளத்துக்குப் போயிருப்பாள். முயலகன் நன்றிக்குரியவனே... நினைத்துக்கொண்டே படியிறங்கிக் கீழ்த்தளத்தில் விழுந்து கிடந்த தேங்காயைப் பொறுக்கிக் கருங்கல் சுவற்றில் ஓங்கி அறைந்து, பிளந்த தேங்காயைப் பல்லால் உரித்து, தண்ணீரைக் குடித்துவிட்டுத் தூக்கி எறிந்தாள். அவள் விட்ட ஏப்பம் வெளிப் பிரகாரத்தைத் தாண்டி ஒலிக்க நந்தவனத்தில் அமர்ந்திருந்த பட்டாம்பூச்சிகள் ஒரே நேரத்தில் அதிர்ந்து பறந்தன, வானம் முழுவதும் வண்ணமயமாய். இவள் வாழ்வின் முடிவிற்குக் கட்டியம் கூறின.

55

ஐந்து ரூபாய்க்கு ரோக்கா கட்டி மர்ஃபி ரேடியோவிற்கு லைசென்ஸ் வாங்கியிருந்தான் தமிழ்வாணன். ரேடியோ வாங்குவதற்காக அலைந்து திரிந்து பணம் சேர்த்து, பழைய வால்வு செட்டிற்குப் பதிலாகப் புதிய மர்ஃபி ரேடியோவை வாங்கிய கணத்தில் டியூன் செய்து பார்த்தான், சிலோன் எடுத்தது. எடுத்த எடுப்பிலேயே பாட்டுக்குப் பாட்டு "தூ..." என்று ஆரம்பியுங்கள் என அழைத்தார் புகழ்பெற்ற வர்ணனையாளர். பாட்டு இப்படித் துவங்கியது,

"தூக்கணாங் குருவிக் கூடு..."

பாடல்களுக்கு இடையிடையே இசையமைப்பாளரின் வரலாறு, படத்தின் பெயர், இயக்குநர், வெளிவந்த ஆண்டு என்று விவரணைகளும் வந்தன. ரேடியோவை அணைக்காமல் கட்டை தீர்ந்து போனாலும் பரவாயில்லை என்று வீடு வரைக்கும் பாடவிட்டிருந்தான்.

அவனுக்குள் ஒரு எதிர்ப்பார்ப்பு. எப்போதாவது கவிதை வாசிக்கப்படும் நேரமும் அறிவிக்கப்பட்டிருக்கும். அன்றைக்குப் பார்த்துக் கட்டை தீர்ந்து போய்விட்டால் கவலைப்படுவான். வேறு எதற்காகவும் அல்ல. அவனுடைய இணையாளுக்குப் புதிதாகச் சொல்ல ஏதும் கிடைக்காத கவலைதான் அது. கவிதையின் மொழி காலத்திற்குக் காலம் மாறித்தான் வந்திருக்கிறது. கருப்பொருள் மட்டும் இன்னமும் காதலைச் சுற்றியே வட்டமிடுகிறது.

சதுரங்களைப் பற்றி உவமானங்கள் கூட எழுதப்படவில்லை. இப்படியான காலத்தில் நீள் சதுரங்களுக்கு எங்கே இருக்கிறது வாழ்க்கை. அதிலும் குறிப்பாக ஐஸ்வர்ய கோலத்தில் தீட்டப்படும்

மேலும் கீழுமான முக்கோணக் கோடுகள் புனிதமாக்கப்பட்ட பின்பு பத்ம கமலங்களை யாருக்கு எப்படிச் சொல்லிப் புரிய வைத்து, இயல்பிற்கும் இசைவிற்கும் கொண்டு வருவது என்கிற கவலையும் உள்ளடங்கி இருந்தது.

முக்கோணங்கள் குடும்பக் கட்டுப்பாட்டுப் பிரச்சாரத்திற்கு சிவப்பு வண்ணம் பூசி பயன்படுத்தப்பட்ட பின்பு குடும்பமே தேவையில்லை என்கிற பிரச்சாரத்திற்கு எதைப் பயன்படுத்துவது. கோள வடிவத்தையா? நீள் சதுரத்தையா? நேர்க்கோட்டையா? நேர்க்கோட்டின் முனையில் ஒரு வட்டம் வரைந்து இன்னொரு முனையில் சதுரம் வரைந்து ரேடியோ பெட்டியின் உள்ளே இருக்கும் சர்க்கியூட் போர்டையா? என்ற குழப்பத்தை மணிமொழியிடம்தான் விவாதித்துத் தெளிய வேண்டும் என்று நினைத்த போதுதான் விசித்திரமாக அவனுக்குள் ஒன்று தோன்றியது. கணிதத்தில் பயன்படுத்தப்படும் இன்ஃபினிட்டி சிம்பலை ஏன் நாம் ஒருவனுக்கு ஒருத்தி என்கிற பொருளில் பயன்படுத்தக் கூடாது?

ஊரில் எத்தனையோ மரங்கள் இருந்தாலும் அந்தப் புளியந் தோப்பிற்கு ஊரே ரசிகர்களாய் இருந்தது உண்மை. அதிலும் குறிப்பாக தோப்பின் தென்கிழக்கு மூலையில் கடைசியாக இருந்த மரம் இனிப்புப் புளியமரம். ஊர் முழுவதும் செஞ்சட்டையையும் கதர்ச் சட்டையையும் களைந்து கருப்புச் சட்டைக்கு மாறியபோது தோழன் அம்மாசி எவ்வளவோ தடுத்துப் பார்த்தான். கொள்கைகளை எடுத்துச் சொன்னான். கோட்பாடுகளை விவரித்தான். எதுவுமே அந்த ஊரின் மக்களுக்கு அன்றாட பிரச்சனைகளைத் தாண்டி மதிப்பளிக்கக் கூடியதாக இல்லாமல் போனது தோழர் அம்மாசிக்கு மிகுந்த வருத்தம். மறுநாள் காலை அந்த ஊர் ஒரு புதிய கொடியேற்றத்துக்குத் தயாராகிக் கொண்டிருந்தது கோலாகலமாக. அம்மாசிக்கு அழைப்பு விடுத்தது தன் நிறத்தை மாற்றிக் கொள்ள. ஊருக்குப் பொதுவாக வருடம் முழுவதும் எல்லோராலும் பயன்படுத்தப்பட்ட இனிப்புப் புளி இனி எவருக்கும் பயனற்றுப் போக வேண்டும். இந்த மரத்தைப் பார்ப்பவர்க்குத் தன் கொள்கைகளின் ஞாபகம் வர வேண்டும். நிறம் மாறியதற்கு வருந்தவேண்டும் என்று நினைத்தான். விடியற்காலை மக்கள் கொடியேற்ற கொடிமரத்தை அண்ணாந்து பார்ப்பதற்கு பதில் புளியமரத்தின் உச்சியில் சிவப்புத் துண்டில் தொங்கிய அம்மாசியைப் பார்த்தார்கள். பிறகு அந்த கிராமத்தில் எந்தக் கொடியும் ஏற்றப்படவில்லை.

அம்மாஞ்சி

56

எதற்காக நான் மன்னிப்பு கேட்க வேண்டும்? எதற்காக நான் நன்றி சொல்ல வேண்டும்? எதற்காக நான் முகமன் கூற வேண்டும்? என்ற ஞானத்தைக் கற்றுத் தந்தவர்களிடம்தான் விவாதிப்பதற்கான சுதந்திரத்தைப் பெற்றிருக்கிறேன். பெற்ற சுதந்திரத்தை வாழ்க்கையில் கடைப்பிடித்தால் கற்றுத் தராதவர்களுக்குந்தான் விரோதியாகிப் போகிறேன். விரோதத்திற்கு அவர்கள் கற்றுக்கொள்ளாததே காரணம். கற்பிப்பதற்குத் தயாராக இருக்கும் ஊரில் அவர்கள் கற்றுக் கொள்ளாதது என்னுடைய தவறா? கற்றுக் கொள்ளாதவர்களுக்கு இடையில் நான் ஒருத்தி மட்டும் கற்றுக் கொண்டதுதான் நான் செய்த தவறா? இதுதான் சரியென்று சொல்லும் எனக்கு அதைத் தவறென்று சுட்டிக்காட்டும் சமூகத்தை என்னிடம் கற்றுக்கொள்ள எப்படிச் சொல்லுவது? அவர்களுக்கு எவ்வழியில் கற்பிப்பது? அவர்கள் எப்பொழுது கற்றுக்கொள்வது? என் வாழ்க்கையை எப்பொழுது புரிந்துகொள்வது? புரிந்துகொள்ளாமல் போனாலும் கவலையில்லை. நான் தமிழ்வாணனோடு வாழ்ந்துதான் பார்க்கப் போகிறேன். என் வாழ்க்கையின் பாடங்கள் எனக்கானவை மட்டுமல்ல சமூகத்திற்கானவையும் கூட.

அந்தஸ்தும் அதிகாரமும் அறிவிற்கு மண்டியிடும் காலம் தொலைவில் இல்லை. அறிவை வளர்க்கக் கல்வி மட்டும் போதாது. வாழ்க்கையும் கலையும் தேவை. அந்த வாழ்க்கைதான் சேர்ந்து வாழும் எங்கள் வாழ்க்கை.

தமிழ்வாணனைத் தேடிப் புறப்பட்டுப் போனாள்.

மதனாபிஷேகத்தின் பருவக்குறி

சிற்பரத அல்குல் சிறியாள் வயதுஏழில்
நற்பரதம் எல்லாம் நடித்தறிந்தாள்—உற்பனமாம் ககூ௦
மோனவித்தை உள்ள முனிவோரை யும்மயக்கும்
கானவித்தை எல்லாம் கரைகண்டாள்—மேனிக்குள்
வாடைமஞ்சள் பூசுவதும் மல்லிகைப்பூச் சூடுவதும்
ஆடவரை வீட்டுக்கு அழைப்பதுவும்—ஓடிப்
பிலுக்குவதும் கிட்டநின்று பேசயிலே முத்துக்
குலுக்குவதும் கொஞ்சுவதும் கொங்கைத்-தலைக்கறுப்பை
முந்திகொண்டு வெட்கம்போல் மூடுவதும் காமுகரை
அந்திமட்டும வைத்துவிளை யாடுவதும்—வந்தவரை
வாள்வீச்சுப் போல வரிவிழியால் வெட்டுவதும்
போழ்வாய்ச்சி கண்டுடம்பு பூரித்தாள்—
வேளனையார் ககூரு

ககூ௦. சிற்பரத அல்குல்: சிற்பக் கலைப்படி அமைக் கப்பட்ட தேர் அனைய அல்குல். பாதம்: நடனக்கலை. உற் பனம்: விரைந்து அறிதல்.

ககூக. மோனம: வாய் பேசாமை. கான வித்தை: இசைக்கலை. கரைகண்டாள: முழுதும அறிந்தாள். மேதினி: பூமி.

ககூஉ. வாடை: மணம.

ககூங. பிலுக்குதல்: தளுக்குப்பண்ணுதல். முத்துக் குலுக்குதல்: ஒரு உலுக்கு உலுக்குதல்.

ககூச. முந்தி: சேலைத்தலைப்பு. அந்தி: சாயும் பொழுது.

ககூரு. வரி விழி: கோடுபடர்ந்த கண். போழ் வாய்ச்சி: பொக்கை வாய்த் தாய். வேள் அனையார்: காமனை நிகர்த்த காமுகர்.

57

அச்சம் அளவுக்கு மீறிப் போகும்போது பதற்றம் தொற்றிக்கொள்வது தவிர்க்க முடியாததாகிறது. உடல் வலிமையாக இருந்தபோதிலும் அதற்கேற்ப வலுவான மனமும் அமைந்துதான் இருந்தது. அவள் இறங்கிய வேகத்தையும் நடந்துவந்த பாங்கையும் ரசித்த கணத்தில் பயம் தொற்றிக் கொண்டது. மெல்ல மெல்ல மனம் அவள் உடலை ரசிப்பதிலிருந்து விலகி, அவள் செய்கைகளின் விசித்திரங்களை எண்ணி மெல்லமெல்ல அதிர்ந்தது. அதிர்வு மனதிலிருந்து மூளைக்குப்போய் மூளையிலிருந்து உடம்பில் பரவ முதுகு தானாகக் கூன் விழத் துவங்கியது. தலை தாழ்த்தி வணங்குவதுபோல் பாவனைக்கு வந்தாலும் கண்கள் மட்டும் நேர்ப் பார்வையில் அவள் மார்புகளைத் துழாவாமல் மீண்ட பாடில்லை. அவள் ஆட்டத்திற்கு நடுவில் புகுந்து கட்டியக்காரனின் கட்டியத்தை ஏற்று இடுப்பில் சொருகியிருந்த சலவை நோட்டை அய்யா வீட்டின் சார்பில் கத்தாழை முள்ளை ஒடித்து ஆட்டக்காரனின் வெற்று மார்பில் ரத்தம் வராமல் குத்தித் திரும்பினாள். திரும்பிய கணத்தில், இடதுகையை அவன் வயிற்றில் கொடுத்துக் கூனி நின்றவனைக் கூட்டத்திற்கு வெளியில் தள்ளினாள். கூட்டம் மும்முரமாக ஆட்டம் பார்த்துக்கொண்டிருந்தது. பார்வை முழுவதும் மையத்தில் குவிந்திருந்தது. கூட்டத்திற்கு வெளியில் வந்து விழுந்தவனை யாரும் கவனிப்பாரில்லை. இடதுகாலை வயிற்றில் தாங்கி முட்டிக்கு மேலே அவனைத் தூக்கினாள். பந்துபோல் சுருண்டு மேலெழுந்தவனை கைகளில் தாங்கி, வேட்டை மிருகம் இரையை இழுத்துப்போவதுபோல ஒட்டு மாமரத்தடிக்கு இழுத்துக்கொண்டு போனாள். செய்வதறியாது செயலற்றுப் போயிருந்தவனின் நரம்புகளெல்லாம் முறுக்கேற்றப்பட்டன. நீண்ட உயிரில் பெருமூச்சுவிட்டு, கணத்தில் நடந்துவிட்ட எல்லாமும் மறந்துபோகும் படியான மென்மையான

ஸ்பரிசத்தில் அவன் கண்கள் செருக ஆரம்பித்தன. தன்னிலை இழந்திருந்தான். பயத்தில் சுருங்கிய மனம் மெல்லமெல்ல விரிந்து பறந்து வானத்தைத் தொட்டது. தூரத்தில் கேட்ட காமுட்டித் திருவிழாவின் கதைப் பாடல்கள் அவன் காதுகளில் பட்டு சில்லிட்டுப்போன உடம்பிற்குள் நெருப்பை மூட்டியது. வியர்வை வழிந்தோட ஆவேசத்தை அடக்க முடியாமல் அகங்காரமாய் ஆக்ரோஷத்தைக் காட்டினான். அடி மரம் அதிர ஒட்டு மாங்காய்கள் பொலபொலவென உதிர்ந்தன பூக்களைப்போல. எத்தனை நாழிகை? எவ்வளவு வியர்வை? தீயின் தாக்குதல் எதுவும் தெரியாது. பயம் மேலும்மேலும் அதிகரிக்க, அதற்கு மேலே நின்று தாண்டவமாடியது தீயா? தெய்வமா? பேயா? பிசாசா? பறவையா? மிருகமா? தெரியாது. எல்லாமும்தான் என்று கண்விழித்தான்.

மரத்தைத் தவிர, மாங்காயைத் தவிர, கட்டாந்தரையைத் தவிர, சிலுசிலுத்து ஓடிய வாய்க்காலைத் தவிர, நட்சத்திரங்களைத் தவிர வேறெதுவும் புலப்படவில்லை அவன் கண்களுக்கு. நிச்சயமாக இது கனவல்ல. ஆனாலும் கனவுக்கும் மேலே ஏதோ ஒன்று. விழிப்புக்குப் பிறகும் நினைவில் இருக்கிறது. இந்நினைவு அழிந்தும் போய்விடும்.

தூரத்தில் மாட்டுக் கொட்டகையின் இடதுபுறம் கன்றுக்குட்டி அறுத்துக்கொண்டு போய் மடியை முட்டியது.

58

160. உடையா ரிவரென் றொருதலையாப் பற்றிக்
கடையாயார் பின்சென்று வாழ்வர் – உடைய
பிலந்தலைப் பட்டது போலாதே நல்ல
குலந்தலைப் பட்ட விடத்து.

கொண்டாடித் தீர்ப்பது எந்த வகையில், எந்த மனநிலையில் என்று அவளுக்குத் தெரிந்திருக்கவில்லை. அவள் வாழ்க்கை முழுவதும் கொண்டாட்டம். நந்தன் கதை கேட்டபோதும் நாலடியார் நீதியைக் கேட்டபோதும் கொண்டாட்டமே மிஞ்சியது. ஊரில் சொல்லும் நீதிகளெல்லாம் சிவனுக்கு சமர்ப்பணம். நடனமாடிய சிவபெருமான் கலைகளின் ராஜா. ராஜாக்களுக்கு மட்டுமே நடனம் சாஸ்வதமாய் இருந்த காலம்போய் ஆடுபவனைவிட ஆண்டவனைவிட, கேட்டு ரசித்த நந்தன் பார்த்து மகிழ நினைத்தபோது ராஜாவுக்கெல்லாம் ராஜாவாகிப் போனான். இவளுக்கும் ஆடிக்காட்டி மகிழ்வூட்ட முடிந்தது. ஆட்டத்தைப் பார்க்க, ரசித்து மகிழ அவனும் இருந்தான். இவள் ரசிக்கும் படியான பல்வேறு விஷயங்களுக்கு அவன் உடையவனாய் இருந்ததைப் போல் அவன் ரசித்து மகிழ இவள் உடையவளாய் இருந்தாள்.

எங்கும் காணக் கிடைப்பதுதான் உடல். வாசனையும் நறுமணமும் எங்கும் நிறைந்திருப்பதுதான். வெளிச்சமும் இருளும் மாறிமாறி வருவதுதான். ஊருக்கும் உலகுக்கும் பொதுவான எல்லாமும் அவளுக்கும் அவனுக்கும் பிரத்தியேகமானதாக ஆகிவிட்டிருந்தன. அவளுக்கும் அவனுக்கும் பிரத்தியேகமான எல்லாமும் ஊருக்கும் உலகுக்கும் பொதுவானதாக இருந்தன. கொடுப்பதற்குக் கொடை அளவுகோல் வைத்திருக்கவில்லை. பெற்றுக்கொள்வதற்கும் அப்படியே. ஆகச் சிறந்த வாழ்க்கையை

நாலடியார் –* ப. சரவணன் (பதிப்பாசிரியர்), பக்க எண் 161

அவர்கள் இருவரும் வாழ்ந்துகொண்டிருந்தார்கள். மற்றொருபுறம் இப்படி வாழவேண்டுமென்று அதை நியாயப்படுத்த வேண்டுமென்று, அதைச் சமூகத்தின் நீதியாக மாற்றவேண்டுமென்று கொள்கைகளைப் புதிதாக வகுத்து பகுத்துக்கொண்டிருந்த தமிழ்வாணனுக்கும் மணிமொழிக்கும் இருந்த சிக்கல் இவளுக்கும் மைனருக்கும் இல்லை. அதுபோல நாலடியார் நீதியின்படி கொடுப்பதென்று முடிவுசெய்தால் பற்றிக்கொண்டு போய்விடுவார்கள் என்ற கவலை கிஞ்சித்தும் இல்லாமல் கொடுத்துக்கொண்டிருந்த அவளுக்கோ, அவள் மனமே எதிராய் நின்ற சிக்கலும் இவர்களுக்கு இல்லை. கொண்டாடித் தீர்ப்பதென்று நினைத்துக்கொள்ளாமலேயே வாழ்வை அதன் போக்கில் கொண்டாடித் தீர்த்துக் கொண்டிருந்தார்கள் மைனரும் ஆடுதன் ராணியும் எந்தக் காலத்திலும். எவரிடமும் ஆதிக்கம் செலுத்தியதில்லை. அதிகாரம் ஆணவம் அகம்பாவம் கொண்டு திரியவில்லை. இருவரின் வாழ்வும் வாழ்வாதாரமும் தவிர வேறெதையும் சிந்தித்ததில்லை. மலர் அலங்காரம், பறவைகளின் மேலே பிரியம், சுவாசத்திற்கு இதமான நறுமணம், பார்வைக்கு இதமான வெளிச்சம், நடமாட ஏதுவாகச் சூழல், பாடித்திரிய நந்தவனம் என்று சூழலை அழகாக்கினார்கள். சூழல் அவ்விருவரையும் ஆசீர்வதித்தது. அசரீரியாய்க் கேட்ட பாடல் நந்தன் சரித்திரத்தில் வருவதுபோல்,

> நீ நடும் கழனிகள் நான் நாடச் சொன்னேன்.
> ஊனமில்லாமல் உன் உடையவன் களிக்க
> மானிடப் பிறவியில் உனக்கிணையாக பக்தி
> மானில்லை எனத் தில்லை நாதன் வந்துரைத்தேன்
> கங்குள் பகலாய் மனங் களித்து உள்ளன்பதனால்
> சங்கரனே என்று சாரும் நிலையதனால்
> அங்கம் புலகிதமாய் ஆனந்தம் கொள்ளுவாய்
>
> *நந்தன் சரித்திரம்

---

*இந்திரா பார்த்தசாரதி நாடகங்கள், பக்கம் 257

59

இரவு நேரத்தில் திடீர் திடீரென பெரிய பெரிய கற்கள் எங்கிருந்தோ வந்து ஓட்டு வீடுகளின் மேல் விழத் துவங்கின. ஊர்க்காவல் பார்ப்பவர்களுக்கு எவ்வளவு சுற்றி அலைந்தும் கல் எங்கிருந்து வருகிறதென்று பிடிபடவில்லை. கற்களின் அளவு மிகப் பெரியதாய் இருந்தது. அந்த ஊரில் அதுபோன்ற கற்கள் சுலபமாகக் கிடைப்பதில்லை. வைக்கோலைக் கொளுத்தி, நனைந்து போயிருந்த தப்பை அதில் வாட்டி அடிக்கத் துவங்கினான். கற்கள் விழும் வேகம் அதிகரித்தது. ஊர்க்காவலில் இருந்த இரண்டு மூன்று பேருக்குக் காயம் பட்டது. ஊரில் உள்ளவர்கள் எல்லாம் விழித்துக் கொண்டார்கள். எங்கும் ஒருவிதமான குழப்பம் மெல்லமெல்லச் சூழலை மேலும் கடுமையாக்கியது. மேட்டுத் தெருவிலும் அதற்கு அந்தப் பக்கமும் கூடத் தேடிப் பார்த்துவிட்டார்கள். எவரும் இல்லை. தெற்கே வீரசோழன் கரைகளிலும் ஆட்கள் இருப்பதற்கான அறிகுறிகள் இல்லை. மேற்கிலும் கிழக்கிலும் கூடத் துடைத்துப் போட்டாற்போல் துப்புரவாக இருந்தது. கருங்கண்ணியும் ஜிம்மியும் தொடர்ந்து வானத்தைப் பார்த்துக் குரைத்துக் கொண்டிருந்தன. கூண்டுக்குள் இருந்த மைனாவும் பச்சைக் கிளியும் றெக்கைகளை வேகமாக அடித்தன. மூங்கிலின் மேலிருந்த பலகையிலிருந்து கிருஷ்ணப் பருந்து வானத்தை நோக்கி விரைந்து பறந்தது. அவள் நெட்டைரகத் தென்னை மரத்தின் உயரமான ஒன்றில் உச்சிக்கு ஏறினாள் தலைகீழாக. குருத்தைப் பிடித்துக்கொண்டு சர்க்கஸ் கூடாரத்தின் சர்ச் லைட் சுழலும் வேகத்தில் படரும் வெளிச்சத்தில் ஊரைச் சுற்றி உற்றுப் பார்த்தாள். எங்கும் எவரும் இல்லை. கிருஷ்ணப் பருந்து ஓர் இடத்தில் சுடுகாட்டிற்கு மேற்கே தரையிறங்கியது. அழுகிப் போய் நாற்றமடித்துக் கிடந்த நரியின் உடலைச் சுற்றிப் பிணம் தின்னிக் கழுகுகளின் கூட்டம் அசைந்தசைந்து சுற்றிச் சுற்றி நகர்வது யாரோ முக்காடிட்டுக்கொண்டு சூழ்ந்திருப்பதைப் போன்ற பிரமை. அவளுக்கு உடனே புரிந்து போயிற்று. இது ஏவல் வேலையல்ல. செரிமானத்திற்காக விழுங்கும் கற்களை

நழுவவிட்டதால் வந்த கல் மழைதான் ஊரில் காயங்களை ஏற்படுத்தியிருக்கக் கூடும் என்று யூகித்த அடுத்த வினாடி நெருப்புப் பந்துகள் விழத் துவங்கியிருந்தது. வீதிகளில் அலறல் சத்தம் விண்ணைப் பிளந்தது. அங்கிருந்தபடியே அவள் கண்டுகொண்டாள். அது புரட்சிக் குழுவின் ஆயுதம் என்று.

அதிவேகமாக இறங்கி யாரும் அறியா வண்ணம் ஐயா வீட்டுக்குப் பின்னால் இருந்த வாய்க்காலின் கரைக்கு அப்பால் தவழ்ந்து ஊர்ந்து விரைவாகச் சென்றாள் ஓர் உடும்பைப் போல. படர்ந்திருந்த இருள் அவளை மறைத்திருந்தது. அந்த இருளிலும் அவளின் இடதுகை காட்டிய செய்கையால் குறவன் பின்தொடர்ந்தான். குறவனின் வாயிலிருந்து ஏற்பட்ட ஒலி, அவனைப் பின்தொடர மற்றவர்களையும் அழைத்துச் சென்றது. சூழ்ந்துகொண்ட மறுவினாடி பதினைந்து இருபது சுளுக்கிகளும் ஒருசேர விலாவில் செருகி மறுபக்கம் ரத்தத்தைக் கொட்டியது. நான்கைந்து பேர்களுக்கு மேல் அசைவற்று ஓசையில்லாமல் மண்ணில் புதைந்தார்கள்.

ஒருபோதும் புதைக்க முடியாது. அழிவு ஆரம்பமாகிவிட்டது. புரட்சியின் வடிவில் வைராக்கியம் வலிமைபெறத் துவங்கியிருந்தது. புதையுண்ட இடத்திலிருந்து புற்கள் முளைத்தன. இரும்பாய் அவை பூத்துக் குலுங்கின. ஈயமாய், பூக்கள் காய்க்கத் துவங்கின. கந்தகமாய், காய்கள் பழுத்து வெடித்தன. நெருப்புக் கங்குகளாய் வெடித்தவை விதைகளாய் விழுந்தன.

சமதர்மத்தை நிறுவ. சமூகத்தை அழிக்க. சாமானியர்களை வாழவைக்க, சகமானவர்களைப் புதைக்க, மனிதநேயத்தைப் பரப்ப, மனிதர்களை எரிக்க, ஆடும் மாடும், பறவைகளும் மரங்களும், வீடுகளும் வாய்க்காலும், குளமும் குட்டையும், சிறுவர்களும் பள்ளிக்கூடமும், வயல்காடும் வந்தேரிகளும், மிராசுதாரும் மணியாரும் அழிந்தே போனார்கள் ஆரவாரமில்லாமல். நிலம் தரிசாய்ப் போனது.

ஏழு ஆண்டுகளுக்குப் பின் தாசில்தார் எழுதிக் கொடுத்தார் இது வீடுகட்டிக்கொள்ள, மனைகளாகப் பிரிக்கத் தகுதியுடையவைதான் என்று. வீடுகளின் மேல் விழுந்த கற்கள் செவ்வக வடிவில் உருமாறின. சிவப்பு வண்ணம் மஞ்சளாகப் பூசப்பட்டது. நூல் பிடித்து மனை பிரித்து அழிந்த நிலத்தில் சமதர்மத்தை சமுதாயத்தை மனித நேயத்தை அன்பை கான்கிரீட்டிலும் கண்ணாடியிலும் கட்டி எழுப்ப அடித்தளமிட்டது.

60

மிக அழகாக ஜோடிக்கப்பட்டு மிதந்து விடியற்காலை சூரியன் பட்டு மினுமினுத்துக் கொண்டிருந்த பொருளை, வலையிலிருந்து மீனை விடுவித்துக்கொண்டே எல்லோரும் பார்த்தார்கள். சின்னக் கட்டாரி சரேலென்று ஒரு கட்டு மரத்தைக் கடலில் தள்ளினான். கூட்டாளிகளில் நான்கு பேரும் சேர்ந்து அந்தப் பொருள் மிதந்து கொண்டிருந்த இடத்தை அடைந்தார்கள். மிக அழகிய வேலைப்பாடுகளுடன் கூடிய மாதா சிலை. தாமதிக்காமல் கரைக்குத் தள்ளினார்கள். ஊரே கூடிநின்று மாதாவை வேடிக்கை பார்த்தது.

"பர்மாவுலர்ந்து வந்துருக்குமோ?"

"இல்ல அந்தமான்லருந்து வந்துருக்குமோ?"

"இல்லையில்ல லங்கையில நேத்தெல்லாம் குருத்தோல தினம் கொண்டாடியிருப்பாங்க..."

"அது குருத்தோல தெனம் இல்லடா... கல்லறைத் திருநாள்."

"இப்ப ஏதுடா கல்லறைத் திருநாளு... கிருசுமசுதான்..."

ஃபாதர் திரவியம் வரும் பாதையில் மக்கள் வழிவிட்டுக் காத்திருந்தார்கள். உடனடியாக மாதா சிலை கோவிலுக்கு எடுத்துச் செல்லப்பட்டது. போலீசுக்கும் சொல்லிவிடப்பட்டிருந்தது. கடலில் மிதந்துவரும் எந்தப் பொருளையும் போலீசுக்குச் சொல்லாமல் நிலத்திற்கு எடுத்துப் போவதில்லை என்பது ஊர் வழக்கம். சின்னக் கட்டாரிக்கு மட்டும்தான் தெரியும், நடுக்கடலில் கப்பலிலிருந்து இறக்கப்பட்ட பொருட்கள் தரங்கம்பாடிக்கு வடக்கே பிச்சாவரத்திற்கு கடல் மார்க்கமாக அனுப்பப்பட்டு பாதுகாப்பாகக் கரைசேர்ந்து மூன்றுமணி நேரத்திற்குமேல் ஆகிவிட்டிருக்கும் என்று.

எல்லா மேற்பார்வையாளனையும் போலத்தான் சின்னக் கட்டாரியும் என்றபோதிலும் அவனுடைய மனதிற்கு உவப்பில்லாத செயல்களை எப்பொழுதும் செய்வானில்லை. நேற்றும்கூட லங்கைக்குப் போகவிருந்த தோணியில் பலர் இருந்ததையும் அவர்கள் தங்களுக்குள்ளாகப் பேசிக்கொண்டதிலிருந்து வேறு என்ன காரியத்திற்காகப் போகிறவர்களென்றும் தெரிந்துகொண்டான். அவனுக்கு உடன்படாத அல்லது புரியாத எதிலும் மூக்கை நுழைப்பதில்லை. வந்திறங்கிய பெட்டிகளில் இருந்தது என்னவென்று அவனுக்குத் தெரியாது. ஆனால், சிதம்பரத்திற்குப் போகிறது என்பதால் ஒத்துக்கொண்டான். நாரைக்கும் தெரியாத நாலாயிரம் கால்வாய்களில் எவராலும் கண்டுபிடிக்க முடியாத இடத்திற்கு அது போய்விடும். சின்னக் கட்டாரிக்கு பயமென்றால் என்னவென்றே தெரியாது.

இப்படித்தான் ஒருமுறை கடலுக்கு மீன் பாட்டுக்காகப் போயிருந்தபோது ஒரு சுறாவை ஒண்டியாக மடக்கிப் பிடித்து வந்துவிட்டான். அன்று ஊரே திருவிழா கொண்டாடியது. கடலில் பாடு கிடைப்பது அரிதாகிப்போன காலங்களில் கூட அவனுக்கு மட்டும் எப்படியோ கோலா மீன்கள் சிக்கிவிடும். கோலாவைப் பிடிப்பது அப்படி ஒன்றும் சுலபம் இல்லை. அலைகளற்ற நடுக்கடலில் படகில் காண்டாவை ஏற்றி, கற்றாழைக் குத்தை நிழலாகக் காண்பித்தால் மூன்று நான்கு அங்குல அளவேயான சிறிய சிறிய இறக்கைகளைக் கொண்ட கோலா மீன்கள் லட்சக்கணக்கில் பறந்துவந்து நிழல் அடித்த இடத்தை மூடுவதற்குள்ளாக விளக்கை அணைத்துவிட்டால் பிழைக்கலாம். வினாடி நேரம் விளக்கு அணையாமல் தப்பிப் போனால் படகும் அவனும் இருந்த இடம் தெரியாமல் ஆழ்கடலுக்குள் அமிழ்ந்தே போவார்கள். இவனுக்கும் ஓர் ஆசை வந்தது. காவிரிப் பூம்பட்டினத்தை ஒரு முறையாவது பார்த்துவிட வேண்டுமென்று. நடுக்கடலில் தோணி மிதந்து கொண்டிருந்தது. மேலே நட்சத்திரங்கள் மின்னின. காண்டாவைக் கொளுத்த மனமில்லை. மல்லாந்து படுத்திருந்தான். கண்கள் திறந்தே இருந்தன. மாதவி யாழ் மீட்டிக் கொண்டிருந்தாள். இனிமையான தந்தி வாத்தியத்தின் ஓசை. மாதவியின் அழகும் கம்பீரமும் இசை ஞானமும் அவனை மெய் சிலிர்க்க வைத்தன. எல்லா தோரண வாயில்களையும் கடந்து மணிமேகலை பட்டினத்தில் பட்டனத்தியைத் தேடினான். கண்ணகியின் உருவில் மாதவியின் ஞானத்தில் அல்லது மாதவியின் அழகில் கண்ணகியின் உறுதியில் கிடைத்தால் வைத்துக்கொள்ளலாம் என்று எண்ணினான். தேடிப்போன பாதையெங்கும் கன்னிப் பெண்களின் கண்களில் காமம் செருக கரையில் கால் பாவாது பறந்துகொண்டிருந்தார்கள்,

விடம்பனம்

அல்லது மிதந்துகொண்டிருந்தார்கள். மனதுக்குள் எண்ணினான் மிதப்பதும் பறப்பதும் நம் குலத்தொழில். ஆட்டமும் ஆபரணமும் சங்கீத ஞானமும் சரசமும் சல்லாபிக்கத் தேடித்தான் போக வேண்டும். நேற்று கட்டாந்தரையில் உதிர்ந்த மாங்காய்கள் நட்சத்திரங்களாய் மின்னும் மணலில் உதிராதா என்ற ஏக்கம் சின்னக் கட்டாரியை உப்பங்கழியில் கால் நனைக்க வைத்தது. மல்லாந்து கிடந்த நத்தாங்கூடு குதிகாலை இரண்டாகப் பிளந்தது.

61

காலில் தூய வெள்ளை நிறத்தில் சாக்ஸ் அணிந்திருந்தாள். தூரத்திலிருந்து மேட்டுத் தெருவும் ஊரும் சேருமிடத்தில் இருந்த களம், அறுப்பு அறுக்கும்போது மட்டும்தான் பயன்படும் என்றில்லை. களத்திற்குப் பல பயன்பாடுகள். களத்தைக் கூட்டிச் சுத்தம் செய்து சாணம் மொழுகி வைத்திருக்கும் வேலை மணிமொழியின் ஆயாவுடையது. நிழலுக்கு அதிக தூரம் அலையவேண்டியதில்லை. களத்திற்குத் தெற்கே வரிசைகட்டி நின்ற மரங்களும், நடுவில் அமைந்திருந்த ஆலமரமும், நிழலை வஞ்சனையில்லாமல் வழங்கின. ஆல மரத்திற்குச் சற்று உள்ளே போனால் சூரியன் மறைந்து இருட்டி விட்ட பிரக்ஞை ஏற்படும். விழுதுகளுக்கு நடுவில் வழி ஏற்படுத்தி நடு மரத்திற்குப் பக்கத்தில் எப்பொழுதும் ஓர் அகல் ஏற்றி வைத்திருப்பாள் காத்தானின் மனைவி மூக்காயி, மணிமொழியின் ஆயா. அகல் ஏற்றுவதற்காகவென்றே அந்த இடத்தைச் சுத்தம் செய்து சாணம் மொழுகி பச்சரிசி மாக்கோலமிட்டு மேலே மஞ்சளும் தெளித்திருப்பாள். மரத்தில் அத்தனை பறவைகள் இருந்தபோதும் சொல்லி வைத்தாற்போல் விளக்கெரியும் இடத்தில் இதுவரை எச்சமிட்டதில்லை. மணிமொழியும் தமிழ்வாணனும் எப்பொழுதோ புயலில் சாய்ந்த ஆத்துப் பூவரசு மரத்தின் கட்டை ஒன்றை அந்த இடத்தின் உள்ளே போட்டு வைத்திருந்தார்கள். மாடுகளுக்குக் கவணை கட்டத் துளை அடித்தபோது தெறித்து உடைந்துபோன கருங்கல்லை எதிர்ப் புறத்தில் போட்டு வைத்திருந்தாள் காத்தானின் மனைவி. ஒருவேலி நிலத்தைத் தன் விழுதுகளால் ஊன்றி பரந்து விரிந்திருந்த ஆலமரம் அய்யாவின் தாத்தா அவருடைய மாமனார் இருவரும் கேட்டுக் கொண்டதால் இன்றுவரை பிழைத்திருக்கிறது. நான்கு தலைமுறைக்கு மேலே பார்த்த மரம் மணிமொழியையும் தமிழ்வாணனையும் புதிதாகப் பார்க்கவில்லை. பறவைகளின் ஒலி. மாலை வேளைகளில் கூடு திரும்பும் குதூகலம் அடங்குவதற்கு ஒருமணி நேரத்திற்கு மேல் ஆகும். கருநாகங்கள் குடியிருக்கும் என்று சொல்லப்பட்டாலும்

இதுவரை எவரும் கண்ணால் பார்த்ததில்லை. சாக்ஸை மெல்ல இழுத்து விட்டுக்கொண்டாள்,

“ஏன் ஆச்சி இப்படிக் கெடந்து ஓடியார்ரவ... ஊட்டுல படுத்துக் கெடக்குலாமுல்ல?”

“ஒன் பாட்டனையும் என்னையும் காத்தா தூக்கிட்டுப் போயிடும். இல்ல அந்தக் கழுகுதான் தூக்கிட்டுப் போயிடுமா? அவ வளக்குறா பாரு ராஜ பட்சி அதுந்தான் தூக்குமா?”

வெற்றிலையைத் துப்பினாள் மூக்காயி. கால்களை நீட்டி முதுகை ஒரு விழுதில் அண்டக்கொடுத்து, காவி ஏறி இடுக்கு விழுந்த பற்களைக் காட்டி, கண்களைச் சுருக்கி, கைகள் செய்து காட்டிய செய்கை மணிமொழிக்குக் கோபத்தை உண்டாக்கியது.

“கோட்டானே... உங் கண்ணுல பட்டனா பாரு, இனிமே விடிஞ்ச மாதிரிதான்.”

மேலே பறவைகள் றெக்கைகளை அடித்துக் கொண்டன.

“இந்தா, வந்துட்டான் பாத்தியா? என்னாத்த த மீ ழூ வா ந நோ தெரியல...”

“என்ன வாசனையோ, என்ன அலங்காரமோ என் மூக்குக்கு என்னாத்த தெரியும்?”

கீழே குனிந்து கல்லைப் பொறுக்கி மூக்காயிமீது எறிந்தாள் ஆத்திரத்தோடு.

ஒவ்வொரு விழுதாகக் கையால் தொட்டுத் தடவியபடி ஒரு வேலி நிலத்தில் பற்றிப் படர்ந்திருந்த ஆலமரத்தின் நடுமரத்தை நோக்கிப் போனாள். புதிதாகத் தமிழ்வாணன் வாங்கியிருந்த மர்ஃபி ரேடியோ டியூன் செய்யப்பட்டு அழகாகப் பாடிக்கொண்டிருந்தது. பாடல் ரசிக்கும்படியாக இல்லை. காரணம் அவன் அவளை எதிர்ப்பார்த்துக் காத்திருக்காவிட்டாலும் கவிதை வாசிப்பை எதிர்நோக்கிக் காத்திருந்தான். கவிதைகள் வாசிக்கும் நேரம் நெருங்கநெருங்க ஒவ்வொரு கிளையிலிருந்தும் பறவைகள் பறந்துபறந்து அமர்வதைக் கண்டான். நொடிக்கும் குறைவான நேரத்தில் கவிதை வாசிப்பும் அவளும் பிரசன்னமானார்கள். சன்னமான புன்முறுவல், அண்ணாந்த பார்வை, கால்மேல் கால் போட்டு வலதுகாலை ஆட்டிக்கொண்டு இடது மணிக்கட்டில் உள் பக்கம் மணி பார்க்கும்படி கட்டியிருந்த ரிஸ்ட் வாட்சு பாதி தெரியும் அளவிற்கான முழுக்கைச் சட்டை, தூக்கி வாரிய தலைமுடி என்று தமிழ்வாணன் அமர்ந்திருந்தான்.

62

வரிசையாகக் கட்டப்பட்டிருந்த ஓட்டு வீடுகளில் கடைசி வீட்டின் திண்ணையில் நான்கைந்து பெண்கள் அமர்ந்து வெற்றிலை போட்டபடி கதை பேசிக் கொண்டிருந்தார்கள். திண்ணைக்குக் கீழே கோலம் போடும் இடத்திற்குப் பக்கத்தில் ஆட்டாம் புழுக்கைகள் கொட்டிக் கிடந்தன. எதிரே இருந்த கை பம்ப்பில் சிறுவர்கள் தண்ணீர் இறைத்து கத்தரிக் கொல்லைக்குப் பாய்ச்சிக் கொண்டிருந்தார்கள். கத்தரிக் கொல்லைக்குப் போகும் வழியில் வரிசையாக நடப்பட்டிருந்த ஒதியம் போத்துகள் மரமாகிவிட்டிருந்தன. நிழலில் படுத்திருந்த மாடு அசைபோட்டுக் கொண்டிருந்தது. அதன் வாயிலிருந்து நுரை பூமிக்கு ஒழுகிக் கொண்டிருந்தது. பக்கத்தில் இருந்த மாடு எழுந்து நின்று வாலைத் தூக்கிச் சோம்பலை முறித்து சாணி போட்டு மூத்திரம் பெய்தது. கையில் இடுக்கிய பிரம்புக் கூடையுடன் கட்டை விளக்கமாறு வெளியில் தெரியும்படி ஒன்பது கஜ புடவையைக் கட்டியிருந்த மூக்காயி நடந்து வந்துகொண்டிருந்தாள். அடி பம்ப்பிற்கும் ஆட்டம் புழுக்கைக்கும் நடுவில் விழுந்த ஒதிய மர நிழலில் குத்துக்காலிட்டு அமர்ந்தாள் திண்ணையைப் பார்த்து. திண்ணையில் பேசிக் கொண்டிருந்தவர்களின் கவனம் நடவாலிடம் திரும்பியது.

"பார்வதியோட புருசன் மேக்கால ஒழுகமங்கலத்துக்குப் போனப்ப அந்தத் துலுக்கச்சியோட சேக்காளி ஆயிட்டானாமுள்ள" என்று தனம் அவள் வாயைக் கிண்டினாள்.

"என்னாத்த சொல்றது ஆச்சி. அதுங்க டிரைவருன்னும் பாக்கல. மாட்டுக்காரன்னும் பாக்கல... பொதி காளயாவுல்ல பாக்குதுவோ"

"காளயில கட்டகால் காளன்ணா ரொம்பதான் வெல போவுதுன்னு சொல்லுறாளுவோ. யாருக்குத் தெரியும்? எங்க

இடிச்சா கெடைய மாட்டுக்கு ஆள் சேருமுன்னு அலையறவளுவள யாரு என்னா செஞ்சிற முடியுது?"

"திருத்துறப்பூண்டிக்கு சாமான் வாங்கப் போனா ராவிக்கு ஆளுங்க திரும்புறதில்லையாமே. அது என்னா கதையோ? யாருக்குத் தெரியுது. கேட்டா படம் பாத்தோம் அரிக்கேன் ஒடஞ்சி போச்சி மாடு மெரளுமுன்னு விடிஞ்சதும் வாறோமின்றாக. வாரு குச்சி பூரா இப்பல்லாம் இதான் பேச்சா கெடக்கு"

"கேட்டியல்ல, கவுத்து வச்ச டம்ளருல காலைல பாத்தா ரத்தமாவுல்ல கெடக்காம். ஏழு மணிக்கெல்லாம் ஊட்டுக் கதவ சாத்திக்கிட்டுத் தெருவே அடங்கிப் போயிடுதாம். பின்ன, இந்த அநியாயத்த பாத்துக்கிட்டு கழுமலம் சும்மாவா இருக்கும்."

ஊரில் வெகு நேர்த்தியான தெருக்களில் கீழத் தெருவும் ஒன்று. அதன் அழகிய வரிசை வீடுகள் ஒன்று போலவே அமைந்திருந்தன. அதில்தான் தமிழ்வாணனின் தாய்மாமா சிங்கப்பூரார் தன் பாகத்து வீட்டைத் தந்திருந்தார். சிங்கப்பூராரின் வீட்டைத் தமிழ்வாணன் அழகாகப் பராமரித்து வந்தான். சுவர்கள் மிக அழகாக வண்ணமடிக்கப் பட்டிருக்கும். ஓடு தெரியா வண்ணம் உத்தரத்துக்குக் கீழே மூங்கில் பிளாச்சால் படல் அடிக்கப்பட்டு அதில் சினிமா போஸ்டர்களை உள் பக்கமாக ஒட்டித் தரையிலிருந்து அண்ணாந்து பார்த்தால் வெள்ளை நிறமாகத் தோன்றும் வண்ணம் அமைத்திருப்பான். அழகிய மர வேலைப்பாடுகள் கொண்ட ஒரு கடிகாரப் பெட்டியும், அவனுடைய படிப்பிற்கு உதவ மேசையும் நாற்காலியும் போட்டிருப்பான். அந்த வீட்டின் தரைகளில் எல்லாம் சாணம் மெழுகி தூய்மையாக வைக்கப்பட்டிருக்கும். தமிழ்வாணனின் வீடு, சிங்கப்பூராரின் வீட்டிற்குப் பக்கத்தில்தான் என்றாலும் சாப்பாட்டு நேரம் போக மீதியெல்லா நேரமும் அவன் தன்னுடைய வீட்டில்தான் இருந்து வந்தான். ஊரில் இருந்த பல படித்த பிள்ளைகளுக்கும் ரேடியோ கேட்கவும் புத்தகம் படிக்கவும் கதை விவாதிக்கவும் இலக்கியம் பேசவும் உகந்த இடமாக அதைத் தாயார் செய்து வைத்திருந்தான்.

மேட்டுத் தெருவில் இருந்துவரும் எவருக்கும் அந்தத் தெருவில் நடக்க உரிமையில்லாத போதும் கடைசி வீட்டிற்கு முதலாவதாக இருந்த தமிழ்வாணனின் வீடு மாத்திரம் மணிமொழிக்காக எப்பொழுதும் திறந்தே கிடந்தது. ஐயா வீட்டிற்கும் மணிமொழி மாத்திரம் ஆலவடிவரை போய்வர உரிமையிருந்தது. சிறுவயதில் காத்தான் கன்னியாஸ்திரிகளிடம் அவளை விட்டபோது இப்படி ஒன்று நடக்கும் என்று நினைக்கவில்லை. காத்தானுக்கு மணிமொழியின் போக்கில் உடன்பாடில்லாமல் போனாலும்

அவளுடைய வாழ்க்கையில் குறுக்கிடும் எந்தச் சொல்லையும் இதுவரை உதிர்த்ததில்லை. மூக்காயிக்கோ தன் வேலை நிமித்தமாக என்னவெல்லாம் செய்து கொண்டிருந்தாளோ அதைத் தொடர்ந்து செய்ய எந்தத் தயக்கமும் ஏற்பட்டதில்லை. அதே போல மணிமொழியை எதற்காகவும் அவள் கட்டுப் படுத்தியதில்லை. தெருவில் அமர்ந்து பேசிக்கொண்டிருந்த ஆச்சிமார்களுக்குக் கூட மணிமொழி மரியாதைக்குரியவளாகத் தெரிந்தது அவள் அணிந்திருந்த தூய வெண்மையால் ஆன கால் உறையைப் பொருட்டே. பெரும்பாலும் சிறு பிள்ளைகளுக்கு உதடுகளின் ஓரத்தில் புண் ஏற்படுவதும், மூக்கில் சளி ஒழுகுவதும், முட்டிக்குக் கீழே சிரங்கு சீழ் பிடிப்பதும், மேல்சட்டை இல்லாமல் அலைந்து திரிந்ததால் கருத்து காய்ப்பேறிப் போன கை விரல் முட்டிகளாய் அலைந்து திரியும் சனங்களுக்கு மத்தியில் மணிமொழி மாதாவாகவும் மாதரசியாகவும் மாதவியாகவும் கண்ணகியாகவும் கதைப் பாடல்களில் வரும் கதாநாயகியாகவும் அந்த ஊரிலிருந்த அத்துணை பேருக்கும் மரியாதையானவளாகவும் இருந்ததில் தமிழ்வாணனுக்குப் பெருமைதான். கூடையையும் விளக்குமாத்தையும் வைத்துவிட்டு மாட்டுச்சாணியை எடுத்து எருக் குழியில் போட்டாள் மூக்காயி.

Anupam Sud
Between Vows and Words
Etching on Paper
93 cm x 63.5 cm
1995

WORDS
RELATION
LOVE
FREEDOM

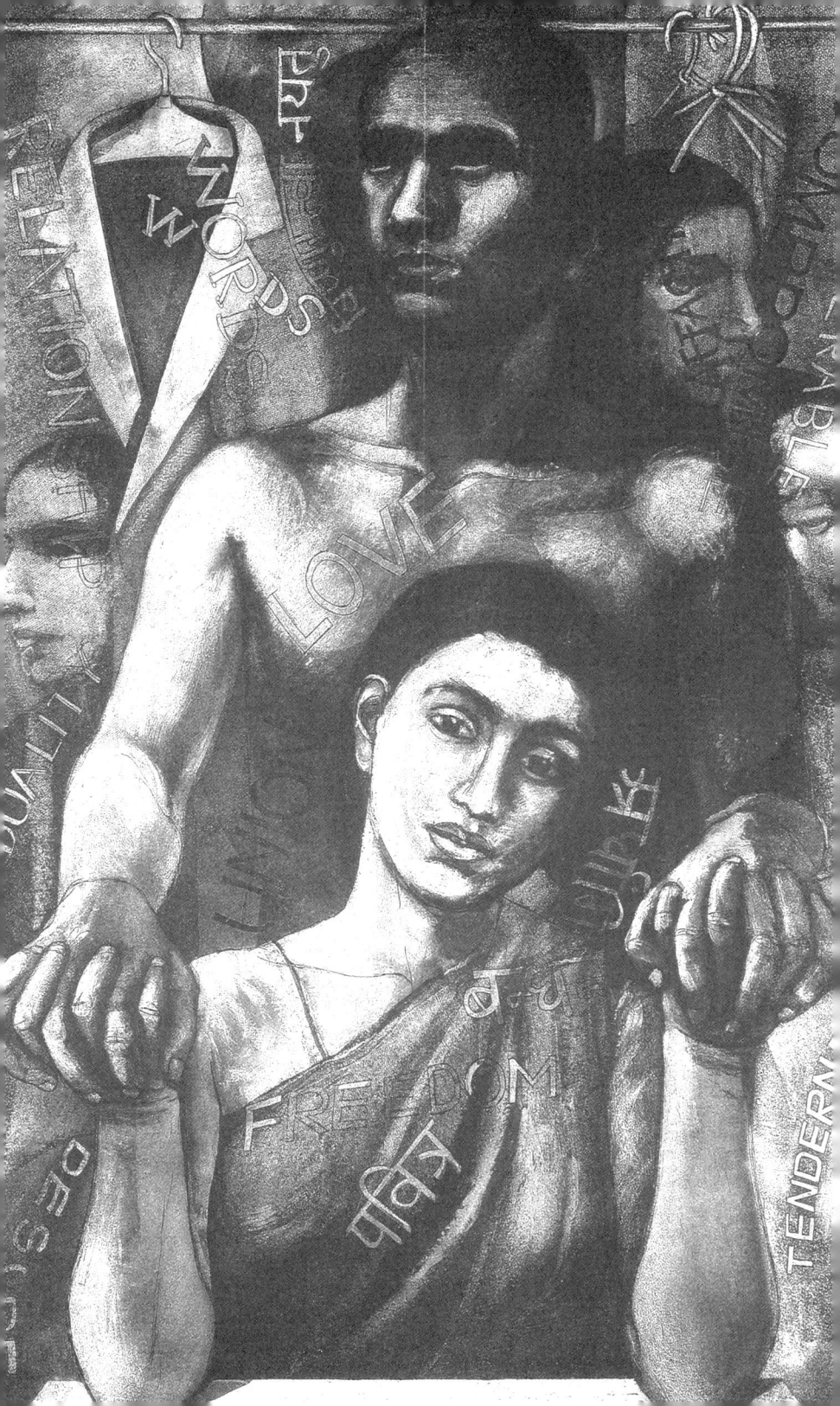

63

ரோஜா என்றால்
கொள்ளை அழகு
மல்லிகையின் மகத்துவம்
சொல்லித் தெரிவதில்லை
செம்பரத்தை அர்ச்சனைக்கு
அவசியம்
ஓம இலை செரிமானத்திற்கு
வில்வ இலை சர்க்கரை நோய்க்கு
வெண்டை மூளைக்கு நல்லது
எண்ணெய்க் கறிக்குக் கத்தரிப் பிஞ்சு
எதற்கு இந்த
உபயோகமற்று கொழுத்த
குரோட்டன்சுகள்
புடுங்கி எறி என்கிறாள்
எல்லாவற்றிற்கும்
உபயோகத்தை உணரமுடியுமா
நம்மால்

இதழ் 14

'ரோஜா என்றால்' – வானொலி கவிதை படித்து முடித்தது.
"நாம் குரோட்டன்சுகளா மணிமொழி? பிடுங்கி எறிய?"
"இல்லிங்க தமிழ்... வைத்து அழகு பார்க்க..."
"நமக்கு எந்த உபயோகமும் இந்த நாட்டில் இல்லையா?"
"உபயோகம் இல்லாமலா நாம் இருவரும் அழகாய் இருக்கிறோம்?"

காலச்சுவடு கவிதைகள் – ரவிசுப்பிரமணியன்

"அழகு உபயோகமானதா? அழகு உபயோகப்படுத்தப்படுமா? அழகு அறிவைக் கொடுக்குமா? அழகு பயன்பாட்டிற்கானதா? அழகு பயன்பாடற்றதா?"

"தமிழ் உங்களுக்குக் கவிதையை விட நம் சமூகத்தின் மீது கோபம் அதிகமாய் இருக்கிறது."

"இல்லைங்க மணிமொழி. எனக்கு எப்பவுமே கவிதைகள் பிடிக்கும்தான். கவிஞனின் மனதில் சமூகம் பிரிக்க முடியாததாக இருக்கிறது. அதில் மிகுந்திருக்கும் அழகுணர்ச்சியும் கவி மொழியும் பொறுப்பும் என்ன அழகாகக் கவிதையாகி இருக்கிறது. நம் இருவரின் வாழ்வும் பலரை வசீகரிக்கவேண்டும். சிலருக்கு நம் கல்வி பிடித்திருக்கும். சிலருக்கு நம் அழகு பிடித்திருக்கும். சிலருக்கு நம் வாழ்வு பிடித்திருக்கும். சிலருக்கு நம் சுதந்திரம் பிடித்திருக்கும். இதிலிருந்தெல்லாம் நாம் சொல்லும் கருத்து பலருக்குப் பிடிக்காமல் இருக்கும். அதை அவர்கள் குரோட்டன்ஸைப் போலப் பிடுங்கி எறியலாம். நாம் ஒரு போதும் அழகியல் துறந்து பயன்பாடாகிவிடக் கூடாது. அதனால் பண்பாடொன்றும் மீண்டுவிடப் போவதில்லை. பண்பாடு கலாச்சாரம் மொழி வாழ்க்கை எல்லாம் புதிதாய்த் துவங்க நாம்தான் அடித்தளம். நம் வாழ்வுதான் முதல் முயற்சி" என்றான் நீண்ட புன்சிரிப்போடு.

"தமிழ் உங்கள்ட்ட புடிச்சதே இந்தக் கவிதைகள ரசிக்கிற மனம்தான். அத விரிச்சிப் பார்த்து பேசறத விட ரசிச்சி அனுபவிக்கிறது எனக்கு ரொம்பப் பிடிக்கும். உங்கள பகுத்துப் பாக்குறத விட ரசிச்சிப் பாக்கத்தான் பிடிச்சிருக்கு... முடியுது..." இறுக்கமான உடல்மொழிக்குச் சற்றும் பொருந்தாமல் குழைந்தாள் நாணத்தோடு.

தமிழ்வாணன் எல்லாக் கவிதைகளையும் காரணகாரியம் இல்லாமல் ரசிக்கத் துவங்கியது மணிமொழியின் வருகைக்குப் பின்புதான். மணிமொழிக்கு அவனுடன் பழக ஒரு சமூக நோக்கம் இருந்தது. அப்படி ஒன்று இல்லையென்றாலும் ஒரு மாற்றத்தைக் கொண்டுவர அவனுக்கு இது ஒரு மார்க்கமாக விருப்பமாக வசதியாக இயல்பாக இருந்தது. ஏற்றுக்கொண்டான். எங்கெல்லாம் சுற்றித் திரிந்தாலும் இந்த ஆலமரத்தின் நடு மரத்திற்கு அடியில் அமர்ந்து இருவரும் பேசிக்கொள்வதை வழக்கமாக வைத்திருந்தார்கள். நிழலும் வெளிச்சமும் மாறிமாறித் தரையில் விழுந்துகொண்டிருந்தன. ஊரில் எந்த நியாயமும் அவர்களுக்கு சம்மதமாய் இருக்கவில்லை. கல்யாணம் போன்ற சடங்குகளில் நம்பிக்கையற்று இருப்பதும் சேர்ந்து வாழ்தலைச் சட்டமாக்குவதும் மனமொத்த அன்பின் அடிப்படையிலான வாழ்க்கையை முன் வைப்பதும் மட்டுமே

உண்மையான சமூக விடுதலைக்குக் கட்டியம் கூறும் என்று நினைத்தார்கள். இக்கருத்துக்குத் துணையாக எவையெல்லாம் கிடைத்தனவோ அதையெல்லாம் விவாதித்தார்கள். எவரெல்லாம் முன்வந்தார்களோ அவர்களையெல்லாம் சேர்த்துக் கொண்டார்கள். பழைய ஏற்பாட்டிலும் புதிய ஏற்பாட்டிலும் இது பாவமல்ல என்று சொல்லப்பட்டிருக்கிறதா எனத் தேடினாள் மணிமொழி. சிற்றிலக்கியங்களிலும் செவ்விலக்கியங்களிலும் ஆதாரங்களைத் திரட்டினான் தமிழ்வாணன். படிப்பறிவில்லா மக்களிடத்தில் இவையெல்லாம் பயனற்றவைகளாகவே காட்சி தந்தன குரோட்டன்சுகளைப் போல.

திடீரென்று வானம் கீழே விழுந்துவிடுவது போன்ற ஓர் உணர்வு. வளர்பிறை காலம். ஆயிரத்து எழுநூறுக்கும் மேற்பட்ட மரங்கள், அடர்ந்த வனாந்திரம், இரண்டு டாபர்மேன் நாய்கள், தார்ச்சாலையில் இருந்து பிரிந்துசென்ற காட்டுவழிப் பாதை. அந்தக் கவிஞரின் தொடர்பில்லா தொடர்பு, முதிர்ந்து செழித்திருக்கும் சிந்தனை, உற்சாகம், இளமை, சரளமான சமூகப் பார்வை, மின்சாரம், கான்க்ரீட், தொலைபேசி, வலைத்தளம், கணினி போன்ற மின்மயமாக்கப்பட்ட புதுப்பிக்கப்பட்ட வாழ்வியல், உலக இலக்கியம், தமிழ் இலக்கியப் பார்வை, மொழி தடையில்லா அறிவின் செறிவு, தேவைக்கு மிஞ்சிய தேவையில்லாத வாழ்வே கவிதையின் தாத்பரியம். அவனே கவிஞன்.

அண்ணாமலையாரின் மலை தெரியும் தூரம் ஆறு கிலோ மீட்டருக்கு அப்பால் பொட்டல்காடு, குளம், பாறை, ஆலமரம், வழியில்லா வழி, துணையில்லா வாழ்வு, கூரையில்லா வீடு, வீடுபேறுக்கு முயற்சி செய்யும் மனநிலை, அம்மணமாய் நிற்கும் காளிமாதா காலடியில் உலோகத் தகட்டில் இழுக்கப்பட்ட கோடுகளில் நான் பார்த்து ரசித்த எந்திரம், பீங்கான் கோப்பையில் ஆவி பறக்கும் பால் இல்லா கறுப்பு காபி, சித்தாந்தத்தின் தேடலில் சிதைத்துக்கொண்ட தொடர்பற்ற தொடர்புகளின் உலகம், வேதாந்தியின் சித்தாந்தம்.

எதிர்மறையான பாத்திரப் படைப்பின் மூலம் நேர்மறையான பாத்திரப் படைப்பை உயர்த்தி உச்ச நட்சத்திரத்தை மிளிரச் செய்வதைக் காட்டிலும் சுலபமான ஆக்கம் சினிமாவில் இல்லை. கர்மா சார்ந்த விதிவசத்தால் விளையும் சூழலின் எதிர் உரையாடல், சம்பவங்களின் கோர்வை சகட்டு மேனிக்கு வாழ்வை நகர்த்தும் என்கிற கோட்பாடு, இதில் 'நான்' எங்கே இருக்கிறேன், எல்லாம் விதிவசம் என்கிற நம்பிக்கையை விதைக்க மூன்று ஆண்டுகளும், நூற்று எண்பது கோடி பணமும், சீனாவின் பசுமை படர்ந்து பூத்துக் குலுங்கும் வயல்வெளியும் கன்வெர்டபில் மாடர்ன் காரும், இன்ன பிறவும் தேவைக்கதிகமாகவே தேவைப்படுகிறது. எல்லாம் விதி!

வெகுஜன நகர்வு என்பது இல்லாமல்போய் தீவிர, அதிதீவிர மனோபாவம் எங்கும் நீக்கமற நிறைந்திருக்க வேண்டுமென்றால் தொடர்ச்சியான செயல்பாடும் எல்லா வினைக்கும் எதிர் வினையாற்றும் பண்பும் எல்லா செயல்களுக்கும் நியாயம் கற்பிக்கும் போக்கும் வெகுஜன நகர்வுக் கலாச்சாரம் ஆகுமா?

தீவிர கலை கலாச்சார இலக்கியப் படைப்பு வெகுஜனப் படைப்புகளுக்கான மாற்றாக மெய்யாகவே இருந்த காலகட்டம் இருந்ததா? அல்லது கட்டமைப்பின் மூலம் அடிப்படைவாதிகளின் கோட்பாட்டின்படி பிரிந்துநின்று செயலாற்றுகிறதா? என்றுதான் நினைக்கத் தோன்றுகிறது.

எழுத்து, இயக்கமாக மாறவேண்டிய கட்டாயமும் இயக்கத்திற்கு எழுத்து தேவைப்படாமல்போன காலகட்டத்திலும், பல் ஊடகங்களைக் கையாண்டு வெகுஜன நகர்வு, மக்களின் மனநிலையில் சமூகத்தின் பொதுப்புத்தியைப் போகிற போக்கில் வலுவூட்டிச் சென்றால் இயக்கம், எழுத்தைத்தாண்டி பல் ஊடகங்களில் தீவிரத்தன்மையை அதிகரிக்கவேண்டிய நிர்பந்தத்திலிருந்து விலகி, சுய முன்னிருத்தலின் மூலம் பழைய வலுவிழந்துபோன யுக்திகளைக் கையாளத் தெரியாமல் கையாண்டு கேவலப்படுவதிலிருந்தாவது விலகி நிற்க முடியுமா?

ஜானகிராமனின் 'நளபாகம்', கு.ப.ராவின் சிறுகதைத் தொகுப்பு, பிரகாஷின் 'கள்ளம்', 'கரமுண்டார் வீடு', 'மீனின் சிறகுகள்', கல்கியின் 'கள்வனின் காதலி'. டெல்டாவின் கதை சொல்லிகளால் சொல்லப்பட்ட கதைகளில் இருப்பதைப் போன்று, புனைவும் நேர்மையும் வேறெதிலும் இருப்பதாக நான் அறியேன். ஆற்காட்டில் ஸ்டார் பிரியாணி ஹோட்டலில் நான் சந்தித்த நபர் சிலாகித்துப் பேசிக்கொண்டிருந்தார். இப்படி, எங்கோ எப்போதோ பல லட்சம் பேர் கூடும் இடங்களில் எல்லாம் அவமானகரமான சமூகச் சித்திரிப்புகளைக் கொளுத்தும் நோக்கில் புத்தகங்களைத் தேடிய நான்கைந்து பேருக்கு ஐம்பதாயிரம் தலைப்புகளில் இருந்து அந்த ஒற்றைத் தலைப்பு எப்படித்தான் சிக்கியதோ!

அனுபவங்களைக் கடத்துவது மட்டுமே அனுபவஸ்தர்களின் வேலையாக இருந்தது போய், கடத்தப்படுவது எல்லாமே அனுபவமாகப் பார்க்கப்படும் கேலிக்குரிய காலகட்டம். எழுத்து வாசகனுக்கு அனுபவத்தைக் கொடுத்ததோடு மட்டுமல்லாமல் ஆதராங்களையும் கொடுக்க ஆரம்பித்த தருணம்தான் ஆய்வுக்கும் புனைவுக்குமான உராய்வு.

ஆய்வு, கோட்பாடுகளின் விதியில் அமையும்போது ஆதாரங்கள் முக்கியமாகப்படுகின்றன. புனைவுகளுக்கான ஆய்வு அனுபவங்களுக்கான களமாகவும் வாசகனின் கற்பனைகளுக்கான எழுத்தாகவும் இருக்கும் பட்சத்தில் ஆதாரமும் புனைவாகவே பார்க்கப்படுகிறது.

தஞ்சாவூர் ஜில்லா, திருச்சி ஜில்லா போன்ற பல நிலப் பரப்புகளில் பத்துக்கும் மேற்பட்ட தலைமுறைகள் உயர் கலாச்சார நுகர்வின் காரணமாகக் கதையைக் கதையாகப் பார்க்கும் ரசனை மேம்பட்டிருந்ததால் இன்றுவரை அந்தச் சமூகம் ரசனையின் உச்சத்தில் இருப்பதாகத்தான் ஆற்காடு பிரியாணி சாப்பிடும் மேசையில் கதைத்தவரின் வழிநின்று பார்க்கிறேன்.

செஞ்சிக்குப் பக்கத்தில் பனமலை ஓவியம் ஏழாம் நூற்றாண்டின் துவக்கம் அதைச் சுற்றியிருக்கும் தூரத்தில் விசிறிப்பாறை கற்கால மனிதனின் மயானம் சைவம் தழைத்தோங்கிய காலத்தில் அனல்வாதம் புனல் வாதத்தால் அழிக்கப்பட்ட சமண இலக்கியம் கழுவேற்றுதலுக்குப் பின்பும்கூட ஒன்பது பத்தாம் நூற்றாண்டுகளில் காணக் கிடக்கிறது. பதினொன்று பன்னிரெண்டிலும் கூட பதிப்பிக்கப்பட்டிருக்கிறது

ஜீவரேகா சொல்வதுபோல எழுத்தாளன் கழுவேற்றப் பட்டாலும் எழுத்து எழுதப்பட்டுக் கொண்டிருக்கிறது. எழுத்து எரிக்கப்பட்டாலும் எழுத்தாளன் ஜீவித்திருக்கிறான்.

எழுத்து இயக்கம் கண்டபிறகு இயக்கத்திற்கான எழுத்தாளன் அழிவுக்குள்ளானதில்லை. சிந்தனைகளுக்கான கருவியாக வெளிப்பாட்டிற்கான ஊடகமாக எழுத்தும் எழுத்தாளனும் இருந்தவரை இறவாவரம் பெற்ற சிந்தனை மரபின் தொடர்ச்சி இன்றும் காணக்கிடைக்கிறது.

துருக்கியில் மறுமலர்ச்சிக் காலத்தில் அகழ்வாய்ந்த குகைகளில் இரத்தத்தையும் சதையையும் கொண்டு தீட்டப்பட்ட ஓவியங்கள் எதை உணர்த்துகின்றன? தடை, தயக்கம், ஜீவிதம், சிந்தனை மரபின் கோளாறு அன்றி, நுகர்வு மனநிலையின் எதிர்ப்பு அல்ல.

படைப்பாளனின் படைப்பு பெயரறியாமல் போன காலமும் உண்டு. படைப்பறியாமல் போன படைப்பாளனும், இயக்கம் இல்லா எழுத்தும், எழுத்தில்லா இயக்கமும், கலைக்கான கலையும், மக்களுக்கான கலையும், நோக்கமற்ற செயல்பாட்டாளர்களின் இருத்தலுக்கான செயல்பாடுகளால், எதிர்ப்புகளால் காணாமல் போனதாக வரலாறு இல்லை.

சகாக்களின் செயல்பாடுகளில் தன்முனைப்பும், பொது வெளியில் தன்னைப் பிரதானப்படுத்திக்கொள்ளும் முயற்சியும், எல்லா பிம்பங்களிலும் தங்களை ஏற்றிப் பார்க்கும் மனநிலையும், எல்லா காலத்திலும் தமிழ் சினிமாவில் துணைக் கதாபாத்திரங்களை மிஞ்சும் யுக்திகளும் இருக்கத்தான் செய்கின்றன.

கடந்த மூன்று நாட்களில் நான்கு பயணங்கள் வழி, ஐந்து படைப்பாளிகளைச் சந்தித்து, ஆறு கேள்விகளுக்கு ஒரே பதிலைச் சொல்ல முடிந்த எனக்கு, சொல்லப்பட்ட பதிலிலிருந்து கேட்கப்படும் ஆயிரமாயிரம் கேள்விகளுக்குப் படைப்பாளனாக இப்படித்தான் என் பதில் இருந்திருக்கிறது.

கேள்வி: நீங்கள் உங்கள் வாழ்நாளில் எத்தனை நாள் சந்தோஷமாக இருந்திருக்கிறீர்கள்?

பதில்: க்ஷண நேரக் குறைவில்லாமல் எப்பொழுதுமே இப்பொழுதும்போல.

அம்மாஞ்சி

64

சாலையில் வரிசைகட்டி நின்றிருந்த பெண்கள் கூட்டம் கையை உயரே தூக்கி முழக்கமிட்டது.

"இறங்க விடமாட்டோம்... இறங்க விடமாட்டோம்..."

"எங்கள் வயிற்றில் அடிக்கும் டிராக்டரை நிலத்தில்..."

"இறங்க விடமாட்டோம். இறங்க விடமாட்டோம்..."

"ஆண்டுகளெல்லாம் நாளும் பொழுதும் நாங்கள் பார்த்த வயலிது".

"இறங்க விடமாட்டோம். இறங்க விடமாட்டோம்..."

"நாற்றடிப்பதும் களை பறிப்பதும் எங்கள் உரிமை..."

"எங்கள் உரிமை... எங்கள் உரிமை..."

"உரிமைக்காகப் போராடுவோம்..."

"போராடுவோம்... போராடுவோம்..."

"உழவுக்காக உயிர் கொடுப்போம். நடவும் அறுப்பும் களமும் கண்டுமுதலும் எங்கள் வாழ்க்கை..."

"..."

"எங்கள் வயிறு..."

"..."

"எங்கள் குருதி, செங்குருதி..."

"..."

"இந்த மண்ணில் செந்நெல் விளையச் சிந்திய குருதி சிவப்பாய் செங்கொடியாய்ப் போராட்டமாய்... புரட்சியாய் வெடிக்கும்..."

"..."

"டிராக்டரைக் கொளுத்தும்..."

"..."

எதிரே ஒரு பட்டாலியன் ஆயுதப் படை இறக்கப்பட்டிருந்தது. இரக்கமின்றி அடித்துத் துவைக்க லத்தியைச் சுழற்றினார்கள். பெண்கள் எல்லாம் வலதுகையில் கொட்டாங்கட்சியை ஏந்தி, காலை அகலப் பரப்பி அடிவயிற்றிற்குக் கீழே கையைக் கொண்டு போய்த் துணியைத் தூக்கி மூத்திரத்தைக் கொட்டாங்கட்சியில் பிடித்து, காக்கி உடுப்புடனும் தலையில் இரும்புக் கவசத்துடனும் கையில் பிரம்புத் தடுப்புடனும் ஆயுதங்களை எதிர்ப்பார்த்த காவலர்களின் முகத்தில் ஊற்றினார்கள்.

மூத்திர நாற்றமும் அவமானமும் ஆத்திரம் பொங்க அடித்துத் துவைக்கக் கட்டளைக்குக் காத்திராமல் பூட்சு கால்களை முன் நகர்த்திய வேகத்தில் வயிற்றில் பாய்ந்தன ஈய ரவைகள். ஆண்கள் இல்லாப் போராட்டக் குழுவில் ஆயுதம் இல்லாப் பெண்கள் மத்தியில் எங்கிருந்து வந்தன ஈயக் குண்டுகள். சுதாரித்துத் திரும்புவதற்குள் பதினைந்து பேருக்குக் குடல் சரிந்திருந்தது. பின்பக்கம் அவர்கள் வந்திறங்கிய வாகனம் தீக்கிரையாக்கப்பட்டது. கண்ணிமைக்கும் நேரத்தில் பெண்கள் கலைந்து காணாமல் போனார்கள்.

வெட்ட வெளியில் பனை மரங்கள் சூழ, எதிரி கண்ணிற்குப் புலப்படாமல் பதுங்கியிருந்து தாக்கியதைக் கண நேரமும் எதிர்பாராக் காவலர்கள், சக காவலர்களைக் காப்பாற்ற தர்மாஸ்பத்திரியை நோக்கித் தூக்கிக்கொண்டு ஓடினார்கள். போலீஸ் சூப்ரண்டிற்குத் தகவல் போய் நாகப்பட்டினத்தில் இருந்தும், திருவாரூரில் இருந்தும் படைகள் குவிக்கப்பட்டன. ஊரடங்கு உத்தரவு போடப்பட்டிருந்தது. படைகள் வெளியேற இருந்த இரண்டு பாலங்களும் வெடிவைத்துத் தகர்க்கப்பட்டுச் சாலை துண்டிக்கப்பட்டது.

இரண்டு நாட்களுக்கு மேலாகியும் ஒருவரையும் கண்டுபிடிக்க முடியவில்லை. இரவு பன்னிரெண்டு மணிக்கு மேல் தன்னந்தனியாக ஒற்றை ஆளாய் நடந்து வந்தாள். போலீஸ் சூப்ரண்டிற்கு அருகில் வந்தவள் கையில் வைத்திருந்ததை அவரிடம் காட்டினாள். அது ஒருவிதமான ஆயுதம். ஒரு ஜான் அளவிற்கான குழாயில் ஈய ரவைகளை இடித்து வாய்வைத்து ஊதினால் சத்தமில்லாமல் சிதறிப்போய் எதிராளியைச் சல்லடையாய்த் துளைக்கும். மரத்தின் மேலும் மதில் சுவரின் மறைவிலும், புதர் மறைவிலும் வாய்க்காலின் கரைகளிலும் மறைந்திருந்து தாக்கும் ஆயுதம்தான் அது.

சூப்ரண்ட்டு அவளிடம் ரகசியமாக ஏதோ பேசினார். மறுநாள் காலை விடிவதற்கு முன்னால் காவலர் ஒருவரையும் காணவில்லை. இரண்டு நாட்களில் ஊர் இயல்பு நிலைக்குத் திரும்பியிருந்தது. ஊரைச் சுற்றிப் போய்க்கொண்டிருந்த ஒற்றைப் பேருந்தும் பாலம் இடிந்ததால் நின்றுபோனது. தூரத்தில் ரயில் மட்டும் வழக்கம்போல் ஓடிக்கொண்டிருந்தது. ரயில்வே பாலத்திற்கு அந்தப் பக்கம் யாருமே நுழைய முடியா காட்டில் பதுங்கியிருந்த நரிகள் எல்லாம் ரோட்டில் உலாவத் துவங்கின.

குள்ளநரிக் கூட்டம் ஊரிலும் ரோட்டிலும் அலைவதைப் பார்த்து அவள் ஒரு முடிவிற்கு வந்தவளாய்ப் பண்ணையாட்களை அழைத்துக்கொண்டு நான்கு வண்டிகளில் வைக்கோலை ஏற்றிக் காட்டைச் சுற்றித் திரைகளை அடுக்கினாள். வைக்கோல் திரைகள் ஒன்றன்மீது ஒன்றாகக் கோட்டை மதிலைப்போல் அடுக்கப்பட்டது. வெளியிலிருந்து யாரும் உள்ளே போக முடியாது. வெளிப்புறத்தில் சாணம் மொழுகி திரி நூற்று மூட்டம் போடுவதுபோல் நாற்பது ஏக்கருக்கும் மேலே பரந்து விரிந்துகிடந்த காட்டை வைக்கோல் திரைகளால் மூடினாள். பண்ணையாட்கள் சுற்றிலும் கழிகளோடு காவலிருக்க அவர்களைச் சுற்றி வேட்டை நாய்கள் வலம்வர அதற்கும் பின்னால் சுளுக்கிகளுடன் குறவர்கள் காத்திருந்தார்கள். சர்ச் லைட்டின் வெளிச்சம் தவிர வேறெதுவும் இல்லாத பௌர்ணமி நாளின் நடுஇரவில் அத்தனை தீவட்டிகளும் பத்து கஜத்திற்கு ஒன்றாய் ஒரே நேரத்தில் வைக்கோல் திரைகளைத் தீ மூட்டின. வேலிக் கருவை மரங்களும் காட்டுக் கருவை மரங்களும் அடர்ந்திருந்த காடு பற்றி எரிந்தது; பத்துப் பனைமர உயரத்திற்கு. முயல், பன்றி, கீரிப் பிள்ளை, காட்டு அணில் போன்ற பாலூட்டிகள் வெந்ததும் வேகாததுமாக வெளியேறி ஓடின. காணாமல் போன எருமை மாடுகள் திரையைத் துவம்சம் செய்து தீயைத் தாண்டின. முயல்களின் குரல்வளைகளை நாய்கள் கவ்வின. குறவனின் சுருக்கு பன்றிகளை வளைத்தன. கவனம் சிதறாமல் கல்லாங்கழிகளோடு காத்திருந்த பண்ணையாட்கள், வைராக்கியம் மிக்க தோழர்களின் வெந்த சதையும் செங்குருதியும் விடிந்த பொழுது காட்டின் மத்தியில் கருகிக் கிடந்ததைக் கண்டு அஞ்சினார்கள். காடும் வீடும் கழனியும் உழவும் தொழிலும் உரிமையும் சாம்பலாய்ப் போன இரவு சற்றுத் தொலைவில் நெருப்பிலிருந்து மீண்ட மாட்டின் கொம்பில் கிழிந்து காற்றில் ஆடிக்கொண்டிருந்த சிவப்புத் துணியை வெறித்துப் பார்த்துக் கொண்டிருந்தாள் வேதனையோடு.

இப்பொழுதெல்லாம் யார் எனக்கு ஃபோன் செய்தாலும் எடுத்துப் பேசுவதற்குச் சலிப்பு ஏற்படுவதில்லை; அதற்கான காரணம் என்னைத் தவிர யாரிடமும் என் தொலைபேசி எண் இருப்பதற்கான வாய்ப்புகள் இல்லை. பணம் கட்டாமல் விட்டதன் காரணமாக பில் தேதியை நினைவூட்டவே என் கைப்பேசியின் மணி ஒலித்திருக்கிறது. 145 ரூபாய்க்கும் குறைவான தொகையே ஆனாலும் தெற்கு மும்பையின் ஈராஸூம் ரீகலும் இருக்கும் வரையில் பணம்கட்ட மறந்துபோனதில் நியாயம் இருக்கவே செய்கிறது.

சினிமா பார்ப்பதற்கு ஒரு சில மணிநேரம் பொழுதைக் கழிப்பதற்கு சூழல் மிகவும் முக்கியமானதாகத் தோன்றுகிறது. இப்படித்தான் சமையல் குறிப்புகளை வகுப்பெடுக்கும் தொலைக்காட்சி நிகழ்ச்சிகளைப் பார்த்துவிட்டு வீட்டில் பானிபூரி செய்துகொடுக்கும் தாய்மார்களின் புலம்பல், பிள்ளைகள் அதைச் சாப்பிடுவதில்லையாம். தெருவோரக் கடைகளில் விற்கப்படும் சாட் மசாலா தூவல்களுக்கே குழந்தைகளின் ப்ரியம் அதிகமிருப்பதாய்ச் சொல்லுகிறார்கள். ருசி சூழலில் கலந்திருக்கிறது, சூழல் ரசனையைத் தூண்டியிருக்கிறது.

டாட்டா வணிக நிறுவனத்தின் மிகப்பெரிய வணிகச் சின்னம், விலை மூன்று ரூபாய்க்கு 200மில்லி தண்ணீரை பாக்கெட்டுகளில் அடைத்து விற்பனை செய்கிறது. வாய்க்காலில் கையால் அள்ளி தண்ணீர் குடிக்கமுடியாது என்று தெரிந்த பின்பு வாங்கும் திறனை அதிகரித்துக்கொள்ளப் பணம் தேடிப் புறப்பட்ட மனம் மாற்றுச்சிந்தனைக்கான களம் என்று ஊடகங்களால் பாராட்டப் பெற்று ஊக்குவிக்கப்பட்ட அதேவேளையில், வாய்க்காலில் தண்ணீர் மாசுபட்டதற்கான காரணத்தை அரசாங்கம்தான் சரிசெய்ய வேண்டும்; நூறு ஆண்டுகளுக்கு நாம் போராட வேண்டுமென்று அதே ஊடகங்கள் போராட்டக் குணத்தை வளர்த்தெடுப்பதன் மூலம் வர்த்தக நிறுவனங்களுக்கு நூறு ஆண்டுகளுக்கு உறுதியளிக்கப்பட்ட வாங்கும் திறன் மேம்பாட்டு மனோநிலையைத் திடப்படுத்தித் தருவதன் முனைப்பு 'எது அசல்?' என்கிற கேள்வியில் என்னைக் கொண்டுபோய் நிறுத்தியது.

'ஜெய் ஜவான் ஜெய் கிசான்' என்கின்ற வாசகம் தாங்கிய லால் பஹதூர் சாஸ்திரி சிலைக்கு அருகிலுள்ள ரீகல் தியேட்டர் படிக்கட்டுகளில் அமர்ந்து புராண மும்பையின் தோற்றமும்

அதிகாலை வேளையின் வெளிச்சமும் காத்திருந்த கரிகாலனை, நான் எவ்வளவோ தடுத்தும் கேளாமல் மும்பைக்கு வந்த கோபம் பறந்துபோய் ஆர்வத்தோடு வரவேற்றேன். இரண்டு நாட்களுக்குப் பின்பு அவர் சாப்பிடக்கூட இல்லாமல், கடுங்கோப மனநிலை வாய்த்திருக்க வேண்டாம். என் சொற்படி அவர் மும்பைக்கு வந்திராவிட்டால் அல்லது குண்டூரையோ திருத்தணியையோ தாண்டியிருக்காவிட்டால் இப்படியான கோபத்தை அடைந்திருக்கமாட்டார். என்ன சொல்வது?

இயல்பு – இயற்கையை ஒட்டிய வாழ்க்கை, தண்ணீரை, காற்றை, சுற்றுப்புறத்தைத் தூய்மையாக வைத்திருக்க அசலைத் தேடிப் போவதற்கு பதிலாக நாம் மாற்றுச் சிந்தனையைத் தேடிப் போய்த் தண்ணீர் மாசுபட்டால் அதை சுத்திகரிக்கும் தொழில் நுட்பத்தைத் தேடிக்கொள்கிறோம். தொழில்நுட்பத்தைத் தேடிக்கொள்ள வருமானத்தைப் பெருக்கிக்கொள்கிறோம். வருமானத்தைப் பெருக்கிக்கொள்ள இயல்பையும் இயற்கையையும் விலை பேசுகிறோம். 7500 கோடி ரூபாய்க்குத் துறைமுகத் திட்டம் மத்திய அரசால் கேரளாவிற்கு வழங்கப்பட்டால் அங்கே இருக்கும் அரசியல் தலைவர்கள், அதைப் பணமாகவும், முதலீடாகவும் பார்க்காமல் சுற்றுச்சூழலுக்குக் கேடாக மனித வாழ்வின் சீர்குலைவாகப் பார்த்து எதிர்ப்பதற்கு, மத்திய அரசின் பதில்: "இந்தத் திட்டம் மாற்றுவழியில் தமிழ்நாட்டில் குளச்சலுக்கு மாற்றப்படுகிறது" என்பதுதான்.

அசலான அரசியல் தலைமை பெருந்தீமைக்கும் சிறுதீமைக்கும் இடையே அல்லாடுவதாய்த் தேவிபாரதியின் கட்டுரை ஆதங்கப்படுகிறது. ஆனால் தேவிபாரதியின் உண்மையான ஆதங்கம் அரசியல் தலைமையென்பதே அற்றுப்போய் போலிகள் அசலாகிவிட்டதைப் பற்றித்தான்.

ஒரு கணக்கு – இலவசங்களுக்குச் செலவழித்த மதிப்பும், தனிமனித வருமானத்திலிருந்து அரசு பெற்றுக்கொண்ட வருவாய்க்கும் பத்து மடங்கிற்கு மேல் வித்தியாசமிருப்பதைச் சுட்டிக்காட்டுகிறது. இப்போதெல்லாம் கணக்கில் போலிகளே அசலாகிக் கொண்டிருப்பதால் அசல் போலியானதில் வியப்பேதுமில்லை.

பெரியாரின் பகுத்தறிவுக் கொள்கைகளைப் பற்றியெல்லாம் பேசுவதற்கு முன்பு, 50களில் கடைபிடிக்கப்பட்ட 'துண்டு அணியும் கலாச்சாரம்' இடங்கை வலங்கை என்று அடுக்குமுறையில், பிற்பாடு சுயமரியாதைக்காரர்களால் எளிமையாகப் பின்பற்றப்பட்ட சமநிலை இன்று கேலிக்குரியதாகவும் கேள்விக்குரியதாகவும் ஆகிவிட்ட சூழல் போலி அசலானதாகப் பார்க்கப்படுவதற்குச் சான்று.

சுயமரியாதை பற்றிப் பேசுவதற்கும், சமநிலையைப் பாதுகாப்பதற்கும், இறைஞ்சுகின்ற நிலையைப் போக்கி உரிமையாக்கிய சட்டம் – கொள்கை, உரிமை என்பதே இறைஞ்சுவதின் எதிரொலி என்று புரியவைக்குமா?

மும்பையிலிருந்து மதுமிதா ஸ்ரீநிவாசன் கேட்ட கேள்வி,

> *“இரண்டு நகரங்களுக்கும் என்ன வித்தியாசத்தைப் பார்க்கிறீர்கள்?”*

ஆங்கில ஆட்சியாளர்களுக்குப் பின்பு வந்த கொள்கை வகுப்பாளர்கள் அறிவார்ந்த சமூகத்தைக் கலைகளின் மூலமாக உருவாக்க முடியும் என்கிற நம்பிக்கையைக் கைவிட்டதன் கோளாறை சென்னையிலும், அறிவார்ந்த சமூகம் கலைகளின் மூலமாகவே உருவாகும் என்று நம்பி கொள்கைகளை வகுப்பதன் பயனை மும்பையிலும் பார்ப்பதாய்ச் சொன்னதன் பிறகு கரிகாலனுக்கு என்ன தோன்றியதோ என்னிடம் சொல்லிக் கொள்ளாமலேயே புறப்பட்டுப்போய் 20 ரூபாய்க்கு ஜம்போ கரும்புச் சாற்றைக் குடித்து பசியாற்றிக்கொண்டார்.

திருவாரூரில் ஒரு பிரபலமான கதை உண்டு, அந்தக் கதை எனக்குச் சொல்லப்பட்ட வயது, காலம், இடம் ஆகியவை முக்கியமில்லை. ஆனால், இன்றும் வெவ்வேறு இடங்களில், வெவ்வேறு வகைகளில் இந்தக் கதை சொல்லப்பட்டுக் கொண்டுதான் இருக்கிறது. சப்தவிடங்கர் கோயில்கள் உருவான விதம் “நானில்லை தியாகராஜா” என்று இந்திரனின் புஷ்பக விமானத்திலிருந்து ஏழு போலிகள் குதித்ததால் உருவானவைதான் எட்டு மரகத லிங்கங்கள் உள்ள சப்த விடங்கன் கோயில்கள் எனும் கதைதான் அது.

போலிகள் மனோநிலையில் உருவகங்களாக அல்லது பாவனைகளாக இருக்கும்வரை அந்த அன்னதான வில்லைகளைக் கையில் பெற்ற தருணம் வசதி படைத்தவர்கள் பிரசாதமாக நினைத்துக்கொள்ளலாம், சாப்பிட வழியில்லாதவர்கள் சுயமரியாதையாக நினைத்துக்கொள்ளலாம். இரண்டுமற்றவர்கள் என்ன நினைத்துக்கொள்வார்களோ தெரியாது – உண்மையிலேயே கரிகாலனின் கேள்விக்கு நான் பதில் சொல்ல ஒரு பெரும் பயணம் போகவேண்டியிருந்தது. ஒவ்வொரு மதியமும் ஒரு கோயில் அன்னதானத்தில் சாப்பிட்டுவிட்டுத்தான் பதில் தேடினேன். கிடைத்த பதிலைச் சொல்வதற்கு என்னிடம் அனுபவம் இல்லை, அனுபவத்தைச் சொல்வதற்கு என்னிடம் மொழி இல்லை, கடன்வாங்குவதற்கு மனம் அச்சப்படுகிறது, இறைஞ்சிக் கேட்பதற்கு வெட்கப்படுகிறது. உரிமையென்று நினைத்துக் கொள்வதற்குத்தான் மனம் போலியை அசலாக்குகிறது.

அம்மாஞ்சி

65

வீரசோழனிலிருந்து பிரியும் வாய்க்கால் முதலில் திருவாசக் குளத்தில் தண்ணீர் கட்டிக் குளம் நிரம்பிய பின் சொக்கநாதர் குளத்திற்குப் பாயும். சொக்கன் குளம் நிரம்பி வழிந்தால் அது கருமாதிக் குளத்திற்கும், பின்பு பாப்பான் குளம் வழியாக மிகப்பெரிய வடிகால் பாதையான கோட்டையடைச்சானைச் சென்று சேருவதுதான் அவ்வூரின் நீர்வழிப் பாதுகாப்பு. கோட்டையடைச்சான் ஊருக்கு வெளியில் இருந்த ரயில்வே பாலத்தைத் தாண்டி ஒரு காலத்தில் தரிசாய்க் கிடந்த அந்தக் காட்டின் பள்ளக்காலில் போய் முடியுமாறு அமைந்திருந்தது. செங்கற்களால் பூமிக்கு அடியில் கட்டப்பட்ட மதகுகளின் வழியாகவே வடிகால்நீர் ஊருக்குள் ஏறாமல் வடியுமாறு கட்டுமானம் அமைக்கப்பட்டிருந்தது.

அந்தக் காட்டின் மையத்திலிருந்த குட்டை எப்பொழுதுமே சதுப்புநிலமாகக் காட்சி தரும். ஆட்கள் மாடுகள் எவை இறங்கினாலும் மீள்வது கடினம். செங்கல் கட்டுமானத்திற்கு உள்ளே கதண்டுகள் கூடுகட்டி வாழ்வதால் உயிர் பயம் இருந்தால் உள்ளே நுழைய மாட்டார்கள். எப்போதாவது மதகைச் சுத்தம்செய்ய நீண்ட குச்சிகளில் பந்தம் கொளுத்திக் கதண்டுகளை விரட்டிய பின்னே கரும் புகைகளுக்கு நடுவேதான் உள்புக முடியும். சுற்றிலும் வைக்கோல் போர் அடைக்கப்பட்ட பின்னர் மதகுகள் வழியாக உள்ளே போவது சாத்தியமில்லை என்று தோழர்கள் உணர்ந்துகொண்டார்கள்.

முன்கூட்டியே திட்டமிட்டபடி நரிகள் வாழ்ந்த மடுவிற்குள் எவரும் அறியாமல் பதுங்கினார்கள். அங்கே பாதுகாப்பாய்ப் பதுங்கலாம் என்று அவன்தான் திட்டம் தீட்டிக் கொடுத்திருந்தான். திறைகளை அடுக்கிக் காட்டை மூடுவார்கள் என்று அவர்கள் எதிர்பார்க்கவில்லை. தீ நாக்குகளில் இருந்து தப்பிக்க நினைத்து

சேற்றை அள்ளி உடல்முழுவதும் பூசிக் கழுத்தளவு தங்களைப் புதைத்துக்கொண்டார்கள். அப்படியும் வாத்து முட்டைகளுக்கு மேலே களிமண்ணைப் பூசி சம்பா வைக்கோலை எரித்து தீயில் முட்டைகளைப் போட்டால் என்ன ஆகுமோ அதுதான் நேர்ந்தது என்று கதண்டுகளின் வாழ்விடத்தில் சேற்றோடு புகுந்து தப்பிய தோழன் தங்கள் தோழர்களிடம் விவரித்தான். கண்களில் கனல் கக்கியது. சற்றுநேர மௌனத்திற்குப் பின் தங்கள் பாதையில் குறுக்கிடும் தலையாரிகளை ஒழிப்பதைவிட அடுத்த திட்டம் வேறெதுவும் இல்லை என்று பேசத் துவங்கினார்கள். யார் அவர்களைத் தனித்தனியாக அழைத்துவருவது. எப்படித் தீர்த்துக்கட்டுவது? என்ற நீண்ட விவாதத்தின் முடிவில் அவர்களுடைய குடும்பமும் குழந்தைகளும் கண்முன் வந்து தலையாரிகளைத் தீர்க்கும் திட்டத்திலிருந்து தோழர்களை வேறு யோசனைக்குத் தள்ளியது. எண்ணமும் குறிக்கோளும் யாரையும் அழிப்பதல்ல. உரிமையை மீட்கப் போராடுவதுதான். அதில் குறுக்கிடுபவர்களைக் களத்தில் சந்திப்பதுதான், களத்தில் நடக்கும் எல்லா வெற்றி தோல்விகளையும் போராட்டத்தை முன்னெடுக்கும் தாங்களே ஏற்றுக்கொள்வதெனவும் தனித்துப் பழி தீர்க்க, இதில் எந்த நியாயமும் இல்லையென்றும் ஒரு முடிவை எட்டினார்கள்.

பெண்களெல்லாம் பயந்துபோய்க் கிடந்தார்கள். இன்னதென்று சொல்லமுடியா இறுக்கம் அந்தத் தெருவைச் சூழ்ந்திருந்தது. ஒரு மரக்கால் நெல்லுக்காக என்னவெல்லாம் செய்ய வேண்டியிருக்கிறது என்று நினைத்தபோது ஊரைவிட்டுப் போக முடிவெடுப்பதுதான் சிறந்ததாகப் பட்டது. முன்பெல்லாம் பிழைப்புத் தேடி ஊருக்குள் வந்தவர்களுக்கு மாற்று வேலைகள் வழங்கப்பட்டன. இன்றைக்கு வழக்கமான வேலைகளுக்கே ஆட்கள் தேவையில்லை என்கிற நிலையில் இவர்கள் எங்கே போவார்கள். ஊரின் ஒவ்வொரு மூலையிலும் மின்சார விளக்குகள் பிரகாசித்தன. எல்லா வீடுகளிலும் விசுவாசிகள் இருந்தனர். விசுவாசம் அழகியலுக்கு ஆடம்பரத்திற்கு விழாக்களுக்கு என்று வெவ்வேறானவை. வயிற்றுக்கு விசுவாசமும் தெரியாது. வஞ்சனையும் தெரியாது. விவேகமில்லாத வீரம் இப்படித்தான் புரிந்துகொள்ளப்படும். விவேகத்துடனான வீரம் ஒரே முடிவைக் கொள்கையாய் வகுத்து மெல்லமெல்ல நகரத் துவங்கியதால் அந்தக் கிராமம் அழியத் துவங்கியது. அழிவின் விளிம்பைக் கண்டவர்கள் விரைவாக ஊரைக் காலி செய்தார்கள். ஊரை விட்டுப்போகும் முடிவை எட்டுவதற்கு முன்னால் யாரை எதிர்த்துப் புரட்சிசெய்ய நினைத்திருந்தார்களோ அவர்கள் அந்த ஊரை விட்டு வெகுதூரம் விலகிப் போயிருந்தார்கள்.

ஊர் அனாதையாக விடப்பட்டிருந்தது. கேட்பார் எவரும் இல்லாமல், மீனுக்குக் குத்தகை விடாமல், தண்ணீர் கட்டுவதற்கும் எவரும் முன்வராமல், விவசாயம் செய்ய விருப்பமில்லாமல் கைவிடப்பட்ட நகரத்தின் தெருக்களில் பன்றிகள் மேய்ந்தன. துர்நாற்றம் வீசியது. கூடிப் பேசினார்கள். எல்லாம் நமதாகிவிட்டது. நாம்தான் உழைக்க வேண்டும். இனி எல்லாவற்றையும் நமக்காக உருவாக்க வேண்டும்.

பேச்சு முடியும்போது ஒருவரும் முன்வரவில்லை. முழங்காலிட்டு வானத்தைப் பார்த்து மௌனமாய் இருந்தார்கள். தெரு முனையில் அரசாங்க வண்டி வந்துநின்ற சத்தம் கேட்டு ஓடிப்போய்ச் சூழ்ந்து கொண்டார்கள். எல்லோருக்கும் உணவுப் பொட்டலங்கள் வழங்கப்பட்டன. மகிழ்வுடன் சாப்பாட்டிற்குப் பின்னான தூக்கத்தைத் தேடிப் புறப்பட்டுப் போனார்கள். பேசிக்கொண்டிருந்தவன் பேச்சை நிறுத்தாமல் இரண்டு கைகளை நீட்டினான். அவனுக்கு மட்டும் அரசாங்க வண்டி மூன்று பொட்டலங்களைத் தந்துவிட்டு மறைந்துபோனது. தன் பேச்சை இப்படி முடித்துக்கொண்டான். தியாகங்களால் வென்ற பூமி, தியாகிகளால் நீண்ட பூமி, ஒன்றுபடுவோம். வென்று காட்டுவோம். பிரிக்கப்பட்ட பொட்டலங்களின் வாசம் முகத்தில் அறைய பசியைப் போக்கிக்கொள்ள, காரை பெயர்ந்து செங்கல் பல்லிளிக்கக் குட்டிச் சுவராய் நின்றிருந்த வீட்டின் நிழலில் ஒதுங்கினான்.

"மிகச் சிறந்த ஓவியங்கள்" – ஒவ்வொருவரின் உழைப்பும் என்னை மிரள வைத்தது.

அனுபவித்துப் படம் பார்த்துக்கொண்டிருந்த எனக்கு அனுபவத்தை மிஞ்சிய அனுதாபமும். ஆதரிக்கப்பட வேண்டியவர்கள் இவர்கள். ஓவியங்களை வாங்கி ஓவியர்களைத் தாங்கி ஆதரிப்போம்.

– தமிழிசை சௌந்தர்ராஜன் முகநூலில்.

"ஒரு சமூகம் எல்லாவகையிலும் பின்தங்கிப் போய்விடும் என்பதை அதன் முகமான கலை வடிவங்களின் நிலையிலிருந்தே தெரிந்துகொள்ளலாம். நாம் வாழும் காலத்திலேயே அச்சமூகத்தோடு சேர்ந்து ஜீவசமாதியாகிப் போய்விடத்தான் மனம் நாடுகிறது"

"யாழி பேசுகிறது..."

– ஜீவகரிகாலன் 'யாவரும்.கா'மில்

மதியம் ஒரு மணிக்கெல்லாம் தூங்கி மாலை ஐந்து மணிக்கு எழுந்து குளித்துவிட்டுத்தான் வாசகர் வட்டக் கூட்டத்திற்குப் போவது வழக்கம். எப்படியும் இந்த எரிச்சலூட்டும் கேள்வி ஆணாய்ப் பிறந்துவிட்டதனாலேயே எரிச்சலூட்டும் என்று பலகாலம் நான் கேள்வியே கேட்காமல் வாழ்ந்துவிட்டேன். சங்க இலக்கியப் பாடல்களைப் பற்றித் தற்காலத்தில் குறிப்பிடும்பொழுது நவீனம் என்று குறிப்பிட்டாலும் பேசிய விசயங்களை வெகுவாக ரசிக்க முடிந்ததே தவிர, கேள்வி எதுவும் எனக்குக் கேட்கத் தோன்றவில்லை. எல்லா நிலையிலும் தன் நிலைப்பாட்டை நோக்கி விசிறி எறியும் வேகம், சொற்களை அடுக்கிய விதம், பிரச்சாரத் தொனியில்லா முழக்கம். எல்லாம் என்னைக் கட்டிப் போட்டன. ஒன்றேகால் மணிநேரத்திற்குப் பிறகுதான் வெள்ளி வீதியாரும், காரைக்கால் அம்மையாரும் காலத்தால் அனுபவித்துச் சொன்ன பெண்களுக்கு எதிரான சமூக அழுத்தம் இன்றும் இருப்பதாக சொன்ன நிமிடத்தில் ஆண் என்பதையும்

மறந்துபோய்க் குரல் தாழ்த்தி ஆசுவாசப்படுத்திக்கொள்ளத் தெரியாமல் என் கேள்வியை இப்படிப் பதிவு செய்தேன்.

தியாக துர்கத்திற்கும் கடலூருக்கும் சிதம்பரத்திற்கும் புவனகிரிக்கும் குறிஞ்சிப்பாடிக்கும் வடலூருக்கும் என்ன வித்தியாசம்? எல்லா ஊரும் தென்னாற்காடு மாவட்டம்தானே என்று சொல்லுபவனல்ல நான். குறிஞ்சிப்பாடிக்குக் கைக்கோளர், புவனகிரிக்கு சௌராஸ்டிரா, ராமலிங்கத்திற்கு ஆச்சிமார் என்று ஊருக்கு ஒரு தலைக்கட்டையும், அதில் பெரும் தலைக்கட்டு எது என்றும் இலகுவாகப் பிரித்துவிடக் கூடியவன் என்றாலும், கல்வீடுகளில் எது "நாமக்காரங்க வீடு" என்று கூடச் சொல்லிவிடக் கூடியவன்தான் நான்.

'எங் கதெ' அப்படியான நம்மள விட ஒரு படி மேல நிக்கிற ஜாதியையோ, பாலாம்பிகை, விருத்தாம்பிகைனு பேரு வைக்கிற ஜாதியையோ கண்டுபிடிச்சிற முடியாது.

'எங் கதெ' – ஒன்பது பத்து வருசத்துக்குள்ள சுனாமியையும், செல்போனையும் எஸ்.டி.டி பூத்தையும் காலக் குழப்பமா கொண்டுபோற மாதிரி, விநாயகத்தோட வயசையும் குழப்பாம இருந்திருக்கலாம். அங்கங்க நாற்பத்திமூனும் முப்பத்திமூனும், அறுபத்திமூனோ எழுபத்திமூனோனு குழம்பிப்போற அளவுக்குச் சொல்லியிருக்க வேணாம். என்னதான் சாடையில பேசினாலும் எழுதின ஆளு துருத்திக்கிட்டு முன்னாடி நிக்கிறத திரைபோட்டு மறைக்க முடியல. இரண்டொரு இடத்தில சாவிய வச்சிட்டுத்தான் போயிருக்காரு. ஒரு சில இடத்துல பூட்டிட்டு சாவிய இடுப்புல சொருகிட்டுத்தான் போயிருக்காரு. இதைத் தொறக்கவும் வேணாம் அதப் பூட்டவும் வேணாம்ங்கறதுதான் அந்த வெடிக்கான விடை.

கத சொல்லி எங் கதெல "அவ இல்லைனா எனக்கேது கதைன்னு" வாய்விட்டுப் புலம்புகிற கேள்வியத்தான் நானும் அங்க கேட்டதா தோணிச்சி.

பத்திரகாளியம்மன் துணை, இந்து நாடார் உறவின் முறை போர்ட பார்த்தா திருநெல்வேலிக்கு அந்தப் பக்கம் தூத்துக்குடிக்கு இந்தப் பக்கம்னு பட்டணத்துல ரயிலடிக்குப் பக்கத்துல சொல்ல முடியுமா? அப்படித்தான் கதையில வர நிலக்காட்சியும் சாதி அடையாளமும் குறிப்பிட்டுச் சொல்லும்படியா இல்லாம குழப்பப்பட்டிருக்குனு மேலோட்டமா சொல்லிடலாம். எந்தச் சாதியா இருக்கலாம்ங்றதுக்கும் எந்த சாதிலாம் இல்லறங்றதுக்கும் கதைல வெடி வெடிக்கப் பட்டிருக்குன்னுதான் நெனைக்கேன்.

ராபர்ட் க்ளைவுக்கு குதிரை லாயம் கட்டினப்பவே தென்னாற்காடு மாவட்டத்தில மே(ல்)சாதி குடும்பமெல்லாம் ஒன்னா கட்டப்பட்டிருக்குனு போற போக்குல சொல்லிட்டு போறதுக்குக் கதைல இருக்கிற ஒத்த வரிதான் பின்னாடி முடிச்ச அவுத்து ஒருபடி கீழ இருக்கிற நம்ம ஆளு விநாயகத்த ராமலிங்கத்துக்குப் பக்கத்துல கொண்டுட்டு போகுதோ என்னவோ.

கலையும் கலாச்சாரமும் ஜீவசமாதி ஆயிட்டா பொண்டு புள்ளைகளோட மனப்போக்கு கண்ணாடியா காமிக்கும்னு மாரி கூடச் சொல்லிடுவா. இப்பிடித்தான் கமலாவும் ஆள்காட்டியா நின்னு காமிச்சி கொடுக்காளோ என்னவோ.

எங்க அய்யா சொன்னமாதிரி நொண்டி நாடகந்தான் படிச்சாரோ, சிற்றிலக்கியந்தான் தெரியுமோ, பட்டணத்துல மூர் மார்க்கெட்டுல எட்டணாவுக்கும் காலணாவுக்கும் பழைய புத்தகம் வாங்கி படிச்சாரோ தெரியாது. நானும்கூட சாட பேச ஆரம்பிச்சிட்டேன்.

ஜீ. பிரபாகரன் 1960களில் மதராஸ் கலைப் பள்ளியில் படித்து, பின்பு அமெரிக்காவில் கலைக்கான உயர்படிப்பை முடித்து இந்தியா திரும்பி இன்றுவரை தன் தைல வண்ணத்தையும், கித்தானையும் விட்டுப் பிரியாமல் வாழ்ந்துவரும் சமகாலப் படைப்பாளி.

பின்பொருமுறை நான் ஓலமிட்டு அழுதுகொண்டிருந்தபோது உடன் பயணித்த நண்பர்களிடம் கேட்டேன் "யாருடைய படைப்பு இது?" ஒருவருக்கும் தெரியவில்லை. தேடிப் புறப்பட்ட முப்பதாவது மணித்துளியில் தி.நகர் தேவர் ஃபிலிம்ஸ்க்குப் பக்கத்தில் அவருடைய ஸ்டூடியோவில் இருந்தோம். 65க்கும் மேற்பட்டவர்கள் போலச் செய்திருந்தாலும் பிரபாகரன் மட்டுமே படைப்பின் மூலம் கவர்ந்திழுத்த படைப்பாளியாய் இருந்தார்.

சென்னை லலித்கலா அகடெமியில் பல ஆண்டுகளாக மதராஸ் மாநகரத்தில் ஓவியப் பயிற்சிபெறும் குழந்தைகள், பெண்கள், வயதானவர்கள் தங்களுக்குள் ஒன்றுகூடி அறுபது, அறுபத்தைந்து பேர் கண்காட்சியினை நடத்துவதை வழக்கமாகக் கொண்டிருக்கிறார்கள். அப்படியான சமீபத்திய நிகழ்வுக்கு நான் அழைக்கப்பட்டிருந்தேன் பார்வையாளனாக. முதலிரண்டு நாட்களும் வேலையெதுவும் இல்லாததால் போகமுடியாமல் போய்விட்டது. இன்று என்னை வலுக்கட்டாயமாக அழைத்துப்போன கார்த்தியிடம் "ஏங்க தூக்கம் வருதுங்க..." என்று சொன்னான் ஆர் ஆர்.

லலித்கலா அகடெமியின் உள்ளே நுழைந்ததும், அங்கொன்றும் இங்கொன்றுமாய் சிறுசிறு குழுக்களாகப் பெண்கள் நின்றிருப்பதைப் பார்க்க முடிந்தது. காட்சிக் கூடத்திற்குள் நுழைந்தவுடன் ஏதோ ஒழுக மண்டலம் திருவிழாவில் பெட்ரமாக்ஸ் லைட் வெளிச்சத்தில் ஐந்து ரூபாய்க்கு மூன்று படமென்று விற்கும் கடைமுன் நிற்பதாகத் தோன்றியது.

"ங்கோத்தா இன்னாங்கடா டகுலு உடுறிங்கோ..."

குரல் என்னுடையது அல்ல, கிருஷ்ண பிரபுவினுடையது.

முன் சக்கரத்தில் காற்று இறங்கியிருந்தாலும் எங்களுக்கு எங்கே தெரியப் போகிறது. இந்தப் பூனையும் யானையும் குதிரையும் பெண்களும் ஆண்களும் குழந்தைகளும் மரங்களும் நிலாவும் மலையும் ஓடமும் என்று படங்கள் கைகளால் வரையப்பட்டு சுவர்களில் மாட்டப்பட்டிருந்தன. நல்லவேளை நான் வடமேற்கு மூலையில் யாரும் பார்த்துவிடாதபடி மாட்டப் பட்டிருந்த அந்த ஐந்து படைப்புகளைப் பார்த்துவிட்டேன். அதன் பிறகு நடந்தது எல்லாம் உங்களுக்குத்தான் தெரியுமே மிஸ்டர் வேல்கண்ணன்.

அம்மாஞ்சி

66

ஆட்டக்காரிகள் பாடுவதுபோன்ற காட்சியை அவளிடம் காண்பித்தாள். பத்துப் பதினைந்து பெண்கள் ரத்தினக் கம்பளத்தின் மேலே முழங்காலிட்டு குதிகாலின் மேல் அமர்ந்து மார்பகங்களைக் காட்டி முத்து மாலைகளும் நெத்திச் சுட்டியும் புல்லாக்கும் கைநிறைய வளையல்களும் அணிந்து முன்வரிசைகளில் மூன்று பெண்கள் ஒற்றை ரோஜாவை ஏந்தி ஒருத்தியின் கையில் தம்புராவும் மற்றொருத்தியின் கையில் டோலக்கும் பின்வரிசைப் பெண்களில் இரண்டுமூன்று பேர் கைகளில் ரோஜாவும் ஒருத்தி கையில் தோல் வாத்தியமும் வைத்துப் பாடிக்கொண்டிருப்பது போன்ற காட்சி. எதிரில் மகாராஜா திவானில் அமர்ந்திருந்தார் சாய்வாக. ஒரு கையில் ஹுக்காவும் மறு கையில் தங்க புஷ்பமும் ஏந்தியிருந்தார். நடுவில் திறந்த மார்புடன் அழகிய விரிந்த கூந்தலுடன் ஆட்டக்காரி ஆடிக் கொண்டிருந்தாள்.

"ஏண்டி இந்தப் படத்த காட்டுற?"

"..."

"ஒனக்கும் இதுக்கும் ஏதாச்சும் சம்மந்தம் இருக்கா?",

ஆடுதன் ராணி அவளை ஏளனம் செய்தாள்.

"நீயி உன்ன பெரிய இவன்னு நெனச்சிக்கிட்டா. . . அதுக்கு நானென்ன பண்ண முடியும்."

புத்தகத்தின் பக்கங்கள் புரண்டன. மகாராஜாக்களின் மன்மத லீலைகள் படங்களாக விரிந்துகொண்டே போனது. எல்லாம் மினியேச்சர் வகை ஓவியங்கள். மொகலாய ரஜபுத்திர மன்னர்களின் காம லீலைகளின், பகவான் கண்ணனின் காட்சிகளும் அப்பட்டமான சித்திரிப்புக்கு உள்ளாகியிருந்தன.

அதில் ஒரு படம் அவளுக்கு மிகுந்த கிளர்ச்சி ஊட்டக்கூடியதாய் இருந்தது. ரஜபுத்திர மன்னனின் இடதுகால் தரையில் ஊனி வலதுகாலைச் சற்று உயர்ந்த பீடத்தில் வைத்து ராணியைத் தொடைக்கும் முட்டிக்கும் இடையில் அமர்த்தி அவளின் பிறப்புறுப்பு தெரிய மிக நீளமான ஆண்குறி வரையப்பட்டிருந்தது. இந்தக் காட்சி அவளையும் ராணியையும் வேறேதோ ஓர் உலகத்திற்கு அழைத்துச்சென்றது. பார்ப்பதற்கு விகாரமில்லாமல் அசப்பில் மிக அழகாக அவளைப்போலவே எண்ணிக் கொண்டாள். ராணி மார்க் என்றும், ஆடுதன் ராணி என்றும் அழைக்கப்பட்ட பேரழகிகளின் மகாராணி.

> “அவுங்களுக்கு இப்படி எல்லாந்தான் இருக்கப் பிடிக்குது. எனக்கு இதுவரைக்கும் அலுப்போ சலிப்போ வந்ததில்ல. இனிமே வரவும் போறதில்ல. இருக்குற சொத்தையெல்லாம் வித்துவிட்டு ரெண்டேரும் தூரதேசத்துக்குப் போகப் போறோம். ஆளரவம் இல்லாத காட்டுக்குள்ள நல்லதும் சாரையுமா பின்னிப் பெனஞ்சி கெடக்கலாம்னும் ஒரு திட்டம் இருக்கு. அவுங்களுக்கு வேல எதுவும் இல்லன்னா என்னோட அதிர்ஷ்டம்தான். நீயி போகலாமுன்னு சொன்னியின்னா நான் போறேன். வேண்டாமுன்னா போகல.”

சந்தர்ப்பம் பார்த்து அவள் வீம்பைத் தூண்டினாள். அப்பொழுது அந்தப் புத்தகத்தில் ஒரு காட்சி. சிங்கத்தின் மீது அமர்ந்திருந்த காளிமாதாவிற்குப் பதினாறு கைகள் ஆயுதத்துடன். மார்புகள் இரண்டும் மிகப் பெரிதாய் இருந்தன. மண்டையோட்டை மாலையாய் அணிந்திருந்தாள். பிறப்புறுப்பு சிங்கத்தின் நடு முதுகில் பட்டு காய்ப்பேறிப் போயிருந்தது. நாக்கு வெளியில் தள்ளி முழிகள் பிதுங்க அரக்கனின் தலையை வெட்டி ரத்தம் சொட்டச்சொட்டப் பிடித்துக்கொண்டு வேகமாய் ஆவேசமாய்ப் போவதுபோன்ற காட்சி இருந்தது. அவளுக்கு பதில் சொன்னாள் இப்படி ...

> “கழுத கெட்டா எங்க போவும்... நீயும் அப்படித்தான்... போய்ட்டு வா நல்லபடியா ...”

சொத்துக்களுக்கான பணம் என்று இல்லாமல் அதிகமாகவே கொடுத்தாள்.

இருவருமாகச் சேர்ந்து என்றைக்கோ நடக்கப்போகும் விஷயங்களுக்காகப் புத்தகத்தை மேலும் மேலும் புரட்டினார்கள். அவள் ஆசைஆசையாய்த் தடவித்தடவிப் பார்த்துக்கொண்டே போனாள். இவள் ஆவேசங்களை அடக்க முடியாமல் பெருமூச்சு

விட்டுக்கொண்டே கடந்துபோனாள். பெரும்பாலும் சிவப்பு நிறமே பயன்படுத்தப்பட்டிருந்தது அவ்வோவியத்தில். பின்னர் அதிகமாகக் காணப்பட்ட மஞ்சள் வண்ணம் அரிதாகக் காணப்பட்ட கறுப்பு வண்ணம் என்று ஒவ்வொரு வண்ணமும் ஒவ்வொரு மனநிலையை அவர்களுக்குள்ளாக ஏற்படுத்தின. பட்டுக்கோட்டை மனோரா இப்படித்தான் இருக்குமென்று ஒரு படத்தைப் பார்த்து இருவரும் நினைத்துக்கொண்டார்கள். படம் மிக அழகாக வாழ்வின் வசீகரங்களை, புலி வேட்டையை, புள்ளிமான் கூட்டங்களை, ராச லீலையை, பக்தி மார்க்கத்தை அவர்களுக்குள் ஏற்படுத்திய வேளையில் தத்துவங்களையும் சொல்லிச் சென்றது. எல்லாம் பார்த்து முடிந்தபோது கிழக்கே வள்ளுவன் சங்கை வாயில் வைத்து ஊதினான். விட்டுவிட்டு வந்த ஒலி ஏனோ அடி வயிற்றைக் குலுக்கியது. இருவரும் புத்தகத்தை மூடி மொட்டை மாடிக்கு விரைந்தார்கள். வழியில் விழுந்து ஓடிய காட்டுப் பூனையைக் காலால் எத்திக் கடந்து போனார்கள்.

மைனரும் ஆடுதன் ராணியும் தங்களின் எல்லா சுவாதீனங்களையும் அவளிடம் ஒப்படைத்தார்கள்.

67

ஏர்க் கலப்பைகளைக் கழுவிச் சுத்தம் செய்தார்கள். நுகத்தடிகளும் பூட்டாங் கயிறும் தலைக் கயிறும் மூக்கணாங் கயிறும் பல்வேறு வண்ணங்களில் வாங்கி வந்திருந்தார்கள். மாடுகள் எல்லாம் தண்ணீரில் அடித்து ஊர் முழுவதிலும் பிள்ளைகள் மாட்டோடு சேர்ந்து நடுக்குளத்திற்குப் போவதும் திரும்பி வருவதுமாக இருந்தார்கள். சுபத்ராவின் சாவிற்குப் பிறகு அவளுடைய மாட்டைப் பராமரித்து வந்த முனி தண்ணீரில் அடித்தான். மூக்குக் கயிற்றை அவிழ்த்து உருவினான். தலைக் கயிறும் ஏற்கனவே கழற்றப்பட்டிருந்தது. கழுத்தில் கட்டியிருந்த மணி அறுத்தெடுக்கப்பட்டது. மெல்லமெல்ல மாடு சேற்றில் கால்வைத்து வயிறு நனையும்வரை தண்ணீருக்குள் சென்று திரும்பி நின்றுகொண்டது. வைக்கோலை உருவிப் பந்தாகச் சுற்றித் தண்ணீரில் இறங்கினான். மாட்டின் முதுகை வயிற்றை கொம்பை முகத்தைத் தேய்த்துக் கழுவினான். தண்ணீரில் மேலும் மாட்டை நகர்த்தி நடுக்குளம்வரை மாடும் அவனும் நீந்திச் சென்று கரைக்குத் திரும்பினார்கள். பல நாட்களுக்குப் பிறகு சாம்பல் பூத்த காளை முதுகில் கறுப்பு நிறம் திட்டுத்திட்டாய்ப் பளபளக்க அடி வயிறு பளீரிடும் வெண்மையாய்க் காட்சி தந்தது. மூக்கணாங் கயிறு உருவப்பட்டதால் முனிக்கும் காளைக்கும் அஞ்சி மற்றவர்கள் விலகி நின்றார்கள். தயாராய் வைத்திருந்த சீசா ஓட்டை எடுத்துக் கொம்பைச் சீவி பளபளப்பாக்கினான். மாட்டின் நெற்றியில் சுழித்துப் படர்ந்திருந்த வெண்மை நிறம் இரண்டு பெரிய முக்கோணங்கள் சேர்ந்தாற்போல் காட்சி தந்தது. கரிய பெரிய விழிகள் அலைபாயாமல் ஆதரவோடு முனியைப் பார்த்தன. வால் நீண்டு கறுத்துக் குஞ்சம் வெளுப்புடன் சுழற்றி சடாரென உண்ணியை அடித்துத் துரத்தியது. பின்னங் காலைத் தூக்கி வயிற்றில் உதைத்துக் கொண்டது. அதன் நீண்ட கனைப்பு பெருத்த சப்தத்தோடு குளத்தில்

எதிரொலிக்க முனி புதிதாக வாங்கிவந்த மூக்குக் கயிற்றைக் கோணி ஊசியால் குத்தி இழுத்திருந்தான். கொம்புகளுக்குப் பின்னால் கொண்டுபோய் முடிந்து கழுத்து மணியைப் புதிய கயிற்றில் கோர்த்து தலைக் கயிற்றோடு பிணைத்தான். இரண்டு தலைக் கயிறுகளும் பக்கவாட்டில் விழுந்து சரிந்து நடு முதுகிற்கு மேலே கொண்டைக்குப் பின்புறம் விழுந்து கிடந்தன, சாரைப் பாம்பைப்போல. கம்பீரமாகக் காளை தலையை அன்னார்த்தி முனிக்கு ஒரு சிரிப்புக் காண்பித்து நடக்கத் துவங்கியது. கொம்பில் அணிவிக்கும் குப்பிகளைப் பழுக்கக் காய்ச்சி உள்ளே பசையைத் தடவி வைக்கோலால் பிடித்துக் கொண்டு சொருகினான். காளையின் கொம்புகள் இரண்டும் பளபளத்தன. வசீகரித்தன. பொங்கல் விழாவிற்குக் கட்டியம் கூறின. முனியும் காளையும் நடந்துபோகும் அழகில் மயங்கி கருவாட்டுவாலியும் சிட்டுக்குருவியும் பறந்து வந்து காளையின் வாலுக்கு மேலே ஒய்யாரமாய் அமர்ந்துகொண்டன. காது மடல்கள் விடைக்கத் திரும்பிய வேகத்தில் வாலைச் சுழற்றியது. குருவிகள் இரண்டும் உயரப் பறந்து மீண்டும் அமர்ந்தன. சகஜ நிலைக்கு வந்த காளை கம்பீரமாய்க் கனைத்து உறுமி நடந்துபோனது ராஜபாட்டையில். முனியும் கூடவே நடந்து போனான் அவள் நினைவுகளோடு. நெட்டி மாலையும், பதர் உருவி கட்டிய மாலையும் பெரு நெல்லிக்காய் மர இலையில் கட்டிய மரகத பச்சை வண்ண மாலையும் என்று காளையின் கழுத்து முழுவதும் வண்ணங்களால் நிரப்பினான். தயாரிப்பு இவ்வளவு அழகாய் யாராலும் சோடிக்க முடியாது என்று இறுமாப்புக்கொண்டு காளையும் அவனும் ஊரைச் சுற்றி வலம் வந்தார்கள். கவணைக்குப் பக்கத்தில் அடித்திருந்த முளைக் குச்சிகள் இரண்டிலும் தலைக்கயிற்றைத் தளர்த்திக் கட்டினான். கூளானை அள்ளி வெளியில் வீசிவிட்டுச் சம்பா வைக்கோலை எடுத்துக் கவணையை நிரப்பினான். காளை மேயத் துவங்கிய கணத்தில் அவனுக்கு ஐயா வீட்டிலிருந்து அழைப்பு வந்திருந்தது.

> "ஐயா ஊட்டுல பொங்க வேல செய்ய வரச் சொல்றாங்க... மச்சில இருக்குற பழைய பத்தரத்தையெல்லாம் எடுத்துக் குடுக்கத்தான் இருக்கும்.",

முனகிக்கொண்டே கால்களை எட்டி விரைவாக நடந்தான். ஏனோ அவனுக்கு அடி வயிறு உப்பியது.

68

பறங்கிப் பூக்களை சிக்குக் கோலத்திற்கு நடுவில் இருந்த சாணி உருண்டைகளில் செருகியபோது தேவார கோஷ்டி தெருவில் பாடிக் கடந்துபோனது. பூசை மடத்தில் வாதாம் இலைகளில் நெய் சொட்டச் சொட்ட ஆவி பறக்கும் பொங்கலை வைத்தபோது அதன் வாசனை தெருக்கோடியில் நின்றிருந்த இவளை அதிகாலைப் பனியுடன் இழுத்துப் போர்த்தியது. சற்றுநேரம் உற்றுப் பார்த்தாள். திருப்பாவையைப் பாடிக் கொண்டு பாண்டுரங்க பஜனையும் வந்துகொண்டிருந்தது. ஆண்டாளும் அவள் உடலமைப்பும் அவள் வளர்த்த கிளியும் எல்லாம் இவள் ஞாபகத்திற்கு வந்தன. எப்படி உருகிஉருகித் திருமாலைப் பாடினாள் என்று நினைத்துக்கொண்டாள். நினைவு திரும்பத்திரும்ப அவள் மீது வீழ்வதை அவளால் விலக்க முடியவில்லை. அதனால் ஆண்டாள் பாடிக் களித்திருப்பாள் என்று தோன்றியது. ஆண்டாளின் பக்தி காதலாய், காமமாய் கல் நெஞ்சைக் கரைத்தது. பாடலுக்கு அப்படியொரு சக்தி இருக்குமானால் தமிழுக்கும் அப்படியொரு சக்தி இருக்கும் என்று பொருள் கொள்ளலாமா?

தமிழ், அமிழ்தமாய் ஆண்டாளிடம் அடிமைபட்டுக் கிடந்தது. அவளுக்காகவா? அவனுக்காகவா? என்றும் நினைத்துக் கொண்டாள். மார்கழி மாதம் விடியும் முன்னே குளித்து முடித்து இரண்டு தேவாரமும் ஒரு ஆண்டாள் பாசுரமும் சொல்லிக்கொண்டு சிக்குக் கோலம் போட்டுப் பரங்கிப் பூவை வைத்தது பெரியையாவின் தாத்தா அவளுக்குச் சொல்லிக் கொடுத்துவிட்டுப்போன கடமைகளில் ஒன்று. பிறிதொரு நாள் காலட்சேபக்காரர் விளக்கம் சொன்ன போதுதான் அவள் பருவத்திற்கு வந்தாள்.

சற்றே வயது ஏறஏற அவளுடைய எல்லா ஆசைகளும் ஆண்டாளைப் படித்துத் தீர்ப்பது என்றானது. ஒரு ஆணுக்கு உருகும் பாடல்கள் என்றாலும் அவற்றின் நயமும் கவியும் தமிழும் அவளுக்குப் போதையூட்டின. ஆண்டாள் எப்பொழுதும் அவளுக்கு மயக்கம் தருபவள்தான். ரசிக்கும் விஷயங்கள் அவள் வாழ்க்கையாய் இல்லை. அவள் வாழ்வின் எதார்த்தங்கள் அவளுக்கு ரசிக்கும் படியாய் இருந்தன.

அவள் ரசனையும் வாழ்வும் ஒன்றையொன்று வெட்டிக்கொண்டே கடந்து போயின. பனித் துளிகளாய் அன்றாடப் பொழுதில் அவள் காட்டும் கம்பீரமும் மன உறுதியும் சாகசச் செயல்களும் ஆண்டாளின் அன்புக்கு எதிர்மறையானவை. அவள் படிக்கும் பாசுரங்களும் சிந்திக்கும் மனமும் சந்தோஷப்பட்டுப் பார்க்கும் புத்தகமும் உயர் ரசனைக்குரியதாய் இருந்தன.

காதலும் காமமும் கலவியும் ஏடுகளில் இலக்கியம் என்று தெளிவாய் இருந்தாள். அய்யாவின் தாத்தா ஐயாவின் அப்பா அவளை வளர்த்த விதம் ஐயாவை விடவும் மதியூகியாய் சிறந்த நிர்வாகியாய் அவளை மாற்றியிருந்தது. வாழ்வின் சகல யதார்த்தங்களும் அவளுக்கு உவப்பாய் இருந்தன. எதையும் எதனுடனும் கலந்துகட்டிக் குழம்பாத மனம். இன்று ஏனோ அவன் நினைவில் வந்தான்.

மார்கழியும் தையும் இருவேறு உலகத்தைக் காட்டின. மார்கழியின் காலைப் பொழுது கனிவு நிறைந்ததாகவும் தையின் காலைப் பொழுது துணிவு நிறைந்ததாகவும் விவசாயிகளின் வாழ்வை வளமாக்கின. அறுப்பு அறிவாளுக்குத் தையில்தான் வேலையிருந்தது. என்னதான் அவன் அவளோடு நெருங்கி வாழ்ந்தாலும் இவளுடைய உலகம் வேறாகவும் அவளுடைய உலகம் வேறாகவும் இருப்பதை அப்படியே இருவரும் ஏற்றுக் கொண்டார்கள்.

அந்தக் கிராமத்தின் எல்லா படிநிலைகளிலும் இவர்கள் இருவருக்கும் பிரதான இடம் இருந்தது. கிருஷ்ணன் மிகச் சாதாரணமாக இவளிடம் பேசிச் செல்வான். எல்லா ரகசியங்களையும் பகிர்ந்துகொள்வான். காத்தானும் அப்படித்தான். எந்தச் சமூகப் பொறுப்பும் இல்லாமல் ஊர் பற்றிய எந்தச் சிந்தனையும் இல்லாது சூதில் மட்டுமே மனம் செலுத்தியிருந்த மைனருக்கு ரகசியம் என்று ஒன்றும் இல்லாததால் இவளிடம் பகிர்ந்துகொள்ள எதுவும் அற்றவனாய்ப் போனான். இவளுக்கும் அப்படித்தான்.

நிர்வாகத்தில் அவனுக்கு எந்த வேலையும் இருக்கவில்லை. சர்க்கஸ் இடைவேளைகளில் வரும் கோமாளிகளுக்குக் கூட எல்லா வேலைகளும் தெரிந்திருக்கும் என்பார்கள். அறுத்துக்கொண்டு ஓடும் ஆற்றிற்குக் கூட கரை தானாகவே உருவாகிவிடும். இவள் மனதிற்குள் இயல்பாகவே கரைகள் கட்டப்பட்டிருந்தன. காட்டாற்று வெள்ளமென உருப்பெறும் உடல் தகிப்பிற்கு எந்த மெனக்கெடலும் இல்லாமல் வடிய வைப்பாள் பகிரங்கமாக. ஏனோ இன்று உடல் தகிப்பிற்குப் பதில் மனம் தகித்துக் கிடந்தது. மனதின் தகிப்பை வடிய வைக்க அறுத்துக் கொண்டோடிய நினைவுகளுக்குக் கரை உருவாக்கப் பழக்கப்படாத காரணத்தால் பழி சுமக்கவும் அஞ்சினாள். முதல்முறையாக இவளை அச்சம் பின்தொடர்ந்தது.

69

சிதைவு
*அவனுக்குக் கடல்
எனக்கு ஆறு

வைகை
தப்பிக்கும் வழி அல்ல
தேங்கி
அமிழ்ந்து
நசிந்து போகும்
இருப்பு.

**இவனுடைய
வெட்டி வீசி விட்ட
'தாறுமாறான வாக்கியங்களின்
ஒளிச் சிதறல்'
நிர்மல வெளியில்
எனில்
ஒளி ஊடுருவ விடாமல்
ஆகாயத் தாமரை படர்ந்து மூடிய
வைகையில் அழுகும்
என் ஒழுங்கான பிரதி
விளிம்பில் தீர்த்தம் கோரி வரும்
துடியான தெய்வமும் தீர்க்காத
வேகவதியின் வீடாய் நீர்க் கசட்டில்
தினமும் சலிக்கும் பிம்பம்
அழுகித் தேங்கும்
பயணம் இன்றி

*அவன் பிரம்மராஜன்
**இவன் ஆத்மாநாம்

ந. ஜெயபாஸ்கரன்
அதே தொகுப்பு

கன்னம் குழிவிழ முன் பல் வரிசைகள் அழகாய்த் தெரிய மெலிதாகச் சிரித்தாள். லாகவமாக இறுக்கி முடிந்து சிறு கொண்டை போட்டுப் பிரிந்துவிடாமல் குத்தியிருந்த கொண்டை ஊசியை மெல்ல விடுவித்தாள். தலைமுடி மெதுவாக அவிழ்ந்து கெண்டைக்காலைத் தொட்டது. மணிமொழி சற்றே உயரம் குறைவாக இருந்தபோதிலும் பேரழகியாகத் தெரிந்தாள் தமிழ்வாணனுக்கு.

ஆலமரத்தின் அடியில் ஏற்றப்பட்ட அகல்விளக்கின் வெளிச்சம் தவிர நட்சத்திரங்களின் வெளிச்சம்கூட ஊடுருவாத இடத்தில், 950 வெள்ளை எவரெடி கட்டை தீர்ந்துபோனது. மர்ஃபி ரேடியோ குரலை நிறுத்திக்கொண்டது. இந்த ஊருக்கு, தமிழ்வாணனும் மணிமொழியும் மிகவும் பிடித்தமானவர்கள். தமிழ்வாணன் மணிமொழியின் செய்கையில் மகிழ்ந்து கிடந்தான். எதிரே இருந்தவள் மர்ஃபி ரேடியோவுக்குப் பக்கத்தில் வந்து அமர்ந்துகொண்டாள். இடதுகையால் ரேடியோவைத் தூக்கித் தன் வலதுபக்கத்தில் வைத்தான் தமிழ்வாணன். இருவரின் கைகளும் ஒன்றோடொன்று ஸ்பரிசித்துக் கலந்தன. மிக மென்மையான சீரான பறவைகளின் ஒலி காற்றில் கலந்தது. தூரத்தில் எழுந்த புகைமூட்டத்தின் நெடியில் இருவரும் கண்விழித்தார்கள். இருவருக்குள்ளும் சிறிய பதற்றம் தொற்றிக்கொண்டது. அருகில் எங்கும் காளவாய்க்கு நெருப்பு போடப்படவில்லை. இப்படி வான் உயரத்தில் பறந்து எரிந்த வைக்கோல் போரின் சாம்பல்கள் தமிழ்வாணனின் வெள்ளைச் சட்டையைக் கறையாக்கிவிடும் என முந்தானையை அவன்மீது போர்த்தினாள் தளர்வாக.

"தமிழ்..."

"ம்..."

"என்னங்க இப்படி எரியுது?"

"எனக்கு எந்த சேதியும் பிடிபடல..."

"உயிருக்கு ஏதும் ஆபத்து இருக்குமா?"

கவலை கொண்டார்கள். தூரத்தில் எரிந்த நெருப்புப் பந்து வானத்தில் சிவப்பாய் மஞ்சளாய் ஆரஞ்சாய் நீலமாய் மாறிமாறி ஜாலம் காட்டியது. கழுத்தை இறுக்கிய கம்பியின் பிடியில் பன்றிகள் கத்தும் சத்தம் மணிமொழியையும் தமிழ்வாணனையும் அடைந்தது. இரண்டுபேரும் கண்களால் பேசிக்கொண்டார்கள். காதலிலிருந்து மீண்ட பாடில்லை. தமிழ்வாணனும் மணிமொழியும் தங்கள் இயல்பால் மீண்டனர். பின்பு தீ எரியும் திசை நோக்கி நகர்ந்தனர்.

70

அவளுடைய உடல் அவனுக்கு மிக அழகாகத் தோன்றியது. பார்த்துக்கொண்டே இருந்தான். கோடியக்கரையின் காடுகள் சதுப்பு நிலமாகவும் கடற்கரையாகவும் கடற்கரைப் புல்வெளியாகவும் சிறுசிறு மணல்வெளி பெரு மரங்களற்ற வனாந்திரமாகவும் காட்சி தந்தது. கோடியக் காட்டின் நடுவில் அவர்கள் இருவரும் மகிழ்ந்து கிடக்கப் பயணப்பட்டார்கள்.

சங்கரம்பந்தலிலிருந்து துவங்கி படகுத்துறை வழியாக நாகப்பட்டினம் போய் அங்கிருந்து சுற்றுப்பாதையில் மந்திர நதியின் கரையோரம் அவர்களை இறக்கிவிட்டதிலிருந்து கால்நடையாகத்தான் பயணம் அமைந்தது. வெண்நிற மணற் பரப்பில் உப்புநீர் சூழ்ந்த உலகில் நன்னீர் ஊற்றைத் தேடிக் கவனமாக நடந்தார்கள். மணற் குன்றுகளைத் தாண்டி ஓரிடத்தில் முந்திரி மரங்கள் தாழ்வாகப் பரந்து விரிந்த மணற் பரப்பை அடைந்து கவனமாகக் கால் தடங்களை ஆராய்ந்தார்கள்.

காட்டுப் பன்றி, மான், காட்டுக் குதிரை போன்ற காலடிச் சுவடுகளைப் பார்த்து நன்னீர் ஊற்றைக் கண்டடைந்தார்கள். அதைச்சுற்றி அமைந்திருந்த மணல்வெளியில் சிறுசிறு மரங்களின் தொகுப்பிற்கு மையத்தில் ஒரு சிறிய குடில் அமைக்கும் வேலையை அவன் துவங்கினான். அவளும் ஒத்தாசையாகச் சில பாடல்களைப் பாடினாள். அந்தி சாய்வதற்குள்ளாகக் காய்ந்த கட்டைகளைப் பொறுக்கித் தீ மூட்டினாள். நெருப்பு அணைந்துவிடாதபடி காய்ந்த மரங்களின் அடி வேர்களை மையத்தில் பிளந்து போட்டான். கனன்று கனன்று கட்டைகள் எல்லாம் அணையாத் தீயாய் எரிந்துகொண்டிருந்தது. கண்ணி வைத்துப் பிடித்த பறவைகளை அவள் சமைக்கத் துவங்கினாள். இருவரும் சேர்ந்து ஏகாந்த வெளியில் இரவு முழுவதும் சல்லாபித்துக் கிடந்தார்கள்.

மகாராஜாக்களுக்குக்கூடக் கிடைக்காத காட்சியை வானம் அவர்களுக்கு வழங்கியது. மந்திர நதி இயல்பாய் இசைவாய் ஒலி எழுப்பியது. கரை ஒதுங்கிய சங்குப் பூச்சிகள் ஆணும் பெண்ணுமாய் அழகாய் ஊதின. அவர்களின் வாழ்வு இன்பமாய் உதித்தது. தூரத்தில் கூட்டங் கூட்டமாய்க் காட்டுக் குதிரைகள் ஓடியாடி விளையாடிக் கொண்டிருந்தன. எங்கிருந்தோ பறந்து வந்த செங்கால் நாரை தன் பெரிய இறகுகளை விரித்துத் தாழப் பறந்து அவள் முன் கம்பீரமாக நடந்துவந்து அவள் கால்களில் இருந்த மணற் துகள்களைக் கொத்தியது. அவை கொலுசுகளின் சலங்கைகள் என அறிந்த பின்பு அதன் ஓசையில் மிரண்டு பின்வாங்கியதை வேடிக்கையாய் வினோதமாய்ப் பார்த்துக் கொண்டிருந்தாள். மரத்திற்கு மரம் பறந்து தாவும் செந்நிற அணில் அவளுக்குப் பெரும் வியப்பைத் தந்தது. அவனுக்கோ அவள் மார்புகளைக் காட்டிலும் அவையொன்றும் பேரழகில்லை என்று தோன்றச் செய்த வினாடி பார்வை முழுவதும் காட்டுப் பன்றிகள் தோண்டிப்போட்ட கிழங்குகளைத் தேடி அலையத் துவங்கின. அக்கிழங்குகள் அவனுடைய ஆண்மையை கம்பீரத்தை மெருகூட்டும் என அவன் நம்பினான். அவளுக்கோ ஓரிதழ் தாமரையின் வசீகரம் போதுமானதாக இருந்தது. உள் வெளியின் மணல், வெளியின் மந்திர நதியும் கடலும் வானமும் பறவைகளும் அவளையும் அவனையும் நனைத்து நனைத்து மீண்டன, அலைகளைப் போல. இருவரும் களிப்புற்றுக் கிடந்த நாழிகைகள் நாட்கள் நினைவில்லாமல் வேட்டையைத் துவக்க வயிறு அறிவுறுத்தியபோது தீர்மானித்தார்கள். ஏதேனும் ஒரு நகரத்திற்குப் போக முடிவெடுத்தார்கள் மைனரும் ஆடுதன் ராணியும். வானத்தில் கொக்குகள் ஊர்வலமாய்ப் போவதைப் பார்த்து சங்குப் பூச்சியின் வலம்புரியைத் தேடிப்பிடித்து ஊதினான், படகுக்காரன் வருவான் என்ற நம்பிக்கையில்.

“எங்கேயாவது போலாம் ஜி” என்று மாற்றுப்பாலின சகவாசம் கிடைக்கப்பெறாத முப்பது வயதில், உடல் தேவைக்கும் அறிவிற்குமான சங்கடத்தில் ஜீவகரிகாலனுக்குப் பாரசிட்டமால் போதாமல்போன ஓர் இரவுவேளை. நானும்கூட ஒருவாறு அவளோடு இந்தோனேசியாவிற்குப் பயணப்படாத ஏக்கத்தைத் தணித்துக்கொள்ள எங்கேயாவது போகலாமென்று நினைத்துக்கொண்டதால் எழுத்துக்காரனின் கோரிக்கைக்குத் தலையசைத்தேன்.

கிழக்குக் கடற்கரைச்சாலை. நான்கு பேரும் மகாபலிபுரம் நோக்கிப் பயணப்பட்டோம். அர்ஜுன தபஸை அமாவாசை இரவில் காரின் முகப்பு விளக்கின் ஒளியை மாற்றி, ஏற்றியிறக்கிப் பார்க்கவேண்டுமென்ற நீண்டநாள் கோரிக்கையை அன்று சாத்தியப்படுத்தினேன். அர்ஜுன தபஸின் மேல் ஒளி உமிழச்செய்து பார்த்துக் கொண்டிருந்தபோது எழுத்துக்காரனின் பல கேள்விகளுக்கு என்னிடம் பதில் இருந்தது.

ஆனால், அன்றிரவே புனிதம் பற்றியும் அதன் அதிகாரம் பற்றியும் என்னிடம் கேட்கப்பட்ட கேள்விக்கு மனிதர்களை நீக்கி இயற்கையையும் அதன் வழிபாட்டையும் ஆதாரக் கட்டுமானத்தையும் கேள்விக்குள்ளாக்கிப் பதில்தேட முயன்றேன்.

பதில் அவளையும் என்னையும் தனிமைப்படுத்துவதாகவும் இவர்களையும் என்னையும் சேர்த்துவைப்பதாகவும் எப்போது நான் இவர்களைவிட்டு விடுபடுவேன், அவளோடு சேரப்போகிறேன் என்ற ஏக்கமிக்க இந்த இரவில் சாத்தியப்பட்ட சிந்தனையை எழுத முனைகிறேன்.

திருத்தி எழுதிக்கொள்ளப் புள்ளியும் கமாவும் சேர்த்துக் கொள்ள முழு உரிமையையும் உங்களுக்குக் கொடுத்து எழுதியிருக்கிறேன். கட்டுடைப்பு நிகழும்போதே கட்டமைப்பு உருவாவதைத் தடுக்க முனைந்த எழுத்து இதுவாகவும் இருக்கலாம்.

ஆட்டுக்குட்டியின் குளம்பு பாறையை வெட்டிச் செதுக்கப்பட்ட மனித உருவங்களின் தலைகளை உடைத்திருக்க வாய்ப்பில்லை. அப்போதுதான் இரண்டு குட்டி ஆடுகள்

அர்ஜுன தபஸின் கூப்பிய கைகளுக்கு மேல் பதிந்து சென்றதைக் கண்ணுற்றேன். எப்படிப் பார்த்தாலும் எண்ணூறுகளின் தொடக்கத்தில் சில்வர் ப்ளேட்டில் எடுக்கப்பட்ட புகைப்படம் நீர்ப் பரப்பின் மேலே துருத்திக்கொண்டிருந்த பாறைகளில் வடிக்கப்பட்டிருந்த சிலைகளைக் காட்சிப்படுத்தியிருந்ததாகச் சொல்லிக்கொண்டிருந்தபோது முப்பதடிக்கும் மேல் உயர்த்தப்பட்ட சாலையில் நின்று அண்ணாந்து பார்க்கவேண்டிய அவசியமற்று மேற்பார்வையில் பார்த்துக்கொண்டிருந்தோம். இரவு, மணி இரண்டு நாற்பத்தி ஐந்து.

எழுத்துக்காரனிடம் வர்ணிப்பை, காட்சிகளை வார்த்தைகளில் கொண்டுவருவதைப் பற்றியும் சொல்லிக் கொண்டிருந்தபோது கடவுள் உருவங்களும் மிருகங்களும் மனித உருக்கொண்ட ஊர்வனவும் மிருக உருக்கொண்ட மனிதர்களும் எவ்வாறெல்லாம் படைப்பாளனின் காலகட்டத்தை மனநிலையைப் புரிந்துகொள்ள உதவுகின்றன?

குகைகளில் மூட்டப்பட்ட நெருப்பு, மழைக்கும் காற்றுக்கும் அணைந்து போய்விடாமல் கனன்று எரியும் கங்குகளைக் காப்பாற்றும் முனைப்பில் புனிதம் நெருப்பால் விளைந்த இயற்கைக் கட்டுமானம். ஜிம்போவும், வெட்டுப்புலியும் இன்ன பிறவாலும் செயற்கையாய் உருவாக்கப்படும் சாத்தியம் நெருப்புக்குக் கிடைத்த பின்பு இயல்பான தன்னதிகாரம் அற்றுப்போய்ச் சொல்லப்பட்டவை கற்பிக்கப்பட்ட காலத்தைத் தாண்டிக் கடந்து நிற்கும் கட்டமைப்பின் வலு இயற்கையாகவே நீர்த்துப்போவது இயல்பாய் அனல் காய்ந்த அதிகாரத்திற்கு உவப்பானதாக இல்லாமல் போனது புனிதம் என்றே கட்டமைகிறது?

தேவைக்கேற்ப உருவாக்குவதும் உருவானவற்றின் தேவையைப் பூர்த்தி செய்துகொள்வதும் புனிதத்தின் வழி நின்று பெருங்கூட்டம் குளிர்காய்வதும் தெரிந்த மறுநிமிடத்தில் கட்டுடைக்கப்பட்ட புனிதமே புனிதமானதால் கட்டுடைப்புகள் காலாவதியான சமகாலச் சிந்தனை என்று வரையறைக்குள் அடங்காத கோட்பாடுகளற்ற வாழ்வின் ஆதாரங்களை மறுக்கும் அவலம் தேவைதானா?

இயற்கை உயிர்களை அதன் தேவைகளுக்காகத் தன்னைக் கட்டுப்படுத்திக்கொண்டதாக எந்த உதாரணமும் நம்மிடம் இல்லை. உயிர்கள் இயற்கையை அண்டி ஜீவிக்கும் ஆற்றலை இயற்கையிடமிருந்தே கற்றுக்கொண்டது உயிர்களுக்கும் அப்பால் இயற்கையைத் தனிமைப்படுத்தி உயிர்கள் மேல் நின்று இயற்கையின்மேல் ஆதிக்கம் செலுத்தி அதிகாரத்தின் ஆளுமையை வழிபாட்டின் மூலம் உறுதிப்படுத்த முனைந்த

தருணத்தில் ஆதாரம் தொடர்ச்சியை அழிக்கத் தவறியதில்லை, அழிந்த வேகத்தில் புதிதாய் ஒன்று உருவாகவும் தோன்றவும் தவறியதில்லை.

கற்பாறை யானையாகச் செதுக்கப்பட்டு பிரம்மாண்டமான புடைத்த வயிறு ஐநூறு ஆண்டுகளுக்குப் பின்போ எப்போதோ உயிர்களால் உயிர்களை வணங்கும் வழிபடும் புனிதம் உருவாக்கப்பட்டு வலுச்சேர்ப்பதற்காக யானையின் பிரமாண்டமான புடைத்த வயிறைச் சரித்துக்கொண்டு காதும் கால்களும் தும்பிக்கையும் தந்தமும் வாலும் முதுகும் செதுக்கி அப்புறப்படுத்தி ஒரு நீள்சதுர பாறைப்புடைப்பை ஆதாரப்பாறையில் உருவாக்கிப் பின்னர் நீள்சதுரத்தில் உயிர்களின் பிம்பங்களைச் செதுக்கினால் அர்ஜுன தபஸு யானைகளுக்கு எதிர்புறம் அமைந்த மண்டப அமைப்பும் மானுட உருவமும் சாத்தியம்தானே?

சாத்தியமற்ற புரிந்துகொள்ள முடியாத செயல்கள் புனிதமாக்கப்பட்டு வழிபாட்டுக்குரியவையாக ஆன பின்பு அவற்றின் சாத்தியப்பாடு மலினப்படுத்தப்பட்டால் வேறொரு சாத்தியமற்ற செயல்பாட்டைப் புனிதமாக்குவது, உயிர்களின் இயற்கைக்கு முரணான இயல்புக்கு எதிரான பரிணாம வளர்ச்சியின் பின்னடைவு.

எழுத்துக்காரனோடு மகாபலிபுரம் பயணம். நீண்ட நெடிய கடற்கரையோரம். தார்ச்சாலையில் காரில் சாத்தியப்பட்டால் இரட்டை மாட்டுவண்டிச் சவாரியும் உதய்பூரின் ஒற்றைக் குதிரை வண்டியில் சேத்தக் ரோட்டில் பயணப்பட்டதுபோல் நினைத்துக்கொள்ள எனக்கு மட்டுமே காரணங்கள் ஆயிரமுண்டு. எண்ணத்தின் வழிநின்று எங்கோ காட்சிப்படுத்தப்பட்டவற்றைக் கண்முன்னே கொண்டுவந்து ஒப்பிட்டு மகிழ்ந்துகிடக்கக் கடற்கரையோரம் சாலைகளூடே, ஏரிகளின் நகரம் உதய்ப்பூரை எவ்வாறு புனிதமென்று வரையறுத்துக் கூறமுடியும்?

உப்புநீரும் மணலும் சவுக்குமரக் காடும் சூரிய உதயமும் குடவரைக் கோயில்களும் மகாபலிபுரத்தின் அடையாளங்கள். மலைகளும் ஏரிகளும் மகா ராணாபிராதாப் சிங்கும் அவன் உயிரைக் காத்த குதிரை சேத்தக்கும் குதிரை வண்டிப் பயணமும் செயற்கை நீரூற்றுப் பூங்காக்களும், உதய்பூரின் அடையாளங்கள்.

அடையாளங்கள் உருவாக்கப்பட்டபோது அவற்றின் நிகழ்காலத்தில் என்னவாக இருந்திருக்கும்? அவற்றின் நிகழ்காலப் புனிதங்கள் மறந்துபோய் அவைகளே தற்காலப் புனிதப் பிம்பங்களாக மாறிப்போனால், மகாபலிபுரம் உதய்பூரின் ஒப்பீடாகப் புனிதமாகப் பார்க்கப்படுவதில் பிற்காலங்களில்

வரப்போகும் புதிய புனிதக் கட்டுமானங்களுக்கு இவற்றை இப்பொழுதே அழித்தொழிக்கும் வேலையை இயற்கைக்கு முன்பே உயிர்கள் முனைப்போடு ஈடுபடுவதில் வியப்பேதுமில்லை.

உயிர்களின் மொழி, உயிர்களின் மொழியை ஓசையால் கடத்தப்பட்டு ஓசையின் ஆதாரம் புனிதமாய்க் கட்டமைக்கப்பட்டு ஆதாரம் மறந்துபோய்விடாமல் காப்பாற்றப் புனிதமாக்கிப் பாடுபடும் வேளையில் உயிர்களின் ஓசையிலிருந்து மொழிக்கு ஆதாரச்சொல் கிடைக்கப்பெற்ற ஒலியின் அளவைப் புனிதமாக்கியதால், புனிதம் கெடாமல் வேறொரு புதியமொழி கிடைக்காமல் தற்கால மொழி காலாவதியாகி புனிதம் ஓசையை மொழியை அழித்தொழித்து இயற்கை நீதியை நிலைநிறுத்தியிருக்கிறது.

பல்லாயிரக் கணக்கான உயிர்களிடத்தில் வாழ்ந்து மறைந்த, தடம் பதிக்க, வரலாறு எழுத எந்த முனைப்பும் இல்லாத உயிர்கள் தங்களை வெளிக்காட்ட இயற்கையை நாடியிருக்கின்றன மனித உயிரைத் தவிர. ஒலி எழுத்தாகி, சொல்லாகி மொழியான பின்பு இயற்கையால் அழியக்கூடிய ஆவணங்களும் புனிதமாக்குவது மானுட அபத்தத்தின் உச்சம்.

புனித நூல், புனித நீர், புனித உயிர் என்பதெல்லாம் உயிர்களின் அதிகார பீடத்தின் தந்த்ரோபாயமே தவிர இயற்கை கோரும் இயல்பின் இயற்கையோடு இசைந்த வாழ்வாக ஒருபோதும் இருப்பதில்லை.

வெடிவைத்துத் தகர்க்கப்பட்ட புத்தர் சிலைகள், படையெடுப்பில் அழிந்த பழங்கால இந்தியக் கட்டடக்கலை, ஆற்றின் போக்கால் அடித்துச்செல்லப்பட்ட நாகரீகம் இவையெல்லாம் இயற்கையைப் புனிதமாக்கும் மானுட முயற்சி.

புனிதம் என்னைப் பொறுத்தமட்டில் மகாபலிபுரம் அர்ஜுன தபஸு அமாவாசை இரவில் மழைக்காகக் காத்திருந்த நேரத்தில் பாறை உச்சியில் படுத்திருந்த வெள்ளாடு பெய்த மூத்திரத்தில் நனைந்த சிலைகள் ஏற்படுத்திய தெளிவு, தெளிவின் உச்சம் என்பது ஒரு நொடியின், நிகழ்வின், ஆதாரச் சிந்தனையின் அறிவின் வெளிச்சம். புனிதமாய் இருக்க நான் உயிராகக்கூட இருப்பதற்கு அருகதையற்றவன்.

அம்மாஞ்சி

71

பொங்கல் கரும்பிற்கும் ஆலைக் கரும்பிற்கும் வித்தியாசம் என்று பார்த்தால் அதன் சுவையில் தித்திப்பில் இல்லை. ஆனால், கரும்பை உடைத்துக் கடித்துச் சுவைப்பதில் இருக்கிறது வேறுபாடு. ஆலைக் கரும்பு இயந்திரத்திற்கு மட்டுமே பணிந்து கொடுக்கும். பொங்கல் கரும்பு மிருதுவாக இசைவாகச் சுவையை வாயில் கொடுக்கும். ஆலைக் கரும்பாய் அவ்வூரில் அனைத்துமாய் அதிகாரமாய் வாழ்ந்தவளை முதல்முறையாக அச்சம் பின்தொடர்ந்தது.

அவள் ஆண்ட நபர்கள் எல்லாம் எந்திரத்தில் பிழிந்த கரும்பின் சுவையாய் இருந்ததோ என்று எண்ணிய கணம்தான் அவளை அச்சம் கொள்ளச் செய்தது. பொங்கல் கரும்பின் சுவைக்குத் தன் மனம் ஏங்கிய நேரம், தான் யார் என்பதை அவள் அறிந்துகொள்ளத் துவங்கியிருந்தாள். தன் இயல்பை ஆழ் மன ஆசையை, தன்னையும் யாராவது நேசிப்பர் இருப்பரோ என்றெண்ணியபோதுதான் அவளுக்குள் இருந்த பெண்மை முழிக்கத் துவங்கியது.

பெண்மையின் எல்லாக் கைகளும் தழுவி அணைத்தபோது அவளை அச்சம் பின்தொடர்ந்தது. எது இயல்பு? எது செயற்கை? அறிந்துகொள்ளும் பக்குவம் அவளை மேலும் மேலும் அச்சமூட்டியது. அந்த அச்சம் அவளைத் துரத்தியது. உலகில் யாருக்கும் வராத சந்தேகம் ஏனோ அந்த ராத்திரியில் வந்தது.

என்ன சந்தேகம் எதற்காக இந்தத் தடுமாற்றம் என்றெல்லாம் நினைத்தபடியே அவள் பார்த்த டூரிங் டாக்கிஸ் படங்களையெல்லாம் ஒருமுறை ஓட்டிப் பார்த்தாள். பெரும்பாலான படங்களில்

பெண் கதாப்பாத்திரங்கள் அமைக்கப்பட்ட விதம் அவளுக்கு வேடிக்கையாய் வினோதமாய்த் தோன்றியவையெல்லாம் இன்று மாற்றம் பெற்றன. சத்தியவான் சாவித்திரி, நல்லதங்காள் துவங்கி மனோகராவில் டி.ஆர் ராஜகுமாரியும் வாணிராணியில் வாணிஸ்ரீயும் அவளைத் தொந்தரவு செய்தார்கள். கிருஷ்ண பக்தி, பதி பக்தி பின்னாட்களில் வந்த கே.எஸ்.ஜியின் படங்கள்கூட அவளைத் துரத்தின. இடைவேளையில்லா நினைவுப் பாஜை அவளுக்குப் புதுவித அனுபவத்தைக் கற்றுத்தந்து கிளர்ச்சியூட்டிய போது அச்சமுற்றாள் முதல்முறையாக.

72

தமிழ்வாணனும் மணிமொழியும் பார்த்த காட்சி பதற்றத்தையும் வியப்பையும் உண்டாக்கியது. மணிமொழி மெல்ல தமிழ்வாணனிடம் எதற்காக இப்படி நடந்துகொள்கிறார்கள் என்று கேட்டாள்.

"உங்களுக்கு மறுமலர்ச்சிக் காலத்துக்குப் பின் நடந்த எதிலாவது நம்பிக்கை இருக்கிறதா?"

"இருக்கும் நம்பிக்கைகளில் எல்லாம் நான் நம்பிக்கை அற்றவளாகவே இருக்கிறேன்."

"தமிழ் நான் இதை இப்படிப் புரிந்துகொள்ளலாமா? நீங்கள் பெண் என்று நானும் மற்றவர்களும் சொல்வதில், என் பெயர் தமிழ்வாணன் என்று மற்றவர்களும் நானும் நம்புவதில், உங்களை எனக்குப் பிடித்திருக்கிறது என்று நான் உங்களிடம் சொல்லுவதில் எல்லாம் ஏற்கனவே நம்பிக்கை அற்று ஒரு நம்பிக்கையில் இருக்கிறீர்கள் என்று..."

"அப்படியல்ல உலகின் ஆகச் சிறந்த படைப்புகளெல்லாம் ஒரு நம்பிக்கையால் பற்றால் விளைந்தவையே ஆனபோதும் எனக்கு அவைகள் ரசிப்பதற்குரியவையாக மட்டுமே இருப்பதைத்தான் நான் அப்படிச் சொல்கிறேன்."

"அப்படியானால் பின்பற்றுவதற்கோ வழிபடுவதற்கோ புதிதாகச் சிந்திப்பதற்கோ அதில் ஒன்றும் இல்லை என்று உங்களால் சொல்ல முடியுமா?"

"வழிபாடும் பின்பற்றுதலும் ஏறக்குறைய ஒன்றுதான் தமிழ். சிந்திக்கத் தூண்டும் எல்லா படைப்புக்கும் ரசனைதான் அடிப்படை. ரசனை மெருகேற நான் ரசிகனாக மட்டும்

இருப்பதில் சுதந்திரமும் சுயசிந்தனையும் கிடைக்கிறது. சுய சிந்தனையின் வெளிப்பாடு ரசனைக்குரிய படைப்புகளை மறு மதிப்பீடு செய்யவும் நம்பிக்கைகளில் இருந்து ஒரு நம்பிக்கையை உடைக்கவும் அதைப் புரட்சி என்று அடையாளப்படுத்தவும் அறிந்துகொண்டிருக்கிறேன். அவ்வறிவைக் கண்மூடித் தனமாக நாம் பின்பற்றாமல் மீண்டும் மீண்டும் பகுத்தாய்ந்து உடைத்தெறிய முற்படுவதே என் ரசனையின் அடிப்படை."

"அன்பும் அப்படித்தான். பகுத்து தெளிந்து விவாதித்து அறியும் இடத்தில் இருக்கிறதா?"

"உணர்வுகள், உணர்வெழுச்சி போன்ற எல்லையற்ற மன இயல்புகளுக்கு என் அறிவைப் பலியிட வேண்டுமென்றால் அது என்னுடைய மூடநம்பிக்கைகளில் ஒன்றுதான். என் சௌகர்யங்களுக்காக நான் இவைகளைப் பொதுவில் வைத்துப் பொதுமைப் பொருள் ஆக்கினால் என் சமூகம் விடுதலை அடைவது எந்த நாளோ?"

"இயல்பாய் இயற்கையாய் இருப்பதற்கு எதற்கிந்த அளவுகோல். படைப்பு என்பது எப்படியும் மன எழுச்சியின் வெளிப்பாடுதானே."

"வெற்று மன உணர்வுகளுக்கு எந்த மதிப்பும் இல்லாமல் என்னால் கடந்துபோக முடிகிறது. கடந்து போக முடியாத நினைவுகளுக்கு நான் கற்பிதங்களைக் காவு கொடுக்கிறேன். கற்பிதங்கள் நம்பிக்கையின் அடிப்படையில் உண்மை என்று வாதத்திற்கு முன்வைத்தால், அதே போன்றொரு கற்பிதமும் அதனால் உண்டான நம்பிக்கையும் அதில் பொதிந்திருப்பதாகச் சொல்லப்படும் பேருண்மையும் அவர்களுக்கு இருப்பது இயல்புதானே."

"அப்படியானால் நாம் சிந்திக்கச் சிந்திக்க இயல்பாய் அச்சிந்தனைக்கு நேரெதிர் கோணத்தில் மற்றொன்று உருப் பெறுவதைத் தவிர்க்க முடியாதுதானே?"

"இதை நாம் ஆழ்ந்து பார்த்தோமானால் எதிர்ப்பும் இயல்பும் ஒன்றுதான். நானும் நீயும் ஒன்றுதான். வெவ்வேறான வடிவ வகைமைகளுக்குள் இருக்கும் ஒரே எதிர்வினைதான். இதை இருவேறு புரட்சியாகப் புரிந்துகொண்டால் புரட்சி என்பது அழுத்தத்திற்கு எதிரானதாக இருக்கும் நிலையில் ஒரு அழுத்தம் மிகுந்திருக்கும் பொழுதுகளில் மற்றொன்றும் அதனதன் வெற்றியில் இடம் மாறியும் அசைந்துகொண்டே இருப்பதும்தான்."

"காலங்காலமாய் இருக்கும் எல்லாவற்றிற்கு எதிராகவும் ஆதாரமாய் இருந்த இயல்பை இயற்கையை மீட்டுருவாக்கம் செய்ய முனையும் நம் இருவரையும் என்னவென்று சொல்லுவது."

"எந்தக் குழு மனப்பான்மையும் அற்று, எந்த மொழி, மதப்பற்றுகளும் இன்றிக் கலையின் மீதும் ரசனையின் மீதும் நாகரீகத்தைக் கட்டி எழுப்ப முனையும் போக்கை எந்தப் பெயரிட்டும் அழைக்க முடியாது."

"அப்படியானால் நீயும் நானும் பெயரறியா சமூகத்தை இயற்கையில் சமைக்கச் சபதம் எடுப்போம். முனைந்து பார்ப்போம்."

Anupam Sud
Ceremony of Unmasking
Etching on Paper
90 cm x 65.5 cm (triptych)
1990

73

கிருஷ்ணப் பருந்து நன்றாக வளர்ந்துவிட்டிருந்தது. பட்டனத்தியிடமிருந்து தினமும் மீன் உணவாகக் கிடைத்தது. கோழிக் குஞ்சுகளை அது ஒருபோதும் விரும்பியதில்லை. ஆற்று நீரிலும் குளத்திலும் கிடைக்கும் மீன்கள் அதற்குப் போதுமானதாக இருந்தன. வெயில் ஏறஏற தண்ணீருக்கு மேலே துள்ளிக் குதிக்கும் சேல் கெண்டைகளைத் தாழப் பறந்து காலால் பிடித்துப் பறந்தபடியே கொத்தித் தின்பது அதன் விளையாட்டுகளில் ஒன்று. அவள் அழைக்கும் வேளையில் வந்து மதிய நேரத்துச் சோற்றுக் கவளத்தை அழகாய்த் தின்று பறந்துபோகும். கருவ முள்ளில் மாட்டிய ஆட்டுக் கிடாயை அழகாகத் தூக்கி வெளியில் விடும். எப்படிப் பார்த்தாலும் அதற்கு வலிமை அதிகரித்துக்கொண்டே இருந்தது. கட்டையைக் காலில் கொடுத்து சின்னப் பிள்ளைகள் அதில் தொங்கிப் பறந்து போகும் அளவிற்கு அதன் வலிமை கூடியிருந்தது. அந்த ஊரின் எல்லாப் பிள்ளைகளுக்கும் அது ஒரு விளையாட்டாய் வேடிக்கையாய் நிகழ்ந்தது. கிருஷ்ணப் பருந்துக்கோ தன் பிரியத்துக்குரியவளின் கூட்டாளிகளை மகிழ்விக்க அந்த வலிமை பயன்பட்டது.

அன்றும் அப்படித்தான். அதிகாலை வேளையில் விழித்துக்கொண்ட கிருஷ்ணப் பருந்து, அவளின் நடையும் வேகமும் விசித்திரமாகப் பட முன்னும் பின்னுமாக அவளை இறக்கைகளால் திசை திருப்பப் பறந்து பாடுபட்டது.

கிருஷ்ணப் பருந்துக்கு எப்படித் தெரியுமென்று அவளுக்கு வியப்பாய் இருந்தது. தன்னுடைய முடிவு எத்தகையது என்று தானே அறியாதபோது அதற்கு மட்டும் எப்படித் தெரிந்துபோனது என்கிற வியப்பு. எடுத்த முடிவு எதுவென்று தனக்குத் தெரிய வேண்டும் என விரும்பினாள். முடிவைத் தேடி இதுவரை அவள் அலைந்தாள் இல்லை. எந்தச் சூழலிலும் குழப்பம் அடையாத மனம் இன்று குழம்பிப்போய்க் கிடந்தது.

வள்ளலார் மன்றத்தில் உபதேசிக்கப்பட்ட எல்லா உபதேசங்களும் நினைவுக்கு வந்தன. அமைதியான, மேட்டுப் பாங்கான இடத்தில் போய்ச் சப்பளம்கொட்டி அமர்ந்து கொண்டாள். விடிவதற்கு இன்னும் இரண்டு மணிநேரம் இருந்தது. கிருஷ்ணப் பருந்து அவளுக்குச் சற்றுத் தள்ளி தன் இறக்கைகளை மூடாமல் விரித்து வைத்துக்கொண்டு கால்களை இங்குமங்கும் அசைத்தசைத்து வெகு பதற்றத்தோடு அவளைப் பார்த்த வண்ணம் இருந்தது.

அவளுக்கு நேரெதிரே இருந்த பாதிரி மாமரத்தின் பொந்திலிருந்து ஒரு கோட்டான் கண்களை அசைக்காமல் பார்த்துக்கொண்டிருந்தபோது அவளுடைய வலது காலின் கட்டைவிரல் மாத்திரம் லேசாகத் துடித்துக் கொண்டிருந்தது. ஒரு சிறிய பழுத்த பாதிரி இலை காற்றில் உதிர்ந்து அவள் தலையில் விழுந்ததைக் கவனிக்கவில்லை. கவனம் முழுவதும் வேறொன்றாய் மிகச் சிறிய மனதின் பெரும் மாற்றத்தில் தடுமாறித்தான் போனாள். பேசுவதற்கு யாருமற்ற அந்த இரவின் விடியல் என்னவாக இருக்கும் என்று அந்த மாட்டுக் கொட்டகையின் மாடுகளின் கால் குளம்பொலியிலிருந்து எழுந்த ஓசையுடன் கேட்க ஆரம்பித்தது.

கோவிந்தராசுவுக்கு விழிப்பு வந்தது. மாடுகள் இப்படிக் கணைத்து அவன் பார்த்ததில்லை. மாட்டுக் கொட்டகையில் அரவம் புகுந்தாலேயன்றி அவைகள் கால்களை இப்படி அசைப்பதில்லை. மிகச் சிறிய விளக்கொன்றை கையில் ஏந்தி மாடுகளின் கால்களுக்குக் கீழே ஏதாவது தென்படுகிறதா என்று பார்த்தான். வைக்கோலும் பூரானும் அரணைகளும் ஓணானும் தவிர வேறெதுவும் தென்படவில்லை. ஆனால் மாடுகளால் சுவாசிக்காமல் இருக்க முடியவில்லை. மாடுகளின் சுவாசம் மிகுந்த வெப்பமாயும் பெருத்த சத்தத்துடனும் வெளிப்பட்டதை எண்ணி அஞ்சினான்.

புளியந்தோப்பில் கருங்கண்ணியும் ஜிம்மியும் வெறிகொண்டு ஓடின. அவை உறுமவும் குரைக்கவும் தெம்பற்று ஓடின. பின்னங்கால்களின் வேகம் புழுதியைக் கிளப்பின. தெருவில் சுருண்டு படுத்திருந்த குடியானவர்கள் எல்லாம் விபரீதம் உணராமல் மூக்கை மூடிக்கொண்டார்கள். சில வயோதிகர்கள் மட்டும் எழுந்து பஞ்சடைந்த கண்களால் இருட்டைத் துழாவினார்கள். அவர்களின் உள்ளுணர்வு எதையோ சொன்னது. பாஷை புரியாமல் தவித்தார்கள்.

காற்று எங்கேயோ காணாமல் போய்விட்டிருந்தது. கனத்த மௌனத்தை ஏற்படுத்தியிருந்தது. சுழித்துக்கொண்டு ஓடும்

வீரசோழன் விடியற்காலை மூன்று மணியைக் கடக்க முடியாமல் எதிர்த் திசையில் தேங்கிக் கிடந்தது. சூரியனை எதிர்பார்த்த மொட்டுக்கள் எல்லாம் மலர மனமற்றுப் பனித் துளியை உள்வாங்கிக் கருகிக் கிடந்தன. உதிர்ந்துகிடந்த பவழ மல்லி வெப்பம் தாளாமல் தன் நிறத்தை மாற்றிக்கொண்டது. சேம இலையின் வேர்களை வெட்டிய அறுப்பு அரிவாள் துருப் பிடித்துத் தண்ணீரில் மூழ்கிப்போனது.

சுவரின் மேலே மெல்லமெல்ல ஏறிக்கொண்டிருந்த நத்தாங் கூடுகள் தன் உடலைச் சுருட்டிக் கூட்டில் வைத்து அழுத்தி சடசடவென உதிர்ந்து மேலேயிருந்து கீழே உருண்டு ஓடின. தூரத்தில் கூண்டில் அடைபட்டிருந்த பறவைகள் எல்லாம் அலகுகளால் கூண்டைக் கொத்திப் பிளந்தன. எங்கோ மோட்டுத் தெருவிற்கு அப்பால் நரிகள் ஊளையிட்டன. சர்க்கஸ் கூடாரத்தின் சர்ச் லைட்டு பெருத்த சப்தத்துடன் வெடித்துச் சிதறியது. கூடாரம் தீப்பற்றி எரிய சூரியனைக் காட்டிலும் அதிக வெளிச்சத்தை அந்த கிராமத்தின்மீது பரப்பியது. எல்லோரும் எழுந்துகொண்டார்கள்.

தீயின் ஜுவாலை தெரிந்த திக்கில் விழுந்தடித்துக்கொண்டு ஓடினார்கள்; வயலென்றும் வாய்க்காலென்றும் பாராமல். சப்பளமிட்டு அமர்ந்திருந்தவள் மெல்ல எழுந்தாள். நெட்டைரகத் தென்னை மரத்தை நோக்கி நடந்தாள். சரசரவெனத் தலைகீழாய் மரத்தில் ஏறி, பாதி வெட்டிய பச்சை மட்டையின் நுனிக்கு நகர்ந்து இரண்டு கைகளாலும் பாவாடையை மேலே தூக்கி கிருஷ்ணப் பருந்தின் இறக்கைகளைப் போல விரித்துப் பிடித்தாள். இரண்டு கால் கட்டை விரல்களையும் ஒன்றாகச் சேர்த்து பச்சை மட்டையில் அழுத்திக் குதிகாலை உயர்த்தினாள். மட்டை தாழ்ந்தது. சறுக்கிக்கொண்டே வந்தவள் பருந்தைப் போலப் பறக்கத் துவங்கினாள் மேலிருந்து கீழாக. அடர்ந்து வளர்ந்திருந்த குத்துக் கற்றாழையின் நடு முள்தான் அவளுடைய வயிற்றுக்குக் குறி. கிருஷ்ணப் பருந்து ஆவேசமாய்ப் பறந்தது.

74

பஸ் அல்லது பேருந்து, ஏதோ ஒன்று அந்த ஊருக்கு ஒருநாளைக்கு நான்கு முறை வந்துபோகும். அதன் இருக்கைகள் உள்ளே போகும் வழியில் பக்கவாட்டில் ஓட்டுநர் இருக்கையிலிருந்து துவங்கி கடைசி இருக்கைவரை நீண்டு கிடக்கும். நடத்துநர் ஒரே இடத்தில் அமர்ந்துகொண்டு கண்காணிப்பார். அப்படியொன்றும் பெரிய கூட்டமெல்லாம் ஏறாது. எப்பொழுதாவது திடீரென மக்கள் பெருங்கூட்டமாக ஏறுவார்கள். உட்காருவதற்கு இருக்கை இல்லையென்றால் நடத்துநர் யாரையும் பஸ்ஸில் ஏற அனுமதிக்க மாட்டார். அவர்களிடமிருந்து பெரும் பணத்திற்கு உட்கார வைத்து அழைத்துப் போவதுதான் சரியென்று நினைத்தார்.

காசு வாங்கியதும் எதன் பொருட்டும் அழைத்துச் செல்வது மட்டுமா, உட்கார வைத்தும் அழைத்துச் செல்வதா என்ற கேள்வி வெகு நாட்களாகக் குப்புசாமிக்கு இருந்து வந்தது. குப்புசாமி இப்படி நினைத்துக்கொண்டார். பேருந்துக்கான கட்டணத்தை வசூலிப்பதும் நம்மை உட்கார வைத்து அழைத்துப் போவதற்குத்தான். அதனால் நடத்துநர் நம்மை உட்காரவைத்து அழைத்துப் போக முடியாதபோது அனுமதியை மறுக்கிறார்.

பின்பொருநாள், மதிய வேளையில் பேருந்து ஏதோ கோளாறு காரணமாக அந்த ஊரில் பலமணி நேரம் நிற்க நேர்ந்ததால் குப்புசாமி ஓட்டுநரிடம் இப்படிக் கேட்டார்:

"ஏங்க ஒரு அவசரத்துக்குப் போகணும்னாகூட ஸ்டாண்டிங் ஏத்த மாட்டேன்றிங்க? எங்கமேல உங்களுக்கு அவ்வளவு மரியாதையா என்ன?"

ஓட்டுநர் நிதானமாகச் சிரித்துக்கொண்டே சொன்னார், "ரெண்டு விஷயம் பாருங்க, இந்த வண்டி எவ்வளவு பாரம் தாங்குமோ அதத்தான் ஏத்தனும். அப்புறம் இந்த

வண்டியில ஏற்றவங்களுக்கான பாதுகாப்பு ரொம்ப முக்கியம். அதனால வண்டிய தயாரிச்சவன் என்ன சொல்றானோ அதத்தான் நாம செய்யணும்."

அதற்குக் குப்புசாமி,

"எங்க மேல ரொம்ப மரியாத வச்சித்தான் நீங்க உக்காரவச்சிக் கூட்டிட்டுப் போறதா நான் நெனச்சேன்."

"நாங்கூடதான் உட்காந்துக்கிட்டே வண்டி ஓட்டுறேன். ஏன்னா ..."

இருவரும் சிரிக்கிறார்கள்.

"ஒரு காலத்துல நாங்கெல்லாம் நடந்துதான் போய்ட்டிருந்தோம். இப்ப அப்பபடியில்ல. கொஞ்சம் முன்னாடியே வந்து இங்க நிக்கணும்னு கூட அவசியம் இல்ல. முள்ளு சரியான மணிய காட்டுனா. உங்க வண்டியோட பாம் பாம் கரெக்டா அடிக்குது. அதனால எங்களுக்கு சவுரியமா போச்சி."

"பாலம் கட்டுனதாலதான் வண்டி ஓட்ட முடியுது. எவ்வளவு எடைய பாலம் தாங்கும்னு சொல்லி இருக்காங்களோ அந்த அளவுக்குதான் பாரம் எத்துறதுன்னு கம்பெனியும் முடிவு பண்ணியிருக்கு. நம்ப ரூல்ஸ மீறக் கூடாது பாருங்க. வேண்டியவங்களக் கூட ஏத்த முடியிலிங்க."

"கம்பெனியில எத்தன வண்டி இருக்கும்?"

"போன ஆயுத பூஜையோட சக்தி விலாஸ் மொதலாளி நூறாவது ரூட்டுக்கு பூஜ போட்டுட்டாரு. அது என்னமோ மதுரையில டிவிஎஸ்ஸாமே அவுங்கதான் டிரைனிங் கொடுக்குறாங்க."

"எப்படியும் தேர்தல் முடிஞ்சா இந்த வண்டி எல்லாத்தையும் அரசாங்கம் எடுத்துக்கும். அப்படின்னு ஒரு பேச்சு இருக்கே."

"ஆமாமா ... நாங்ககூட அதத்தான் எதிர்பாக்குறோம். அரசாங்கம் எடுத்துக்குடுச்சின்னா வண்டி ஓட்டாமலே சம்பளம் தருவாங்களாமே."

"ஆமாமா ... நாங்கூட கேள்விப்பட்டேன். வண்டி இல்லாமலேயே ஆள் சேப்பாங்களாமே."

"வண்டி ஓட்டத் தெரியணும்னு ஒண்ணும் இல்லியாமா ... கைகாலு இருக்கணும்னுலாம் கூட தேவையில்லியாமா ...

நம்ம கறுப்பு துண்டுக்காரன் இல்ல கறுப்புத் துண்டுக்காரன்... அவனப் புடிச்சா வேலக்கி வச்சிருவானாம்."

"அப்போ கம்பெனி?"

"கம்பெனி ஓடும். பஸ்ஸூம் ஓடும். வேண்டியவங்கன்னா சும்மாவே கூட்டிட்டுப் போலாம். எவ்வளோ பேர வேணும்னாலும் ஏத்திக்கலாம். எத்தன நட வேணும்னாலும் அடிக்கலாமாமா ..."

அசட்டுச் சிரிப்புடன் குப்புசாமி வருங்காலத்தை எண்ணி மகிழ்ந்துபோனார்.

"மத்திய அரசாங்கம் ரயிலுல எனக்குலாம் சும்மா போறதுக்கு பாஸ் கொடுத்துருக்கு. உங்க கம்பெனியால அந்த பாஸ் பஸ்சுக்கு செல்லாது. செயிச்சி மட்டும் வந்துட்டா அரசாங்க பஸ்ஸூல நாங்கூட சும்மா போவேன்."

"நாங்கூட இத்தன வருஷம் ஆயிட்டு. அரசாங்கம் எடுத்துக்கிட்டா வேல செய்யாம சும்மா சம்பளம் வாங்குவேன்."

கிட்டத்தட்ட இந்த உரையாடல் நாட்டுடமை ஆக்குவதற்கு முன்போ அல்லது பின்போ நிகழ்ந்திருக்கலாம். பிற்காலங்களில் நடந்தேறிவிட்ட பல உண்மைச் சம்பவங்களுக்கு இது ஒரு தீர்க்க தரிசனம்தான்.

75

கிராமவாசிகள் என்று சொல்லப்பட்ட விவசாயிகள் ஒரு கிராமத்திலிருந்து மற்றொரு கிராமத்திற்கு வேலை நிமித்தமாகச் சென்று வருவது வழக்கம். திடீரென்று அந்தக் கிராமத்தில் தை மாதம் பொங்கலுக்குப் பின் கோடையின் வெப்பம் அதிகரிக்கத் துவங்கியது. வழக்கமாகத் திறக்கப்படும் தண்ணீர் அந்த ஆண்டு சற்றுத் தாமதமாகத் திறக்கப்பட்டது.

தஞ்சாவூர் ஜில்லாவின் சீஃப் என்ஜினியர் மேட்டூருக்குச் சென்று அரசாங்கத்திற்கு ஓர் அறிக்கை சமர்ப்பித்தார். மேட்டூரில் இந்த ஆண்டு தண்ணீரின் அளவு மிகக் குறைவாக இருப்பதால் அணையைத் திறக்கமுடியாது. *தினமணி* அதற்கொரு தலையங்கம் எழுதியது. பின்னொருநாள் திருச்சி வானொலியில் மேட்டூர் அணை திறக்கப்பட்டதாக அறிவிப்பு வந்தது. அதன்பிறகு பத்து நாளாகியும் கடைமடையான அந்த கிராமத்திற்கு வீரசோழனில் தண்ணீர் வரவில்லை. நாற்று விடுவதற்காகக் காத்திருந்த மக்கள் தங்களுக்குத் தெரிந்த கீழ்மட்ட உதவியாளரான லஸ்கரிடம் கேட்டார்கள். லஸ்கர் அவர்களிடம் தனக்கு இதுவரை எந்த உத்தரவும் காவேரி டிவிஷனிலிருந்து வரவில்லை என்று சொன்னார். வைகாசி மாதம் துவங்கிக்கூட மழையும் தண்ணீரும் வராததால் முதல்முறையாக மக்கள் குழப்பம் அடைந்தார்கள். ஆடி மாதம் அவர்களுக்கு அந்த ஆண்டு துவங்கவில்லை. ஐப்பசியிலும் மழை பொய்த்தது.

கிருஷ்ணன் அவளிடம் சொன்னான்:

> "போர்செட்டு போட்றதுதான் நல்லதுன்னு நெனைக்கிறேன் ஏன்னா இனிமே வர்ற காலம் இப்பிடித்தான் இருக்கும்னு படுது."

காத்தான் சொன்னான்:

> "காங்ரசு இல்லன்னாலே நமக்குத் தல வலிதான்னு சொல்லிப் பார்த்தேன். எளம் வயசு யாரு கேக்குறா?"

கண்ணுசட்டி சொன்னான்:

“இந்தா சட்ட போட்டுருக்கன்ல்ல... யாரு கொடுத்தா? நீயும் உன் காங்ரசுமா கொடுத்துது?”

கிருஷ்ணன் சொன்னான்:

“ஆமா காத்தான். நீகூட தோள்ல துண்டு போட்டுருக்கல்ல யாரு கொடுத்தா.”

புதிதாக மாயவரத்தில் வாங்கி காலில் மாட்டியிருந்த பஞ்சு மிட்டாய் கலரிலான குதிகாலை உயர்த்திக்காட்டி கட்டை விரலுக்குப் பக்கத்தில் தங்க கலரில் மினுக்கிய பூவோடு இருந்த செருப்பைக் காட்டி அவள் சொன்னாள்,

“இந்தச் செருப்பு போட்டுக்கிட்டு நிக்கிறேன்னா யாரு கொடுத்தா?”

தூரத்தில் மாடு ஓட்டிக்கொண்டு வந்த கோவிந்தராசுவின் கோலத்தைப் பார்த்துச் சொன்னாள்:

“அந்தா தொர கணக்கா பேண்ட்டு சட்ட போட்டுருக்கே யாரு கொடுத்தா?”

தட்டும் தாம்பாளமும் யாரு கொடுத்தா?

பல்பொடியும் கால் கொலுசும் யாரு கொடுத்தா?

மூக்குத்தியும் கண்ணாடியும் யாரு கொடுத்தா?

சீமெண்ணெயும் பாமாயிலும் யாரு கொடுத்தா?

அரிசிச் சோறும் பாலும் யாரு கொடுத்தா?

கொடுத்ததெல்லாம் நல்லதுக்குத்தான். இனிமே நாம யாரும் வேல செய்ய வேணாம். இனிமே நாம யாரும் யாருக்கும் கட்டுப்பட வேணாம். இனிமே நாம யாரும் யாருக்கும் அடிமையில்ல. இனிமே நம்ம யாருக்கும் வேல இல்ல. இனிமே நம்ம எல்லாருக்கும் ஒரே எஜமான் கௌர்மெண்டுதான். இனிமே அந்த கௌர்மெண்டுக்கு ஒரே எஜமான் நாமதான்.

அன்று முதல் கிராமத்தில் யாருக்கும் எந்த வேலையும் கிடையாது. சரியான நேரத்திற்கு அரசாங்க வண்டி வந்து நிற்கும். கிராம மக்கள் அனைவரும் வரிசையில் நின்று மூன்று வேளைக்குமான சாப்பாட்டை வாங்கிச் செல்வார்கள். அதன்பிறகு, அடுத்த நாள் வண்டி எப்பொழுது வரும் என்று காத்திருப்பதுதான் வேலை.

ஊர்ப் பள்ளிக்கூடத்தில் குழந்தைகளுக்குப் பாலும் முட்டையும் கோதுமைச் சோறும் தரப்பட்டது. மருந்து மாத்திரைகளுக்கு வாரம் ஒரு வண்டியும் துணிமணிகளுக்கு மாதம் ஒரு வண்டியும் வந்து சென்றது. திடீரென ஓர் அதிகாரி அந்த ஊருக்கு வந்து கணக்கெடுத்தார். கடந்த ஐந்தாண்டுகளில் கிராமத்தின் ஜனத்தொகை ஐந்து மடங்காகப் பெருகி விட்டதாக அறிவித்தார். அதிகாரியுடன் வந்த உதவியாளர் கீழ்நோக்கிய சிவப்பு முக்கோணம் தாங்கிய சுவரொட்டியை ஒட்டிவிட்டு மக்களிடம், “நாளை காலை உணவு வண்டி வருவதற்கு முன்னால் உங்கள் ஊரிலுள்ள ஆண்கள் அனைவருக்கும் வாசக்டமி செய்யப்படும்” என்றார்.

உடனடியாக மக்கள் அவரிடம்,

“அதுவும் சும்மாதானுங்க சாமி செய்வீங்க?” கேட்டார்கள்.

அரசு உதவியாளர்,

“இனி இந்த கிராமத்துப் பெண்கள் அனைவருக்கும் விடுதலை. எந்த வலியும் வேதனையும் அவர்களுக்கு இருக்காது. அரசாங்கம் பெண்கள் நலனில் அக்கறை கொண்டு பெண் விடுதலைக்கான ஏற்பாட்டின் முதல்படியாக இந்தச் சலுகையை உங்களுக்கு வழங்குகிறது”

சொல்லிவிட்டுப் புறப்பட்டுப் போனார். அவருடன் வந்த மற்றவர்களும்தான்.

காத்தானும் கிருஷ்ணனும் கண்ணுசட்டியும் அவளிடம் வந்து,

“ஏப்பா ஏதோ சொல்லிட்டுப் போறானே அது என்னன்னு ஒனக்குத் தெரியுமா?” என்று கேட்டார்கள்.

ஒய்யாரமாக அவர்களிடம் சொன்னாள்,

“கிருஷ்ணா, கா அடிக்கறது இல்ல ... கா அடிக்கறது ... அதுதான்.”

விடியற்காலை மூன்று மணிக்கு கிராமத்தின் பெண்கள் அனைவரும் இடதுகையைப் பக்கத்தில் துழாவிப் பார்த்தார்கள். ஆண்கள் ஒருவரும் தட்டுப்படவில்லை.

குடிகாரனின் குரல்

கத்தியின்றி ரத்தமின்றி
யுத்தமொன்று வருகுது
சத்தியத்தின் நித்தியத்தை
நம்பும் யாரும் சேருவீர்.

இரட்டை தொகுதிகள் மாற்றப்பட்டு தனித் தொகுதிகள் உருவான பின்பு பண்டித நேருவுக்குப் பின்னால், காங்கிரஸ் பிளவுபட்டதையடுத்து இரட்டைக் காளை மாடு, பசுவும் கன்றும், கை போன்ற சின்னங்களால் பரிணாம வளர்ச்சியை தேசிய நீரோட்டத்தில் அடைந்த இயக்கம்.

தமிழ்நாட்டில் ஸ்தாபன காங்கிரசுக்குப் பிறகு காந்தி காமராஜ் தேசியக் காங்கிரஸ், ஐயா மூப்பனாரின் தமிழ் மாநில காங்கிரஸ், பின்பு மறுபடியும் காங்கிரஸ், இந்திரா காங்கிரஸ் என்ற பலநிலைகளிலும் பெரியவர் பக்தவக்சலத்துக்குப் பின் மாநிலத்தை ஆளும் வாய்ப்பை எதிர்நோக்கிக் காத்திருக்கும் இன்றைய காங்கிரஸ் பேரியக்கம்.

நாடாளுமன்றத் தேர்தல்களில் தொடர்ந்து ஆதரிக்கப் பட்டாலும், சட்டமன்றத்திற்கு ஏனோ நிராகரிக்கப்படிருக்கிறார்கள்.

தேசியக் கொள்கைகளுடன் மாநிலச் சுயாட்சிக்கொள்கை முரண்பட்டிருப்பதால் அவர்கள் நிராகரிக்கப்பட்டிருக்கலாம் என்ற அனுமானம் தவறாகக்கூட இருக்கலாம்.

கோபண்ணா, பீட்டர் அல்போன்ஸ், ஞானதேசிகன், தமிழருவி மணியன் போன்ற அறிவார்ந்தவர்களால்கூட மீட்டெடுக்க முடியாத நிலைக்கு யார் காரணம்? குமரி அனந்தன் போன்ற தேசியத் தியாகிகளுக்கு மதிப்பில்லாமல் போனது எதனால்?

இந்து நேசன்

76

ஐயா வீட்டின் நிலங்களையெல்லாம் அரசாங்கம் எடுத்துக் கொண்டது. அவர்களுக்கென்று தனியாக ஐம்பது வேலி நிலத்தைக் கொடுத்துவிட்டு மீதம் இருந்தது எல்லாம் நிலமில்லா மக்கள் அனைவருக்கும் பிரித்துக் கொடுக்கப்பட்டது. முனிக்கு ஒன்பது மா நிலம் கிடைத்தது. மேட்டுப் பாங்கான இடத்தில் அவனுக்குக் கிடைத்த நிலத்தைச் சமன்படுத்தி பயிர்செய்ய நினைத்தான். மேட்டுத் தெருவிற்குப் போய் வேலைக்கு ஆட்களைக் கூப்பிட்டான்.

காத்தான் சொன்னான்,

“இப்பல்லாம் யாரு வேலைக்கி வரா... அந்தா என் வயலே கெடக்கு. கருவ மண்டிப் போச்சி. பம்புசெட்டுக்காரந்தான் பொழைக்கிறான். தண்ணி கேட்டா அறுக்குறதுல பாதிய கேக்குறானுவோ. அதான் சும்மாவே போட்டேன்.”

“சரி காத்தான். மாட்டுக்கு வக்கலுக்காவது ஆவுமேன்னு பாத்தேன்.”

“நீயி நம்ம டேனியலுல்ல டேனியலு அவன கூப்டியினா ஒருமணி நேரத்துல டிராக்டர வச்சி அடிச்சிக் கொடுத்துருவான். நம்ப மக்க யாரும் இப்பல்லாம் வேலக்கி வறாதுவோ.”

“எங்க காத்தான். அவனக் கேட்டா அவன் வேலைக்கே சரியாருக்குங்குறான்.”

“நீ போயி ஒன் சேக்காளி இருக்கால்ல அவகிட்ட சொல்லு.”

“முன்னமாரி இல்ல காத்தான். அவ இப்பல்லாம் பௌடர் போட்றா. கௌனுல்ல கௌனு அதப் போட்டுக்குறா. உள்பாவாட கட்டுவாளோ என்னவோ! தலையாணி ஒற

கணக்கா மேலேருந்து கீழே வரைக்கும் மூடிக் கெடக்கு. பாக்குறதே இப்பல்லாம் முடிய மாட்டேங்குது. ஏதோ கம்பேனியாமுல்ல கம்பேனி. வெளியில ஒருத்தன் உக்காந்துருக்கான். அவங்கிட்ட சொன்னா மேடம இப்போ பாக்க முடியாது. உங்கப் பேர எழுதிக் கொடுத்துட்டுப் போங்கங்குறான். என்னான்னு எழுதுறது? வெள்ளரிப் பிஞ்சுன்னா."

"அதுக்குக் கூட மிசினு வந்துருச்சாமே!"

"அதயேன் கேக்குற... துபாய்லேருந்து கிரீம் இல்ல கிரீம்... அத வாங்கி மாயாரத்துல ரெண்டு மூணு பயலுவோ வளத்து வச்சிருக்கானுவோ பாரு. நீயாவது நானாவது மிசினாவது?"

"ஆமா ... அது என்னா கம்பேனி?"

"அது... நெலத்த வாங்கி சமமாக்கி வீடு கட்றதுக்கு ரோடு எல்லாம் போட்டு விக்கிற கம்பேனி."

"இந்தக் காட்டுலயா?"

"ஆமா காத்தான்... இங்கதான் இயற்கை கொஞ்சுதாமே! என் மாடுகூட நடிச்சிருக்குன்னா பாரேன். பத்தடியில தண்ணியாம். பச்ச பசேல்னு வயக்காடாம். நம்ம மாந்தோப்புல்ல மாந்தோப்பு அத்தக்கூட காட்றாங்களே..."

"அதெல்லாம் பத்து வருஷத்துக்கு முன்னாடியில்ல தம்பி... தண்ணி வந்தே பத்து வருஷம் ஆச்சி. போர் செட்டும் ஐயாவூட்டு அம்பது வேலியும் இல்லன்னா என்னைக்கோ சுடுகாடு ஆகியிருக்கும்."

"நேத்தி கூட கம்பேனியிலருந்து ரெண்டு பேரு வந்தானுவோ. என் நெலத்த சுத்தி இருக்கறவுனங்கல்லாம் வித்துட்டானுவோன்னு என் நெலத்த கேட்டானுவோ."

"கிருஷ்ணன் கூட வித்துட்டாரு காத்தான். பட்டணத்துல மணிமொழி வேல பாத்துதுல்ல சைதாப்பேட்ட, அங்க போயி ஒரு வீடு கட்டிக்குட்டு இருக்காராமே."

"அந்தக் கம்பேனில அவருந்தான் இருக்காறாமே."

"அது என்னாமோ போ. சினிமால நடிக்கிறாலே அவகூடதான் ஸ்நேகமாம்."

"சரி இப்ப மேடத்த பாக்க முடியாதா?"

“மேடம் ரொம்ப வேலையா இருக்காங்க. டேனியலும் வரமாட்டேங்குறான். நானும் மாட்ட வித்துப்புட்டு கம்பேனில சேர்ந்து மெட்ராசுக்குப் போயிடலாம்னு இருக்கேன்.”

“செஸல்ஸ்ல செஸல்ஸூ... அங்க போயிடு. இங்க பாத்த வேலைய அங்க பாத்தியினா காசு கொட்டுமாமே... காசெல்லாம் கொட்டுந்தான்... இனிமே க்ரீம தடவி வளத்து வெறப்பாக்குறதெல்லாம் நடக்குமா?”

“ஆமாமா... அரசாங்க சோத்துல ஒடம்புதான் வளருது. என்னாத்த கலக்குறானுவுளோ என்னவோ. தோள்ல போட்டுருக்க துண்டு மாதிரி அப்புடியே தொவண்டு போய்க் கெடக்குதே. ஒருநாளில்ல ஒருநாளு வீரம் வருதான்னு பாப்போம்.”

“இப்பல்லாம் நம்ம ஆளுங்க மாயாரம் முழுக்குக்குப் போயி... மத்து இல்ல மத்து அததான் பாத்துப்பாத்து மூச்சு விடுறானுவோ”

“அது சரி... சோறு போட்ற அரசாங்கம் இலவசமா ஒரு மிசினு கொடுத்தா நல்லாதான் இருக்கும்.”

அந்த கிராமத்தில் முக்கியமான நீர்நிலைகள் தண்ணீர் இல்லாமல் தூர்ந்துபோய்க் கிடந்ததால் பட்டாவிலிருந்த குளங்களெல்லாம் தூர்க்கப்பட்டன. வடி வாய்க்கால் தேவையில்லை என்பதால் அதில் மக்கள் குடிசை போட்டார்கள். தங்கள் வாழ்விடங்களை நல்ல விலைக்கு விற்றுவிட்டு வேறு ஊர்களுக்குக் கிளம்பிப் போனார்கள். பல காரணங்களால் கிராமம் உற்பத்தி அற்றுப் போயிருந்தது. அதை அரசு தன் கெஜட்டில் இப்படிப் பதிந்துகொண்டது. இந்திந்த சர்வே எண்ணுக்கு உட்பட்ட இந்த கிராமம் குடியிருப்புப் பிரதேசமாக அறிவிக்கப்படுகிறது.

கம்பேனியின் இரண்டு நபர்கள் குளிரூட்டப்பட்ட வேனிலிருந்து மனை வாங்க வந்திறங்கிய வாடிக்கையாளர்களிடம் கிராமத்தின் பழமையான சுடுகாட்டைக் காட்டி விலை பேசிக் கொண்டிருந்தார்கள். தூரத்தில் கிருஷ்ணப் பருந்திற்குப் பதிலாக ஏதோ ஒன்று பறந்துகொண்டிருந்தது.

77

ஒவ்வொரு நாளும் மணிமொழிக்கு மிகுந்த உற்சாகத்தைக் கொடுத்தது. தமிழ்வாணன் கூடவே இருந்தான். அவர்களுக்குள் விவாதம் எழுந்தபோது மணிமொழி கேட்டாள்:

"தமிழ் உங்கள பத்தி ஒரு சரித்திரம் எழுதுங்க அப்படின்னு கேட்டா நீங்க எங்கிருந்து ஆரம்பிப்பீங்க?"

"பர்சனல் ஹிஸ்டரி அப்படின்னு யோசிச்சா எனக்கு ஒன்னே ஒண்ணுதான் தோணுது."

"உங்க தாத்தா, அப்பா அப்படி ஆரம்பிப்பீங்களா?"

"நான் ஒண்ணு சொல்றேன்"

ஆரம்பித்தான் தமிழ்வாணன்.

"என்னப் பத்தி யோசிச்சா எனக்கு ரொம்ப பெருமையா இருக்கு. நானே என்ன புகழ்ந்து புகழ்ந்து பேசிக்கிறேன். நான் ரொம்ப அழகா இருக்கறதாவும் என்மேல நறுமணம் வீசுறதாவும், நானொரு பெரிய அறிவாளின்னும் புகழ்ந்து புகழ்ந்து என்னப் பத்தியே பேசிக்கிறேன். திடீர்னு ஒருநாளு என்மேல வேர்வ நாத்தம் அடிச்சுது. அன்னிலருந்து ரெண்டு தடவ குளிக்க ஆரம்பிச்சேன். அப்பறம் ஒருநாளு பொட்டலத்துல கட்டியிருந்த பேப்பர்ல புரியாத மொழியில ஏதோ எழுதியிருந்தது. ஒடனே அதக் கத்துக்கிட்டுப் படிக்க ஆரம்பிச்சிட்டேன். என்ன அறிவாளின்னும் அழகன்னும் அப்படின்னும் இப்படின்னும் புகழ்ந்து பேசுன பேச்செல்லாம் எங்கிட்டேருந்து போயி எனக்கு முன்னாடி மொகத்துக்கு நேரா என்னப் பார்த்துத் திரும்பி நின்னுடுச்சி. என் காதுக்குள்ள வரணும் அந்தப் பேச்செல்லாம். அங்கேயே என்னப் பாத்து நான் பேசுன

பேச்செல்லாம் நிக்கவும் உடனே நான் ஒரு பேப்பர எடுத்தேன். என்னப் பத்திப் புகழ்ந்து புகழ்ந்து எழுதித் தள்ளுனேன். எழுதுறேன்னு தெரியுது. என்னப் பத்திப் புகழ்ந்துன்னு புரியுது. ஆனா, திரும்பப் படிச்சிப் பார்த்தா என் கண்ணுக்கு எழுத்தே தெரியல. தெரிஞ்சது எதையுமே என்னால படிக்க முடியில. திடீர்னு காதுல கேக்குது. ஆனா, கண்ணுல தெரியல. கண்ணுல தெரிஞ்சது காதுல கேக்கல. எங்கிட்டேருந்து என்னப் பத்தின புகழ் வெளியில போயி திருப்பி எனக்கே வர வரைக்குமான நேரம் இருக்கே நேரம் அதுதான் என் வரலாறு. என் வாழ்க்க."

மணிமொழி அவனிடம் தனக்குப் புரியும்படியாக ஒற்றை வரியில் வரலாற்றை சொல்லச் சொன்னாள்.

"நான் பொறந்தப்ப பஸ் இருந்துச்சா?"

"இருந்துச்சி ..."

"இப்ப இருக்கா?"

"இருக்கு ..."

"நான் பொறந்தப்ப பஸ் இருந்துச்சி. இப்பவும் பஸ் இருக்கு. இது ஒரு நேர்க்கோட்டின் இரண்டு புள்ளி."

"சரி ..."

"நான் எப்ப ரயில பாத்தேன்."

"அப்போ ..."

"அது கோட்டுக்கு மேல. நான் எப்போ ப்ளேன பார்த்தேன்."

"அது இப்போ ..."

"இது நேர்க்கோட்டுக்குக் கீழ, இப்படி நான் எப்போ எதைப் பாத்தேன். நான் எப்போ படிச்சேன், வாழ்ந்தேன், இதெல்லாத்தையும் மேலயும் கீழயும் அடுக்குனா அதுதான் நான். என் வரலாறு. என்னோட புகழ்ச்சி. அந்தப் புகழ்ச்சிதான் நான். அதுக்கு நான் வேணும். எனக்கு அது வேணும். இப்படித்தான் என் வரலாற எழுதனும்னு நெனச்சிக்கிட்டு இருக்கேன்."

"அருமையா இருக்கே தமிழ். இது நான் லீனியர பத்தி பேசறதா எனக்குத் தோணுது. இருந்தாலும் ஒரு வரலாற்ற நீங்க பாக்குற விதம் அருமையா இருக்கு. இத ஜோல்ட் அண்ட் ஜால்ட் அல்லது ஜிக் ஜாக் அப்படின்னும்

வச்சிக்கலாம். இல்லன்னா தமிழ் எழுத்துல அஃகன்னா இருக்கே அஃகன்னா அப்படியும் புரிஞ்சிக்கலாமோ. நல்ல வேள தமிழ் – எங்க நீங்க அப்பா, அம்மா, தாத்தா, பாட்டி வரலாறுன்னு சொல்லுவீங்களோன்னு பயந்தேன்."

"நம்முடைய வாழ்வியல் சுதந்தரமானது. நம்முடைய வாழ்வியல் நமக்கே புதிதானது. நம்முடைய வாழ்வியலே புதிய வரலாறு."

ஜி. குப்புசாமி
மொழிபெயர்ப்பாளர்,
ஆரணி

திரு ....

.... பதிப்பகம்

அன்புள்ள ....

எப்படியிருக்கிறீர்கள்? புத்தகக் கண்காட்சி தள்ளிப் போடப்பட்டுள்ளதால் உங்கள் ஊழியர்களுக்கு சற்று அவகாசம் கிடைத்திருக்கும் என்று நினைக்கிறேன். இம்முறை எத்தனை புத்தகங்கள் வருகின்றன?

நிற்க.

நீங்கள் என் பார்வைக்கு அனுப்பியிருந்த (தலைப்பிடப்படாத) நாவலைப் பெரும் சிரமத்தோடு வாசித்து முடித்தேன். A4இல் 277 பக்கங்களைப் படித்து முடிக்க எனக்கு இருபது நாட்களாகியிருக்கின்றன. (சில மொழிபெயர்ப்பாளர்களுக்கு 277 பக்கப் புத்தகத்தை இருபதே நாளில் மொழிபெயர்த்துத் தந்துவிட முடிகிறது!)

முதலில் ஒரு விண்ணப்பம். இனி தமிழ்ப் படைப்புகளை என் பரிசீலனைக்கு அனுப்ப வேண்டாம். பெரும் மனச்சோர்வுக்குள்ளாகி விடுகிறேன். (இந்த இருபது நாட்களில் ஸ்ஹ்ல்ஸ்டாடின் பத்து பக்கங்களை மொழிபெயர்த்திருப்பேன்) இந்நாவலை எழுதியவருக்கு இது முதல் படைப்பு. ஆனால் என்ன ஒரு அகந்தை! தமிழ்ப் படைப்புலகில் முதன்முறையாகக் காலடியெடுத்து வைப்பவரிடம் இருக்கவேண்டிய பணிவு இவர் எழுத்தில் இல்லை. இவர் ஓவியர் என்பதால் நாவலையும் இவர் வரைகின்ற ஓவியங்களைப் போலவே அடுக்கின் மேல் அடுக்காக அடுக்கி, வடிவத்தைத் தன் இஷ்டப்படி உருவாக்கி அமைத்திருக்கிறார். காட்சி நுகர்வுக்கும் வாசிப்புணர்வுக்கும் பெரும் வித்தியாசம் இருப்பதை அறிந்திருக்கவில்லை இவர்.

இந்நாவலைப் பதிப்பிக்கலாமா என்று என்னிடம் கேட்டால் என் தீர்மானமான பதில்: வேண்டாம்.

காரணங்கள்:

1. சகட்டுமேனிக்கு எல்லாத் தரப்பினரையும் பகடி செய்கிறது. அங்கீகரிக்கப்பட்ட எந்த அரசியல் சார்பாகவும் இந்நாவல் நிற்கவில்லை. அனைத்தையும் நிராகரிக்கிறது. எல்லோரும் திரண்டு வந்து இப்புத்தகத்தைத் தடைசெய்ய போராட்டம் நடத்துவார்கள். ஏதோ சர்ச்சையை எதிர்பார்த்து நாம் வெளியிட்டதைப் போல ஒரு தோற்றம் கிடைக்கும்.

2. மிகவும் பூடகமான விஷயங்கள், பெரும் சூழ்ச்சித்திறனோடு ஒவ்வொரு அத்தியாயத்திலும் பொதிக்கப்பட்டுள்ளன. உட்பிரதியைக் கண்டெடுத்து வாசித்தல் என்பது உயர்நிலை வாசிப்பின் அடையாளம். ஆனால் இது புதிரவிழ்த்தல். ஒருவரும் நாவலைச் சரியாகப் புரிந்துகொள்ளப் போவதில்லை. தப்புத்தப்பான எதிர்வினைகள் மட்டுமே வரும். (அதாவது எதிர்வினைகள் வரும் பட்சத்தில்.)

3. டெல்டா பகுதி மக்களுக்குப் பரந்த மனமும் சகிப்புத் தன்மையும் உண்டு, அவர்கள் சர்ச்சையைக் கிளப்ப மாட்டார்கள் என்று நாவலாசிரியர் சொல்வதாகக் காதில் விழுந்தது. பகுதி மக்களல்ல, இயக்கத்தவர்கள் சிக்கலைக் கொண்டு வருவார்கள்.

4. நான் இதற்கடுத்து டேவிட் மிட்ச்சலின் Cloud Atlas நாவலை மொழிபெயர்க்க விருப்பமிருப்பதாக உங்களிடம் சொல்லியிருந்தது நினைவிருக்கலாம். *Time shift, Multi layer story telling* எல்லாம் இந்நாவலிலும் இருப்பது என்னைத் தொந்தரவு செய்கிறது. இந்நாவல் வெளிவந்தால் எனது Cloud Atlas மொழிபெயர்ப்பு வெளியாகும் போது வரவேற்பு பலவீனமாகிவிடும் என்று தோன்றுகிறது. சில பிரகஸ்பதிகள் இந்நாவலையும் என் மொழிபெயர்ப்பையும் ஒப்பிட்டு விமரிசிக்கும் அவலம் வேண்டாம் என்று பார்க்கிறேன்.

இறுதியாக, இந்நாவலாசிரியரிடம் நாவல் சரியாக வரவில்லை என்று சொல்லிவிடுங்கள். நாவலில் எழுதியவற்றை *a series of paintings* ஆக வரையச்சொல்லி யோசனை சொல்லுங்கள். நாவலைவிட ஓவியத்தில் நன்றாக வரும் என்று அவரை கன்வின்ஸ் செய்துவிட்டால் எல்லோருக்கும் நலமாக முடியும்.

அன்புடன்,
ஜீ.கே

மீட்டர்கேஜ் ரயில்களில் வடஇந்தியப் பயணம் மிகுந்த சிரமம். இருந்தும்கூட பிராட்கேஜில் மகாராஜா சூட்டில் போவதைக் காட்டிலும் இன்பமானது மீட்டர்கேஜ் இரண்டாம் வகுப்புப் பயணம். அரிசிப் பொரியில் காய்கறிகளும் இந்திய மசாலாக்களும் கலந்து காகிதச் சுருள்களில் குலுக்கி, எலுமிச்சம் பழம் பிழிந்து கொடுத்தவன் காசுகூட வாங்காமல் அடுத்த குலுக்கலுக்குத் தயாராகிவிட்டான். பெட்டியைச் சுத்தம்செய்ய இரயில்வே ஊழியர்களுக்குப் பதில் ஒவ்வொரு இரயில் நிறுத்தங்களிலும் கால்கள் இருந்தும் நடக்க முடியா சிறுவர்கள் கூட்டிப்பெருக்கிச் சுத்தம்செய்து தருவதற்காக நான் கால்களை மடக்கி மரபெஞ் சில் சாய்ந்து உட்கார்ந்து கையிலிருந்த தேனே ஜாகரனில் லூதியானாவிற்குப் பக்கத்தில்தான் அந்தக் கிராமம் இருப்பதாகக் கண்டு வெளியில் பார்த்தால் லூதியானா இரயில் நிலையத்தைத் தாண்டி பிராட் கேஜில் என் பயணம்.

கிரிக்கெட் மட்டைகளைத் தயாரிக்கும் கிராமத்திற்குப் போனபோதுதான் அது பீங்கான் பொருட்களைச் செய்து கொடுக்கும் பல தொழிற்சாலைகளையும் கலைஞர்களையும் உள்ளடக்கிய கிராமம் என்பதைக் கண்டுகொண்டேன். முகலாயர் காலத்திற்கு முன்பிருந்து இனிப்பு வகைகளையும், புகழ்பெற்ற சமையல் கலைஞர்களையும் கொண்ட கிராமங்கள் இராஜஸ்தானின் பைக்காநிரைம்யு, சைக்கிள் தயாரிப்பிற்குப் புகழ் பெற்ற லூதியானாவையும், அத்தர் தயாரிப்பிற்குப் புகழ்பெற்ற என் பாஷையில் ரோஜாப்பூ கிராமத்தையும், கடைசிவரை காணக்கிடைக்காத பட்டோடி, கவாஸ்கர்களுக்கு மட்டை செய்து கொடுத்தக் கடையையும், கிராமத்தையும் தேடிக் கண்டடைந்த அழகிய பயணம்.

புகழ்பெற்ற பாடல் காட்சியில் நாவல் படித்துக்கொண்டு டார்ஜிலிங் மலை ரயிலில் பயணித்த அந்தக் கதாநாயகியின் நாயகன் என்றுதான் எனக்கு பட்டோடி அறிமுகம். ஆட்டத்தை நான் பார்த்ததில்லை. ஆனால் கல்கத்தாவில் ஈடன் கார்டனில் அவமரியாதைக்கு உள்ளான கவாஸ்கரின் ஆட்டம் அன்றைய தூர்தர்ஷனில் ஒளிபரப்பானபோது நான் பார்வையாளனாக ஆட்டம் பார்க்கத் துவங்கினேன்.

ஆங்கிலப் பள்ளிக்கூடங்களின் வருகை ஆண்டு விழாக்களில் வெள்ளை உடையணிந்து தொப்பியும் கை ரேடியோவுமாக மாறுவேடப் போட்டியில் ஆங்கிலக் கமெண்டரி கேட்பவராக சித்திரித்துக் கொள்ளும் மாணவர்களைப் பார்த்திருக்கிறேன். சென்னை போன்ற பெரு நகரங்களில் குடியரசுதின அணிவகுப்புக்குப் பின்பு குழந்தைகள் நச்சரித்துக் கூடுமிடம் கிரிக்கெட் மைதானம்.

சமீபத்தில் ஒருநாள் நந்தனம் ஒய்.எம்.சி.ஏ.வில் கார் நுழைந்தபோது என் பக்கத்தில் அமர்ந்திருந்த கை பேட்டிங் செய்து, கண்ணாடி உடைந்துபோனது. உடைத்தவர் பல தரமான மொழிபெயர்ப்புகளுக்குச் சொந்தக்காரர் ஜி. குப்புசாமி. தன்னுடைய பால்யகால கிரிக்கெட் பங்கேற்பைப் பற்றி ஒய்.எம்.சி.ஏ.வில் ஆடிக் கொண்டிருந்தவர்களோடு ஒப்பிட்டு உணர்ச்சிவசப்பட்டு ஆடிவிட்டார்.

பின்புதான் ஆரணியில் அவர் ஆடிய கதைகள் எனக்கு ஏ.ஆர்.எல்.எம்மில் பள்ளிகளுக்கிடையேயான கிரிக்கெட் ஆட்டங்களுக்கு நடுவில் கிளாஸ்கோ பிஸ்கெட் விநியோகிக்கக் கிடைத்த வாய்ப்பை அவரிடம் பிரஸ்தாபித்துக் கொண்டிருந்தேன். குப்புசாமிக்கு என்மீது கடுமையான கோபம். திருவனந்தபுரம் டீ. சி. புக்ஸில் சச்சின் டெண்டுல்கரின் வாழ்க்கை வரலாற்றுப் புத்தகத்தை வாங்க நான் தடைசெய்ததால்.

சமூக வலைதளங்களில் தொண்ணூறு வயதைத் தாண்டியவர்களெல்லாம் அப்புத்தகத்தைப் படிப்பதுபோல் புகைப்படம் எடுத்துப் போட்டபோது குப்புசாமியின் கோபம் எல்லை மீறியது. ஒரு மிட்–ஷாட்டில் ஸ்பின் பாலை ஆன்–சைடில் சிக்சருக்குத் தூக்கியடித்து ஸ்டேடியத்திற்கு அப்பால் தேடிப் பார்த்தும் கிடைக்காத தூரம். நான் சென்னையில், அவர் ஆரணியில்.

பார்வையாளனாக இருந்தவரை ரசிகர்களாகவும் காட்டிக் கொள்ளலாம். தெருமுனைகளில் பங்கேற்பாளனாகவும் இருந்திருக்கலாம். சென்ற உலகக்கோப்பை போட்டிகள் வரை இந்திய மக்களின் மனநிலை, போட்டிகளைப் பார்வையாளனாக ரசிக்கும் போக்கு மிகுந்திருந்த காலகட்டம்.

இந்திய அரசு உயர்ந்த விருதுகளுக்கு விளையாட்டைச் சேர்த்துக்கொண்டபோது அதன் கொள்கை பெரும்பான்மை மக்களின் மரபார்ந்த தொன்மையான விளையாட்டுகளில் உச்சத்தில் இருந்தவர்களைக் கௌரவிக்கும் என்கிற நம்பிக்கை எனக்கு இருந்ததில்லை. ஆனபோதும் விளம்பரம், பணம், ஊடகப்

புகழ் தாண்டி அரசு எங்காவது ஒரு மல்யுத்த வீரரையாவது கண்டுபிடிக்கும் என்றுதான் நினைத்துக்கொண்டேன். விதிகள் தளர்த்தப்படுவதும் மாற்றியமைப்பதும் சட்டமும் கொள்கையும் வகுக்கும் இடங்களில் மக்கள் பிரநிதிகளின் நம்பிக்கையும் அதுவாகத்தான் இருந்தது என்றெல்லாம் நம்பியவர்களில் நானும் ஒருவன்தான்.

அரசியல் தலைவர்கள் கலை கலாச்சாரங்களில் ஊறித்திளைத்தவர்கள், அறிவுஜீவிகள், பார்வையாளன் என்கிற நிலையைத் தாண்டி பங்கேற்பாளன் என்கிற மனநிலையையும் மீறி, உணர்வுபூர்வமாக விளையாட்டில் ஒன்றிணைந்திருப்பது அறுபடுவதற்குத்தான். விதி தளர்த்தப்பட்டவுடன் நாம் கொடுத்த களப் பலி முதல் விருது. இப்பொழுதும் நான் நம்புகிறேன் ஒரு மல்யுத்த வீரன் கிடைப்பான் என்று.

உலகின் தரம்வாய்ந்த கிரிக்கெட் விமர்சகர் ஆசிரியராய் இருக்கும் பத்திரிகையில் துவங்கி அனைத்துப் பத்திரிகைகளும் கிரிக்கெட்டைப் புறந்தள்ளினவா அல்லது மக்களின் கிரிக்கெட் மீதுள்ள மோகம் கிரிக்கெட் செய்திகளைப் படிக்கும் ஆர்வம் அற்றுப்போனதால் அவை புறந்தள்ளப்பட்டனவா என்பதெல்லாம் இங்கே கேள்வியில்லை. உலகக் கோப்பை துவங்குவதற்கு ஐந்தாறு நாட்கள் இருக்கும் இன்றுகூட உலகக் கோப்பை பற்றிய எந்தப் பரபரப்பும் என்னைப் போன்றவர்களுக்குச் செய்திகூட அறியாமல் இருப்பதற்கும் ஆரம்பகால ரசிகர்கள் வெகு சிலரால் மட்டுமே கவனப்பட்டுக் கொண்டிருப்பதும் பொதுவான மக்களின் பார்வையிலிருந்து வெகுதூரம் கிரிக்கெட் விலகிப்போயிருப்பது, கிரிக்கெட் சார்ந்த தொழில்களுக்கு மாற்றாக வேறென்ன இருக்கிறது என்பதுதான் கேள்வி.

தேசம், இந்தியா, என்னுடைய நாடு என்றும் எதிலும் தோல்வியடையக் கூடாது என்கிற அடிப்படை விருப்பமும் வாய்ப்புக் கிடைக்கும் இடங்களிலெல்லாம் மக்களின் பிரதிபலிப்பு ரசனை சார்ந்ததாக இல்லாமல் போனாலும் ரசிகர்களாகக் காட்டிக்கொண்ட பெரும் கூட்டம் மாற்றங்களைத் தந்துகொண்டேயிருப்பதில் வியப்பேதுமில்லை. தற்காலச் சூழலில் மேலோட்டமாகப் பார்த்தால் மீடியாக்களையும் சற்று உள்நின்று பார்த்தால் மீடியாவைக் கட்டுப்படுத்துபவர்கள் என்றும் நினைக்கத் தோன்றுவது மாயத் தோற்றமே.

சற்றுத் தூரம் நின்று என்னை நான் உற்றுப் பார்த்தால் இந்தியா ஜெயிக்க வேண்டும் என்கிற எண்ணம், போர் அல்லது அதற்கு நிகராக நடக்கும் ஏதோ ஒன்றின்மீது ஏற்றி,

விடம்பனம்

எல்லாவற்றிலும் வெற்றி இந்தியாவிற்கே என்கிற வேண்டுதல், எண்ணம், ஒற்றுமை, கிரிக்கெட்டை, விளையாட்டை, உணர்ச்சி நிலையில் வைத்திருந்தது போய், நிகழ்காலத்தில் அரசியலும், அரசின் கட்டமைப்பும் உலக நாடுகளில் இந்தியாவை முதன்மை வல்லரசாக ஆக்க எண்ண எழுச்சியும், தேசியக் கட்டமைப்பில் நம்பிக்கையும் ஆர்வமும் அடிமனதில் இருந்த மக்களிடம் இன்ன பிறவற்றில் ஏற்றிப் பார்க்காமல் நேரடியாகத் தலைவர்களின் மீது ஏற்றி அத்தலைவர்களின் வெற்றியில் திளைத்திருக்கும் மக்களுக்கு ஜனநாயக மரபுகளில் ஆர்வம் அதிகரித்திருப்பதாலும் நிகழ்ந்திருக்கலாம் என்றுதான் தோன்றுகிறது.

இந்திய ஜனநாயகத்தில் அரசின் பல முடிவுகள் மக்களை நேரடியாகச் சென்றடையும் விதத்தில் மாறிவரும் காலம் பிரதிநிதிகளைத் தாண்டி மக்கள் ஆட்சியாளர்களை நேரடியாக அணுக முடிகிற தொழில்நுட்பம் ஒவ்வொருவரின் பங்கேற்பும், மதிப்புமிக்கதாக ஆகிவிட்ட காலகட்டம் மைதானம் எனக்குள்ளும், நான் மைதானத்திற்குள்ளும், நான் தொடர்பவர்களும் இருக்கிறார்கள். என்னைத் தொடர்வதற்கும் இருக்கிறார்கள் என்கிறபோது நாட்டின் வளர்ச்சி வெற்றியை நோக்கி என்கிற வசீகர வார்த்தை என் மெசேஜ் பாக்சைத் தொட்டபோதுதான் இந்த ஷிப்ட் சாத்தியப்பட்டது.

கிரிக்கெட் கதாநாயகர்களிடமிருந்து விடுபட்டு அரசியல் கதாநாயகர்களுக்கு மாறிவிட்ட மனநிலை வேறொரு இடத்திற்கு ஷிப்ட் ஆகுமா?

அம்மாஞ்சி

78

ஊருக்குப் புதிதாகப் பத்துப் பதினைந்து பேர் லாரியில் வந்து இறங்கினார்கள். ஊரின் மையப் பகுதியில் தாங்கள் கொண்டுவந்த பொருட்களால் ஒரு மலையை உருவாக்கினார்கள். ஊர் மக்கள் அதை வேடிக்கை பார்த்து நின்றார்கள். மற்றொரு லாரியிலிருந்து இரண்டு ஈச்சை மரங்கள் இறக்கப்பட்டுத் தத்ரூபமாக நட்டு வைக்கப்பட்டன. பார்ப்பதற்கு உண்மையான ஈச்சை மரத்தைப் போன்றே தோற்றம் அளித்தன. மலைக்குப் பின்புறம் மெக்கானிக்குகளைக் கொண்டு மோட்டாரைப் பொருத்தி எங்கிருந்தோ இரண்டு லாரிகளில் தண்ணீர் கொண்டு வந்து மலைக்குப் பின்னால் அமைந்திருந்த பிளாஸ்டிக் தொட்டியில் ஊற்றி இயக்கிப் பார்த்தார்கள்.

மலையின் மேலிருந்து அருவி கொட்டியது. கீழே விழுந்த தண்ணீர் மீண்டும் மலைக்குப் பின்புறம் இருந்த தொட்டியை நிரப்பியது. குழந்தைகள் குதூகலித்துக்கொண்டு அந்தத் தண்ணீரைத் தொடப் போனார்கள். சீருடை அணிந்த காவலர்கள் அவர்களைத் தடுத்தார்கள்.

"இது பாக்க மட்டுந்தான். தொடக்கூடாது. கம்பேனிக்குத் தெரிஞ்சா கொன்னு போடுவாங்க."

குழந்தைகள் பாவம் சற்றுத் தூரம் நின்று அருவியை அதிலிருந்து வீழும் தண்ணீரை ஆச்சர்யமாகப் பார்த்தார்கள். பெரியவர்கள் காவலாளிகளிடம்,

"என்னாத்துக்குப்பா இது வந்திருக்கு?"

"நாளைக்கி நெலம் வாங்குறதுக்கு ஆளு கூட்டியாறாங்கல்ல. பத்தடியில தண்ணி இருக்குதுன்னு காமிக்கத்தான். இதெல்லாம்."

உடனடியாகக் குழந்தைகளின் நச்சரிப்புத் தாங்காமல் பெரியவர்கள் ஒன்றுகூடி ஊர்க் கூட்டம் போட்டார்கள். வயதான காத்தான் முன்வரிசையில் அமர்ந்திருந்தான். முனி கூட்டத்தை இப்படி ஆரம்பித்தான்.

“நம்ப பசங்களுக்குத் தண்ணிய தொட்டுப் பாக்கணுமா. அதுக்கு ஏதாச்சும் வழி இருந்தா சொல்லுங்க.”

“அது எப்படிப்பா முடியும்? அது கம்பேனியோட சொத்தாச்சே.”

“நம்ப ஊருல கம்பேனி வெக்கிறதால நம்ப புள்ளைங்க தொட்டுப் பாக்குறதுக்குப் போராடுவோம்.”

ஊர் பிரசிடென்ட்டான சரோஜா அக்கா பேசினார்.

“நம்ம ஊருக்கு, நம்ப சனங்களுக்கு இல்லாதது எதுக்கு இங்க இருக்கணும். நான் போயி பேசிப் பாக்குறேன். ஒத்துக்குட்டா பாப்போம். இல்லன்னா போராடுவோம்.”

உடனடியாக கம்பேனிக்குத் தகவல் தரப்பட்டது. பேச்சு வார்த்தைக்கு சரோஜா அக்கா அழைக்கப்பட்டாள். மூன்று மணி நேரத்துக்குப் பிறகு வந்த சரோஜா அக்கா

“இந்தப் பிரச்சனைய நம்ப எம்.எல்.ஏ கிட்ட எடுத்துட்டுப் போவோம். அவரு என்னா சொல்றாரோ அதுக்கப்புறம் பேசிக்குவோம்.”

ஊரும் சரோஜா அக்காவும் குழந்தைகளும் அங்கிருந்து புறப்பட்டு எம்.எல்.ஏ வீட்டிற்குப் போனார்கள். எம். எல். ஏ. முழு விவரத்தையும் கேட்டுவிட்டு ஒரு வாக்குறுதியை அவர்களுக்குத் தந்தார்.

“தேர்தலுக்குள்ளாக அந்த கிராமத்திற்கென்று பிரத்யேகமாக ஒரு செயற்கை நீரூற்றை ஏற்படுத்தித் தருவதாகவும் அதற்கான நிதியை சட்டமன்றத்தில் பேசிப் பெற்றுத் தருவதாகவும் கூடுதலாக அந்தச் செயற்கை நீரூற்றின் மையப் பகுதியில் இரண்டு கொக்கு பொம்மைகளை வைப்பதற்கு ஏற்பாடு செய்வதாகவும் வாக்குறுதி தந்தார்.”

குழந்தைகளும் பெண்களும் ஆண்களும் பெருமகிழ்ச்சியோடு ஆரவாரித்து சரோஜா அக்காவிற்கும் எம்.எல்.ஏவிற்கும் நன்றி சொல்லி ஊர்த் திரும்பினார்கள். பின்னாட்களில் தரங்கம்பாடி தாலுக்காவின் பொதுப்பணித்துறை பொறியாளர்களால் சர்வே செய்யப்பட்டு சென்னையில் அறிக்கை தாக்கல்செய்து நிதி பெற்று ஒன்பதே முக்கால் அடி அகலமும், பதின்மூன்றரை

அடி நான்கரை அங்குல நீளமும் மூன்றரை அடி ஆழமும் கொண்ட தொட்டியில் நீர் நிரப்பப்பட்டுக் கொக்கு பொம்மை வைக்கப்பட்டது. பல ஊர்களிலிருந்தும் இந்த அதிசயத்தைக் காண மக்கள் வந்து போனார்கள். இரண்டு மூன்று மாதங்கள் கழித்து தான் தொட்டியும் கொக்கு பொம்மையும் தண்ணீரில்லாமல் காய்ந்து போயின. ஊர் மக்கள் ஒவ்வொரு குறைதீர்ப்புக் கூட்டத்திலும் தண்ணீர் நிரப்ப வலியுறுத்தி மனு போட்டார்கள்.

கம்பெனி மாபெரும் வளர்ச்சிபெற்று பம்பாய் பங்குச் சந்தையில் பொதுப் பங்கினை வெளியிட்டதைக் கொண்டாடும் வகையில் அவள் சென்னை விமான நிலையத்திலிருந்து புறப்பட்டு மும்பை (பம்பாய்) போய்க்கொண்டிருந்தாள்.

Anupam Sud
Voyage-II
Etching on Paper
91 cm x 50 cm
2007

India
SC defines
what is a

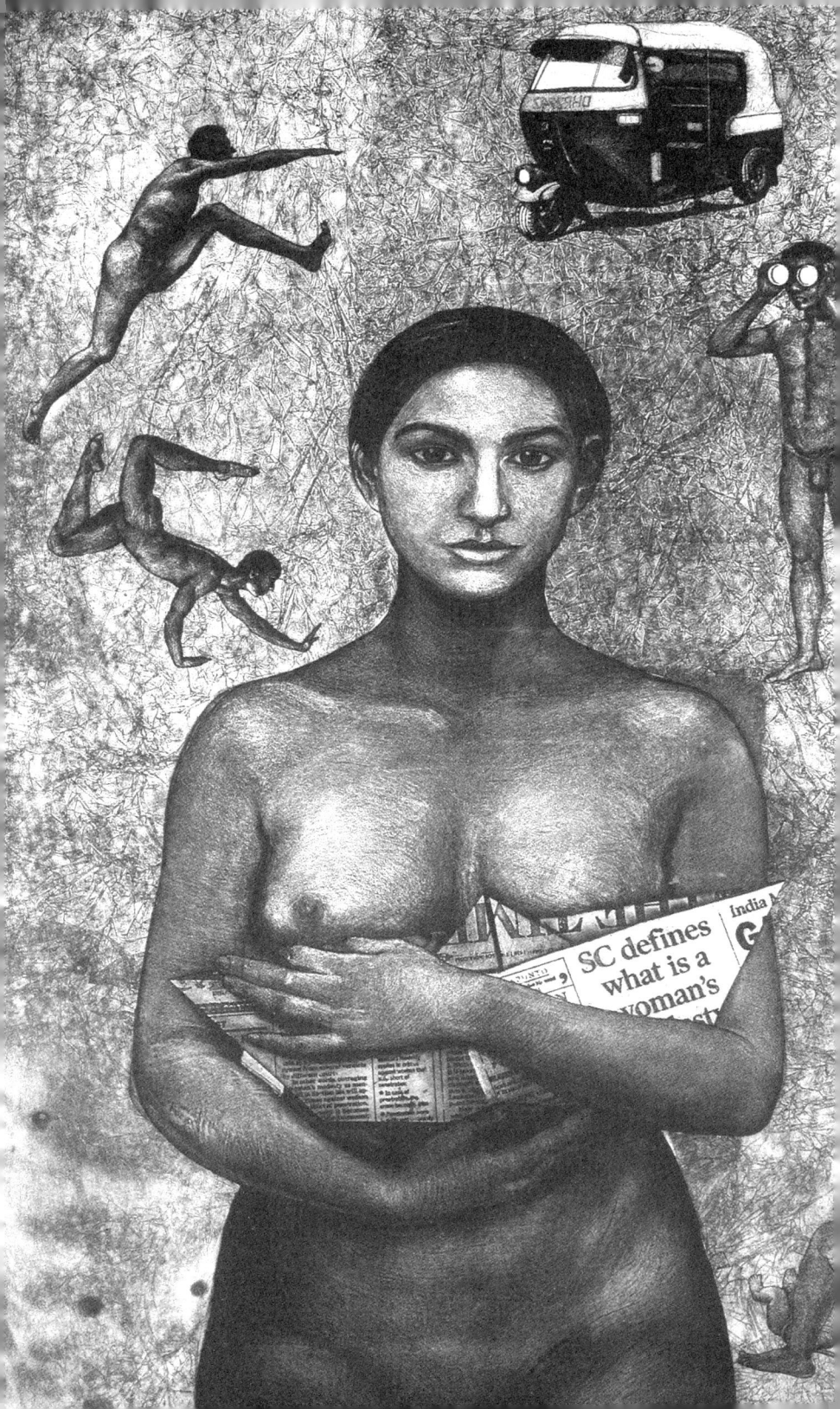

79

மாயவரத்தில் ஊர்வலம் மிக பிரமாண்டமாக நடந்து கொண்டிருந்தது. நாலு தாலுக்காவிலிருந்தும் கிட்டத்தட்ட நூறு டிராக்டர்களில் மக்கள் வரவழைக்கப்பட்டு மாபெரும் பேரணியாக விழாக்கோலம் பூண்டது. மங்கைநல்லூரிலிருந்து கிளம்பிய பேரணி மாயவரம் பெரிய கடைத்தெரு வழியாகச் சென்றபோது ஓர் இடத்தைக் கடக்க எட்டுமணி நேரத்திற்குமேல் ஆனது. தலைவர்கள் மணிக்கூண்டின் அருகே மேடை அமைத்துப் பார்வையிட்டார்கள். இரவு ராஜன் தோட்டத்தில் மாபெரும் பொதுக்கூட்டமும் நடைபெற்றது. பேரணியில் பங்குபெற்ற நூறு டிராக்டர்களும் தர்மபுரம் ரோட்டில் வரிசையாக நிறுத்தப்பட்டிருந்தன. முனி அதில் ஒரு டிராக்டர் டிரைவருடன் பேசிக் கொண்டிருந்தான்.

> "நம்ம தலைவரு எவ்வளவு பெரிய கூட்டத்த கூட்டிட்டாரு பாத்தியா? எங்க ஊரு சனங்களுக்கு மூணு டிராக்டரு பத்தல. அஞ்சி நட பஸ்ஸுல கூட சனங்க வந்திருக்குங்க. முன்னல்லாம் வேலக்கி டிராக்டரு கெடைக்காம கஷ்டப்பட்டுட்டு இருந்தேன். நேத்தி கூட டிராக்டர் கெடைக்காமதான் அலைஞ்சேன். உங்கூருல எப்புடி?"

கோல்டு ஃப்ளேக் ப்ளைன் சிகரெட்டை வாயில் வைத்து ஊதியபடி முனியிடம்

> "எல்லான் லோனு வண்டிதான். ஊரு முழுக்க இருக்குற வண்டிலாம் பேங்க்கு லோன்ல வாங்குனதுதான். வேல செஞ்சி மாளல. எல்லா ஊர்லயும் இப்பல்லாம் டிராக்டர்தான் பத்தாக்கொற. நீ ஒரு வண்டி வாங்கிட்டினா உன் வேலக்கும் ஆச்சி. ஊர் வேலக்கும் ஆச்சி"

என்றான் பன்னீர்.

“இல்ல பன்னீரு… உன்னமாரி நமக்கு வண்டி அனுபவம் இல்ல பாரு. அதான் யோசிக்கிறேன்.”

“லோன போடு. வண்டிய எடு. நம்ம மச்சான் ஒருத்தன் இருக்கான். அனுப்பி உடுறேன். அவனும் துபாய் போறதுக்கு ஒரு வருஷம் இருக்கு. அதுக்குள்ளே உனக்குக் கத்துக் கொடுத்துருவான். அப்புறம் என்ன?”

“இல்ல பன்னீரு. நீ வந்தின்னா நான் தைரியமா எறங்குவேன்.”

“மொதல்ல லோனு சேங்க்ஷன் ஆகட்டும். அப்புறம் பாத்துக்கலாம்.”

“லோனு திருப்பிக் கட்டனுமில்ல. அந்த அளவுக்கு சம்பாதிக்குமா?”

“அட நீ ஒண்ணு. வாங்குற அன்னியோட சரி. அதுக்கப்புறம் எவன் நம்மட்ட வந்து கேக்கவா போறான். கேக்குற அன்னிக்குப் பாத்துக்குவோம்.”

“இருக்குறது ஒரே ஒரு மாடு. அத வித்தா ஆயிரம் ஐநூருதான் தேறும். மொதலுக்கு எங்கப் போறது.”

“அதெல்லாம் ஃபீல்ட் ஆபீசர் பாத்துப்பாரு. நீ கையெழுத்த மட்டும் போடு. மத்தத நான் பாத்துக்குறேன்.”

“சரி… நாளைக்கே மாட்ட வெல பேசிட்றேன். நீ எங்க இருப்ப?”

“செம்மனார் கோயில்லதான்…”

“வெடி காலைல மாட்ட ஓட்டிக்கிட்டு நடந்தன்னா பத்து மணிக்குக் கடத் தெருக்கு வந்துடுவேன். அங்க பாப்போம்.”

“நாளைக்கி வேல கெடையாது. கட்சி மீட்டிங்குக்கு வந்ததுனால நாளைக்கு எந்த வேலயும் இல்ல. கடத் தெருவுலதான் இருப்பேன். வந்தியின்னா ஃபீல்ட் ஆபீசர பாத்துடலாம்.”

முனிக்கு அப்பொழுதே டிராக்டரை வாங்கி அதை ஓட்டிக்கொண்டு போவதுபோல் கனவு வந்தது. நூறு டிராக்டர்களும் கூட்டம் முடிந்ததும் மக்களை ஏற்றிக்கொண்டு அதனதன் கிராமங்களுக்குப் பயணப்பட்டன. முனி வீடு வந்து சேர்ந்தபோது மணி மூன்றேமுக்கால். காளையை அவிழ்த்துக்கொண்டு நடக்க ஆரம்பித்தான். கிட்டத்தட்ட எட்டு மணிக்கெல்லாம் அவன் கடைத்தெருவை அடைந்தான்.

அவனுக்குத் தெரிந்த ஒரு மாட்டுத் தரகரிடம் விலை பேசினான். அவர் சொன்னார்,

"இந்தக் காள கெடக்கிறது ரொம்ப அபூர்வம். இது ராஜ சுழியன் மாடு. இது அதிர்ஷ்டத்தின் அறிகுறி. மேற்கால ஈரோட்டுக்கு அந்தப் பக்கம் இருக்குறவங்கதான் அதிக வெல கொடுத்து வாங்குவாங்க. இப்ப நான் ஒனக்கு ஆயிரத்தி எண்ணூறு ரூபா தாரேன். அதுக்கு மேல எவ்வளவுக்கு விக்குதோ அதுல ஆளுக்குப் பாதி."

அவனிடம் பணத்தை எண்ணிக் கொடுத்துவிட்டுக் காளையை வாங்கிக்கொண்டான்.

வழக்கமாக ஏற்படும் எந்த உணர்வும் இல்லாமல் மிகச் சாதாரணமாக அந்த மாட்டைவிட்டுப் பிரிந்துபோய் பன்னீரைத் தேடினான். முனிக்குப் பன்னீரைப் பற்றிய கவலை அதிகமானது. அரை மணிநேரத் தேடுதலுக்குப் பிறகு பன்னீர் ஒரு பார்பர் ஷாப்பிலிருந்து வெளிப்பட்டான். மிக சுத்தமாக ஷேவ் செய்துகொண்டு தொங்கு மீசையும் பெரிய கிருதாவும் சுருள் கிராப்பும் பெரிய காலர் வைத்துத் தைத்த சட்டையும், பெரிய பூப்போட்ட கைலியும் வழவழப்பாக மினுமினுக்கும் துணியில் கைக்குட்டையுமாக வெள்ளை வெளேரெனப் பற்களைக் காட்டிச் சிரித்தான் பன்னீர். முனி அவனிடம் மாட்டை விற்றுவிட்டதாகவும் தன்னிடம் ஆயிரத்து எண்ணூறு ரூபாய் இருப்பதாகவும் ஃபீல்ட் ஆபீசரைப் பார்க்க வேண்டும் எனவும் சொன்னான். அந்த நேரத்தில் எதிரே வந்துகொண்டிருந்தவனிடம் பன்னீர் முனியை அறிமுகம் செய்தான்.

"இவர்தான் முந்தா நாளு புதுசா ஒரு டிராக்டர் வாங்குனாரு."

"எவ்வளோங்க கட்டணும். அது ஒன்னும் இல்ல, எல்லாம் ஃபீல்ட் ஆபீசர் பாத்துப்பாரு. அவர் வீட்லதான் இருக்காரு. நீ போய் அவரப் பாரு."

"சரிப்பா... ஒரு டீய குடிச்சிப்புட்டுப் போவோமா?"

பன்னீரும் முனியும் ஃபீல்ட் ஆபீசரைப் போய்ப் பார்த்தார்கள். அவரும் முனிக்கு உதவிசெய்வதாகச் சொன்னார். முனி எப்படியாவது டிராக்டரை வாங்கிவிட வேண்டும் என்றே நினைத்தான்.

ஒரு நாள் மாலைப் பொழுது முனியும் பன்னீரும் டிராக்டருடன் அந்த ஊருக்குள் நுழைந்தார்கள். ஏற்கனவே அந்த ஊரில் டிராக்டரைப் பார்த்துப் பழகி இருந்ததால்

விடம்பனம் 313

அவ்வளவொன்றும் விசித்திரமகாத் தோன்றவில்லை. காத்தானும் கண்ணுசட்டியும்தான் அவனிடம் கேட்டார்கள்.

"மாட்ட வித்துட்டியா?"

"ஆமா, பலப்பட்றதுக்கு பசு எங்க இருக்கு? வருமானமில்லாம மாட்ட வச்சி ஒரு வருஷம் பட்ட பாடு போதும். அப்படியின்னுதான் மாட்ட வித்துப்பூட்டேன்."

"ஊர்ல இருந்த கடைசி மாட்டையும் வித்துட்டு வந்துட்ட."

"அது போற எடத்துலயாவது நல்லா இருக்கட்டும். நம்மளோட கெடந்து சாவ வேணாம்பாரு. ஏன் சாவச் சொல்ற? நாளொன்னுக்கு அஞ்சிலருந்து ஆறு மாடு ஏறி உழுதுட்டிருந்துது. ஏறி உழ மாடு இல்லாம அது தவிச்ச தவி எனக்குள்ள தெரியும்."

"அதுசரி அதுசரி... நீ செஞ்சது சர்தான்... டிராக்டர சீக்கிரம் கத்துக்கிட்டியின்னா அது போதும் வாழ்க்கைக்கு."

அந்த ஊரில் யார் கூப்பிட்டாலும் போய்ப் புழுதி ஓட்டுவது கதிரடிப்பது என்று எல்லா வேலையையும் டிராக்டரைக் கொண்டு செய்துவந்தான் முனி. டிராக்டரின் முன்பக்கம் மெட்ராஸிலிருந்து வாங்கிவந்த காளை மாட்டின் செப்பு உருவச் சிலையை வைத்தான் பார்வைக்காக.

சீனிவாசன் நடராஜன்

சுந்தர ராமசாமி வீட்டில் அவருடைய அறையில் ஸ்டூல் மேல் வைக்கப்பட்டிருந்த பழைய குமுதம் பத்திரிகை பார்க்கக் கிடைத்தது. முன்பொருமுறை மவுண்ட் ரோடில் மிகப் பெரிய திரையரங்கம் ஒன்றில் நான் மட்டும் தனியாகச் சிரித்துக் கொண்டிருந்த ஹாஸ்யக் காட்சி, வேறு யாருக்குமே புரியாமல் போன 'ஹேரா'மும், மதில் ஏறிக் குதித்து சட்டையைக் கிழித்துக்கொண்டு பத்து ரூபாய் டிக்கெட்டை நூறு ரூபாய் கொடுத்து வாங்க வேண்டிய கட்டாயம் ஏதும் இல்லாமல் நாயக்கர் மஹால் தூண்களைச் சுற்றிக் கட்டிவிடப்பட்ட துணிகளுக்கு நடுவில் வரலாறு பதிவுசெய்யப்பட்ட 'இருவர்', பூட்சுக்கு நாக்கால் பாலீஷ் போடும் காட்சியில் சகிக்க முடியாமல் கண்ணை மூடிக்கொண்ட 'சிறைச்சாலை', இதற்கு முன்பு எப்போதோ நான் பார்த்த 'ஹரிதாஸ்', எம். எம். தண்டபாணி தேசிகரின் 'நந்தனார்', என்னால் ஞாபகத்திற்கே கொண்டு வரமுடியாத 'ராஜராஜசோழன்' போன்ற படங்களில் இருந்தெல்லாம் ஒப்பிட வேறொரு படம் பார்க்கக் கிடைத்த இந்த மாதம், பதடியின் போறாத காலம்.

நீரிழிவு நோய் முன்னமேயே இருந்திருக்குமோ என்ற கதாபாத்திர வடிவமைப்பு, ராஜாவேஷம் போட்டு சினிமாவில் நடித்த கதாபாத்திரத்தைப் பார்த்த மாத்திரத்தில் தோன்றியது. கதை மாந்தர்கள் எவ்வளவுதான் சாயம் பூசிக்கொண்டிருந்தாலும் சாயம் பூசியவர்களின் முப்பதுகளில் குருகுலவாசத்தில் நிகழ்ந்த நுண்ணரசியலைக் கையில் எடுத்த தைரியம் கேமராக் கோணங்களில் கைவிட்டுப் போனால் கலை இயக்குநர் சாமர்த்தியமாகச் சமாளிப்பார். உப்பரிகையும் உள்ளறை அலங்காரமும் கிண்டி பிளாட்பாரத்தில் விற்கும் மலிவு விலை மாவு சிலைகளைக் கொண்டு நிரப்பி ஃபீல்டையும் ஃபிரேமையும் பல்லிளிக்கும்படி செய்தால், கலை இயக்குநருக்கு கேமிராக்காரர் கைகொடுப்பார். இருவரும் சேர்ந்து கைவிட்டபோதிலும், கதை இயக்குநர் குழம்பிப்போய் நின்றுவிடாமல் கானாடுகாத்தானில் கிடைத்த ஒரு சந்திற்குள்ளேயே ராஜநடை போட்டிருப்பது பாராட்டத்தக்கது.

முப்பதுகளின் நாடகக் குழுக்கள் நாற்பதுகளில் பிரச்சாரமாக மாறி, எண்பதுகளில் நலிவுற்று தொண்ணூறுகளில் காணாமல் போய்த் தற்போது சினிமா உச்சநிலையில் என்கிற இரண்டு வரிக் காட்சி அமைப்பை இவ்வளவு அழகாக யாராலும் சொல்ல முடியாது. நடிக்க வாய்ப்புக் கேட்டுவரும் பெண் கதாபாத்திரம் சிக்குக் கோலம் போடும் அளவே ஆன இடத்திற்குள் தனது குரலையும் உடல்மொழியையும் பிரஸ்தாபித்து வாய்ப்புக்கோரி நிற்குமிடம் எண்பதுகளின் அரசாங்கப் பள்ளிக்கூடத்தில் படித்த பெண்களின் தோற்றம் கண்முன்னே எண்பதுகளின் பஞ்ச காலத்தை விரிவுபடுத்துகிறது.

மேற்சொன்ன பல படங்களில் கையாளப்பட்டிருக்கும் உடையலங்காரமும் சிகையலங்காரமும் உருவாக்குவதென்பது இன்றைக்கிருக்கும் தமிழ்சினிமாச் சூழலில் சிரமமான காரியம் அல்ல. படம் பார்த்துக்கொண்டிருந்த எனக்குள் ஏற்பட்ட மகிழ்ச்சி என்பது, நான்கு காலகட்டத்தை மிக அழகாகப் பிரித்துக் கொண்டு காட்சிப்படுத்த முனைந்திருக்கும் இயக்குநரைப் பற்றியது.

தற்கால சினிமா சாத்தியங்களில் இசை, உலக அரங்கில் இசைக்கப்படும் சினிமா இசைக் குறிப்புகளைக்கொண்டு இந்தப் படத்தைத் தற்காலப் படமாகக் கட்டமைத்து அதற்குள் குருகுல முறையிலான நாடகப் பயிற்சி என்கிற பழங்காலக் கட்டமைப்பை இடைக்காலத்தில் நசிந்துபோன நாடக பாணியைக் கதாபாத்திரங்களின் வடிவமைப்பின் மூலம் சொல்ல முனைந்திருக்கும் விதமே இந்தப் படத்தை வேறுவிதமாகப் பார்க்கத் தூண்டியது.

சரித்திர நாடகங்கள் மத நம்பிக்கைகளை பிரஸ்தாபித்த போதிலும் 'கர்ண மோட்சத்'திற்குப் பின் எங்காவது பாடல் உண்டா என்று கேட்கும் இடம்தான் படைப்பாளி சுதந்திரமான மேடையைக் கண்டடைந்த கட்டம். இதிலிருந்து நான் இயக்குநரின் சுதந்திரத்தில் தலையிடாது படம் பார்த்தபோதுதான் இரண்டாயிரத்து பதினான்கின் ஊர் அமைப்பையும் சூழலையும் அப்படியே வைத்துக்கொண்டு, பின்னணி இசையையும் பாடல்களையும் தற்கால சினிமா யுக்தியில் வடிவமைத்து பழங்கால நாடகக் குழுக்களின் நுண்ணரசியலை உணர்வுத் தூண்டலாக மேலெடுத்துக் காட்சி நிறக் கோட்பாட்டைக் கட்டுப்படுத்தாமல் சுதந்திரமாக அனுமதித்துக் கதாபாத்திர வடிவமைப்பை சினிமாவிலிருந்தே பெற்றுக்கொண்டு தற்கால சினிமா மொழிக்கு ஒரு புதிய வடிவக் கட்டுமானத்தைத் தந்திருக்கும் இயக்குநரைப் பாராட்டாமல் இருக்க முடியவில்லை.

நாஸ்டால்ஜியாவைத் தேடுபவர்களுக்கும் காரைக்குடியில் நன்னாரி சர்பத் கடைக்கு எதிரில் பழம் பொருள்கள் விற்கும் கடையில் வாங்கிப் பல அரங்க பொருட்களைப் பயன்படுத்தியிருக்கலாம் என்று சொல்பவர்களுக்கும் இயக்குநர் இப்படிச் சொல்லியிருப்பார் என்றுதான் தோன்றுகிறது. "அது அந்தக் கால மக்களின் ரசனை சார்ந்த பொருட்களின் சேகரிப்பு. இது என் படம் பார்க்கவரும் மக்களின் ரசனை சார்ந்த அரங்கமைப்பு."

யுனெஸ்கோ அறிவித்த பாரம்பரிய ஊர்கள் கானாடுகாத்தான், பள்ளத்தூர் போன்ற அறுபது ஊர்களில் எங்கு ஃபிரேம் வைத்தாலும் இதேபோன்று நீண்டு கிடக்கும் தெருக்களும் ஊருணியும் கோயிலும் சுதைச் சிற்பமும் பீங்கான் வேலைப்பாடும் மலிந்துகிடக்கும். ஆகவே இயக்குநர், ஒரு தெருவுக்குள் படம் எடுத்ததிலிருந்தே தமிழ் சினிமா நான்கைந்து டெம்ப்ளேட்டுக்குள் மிகப்பெரிய வியாபார உச்சத்தை அடைந்துவிட்டதாகவும் நாடகக் காலத்திலிருந்து சினிமா காலம் வரையிலும் நடந்த முயற்சிகளைப் பகடி செய்திருப்பதாகவுமே யூகிக்க முடிகிறது.

சம்பாஷணையின் எட்டாவது நிமிடத்தில் இரண்டு கதாநாயகர்களும் திரைச் சீலைக்குப் பின்னிருந்து பேசிக்கொள்வதிலிருந்து 'கைத்தட்டலில் என்ன இருக்கிறது? இராவணனை இவர்கள் இன்னும் பார்க்கவில்லை. இராஜபாட்டின் நடிப்பைத்தான் பார்க்கிறார்கள்' என்ற உரையாடல் இந்தப் படத்தைப் பற்றி சொல்லுவதாகத்தான் தோன்றுகிறது. படம் கைத்தட்டலுக்காகவா, படத்திற்காகவா?

காஸ்மோபொலிட்டன் மனோபாவத்திற்கும், ஆதாரத் தொடர்ச்சியாக இருக்கும் மனோபாவத்திற்கும் இடையேயான போட்டி எப்பொழுதுமே செவ்வியல் கலைகளுக்கும் தற்காலக் கலைகளுக்கும் இடையேயான முரண்பட்ட போக்கின் புரிதலைக் குறித்த மனநிலை மாற்றத்தின் கலைவெளிப்பாடுகள். பார்வையாளனுக்குக் காலப்போக்கில் ரசனையை வளர்க்குமே அல்லாமல் உடனடித் திடீர் மாற்றங்களைக் கோரும் தந்திர யுக்தியாக இருக்க நியாயமில்லை.

சினிமா உருவான விதத்தில் பல கோளாறுகள் கண்டறியப்பட்டாலும் அதையெல்லாம் தாண்டி, படம் மாற்று ரசனையை வளர்த்து மேம்படுத்துவதைப் படத்தின் இரண்டு கதா நாயகர்களும் சமமான முடிவை எட்டியிருப்பதிலிருந்து கதை கலைகளுக்கான முடிவுகளைத் தெள்ளத் தெளிவாகச் சொல்லிவிடுவதாய் நம்புகிறேன்.

படைப்பாளியின் சுதந்திரம் பல இடங்களில் கர்வமாகக் காட்டப்பட்டாலும் கர்வம் படைப்பின் வளர்ச்சியைப் பாதிக்காத வகையில் மேலும் வளர்வதற்கான ஆதாரமாகவே காட்டப்பட்டிருக்கிறது. சினிமா பிரச்சாரப் பாணியிலிருந்து விலகி சினிமாவிற்கான சினிமாவைக் கண்டுபிடித்தவர்களில் இயக்குநரும் ஒருவராக வணிக சினிமாவின் மையத்திலிருந்து விலகி நிற்கும் இயக்குநரை 'காவியத் தலைவ'னாகத்தான் என்னால் பார்க்க முடிகிறது.

அம்மாஞ்சி

80

விசாகப்பட்டினமும் பம்பாயும் துறைமுக நகரங்கள்தான். பம்பாய் அவளுடைய வருகைக்காகக் காத்திருந்தது. ஏர்போர்ட்டிலிருந்து வெளியில் வந்தவளைக் கறுப்புநிற ஜாகுவார் வரவேற்றது. அழகாக இருந்த காரின் பானட்டில் பொருத்தப்பட்டிருந்த ஜாகுவார் சிலையைச் சற்றுநேரம் பார்த்துக்கொண்டிருந்தாள். பம்பாயின் மிக முக்கியமான தாஜ் பேலஸ் ஹோட்டலில் அறை ஒதுக்கப்பட்டிருந்தது. விரைவாகக் கிளம்பி பக்கத்திலிருந்த கான்ஃபரன்ஸ் ஹாலில் காத்திருந்த வல்லுநர்களிடம் தயக்கமில்லாமல் பேசிக்கொண்டிருந்தபோது தென்னிந்தியாவின் மாடல் ஃபோட்டோகிராஃபராக உருவாகிக் கொண்டிருந்த பிரபு அவளிடத்தில் சில புகைப்பட ஆல்பங்களைக் காட்டினான்.

வரிசையாகப் பார்த்துக்கொண்டே வந்தவள் ஒரு மாடலைப் பார்த்து "ஹூ ஹிஸ் ஷி?" என்று கேட்டாள்.

"அவங்க விசாகப் பட்டணத்துல இருந்து வந்திருக்குற ஒரு ஃபிரஷ் மாடல். இப்பல்லாம் இவங்களுக்கு இங்க டிமாண்ட் அதிகம்."

"சவுத் இந்தியன் கேர்ளா..."

"ஆமா... சந்திரிகா சோப்புக்குத்தான் மாடல் தந்தாங்க. பட் ஷி இஸ் வெரி பாப்புலர் நௌவ்."

"பேரு என்ன?"

"குயின் ஆஃப் ஆர்டின்."

"நாம பண்ணப் போற விளம்பரத்துக்கு சூட்டபிளா இருப்பாங்களா?"

"நிச்சயமா? இன்வெஸ்டார்ஸ்ஸ கேச் பண்ண ஆப்டா இருப்பாங்க."

“ஒரு அப்பாயின்ட்மென்ட் பிக்ஸ் பண்ணிக் கொடுங்க பிரபு.”

“அவுங்க மேனேஜர்கிட்ட பேசிட்டு சொல்றேன்.”

இவள் மனதிற்குள் எண்ணிக்கொண்டாள்,

“என்றைக்கோ பிரிந்துபோன அவளாய் இருக்குமோ. அந்த மேனேஜர் அவனாக இருக்குமோ?”

கோடியக்காட்டிலிருந்து கிளம்பிய படகு தரங்கம்பாடிக்கு வரமுடியாத இயற்கைச் சூழலில் விசாகப்பட்டினத்தில் தரை தட்டியது. விசாகப்பட்டினத்திலிருந்து மைனரும் ஆடுதன் ராணியும் அங்கிருந்த சிலரின் உதவியால் சந்திரிகா சோப்பு விளம்பரத்தில் நடிக்கத் துவங்கி குறுகிய காலத்தில் பம்பாய்க்குக் குடி வந்தார்கள். அவர்களுடைய தொழில் மாடலிங்காக மாறிவிட்டிருந்தது. ஒரு ஹிந்திப் படத்தில் நடிப்பதற்கு ஒப்பந்தமானாள் நம் ராணி மார்க்.

இந்தச் சந்தர்ப்பத்தில்தான் அவளுக்கு மிகுந்த நெருக்கமான சினேகிதி வளர்ந்துவரும் கம்பெனியில் சி.இ.ஓ.வாகப் பொறுப்பேற்று பம்பாய்க்கு வந்திருந்தாள்.

பம்பாய் அவளுக்குப் பல புதிய திறப்புகளை வைத்திருந்தது. தன் கிராமத்தை விட்டுப்போன அவர்களை ஃபோட்டோகிராபர் பிரபுவின் மூலம் அடையாளம் கண்டது, அவளுக்கும் ஒரு பட கம்பெனி ஆரம்பிக்கும் எண்ணம் இருந்தது, ஆகையால் அவர்கள்தானா என்று உறுதிசெய்ய நேரில் பார்க்க விருப்பமுற்றாள்.

பம்பாய் வியாபார வழக்கப்படி இரவு விருந்துக்கு ஏற்பாடானது. அந்த விருந்து மிகப்பெரிய நட்சத்திர விடுதியில் துவங்கியது. ஆட்டம்பாட்டம் கொண்டாட்டத்துக்கு நடுவில் அவளும் அவனும் இவளும் சந்தித்துக்கொண்டார்கள்.

ஆச்சர்யப்படுவதற்கு இருவரிடமும் பெரிதான மாற்றங்கள் நிகழ்ந்திருந்தன. நீண்ட நேரம் பேசிப்பேசிக் களைத்துப் போனார்கள். மூவரும் அந்த விடுதியின் மகாராஜா சூட்டில் போய் அன்றிரவு தங்கினார்கள். மறுநாள் பொழுதுக்குள் ஒரு திரைப்படம் தயாரிப்பதற்கான முடிவை எட்டியிருந்தார்கள். இயக்குநரைக் கண்டுபிடிப்பதுதான் அவர்களுக்குச் சிரமமான காரியம். இயற்கையாக அவர்களிடத்தில் இருந்த துணிவு வெற்றியை நோக்கி நகர்த்தியது. பம்பாய் மிகப்பெரிய பட நிறுவனத்திற்கான வேலையில் இறங்கியது.

81

நின்றுபோன தீவிர சிற்றிதழான *திட்டிவாசலில்* வெளிவந்த டூரிங் டாக்கிஸ் கதையைப் படமாக்க நினைத்தாள். கதை பாதியில் நின்றிருந்தது. மீதிக் கதையைத் தேடி அதைத் தொடராக எழுதிய எழுத்தாளரைக் கண்டுபிடிக்க மூடப்பட்ட *திட்டிவாசலின்* அலுவலகத்திற்கு ஃபோட்டோகிராபர் பிரபுவுடன் பயணித்தாள். அவர்கள் ஒரு புது முகவரியைக் கொடுத்து அங்குதான் *திட்டிவாசல்* அலுவலகம் நடப்பதாகச் சொல்லி அனுப்பினார்கள்.

பிரபுவுக்கோ கையில் இருக்கும் கதையைப் படமாக்கினாலே போதும் என்றிருந்தது. அதற்கும் கூட காப்பி ரைட் வாங்க வேண்டுமே என்று அந்த எழுத்தாளரைக் கண்டுபிடிப்பதைத் தீவிரமாக்கினாள். புதிய முகவரியில் இயங்கிக் கொண்டிருந்த *திட்டிவாசல்* அலுவலகத்திற்குப் போய் தொடர் எழுதிய எழுத்தாளரைப் பற்றி விசாரித்தாள். அவர்களுக்கும் எழுத்தாளரைப் பற்றி எந்த விவரமும் தெரியவில்லை. ஒரு ஈமெயில் ஐடியைக் கொடுத்து

"இந்த ஐடியில்தான் எங்களுக்கு அந்தத் தொடருக்கான கதை வந்துகொண்டிருந்தது. திடீரென்று அது நின்றுபோய் விட்டதால் எங்களால் தொடர முடியவில்லை, எங்கள் இதழும் நின்றுபோய் விட்டது. யார் எழுதுகிறார்கள் என்பதை நாங்கள் எப்பொழுதும் பார்ப்பதில்லை. நல்ல கன்டென்ட் இருந்தால் போதுமானது" என்றார்கள்.

திட்டிவாசல் அலுவலகத்திலிருந்து வெளியில் வந்த பிரபுவும் அவளும் நின்றுபோன அத்தியாயத்திலிருந்து படத்தை ஆரம்பிக்கலாமா? என்று யோசித்தார்கள். அவள் தன் கையில் வைத்திருந்த பாம்டாப்பிலிருந்து அந்த ஈமெயில் முகவரிக்கு ஒரு தகவலை அனுப்பினாள்.

"அவசரமாக உங்களைத் தொடர்புகொள்ள வேண்டும். இந்த எண்ணுக்கு கால் செய்யுங்கள்."

அவள் அனுப்பிய ஈமெயிலுக்கு எந்த விதமான பதிலும் வரவில்லை. அவளும் ஃபோட்டோகிராபர் பிரபுவும் அமீதீசில் காஃபி குடித்துக்கொண்டே விவாதிக்கத் துவங்கினார்கள்.

"இந்த ஃபிலிம்ல நிறைய ஸ்கோப் இருக்கு. ரைட்ஸ் வாங்கலைன்னா ரொம்ப கஷ்டம். எப்புடியாவது ரைட்ஸ் வாங்கப் பாக்கணும்."

பிரபு சொன்ன யோசனை அவளுக்கு உற்சாகத்தைக் கொடுத்தது. திட்டிவாசலில் வெளியான தொடரை சினிமாவாக எடுக்கப் போவதாய் ஒரு செய்தியை பத்திரிகையில் கசிய விடுவோம். அதைப் பார்த்து எழுத்தாளர் நம்மிடம் தொடர்பு கொள்ளலாம்.

உடனே அவள் நாளிதழ் ஆஃபிசுக்கு ஃபோன் செய்தாள். நண்பர் அதிஷாவிடம் இந்தத் தகவலைச் சொன்ன மறு வினாடியே அவளுக்கு அந்தத் தொடரை எழுதியது யார் என்ற தகவலை, அதன் பின்புலத்தை, அது நின்று போன காரணத்தை என்று ஏராளமான விஷயங்களை அதிஷா அவளிடம் பகிர்ந்துகொண்டான்.

எல்லாவற்றையும் கேட்டுவிட்டு அதன் உரிமையை வாங்கத் தனக்கு உதவும்படி கேட்டான். அன்று மாலைக்குள் அவள் நினைத்தது நடந்தது. பம்பாயில் பெரிய அளவில் பூஜை போடப்பட்டது. படத்தின் பெயர் 'டூரிங் டாக்கிஸ்'. நாயகி 'ராணி மார்க்' என்று அழைக்கப்பட்ட 'ஆர்டின் குயின்'தான்.

ஜாகுவார் முன்னைவிடவும் பிரகாசமாய் அவளுக்குத் தோற்றமளித்தது.

முழம்போட்டு அளந்து விற்கும் துணிக்கடை, பிரம்புக்கூடை, முறம், பூட்டாங்கயிறு போன்ற பொருட்களை விற்கும் கடைகள் அமைந்த தெருக்களின் வழியாக நடந்து போனபோது, மதராஸில்தான் இவை அனைத்தும் அமைந்திருக்கின்றன என்பதை என் கண்களால் நம்ப முடியவில்லை. மந்தைவெளி தொடங்கி மயிலாப்பூர் தாண்டி சென்னைப் பல்கலைக்கழகம் வரை நீண்டுகிடந்த கோணல் வகிடுபோல் அமைந்த தெருக்களில் பாரம்பரிய நடைபயணம் 2014இல் சாத்தியப்பட்டது.

ஒருமுறை ஹெரிடேஜ் வாக் என்று அழைக்கப்படும் பாரம்பரிய நடை விடியற்காலை ஐந்து மணிக்கெல்லாம் இந்தியாவின் பல நகரங்களில் தொடங்கும், எட்டு மணிக்கெல்லாம் முடிந்துவிடும். குவாலியரில் ஒருமுறை கைகாட்டியதும் நின்றது நேரோ கேஜ் ரெயில். பலமுறை அதிலேறி பயணம் செய்தும் அலுப்புத் தட்டாத குவாலியர் நகரப் பயணமும், அதன் நகரமைப்பும், பார்த்துக்கொண்டே இருக்கத் தூண்டும் கோட்டையும் குவாலியருக்கு அடையாளத்தைத் தருகிறது.

குவாலியர் கோட்டைக்குப்போகும் வழியில் மலைகளில் செதுக்கப்பட்டிருக்கும் உயரமான பௌத்தத் துறவிகளின் சிற்பங்களில் கோட்டை மதில்சுவரின் தோற்றம் அதன் பளபளப்பிற்குப் பூசப்பட்ட வண்ண வண்ண எனாமல் பூச்சும் கண் மூடினாலும் கனவுக்கும் நிஜத்துக்கும் நடுவில் வந்துபோகும் புகைப்படலம்.

புகைப்படம், சிற்பம், ஓவியம் போன்ற எண்ணிலடங்காக் கலைப் பொருட்களின் சேகரிப்பிடமாக ராஜமாதா சிந்தியாவின் குவாலியர் பேலஸிற்குள் விருந்து பரிமாறும் மண்டபத்தில் அமைந்திருந்த உணவு மேசையில் 'ஸ்காட்ச் பாட்டிலை' சுமந்து ஓடும் ரயில் இன்றும் பயன்பாட்டில் இருக்கிறது.

புகைப்படங்களில் ஆவணப்படுத்தப்பட்டிருக்கும் கலை அதற்கு முன்பு சுவரோவியங்களில் பத்திரப்படுத்தப்பட்டிருக்கும் காட்சி எவ்வாறெல்லாம் மனதின் தூண்டுகோலாக இருந்திருக்கலாம் என்று ஆராய்ந்தால், சுதந்திரப் போராட்டத்திற்கு முன்புவரை குறிப்பாக உலகயுத்தத்திற்கு முன்பு இந்தியா

போன்ற நாடுகளில் சீமான்களையும் சீமாட்டிகளையும் அல்லது பங்களாக்களையும் அரண்மனைகளையும் விடுத்து எளிய மக்களின் ஆடைகலைந்த அழகுத் தோற்றத்தையும்கூடப் பதிவுசெய்திருக்கிறது.

தமிழ்நாட்டில், புகைப்படமெடுத்துக்கொண்டால் மரணித்துப்போவோம் என்கிற நம்பிக்கை பிற்காலங்களில், மரணத்தைப் புகைப்படமெடுத்தால் வாழ்வு கிடைக்கும் என்று நிரூபணமாகி உலகின் பல நாடுகளில் பஞ்சத்தைப் புகைப்படமெடுத்து சிறந்த புகைப்படத்திற்கு விருதுபெற்ற பின்பு, மிக அதிகமாகக் கலைக்காட்சிக்காகப் புகைப்படக் கருவியைக் கையாண்ட கலைஞர்கள் மனித வாழ்வின் துயரங்களை, இயலாமையை, அடக்குமுறையைக் காட்சிப்படுத்தி கலைக் கோட்பாட்டிற்குத் தங்களால் புதிய இயக்கம் கண்டதாய் மார்தட்டிக்கொண்ட வேளையில் மக்களின் புரட்சியைப் பெற மக்கள் இயக்கம் கண்டவர்களால் காட்சிக்கலை பிரச்சார யுத்திகளுக்குப் பயன்பாட்டிற்கு வந்தபோது மக்களின் மனநிலை என்னவாக மாறி மருவிப்போனது?

பார்த்து, அனுபவித்து, தாக்குண்டு, வெகுண்டெழுவதற்குப் பதில் உணர்ச்சியின் தூண்டுதலால் பரிதாபத்திற்கும் தாழ்வுணர்ச்சிக்கும் ஆட்பட்டு தங்கள் நிலையோடு ஒப்பிட்டுப் பார்க்கத் தொடங்கி ஜனநாயகக் கட்டமைப்பின் ஆயுதத்தை அதன் உண்மை நோக்கத்திற்குப் புறம்பாக உணர்ச்சிக்கு அடிமையாக்கப்பட்ட, உணர்வற்றுப் போய் எவ்வாறெல்லாம் தாம் பயன்படுத்தப்படுகிறோம் தூண்டப்படுகிறோம் என்று தெரிந்துகொள்ளும் முன்பே ஐந்தாண்டுகளுக்குச் சிறை வைக்கப்படுகிறோம்.

காட்சிக் கலையின் நுட்பம் அசைவுச் சித்திரங்கள் கண்டுபிடிக்கப்பட்டு எளிய நடைமுறையில் பயன்பாட்டிற்கு வந்த காலத்தில் அதன் பயன்பாடு, அறிவின் வளர்ச்சிக்காக உணர்வைத் தள்ளிவைத்து அறிவால் ஆய்ந்து கடமை ஆற்றாது, மயக்கத்தால் மீண்டும் ஒருமுறை அடிமைப்படுத்தப் பட்டிருக்கிறோம். வரலாற்றின் தொன்மங்களில் கண்டுபிடிக்கப்பட்ட ஓலைச்சுவடிகள் செல்லரித்துப் போனாலும் போகும் மானுடராகிய உனக்கு அறிவு புகட்ட அனுமதியோம் என்ற கூட்டத்திற்கு நான்கு சிலைகளைக் காட்சிப் பிம்பங்களாக்கி மீட்டுவந்து மொழிக்கு மிக முக்கிய பங்களிப்பைச் செய்த சேக்கிழார் காலத்திலிருந்தே அரசனால் செய்ய முடியாததை, சிலைகள் செய்திருக்கும் செய்தியைக் கதைகளாகக் கேட்டிருக்கிறோம்.

எங்கோ நாடுகளில் பஞ்சகாலத்தில் இறந்த குழந்தை முலைப்பால் அருந்துவதைப் புகைப்படம் எடுத்து நிதி திரட்டினால் ஏராளமாய்க் குவியும். இங்கே பக்கத்தில் குழந்தை அழுதால் முலைப்பால் கொடுக்க பார்வதிதேவி வானத்திலிருந்துதான் வர வேண்டும்.

சமூகத்தின் எளிய மக்களின் மனநிலையில் போர்க்குணம் அற்றுப்போனதற்கான அல்லது அதிகப்பட்டிருப்பதற்கான காரணங்களை, காட்சிக் கலையின் வழிநின்று ஆராய்ந்தால் சுதந்திர இந்தியாவின் காட்சிக் கலையில் புகைப்படமும் அசையும் படங்களும் சித்திரங்களும் ஏற்படுத்திய தாக்கமும் அதன் நிரூபணமும் தற்காலச் சூழலில் என் மனநிலையைக் கேள்விக்குள்ளாக்குகின்றன.

மதவழிபாட்டுக் கூடங்களில் ஆக்ரோஷம் பொங்கும் பெண் உருவச் சிலைகள் வழிபாட்டிற்கும், அமைதி தவழும் சிலைகள் அழகுப் பதுமைகளாகவும் பார்க்கக் கிடைக்கின்றன. சினிமா கண்டுபிடிக்கப்பட்ட காலத்திற்குப்பின் தமிழ்நாட்டில் உச்ச நட்சத்திர நாயகர்கள் என்றுமே பரிதாபத்தைக் கோரும் கதாபாத்திரங்களாக இருந்ததில்லை. எல்லா காலகட்டத்திலும் கலைவழி கதாபாத்திரங்களிலும் வீரமும் மாய உருத் தோற்றமும் கொண்ட உடல்மொழியைக் கொண்டிருந்த மனிதர்கள் தங்களை ஆளத் தகுதியானவர்களாக அதே சமயம் எளிய மக்களின் அன்றாட வாழ்வியலையும் சிக்கல்களையும் இயலாமையையும் பிரதிபலிக்கும் எந்த நாயக பிம்பமும் அதனதன் கலைப்பரப்பில்கூட நிராகரிக்கப்பட்டு வந்திருப்பதே, பெரும்பான்மை மக்களின் மனநிலை காட்சிக் கலையில் தோற்றத் தொடர்பால் ஏற்படும் தாக்கம் எவ்வாறானதென்பதை மெய்ப்பிக்கவல்லது.

தமிழ்நாட்டின் தமிழ்மொழி பேசும் மக்கள், உலகின் பலநாடுகளில் வாழ்ந்தாலும் அவரவர் உரிமைகளுக்காய்ப் போராடும் குணத்தை இயல்பாய்ப் பெற்றிருந்தபோதிலும் மொழியால் ஒன்றுபட்டுப் பூகோள ரீதியில் பிரிந்து கிடக்கும் மக்களை ஒன்று திரட்டப் புகைப்படமும் சினிமாவும் பயன்படுத்தப்பட்டு 80களில் எழுச்சி கண்டது.

காலப்போக்கில் நிதி ஆதாரங்களைத் திரட்டப் பயன்படுத்தப்பட்ட புகைப்படக் காட்சி பிம்ப யுக்தி அரசியலைக் கைப்பற்றி அரசை அமைத்தபோது மீண்டும் அரசாங்கத்தின் பிரதிநிதிகளாக இருப்பதற்கு மக்களோ, அவர்தம் வாழ்வாதாரமோ, கொள்கைகளோ தேவையில்லை என்கிற நம்பிக்கையை நவீன கண்டுபிடிப்புகளின் பயனால் கிடைத்த புதிய கலைத் தந்திரங்கள் பயன்பாட்டுக்கு வந்த பின்பு

மக்களின் மன எழுச்சி சகஜ நிலைக்குத் தள்ளப்பட்டு கலை கலைக்காகவோ, மக்களுக்காகவோ எந்தப் பயனுமற்றுப்போன முனை மழுங்கிய ஆயுதமானதில் தவறேதுமில்லை.

காட்சிக் கலையில் கட்டமைக்கப்பட்ட உருவ அமைப்புகள் மிகைப்படுத்தப்பட்ட தன்மையைக் கொண்டிருக்குமேயானால் எளிய மக்களைக் காக்கும் அதிகாரம் பெற்றவைகளாகவும், இயல்புத் தன்மையைக் கொண்டிருக்கும் பிம்பங்கள் தங்களையே ஒத்த, தங்களின் சிந்தனையைவிடக் கீழானவைகளாகப் பார்க்கப்பட்டு, பரிதாபத்திற்கு உரியவர்களாக அணுகப்படும் மனநிலை சமூகத்தின் சிந்தனையை வலுப்படுத்த, மெருகூட்ட, கேள்வி எழுப்ப, எந்த விதமான உணர்ச்சியையும் தூண்ட உதவாமல் போய்விட்ட பிம்பங்களுக்கு மத்தியில் மிகைப்படுத்தப்பட்ட பிம்பத்தின் தோல்வியைக் காட்சிப் படுத்தினால் அது மிகச்சிறந்த வெற்றிக்கான யுக்தியாகக் கலைக் கோட்பாட்டாளர்களால் கண்டறியப்பட்ட பின்புதான், இயல்பான பிம்பங்களுக்கு மிகைச்சாயம் பூசப்படுவதும், உச்சக் காட்சியில் சாயத்தைக் கரையச் செய்வதன் மூலம் மானுடத்தின் மனநிலையில் பரிதாபத்தைத் தூண்டி தங்களின் வாடிக்கையான சமூகவிரோதச் செயல்களுக்குச் சட்ட அங்கீகாரம் பெற்றுக் கொள்கைகளை வகுத்தெடுக்கும் இடத்தில் அமர்ந்துகொண்டிருக்கும் சாத்தான்களில் குரூர முகங்களும், கோரைப் பற்களும் என்றுமே கரைந்துபோகாத, களைத்து மாற்றும் தந்ரோபாயம் செய்த இயல்புக்கும், மிகைக்கும் இடைப்பட்ட பிம்பத்தை என்றுமே காணமுடியா கட்டமைப்பின் கேலிக்கூத்து நான்.

அம்மாஞ்சி

82

ஃபோட்டோகிராபர் பிரபுவும் அவளும் மிகுந்த சிரமத்திற்கு உள்ளானார்கள். எப்படியாவது எழுத்தாளரைத் தொடர்புகொள்ள முயன்று கொண்டிருந்தார்கள். இரண்டு மூன்று தினங்கள் சென்னையில் சுற்றி அலைந்த பின்பு ஒரு சிறிய உணவு விடுதியில் மதிய சாப்பாட்டிற்காக டோக்கன் வாங்கிக்கொண்டு நின்றபோது "மஞ்ச டோக்கன் எல்லாம் உள்ள வாங்க" என்ற குரலுக்கு அவள் தன் கையிலிருந்த டோக்கனைப் பார்த்தாள். அது வெள்ளை டோக்கனாக இருந்தது.

பிரபு அவளிடம்,

"இவங்க சாப்பிட்டு முடிச்சதுக்கு அப்புறம்தான் நாம உக்கார முடியும்" என்றான்.

"அப்படியென்ன பிரபு இங்க விசேஷம்?"

"காசி விஸ்வனாதர்னா சும்மாவா? இந்த மெஸ்சோட மொதலாளி காலேஜ்ல கேண்டீன் நடத்தனவரு. அந்தக் காலத்துல இருந்து, அதான் உங்க காலத்துல இருந்து இந்த காலம் வரைக்கும் ஒரே மாதிரிதான். இப்பல்லாம் வீட்டு சாப்பாடுன்னு வீட்லயே கூட கெடைக்க மாட்டேங்குது. உங்க காலத்து ஐயா ஊட்டு சாப்பாட்ட இப்பயும் அதே டேஸ்ட்ல கொடுக்குறதுன்னா சும்மாவா? அதான் கூட்டம் ..."

"அதிஷாவுக்குதான் தேங்க்ஸ் சொல்லணும்."

"அதிஷா சொன்னதுல ஒரு பெரிய உண்மை இருக்கு. நம்ம நேரா போயி அந்த எழுத்தாளர தேடாம, அவர் எழுதுன

புத்தகம் எங்கியாவது இருக்கானு தேடிப் பாப்போம். கெடச்சதுன்னா அத வச்சிக்கிட்டு ட்ரை பண்ணலாம்.”

இருவரும் பேசிக் கொண்டிருக்கும் போதே,

“வெள்ள டோக்கன் எல்லாம் வாங்க...”

குரலுக்கு டோக்கனில் எழுதியிருந்த நம்பரைப் பார்த்து டேபிளில் அதே நம்பரில் உட்கார்ந்தார்கள்.

சாப்பிட்டு முடித்த பின்னால் இருவரும் நடந்து சற்றுத் தூரத்தில் பார்த்தசாரதி கோவில் ஆர்ச்சுக்குப் பக்கத்திலிருந்த டாஸ்மாக்கைத் தாண்டி அந்த பப்ளிஷிங் கம்பெனியின் படிகளில் ஏறினார்கள். மேலேயிருந்து ஒரு பெரிய குரல்,

“அதெல்லாம்... இங்க பாருங்க முருகன் நீங்க போகாதீங்க. எழில் நல்லா கவித எழுதுறாங்க இப்பதான் நான் அவங்கக்கிட்ட பேசுனேன். நானொன்னும் பரிதி கிட்ட எதுவும் கேட்டுக்கலங்க. சும்மாதாங்க முருகன் பேசிக்கிட்டு இருந்தேன். இங்க பாருங்க நான் சொல்லிட்டேன். உங்களுக்கு ஒருத்தர நான் அறிமுகப்படுத்துறேன். உங்க மேல ரொம்ப மதிப்பு வச்சிருக்காருங்க. அப்படியில்லிங்க முருகன்... இப்பப் பாருங்க”

காது கிழிந்து ரத்தம் வரும் அளவிற்குப் பார்த்தசாரதி கோவிலின் பட்டாச்சாரியார்கள் நடுநடுங்கிப் போகும் அளவிற்குச் சத்தம்.

பிரபு அவளிடம் ரகசியமாக,

“இந்தப் பையன் பாவம். கொஞ்சம் பைத்தியம். ஆனா, பயங்கர மண்ட கிறுக்கு. ஊர்ல எல்லார்கிட்டயும் சண்டை. எவனையுமே மதிக்க மாட்டான். அவனுக்குக் கண்ணு தெரியாம போற வரைக்கும் ஒழுங்காதான் இருந்தான். இப்பல்லாம் எதைப் பார்த்தாலும் அவனுக்கு நாலு நாலா தெரியுது. அவனுக்குத் தெரியாத ஆளுங்களே கெடையாது. ஆனா நம்ம போயி அவங்கிட்ட பேசினா ஒத்துக்கமாட்டான்.” என்று கிசுகிசுத்தான்.

“அவ்வளோதானே. உடு நான் பாத்துக்குறேன்.”

சொன்னவள் பிரபுவுடன் மேலே சென்று புத்தகங்களைப் பார்ப்பதுபோல் புதிதாக அச்சடித்து இரண்டாம் பதிப்பாக வந்திருந்த கு. அழகிரிசாமியின் முழுத்தொகுப்பைப் பார்ப்பதுபோல் கத்திக்கொண்டிருந்தவனுக்குக் கேட்கும்படி,

"ஜானகிராமனுக்கு முழுத் தொகுப்பு வரலல்ல பிரபு."

பிரபு அவளிடம்

"யாருக்குத் தெரியும்? எழுத்தாளரே காணாமப் போயிட்றானுவோ"

அந்தச் சிற்றிதழின் பெயரைச் சத்தமாகச் சொல்லி,

"அதுல ஒருத்தன் எழுதியிருக்கான் கன்றாவி... முடியில... அதெல்லாம் ஒரு கத. நல்லவேல பாதியிலேயே நின்னு போச்சு..." என்று திட்டினான்.

தொலைபேசியில் சத்தமாகப் பேசிக் கொண்டிருந்த கண்ணாடி போட்ட முப்பத்தைந்து வயது ஆள் அவளிடம் வந்து

"என்னாங்க சொல்றீங்க..? அது எவ்வளோ அற்புதமான கத தெரியுமா?"

பத்து வீட்டிற்குக் கேட்கும்படி மென்மையாகப் பேசினான்.

சற்றும் அவசரப்படாமல் அந்த ஆளிடம் சொன்னாள்

"அந்த எழுத்தாளர்தான் செத்துப் போயிட்டாராமே?"

"யாரு சொன்னா? இப்பத்தான் பேசிட்டு இருந்தேன்."

"அப்போ செத்துப் போனது யாரு?"

"ஆமாங்க... அவரு அறிவிச்சிட்டாரு. செத்துப் போனதா? ஆனா அவரு இருக்காரு."

"எவுரு இருக்காரு?"

"இங்கப் பாருங்க... எழுத்தாளர் பெருமாள்முருகன் செத்துப் போயிட்டாரு. ஆனா, கல்லூரி ஆசிரியர் பெ. முருகன் உயிரோடுதாங்க இருக்காரு."

"உடுங்க கேபி... அவுருதான் செத்துப் போயிட்டாருல்ல எங்களுக்குச் செத்துப் போனவர்தான் முக்கியம்."

"இல்லங்க... அவரு இங்கதாங்க இருக்காரு பக்கத்துல. வேணும்னா சொல்லுங்க நம்ம பாக்கலாம்."

"செத்துப் போனவர எப்புடிப் பாக்க முடியும்?"

"எழுத்துலதான் பாக்க முடியும்."

"அப்படின்னா நின்னுபோன கதையோட மீதி எழுத்த படிச்சாதான் நாம அவர பாக்கறதா அர்த்தம்."

ஜோல்னா பையைத் துழாவி ஒரு கட்டு பிரிண்ட் அவுட்டை எடுத்து

"நாந்தாங்க ப்ரூஃப் பாத்தேன். எங்கிட்டதாங்க இருக்கு. ஆனா அத கொடுக்கக் கூடாது பாருங்க. அவருகிட்டே கூட்டிட்டுப் போறேன் வறீங்களா? எழில் அக்கா தங்கமானவங்க."

ஃபோட்டோகிராபர் பிரபுவும் அவளும் சிரித்துக் கொண்டார்கள். கிழக்குப் பக்கம் திரும்பி பார்த்தசாரதி பெருமாளுக்கு நன்றி சொன்னார்கள். போகும் வழியில் 'ஏ2பி'யில் காஃபி குடித்துவிட்டு அவருக்குப் பிடித்தமான சிலவற்றை வாங்கிக்கொண்டு டிரிப்பில் ஒன் திருவல்லிக்கேணி சாலையில் பெ. முருகன் ஆகிய பெருமாள்முருகனை சந்திக்கச் சென்றார்கள். வாசலில் ஒரு மிகப்பெரிய விளம்பர பேனர் மறைத்துக் கொண்டிருந்தது. அதில் "வருங்கால நம்பிக்கையே இளைஞர்களின் எழுச்சியே! பாரதமே! தமிழகமே!" என்று எழுதப்பட்டிருந்தது. முக்கால்வாசி பேனரை அடைத்துக்கொண்டு அந்தத் தலைவர் இவர்களைப் பார்த்துச் சிரித்தார்.

83

தெருக்கதவு பூட்டிக் கிடந்ததால் சற்று நேரம் அவர்கள் வரும்வரை காத்திருக்கலாம் என்று சொன்ன கே.பியைப் பார்த்து அவள் கேட்டாள்,

"அது எப்படிங்க? செத்துப் போயிட்டதா சொல்லிட்டாரு. இப்ப நாம எப்படிப் போயி பாக்குறது? என்னன்னு பேசுறது?"

"பிரச்சன கெடக்கு பிரச்சன... கட்சிக் கூட்டத்துக்கு வந்தோம் அப்படியே பெருமாள்முருகன் செத்ததுக்கு பெ. முருகங்கிட்ட துக்கம் விசாரிக்க வந்தோம்னு ஆரம்பிப்போம்..."

பிரபுவைத் திரும்பிப் பார்த்துக் கண்களை மூடி பெருமூச்சு விட்டவள்

"இல்லிங்க கே.பி... இந்தப் பிரச்சனைய பத்தி எனக்குக் கொஞ்சம் புரியும் படியா சொல்லுங்க?"

என்றாள்.

"நீங்க பிரச்சனைன்னு எத சொல்றீங்க?"

"ம்..."

"செத்துட்டேன்னு முருகன் சொன்னதையா? இல்ல... இனிமே நீ எழுதக்கூடாதுன்னு கலெக்டர் ஆபீஸ்ல வச்சி அவருகிட்ட கையெழுத்து வாங்குனதையா?"

"எனக்கு பெ. முருகனைப் பாக்க வேண்டிய தேவையோ அவசியமோ இல்லைங்க கே.பி... எனக்கும் சரி... எம் மக்களுக்கும் சரி..."

"அப்போ... உங்க பிரச்சன பெருமாள்முருகன் செத்துட்டேன்னு சொன்னதுதான்."

விடம்பனம்

“பெ. முருகன்தான் பெருமாள்முருகன் செத்தத அறிவிச்சாரு கே.பி., பெருமாள்முருகன திருப்பியும் நான் பாக்கணும்.”

“அச்சச்சோ . . . செத்தவன பாக்கனும்ன்றீங்க . . . திருச்செங்கோடு மல சாமிதான் உங்ககளக் காப்பாத்தணும்...”

“நாங்கலாம் வாழாத வாழ்க்கையா? இவங்க வாழ்ந்துட்டாங்க... எப்பயாச்சும் நாங்க சொல்லாத உட்டுருக்கோமா? எங்க ஊரு ஆளுங்களான தி. ஜானகிராமன், தஞ்சை பிரகாஷ் படிச்சிருக்கீங்களா? கசடுகள அழகா சொல்றது இலக்கியம்னாங்க... இலக்கியத்த அழகா படைக்கிறதுக்குப் பேரு வாழ்க்கைன்னாங்க. எங்க ஜில்லா எந்த எழுத்தாளரையும் கொல்லல. எல்லா மனுஷங்களையும் படைப்பாளர்களா மாத்தியிருக்கு. கடைமடையில பாயிற தண்ணிய குடிக்கிற எங்களுக்கே இப்படின்னா? மொத மடையில குடிக்கறவுகளுக்கு ஏன் அப்படி? அதுவும் ராமர் படத்த செருப்பால அடிச்ச கட்சியோட தலைவர் பொறந்த ஊரு. எப்புடி இருந்துருக்கணும். நீங்களும்தான் உடந்த கே.பி., பெருமாள்முருகன் சாவுக்கு.”

“அம்மா வந்தாள் எழுதியதுக்கு தி.ஜாவுக்கும்தான் அழுத்தம் கொடுத்திருக்காங்க இல்லியா? ஆனா . . . முருகனோட பிரச்னைக்குக் காரணமான அழுத்தம் அரசியல் சூழல்ல இருந்துதான் வந்திருக்குது. மத அரசியல் தலை எடுக்குற சூழல்ல, ஜாதிய சங்கங்களும் கூட்டு சேந்துட்டு சோடிபோட்டுத் திரியறானுங்கோ. மதநம்பிக்கைய முருகன் புண்படுத்துறா மாதிரி எழுதிட்டதாவும், ஜாதிப் பொண்ணுங்கள கேவலமா சித்திரிச்சதாவும் சோழிய உருட்டறானுங்கோ. இதுல எங்கள ஏன் குத்தம் சொல்றீங்க?”

“அன்னைக்கி இல்லாத ஜாதி அரசியலா? இல்ல . . . அன்னைக்கி இல்லாத மத நம்பிக்கையா? எங்க காலத்துல இல்லாத அரசியலா? இன்னிக்கி உங்கள மாதிரி இருக்கறவங்கதான் தலையுந் தெரியாம வாலுந் தெரியாம பரபரப்புக்காக என்ன வேணாலும் செய்யிறீங்க. கும்மோணத்துல பூணூல அறுத்ததோடயா ஒரு போராட்டம் வேணும். இப்பல்லாம் நீங்க ரொம்ப வளர்ந்துட்டதா நெனச்சி வீங்கிப் போயி கெடக்குறீங்க. வீக்கம் வெடிச்சிச்சின்னா சீழ்தான் தெறிக்கும்... இன்னிக்கிக்கூட எங்க ஜில்லாவுல ஒருத்தன் எழுதுறான். படிச்சிப் பாருங்க... சிவக்குமார் முத்தையான்னு... அவன என்ன அடிச்சா தொவச்சிப்புட்டோம். தலைமேல தூக்கிவச்சிக் கொண்டாடல. எங்க ஊருல இல்லாத கோயிலா?

கொளமா? அறிவுங்க கே.பி., அறிவு . . . திருப்பியும் சொல்றேன் எனக்குப் பெருமாள்முருகன பாக்கணும்."

"சுவாரஸ்யத்துக்காக எவனோ ஒருத்தன் நாவலோட ஒரு சின்ன போர்ஷன மட்டும் போட்டோ எடுத்து இன்னொருத்தனுக்கு அனுப்ப, அதப் படிச்சவன் அவனுக்குத் தெரிஞ்சவனுக்கு அனுப்பன்னு, இப்படி மாறிமாறி அது சம்பவம் ஆயிடுச்சி. தன்னோட ஆதாயத்துக்காக அத அரசியல் பண்ணிட்டானுங்க இவனுங்க. ஆனா, நீங்க முருகன எதுக்குப் பாக்கணும்? அதக் கேக்காமயே உங்கள நான் கூட்டிட்டு வந்துட்டேனே?"

"எங்களுக்கு செத்துப்போன பெருமாள்முருகனத்தான் பாக்கணும். நீங்கதான் கூட்டிட்டு வந்தீங்க. இருந்தாலும் பரவால்ல எழில் அக்காகிட்ட நாலு கவிதைய கேட்டுக்கிட்டு அப்படியே நீங்க சொல்றா மாதிரி பெருமாள்முருகன பாக்குறதுக்கு வழி இருக்கான்னு முருகன் கிட்ட கேப்போம். ஆனாலும் கே.பி., நீங்க எல்லாருமா சேர்ந்து பெருமாள்முருகன கொன்னிருக்கக் கூடாது. எப்படியாவது திரும்பவும் நாம பெருமாள்முருகன பாக்கணும்."

"கொன்னுட்டீங்கன்னு நீங்க சொல்றத ஏத்துக்கவே முடியாது. அப்போ அவரு செத்ததுல உங்களுக்கும்தானே பங்கிருக்கு?"

"அதனாலதாங்க கே.பி நம்மளோட குற்ற உணர்வுக்குப் பிராயச்சித்தமா பெருமாள்முருகன உயிர்ப்பிப்போம். நீங்க ஒத்துக்கிட்டிங்கன்னா நம்ம காமுட்டித் திருவிழாவுல மம்மூதன் உயிரோட வர்ற மாதிரி எழுத்தாளர் பெருமாள்முருகன உயிர்ப்பிப்போம். அந்தக் கதையோட வெளிவராத பகுதிய படமா எடுப்போம்."

"ஓஹோ... அதுதானா சங்கதி... கேக்குறதுக்கு நல்லாதான் இருக்குது. அதுக்கு ஒண்ணுவுட்ட பங்காளியான பெ. முருகன் இன்னா சொல்லப் போறாரோ?"

"பெ. முருகன் யாருங்க சொல்றதுக்கு? படம் வர அன்னிக்கிப் பெருமாள்முருகன் உயிரோட வந்துடுவாரு... ராயல்டிய கொடுத்தோமுன்னா வாங்குறதும் வாங்காததும் அவரோட இஷ்டம். படைப்பு நம்ம மக்களோடது. எழுத்தாளன் சமூகத்துக்கானவன். குடும்பத்துக்கு ராயல்டி மட்டும்தான். அதால கேட்க வேண்டிய அவசியம் இல்ல. ப்ரூஃப் திருத்தி வச்சிருக்குற ஸ்கிரிப்ட்ட கொடுத்திங்கன்னா பாவத்துலேருந்து அறியாமயிலேருந்து நம்ம மக்களை விடுவிக்கலாம். தலை நிமிரலாம்."

84

ஆப்பிள் லேப்டாப்பில் கதையை ஸ்கிரிப்டாக மாற்றும் வேலையில் தீவிரமாக ஈடுபட்டிருந்தான் ஷபி. அவள் கையிலிருந்த வெளிவராத நாவலின் அத்தியாயங்களை வாங்கிப் படிக்கத் துவங்கினான்.

இரண்டு குழந்தைகளைத் தூக்கிப் பறந்து விளையாடிப் பழகியிருந்த கிருஷ்ணப் பருந்துவிற்கு அவளைத் தூக்கிச் சுமப்பது ஒன்றும் பெரிதாகத் தெரியவில்லை. ஆவேசமாகப் பறந்த கிருஷ்ணப் பருந்து கூரிய நகங்களால் நெட்டை ரகத் தென்னை மரத்திலிருந்து பாவாடையை உயர்த்திப் பிடித்து கற்றாழை முள்ளில் வயிற்றைக் கொடுக்கப் பறந்து பாய்ந்து கொண்டிருந்தவளின் இடுப்புக்குக் கீழே கெண்டைக் காலுக்கு மேலே இருந்த சதையை இறுகப்பிடித்துக் கத்தாழைக்கு அந்தப் பக்கம் ஓடிய வடிவாய்க்காலின் தண்ணீரில் போட்டது. நீரின் வெப்பம் அவள் உடல் வெப்பத்தை விடக் குறைவாக இருந்ததால் சில்லிட்டுப் போனாள். முழுகி மேலெழுந்தவளின் தலையைச் சுற்றி வட்டமடித்த கிருஷ்ணப் பருந்து ஈரம் சொட்டச்சொட்ட கரையேறியவளின் தோளில் அமர்ந்து தலையைக் கொத்தியது. சிறிது தூரம் நடந்துபோய் உட்கார நினைத்தவளுக்குப் பின் தொடைகளில் ஏற்பட்ட காயம் வலியைத் தந்தது. வலி வேதனையை மறக்கச் செய்தது. சூரியன் மெல்ல உதிக்கத் துவங்கினான். பட்சிகள் கிறீச்சிட்டன.

> "இதுக்கு ரோப் தேவைப்படுங்க. அவுட் டோர் லொக்கேஷன் பாக்கணும். போஸ்ட் புரொடக்ஷன்ல மீதி எல்லாத்தையும் பாத்துக்கலாம். அந்தக் காயத்துக்கு என்ன மருந்து போட்டிருப்பாங்க. அதை எப்பிடிக் காமிக்கிறது?"

சற்றும் தாமதிக்காத அவள் தன் பின் தொடைகளில் ஏற்பட்டிருந்த காயங்களைக் காண்பித்துச் சொன்னாள்,

"தேங்காய் எண்ணெயும் மஞ்சத் தூளும்தான் ஷபி."

ஷபி சற்றே குழம்பிப் போனான்.

"இது கதையா? இல்லன்னா நெசமா?"

"உனக்குச் சந்தேகமே வேண்டாம் ஷபி. இது ஒரு நாவல்."

"அப்போ இந்தக் காயம்..."

"அது..."

"அப்போ இந்தப் படம்..."

"எடுத்தே ஆகணும்..."

"எதுக்கு?"

"ஒரு எழுத்தாளன உயிர்ப்பிக்க..."

"உயிர்ப்பிச்சி..?"

"ஒரு சமூகத்த உருவாக்க..."

ஷபி சற்றுநேரம் உற்றுப் பார்த்துவிட்டுத் திரும்பவும் டயலாக்குகளில் மூழ்கிப் போனான்.

85

ஊதிய சங்கைக் கீழே வைத்துவிட்டு அவர்கள் இருவரையும் ஓடத்தில் ஏற்றி மூன்று கடல் மைல்களுக்கு அப்பால் நின்றிருந்த லாஞ்சில் ஏற்றிவிட்டான். லாஞ்சு மிகப் பெரிய சத்தத்துடன் டீசல் புகையைக் கக்கியபடி கடலில் பிரயாணப்பட்டது. ஆடுதன் ராணிக்கும் மைனருக்கும் எப்படியாவது சென்னைப் பட்டனத்தைப் பார்க்க வேண்டும் என்று இருந்தபடியால் லாஞ்சுக்காரரிடம்,

"நீங்க எவ்வளவு தூரம் போவீங்க?"ன்னு கேட்டாள்.

"ஏழுநாள் கரைக்கே போகாம சுத்த முடியும். ஆனா, சரக்க பிச்சாவரத்துக்குப் பக்கத்துல வாண்டையார் காட்டுல எறக்கிட்டு அங்கிருந்து ஆந்திராவுக்குப் போகப் போறேன். நீங்க எங்க எறங்கனும்னு சொல்லுங்க"

ஊர் சுற்றியே பழகிப்போன மைனருக்குக் கடல் சுற்ற, அதுவும் அவளோடு சுற்றப் பிடித்திருந்தது. சொன்னான்,

"நீங்க எதுவரைக்கும் போவீங்களோ அது வரைக்கும் நாங்களும் வரோம். திரும்பி வரும்போது ஏதாவது கரையில எறக்கி உட்டுடுங்க."

அதற்கு லாஞ்சுக்காரன்,

"விசாகப்பட்டணத்துல சரக்க எறக்கி நாலஞ்சி நாலு கழிச்சித் திருப்பியும் சிலோனுக்கு சரக்கு போகும். அப்ப உங்கள கூட்டிட்டுப் போறேன். நீங்க அதுவரைக்கும் விசாகப்பட்டணத்த சுத்திப் பாருங்க." என்று சொன்னான்.

ராணி மார்க்குக்கும் மைனருக்கும் மிகுந்த மகிழ்ச்சியைத் தந்தது. ஊர் சுற்றுவதில் அவர்கள் இருவரும் முனைப்பாக இருந்தார்கள். ஊருக்குப் போய் என்ன செய்வது? என்று

தெளிவாய்ப் புரிந்திருந்தார்கள். இருவரும் விசாகப்பட்டினத்தை நோக்கி லாஞ்சில் பயணப்பட்ட போதுதான் அந்த மாபெரும் சம்பவத்தை நேரில் பார்க்க நேர்ந்தது.

இரண்டு மீனவக் குப்பங்களுக்கு இடையேயான போர் ஏறக்குறைய ஐநூறு படகுகளில் கடலையே மைதானமாக்கி, நாம் கனவிலும் பார்த்திராத ஆயுதங்களால் போரை நிகழ்த்திக் கொண்டிருந்தார்கள். தன்னிடமிருந்த சரக்கின் மதிப்பு தெரிந்ததால் போர் நடந்த திசைக்கு நேரெதிர் திசையில் லாஞ்சைத் திருப்பினான். கடலின் வான்வெளி முழுவதும் நெருப்புக் கங்குகளால் சூழப்பட்டுப் புகைமூட்டமாகக் காட்சி தந்தது. மூச்சுத் திணறிய கடற் காகங்கள் தங்கள் உடலின் வெள்ளை நிறத்தினைக் கறுப்பாக்கிக் கொண்டிருந்தன. எங்கு திரும்பினாலும் கடல் நீர் முழுவதும் எரிந்த மரத்துண்டுகளின் மிதவைகள். மீன்களுக்கு வெப்பம் தாள முடியாமல் லாஞ்சின் அடிப்புறத்தை மோதும் சப்தம் உள்ளே இருந்தவர்களுக்கு அச்சத்தை மூட்டியது. அலைகளே இல்லாத கடல் பேரிரைச்சலாய் இருந்தது. அவர்கள் இருவரையும் அந்தப் பயணம் இனிதே வரவேற்றது.

1930களில் இருந்து இன்றுவரை வெளியான இசைத் தட்டுகளின் சேகரிப்பை வைத்திருக்கும் வீட்டில்தான் ஷிஃபான், ஜார்ஜெட், சில்க் புடவை கட்டிய நடிகைகளின் புகைப்படத் தொகுப்பை, 1960களில் வெளிவந்த பைண்ட் செய்யப்பட்டு பாதுகாக்கப்படும் புத்தகங்களில் பார்த்தேன். ஏனோ தெரியவில்லை, அந்தப் பெருமாட்டியின் பின்பக்க முந்தானையில் தைக்கப்பட்டிருந்த சூரியனைப் போன்ற வடிவமைப்பும் ஜிகினாவும் ஜமிக்கியும் இழுத்துச் சொருகியிருந்த விதத்தில் என் கண்களைக் கூசச் செய்தன. எதிர்த் திசையில் சூரியன் பிரகாசித்துக் கொண்டிருந்தபோதும், முந்தானையில் தைக்கப்பட்டிருந்த ஜிகினா வேலைப்பாடுகளால்தான் என் கண்கள் கூசிப்போனது என்று நான் சொன்னதற்குச் சூரியனுக்கு எதிர்த் திசையில் திரும்பி நின்றிருந்ததே காரணம்.

சந்தனமுல்லை மலர்வதற்கு முன்பு நாசி துளைக்கும் வாசனைகளின் ராணியாய் இருக்கலாம், மலர்ந்த பின்பும் தன் மங்கிய வெண்மையில் எல்லோரையும் என்னைப்போல் ஈர்ப்பது சந்தேகமே. மலைவாசஸ்தலம் என்பது குளிர்ந்த பிரதேசத்திற்கான அடையாளத்தைத் தவிர்த்து, காரமும் கொழுப்பும் மிதமிஞ்சிய உணவுக்கும் பெயர் போனதுதான் என்று சொன்னால் அங்கே கானகம் என்பது கேள்விக்குறியே! இப்படித்தான் ஒருநாள் சலசலக்கும் சப்தத்தை நோக்கி ஓடிய கால்கள் சாக்கடை நீராய்த் தேங்கிப் போய்விட்டதோ' என்கிற எண்ணம், அன்பு மிக்க என் மனவெளியை ஆச்சரியப்படுத்தாமல் கேள்விக்குள்ளாக்கியது. இப்பொழுதெல்லாம் அருவி நீர் கூட வாசனையற்றதாய், நாற்றம் மிகுந்து தேங்கிப் போய் விடுகிறது. ஓடுகின்ற நீரிலும் கூடக் கண்களை ஏமாற்றிய தேக்கம், நாசிகள் வழியே புலப்படுவது அன்பின் மிகுதியாலா, வெறுப்பின் நுழைவாலா? அதிகாரத்தின் அடிச்சுவடா? என்று அடுக்குமொழி பேச, இயல்பை மீறி இயற்கையை ஜமிக்கியில் பார்த்து கண்கள் கூசிப்போனது என்று நினைத்துக்கொண்டால் – கழிவுநீர் சுத்திகரிப்பு நிலையம் கூடக் காதுகளில் திருப்பதியின் பாபநாசம்தான்.

100 நாட்கள் ஓடிய திரைப்படம், அதன் இயக்குநர் ராஜசேகரின் மறைவால் இன்றும் என் நினைவில் இருக்கிறது. தர்மதுரை ஒரு காட்சியில் தான் அணிந்திருக்கும் எல்லா உடைமைகளிலும் விலைப்பட்டியோ தோன்றுவதை இன்றும் நினைத்துக்கொள்கிறேன். எல்லாப் புரிதல்களும் விலைப்பட்டியோடுதான் நிகழ்கின்றனவா நாட்டில்? கொல்கத்தாவிற்குப் போய்வந்த பின்பு வாங்கி வந்த ரஸ்குல்லாவை வேண்டுமானால், சர்க்கரை நோய் உள்ள நண்பர் "இன்சுலினுக்குச் செலவழிக்கப் பணமில்லையப்பா" என்று மறுக்க நியாயமிருக்கிறது. ஆனால் இந்தத் தித்திப்பை எனக்கு நாளை யார் தருவார்? 'போதுமே' என்று சொல்லும் மனம் தினந்தோறும் அச்சுவெல்லத்தையும் சீனி மிட்டாயையும் பால் பன்னையும் மறுக்கத்தான் செய்தது. 'உடல் வளர்ப்போம், உயிர் வளர்ப்போமே' என்ற சொற்றொடர் காதுகளில் எள்ளுப் புண்ணாக்கில் வெல்லம் வைத்துச் சாப்பிட மறந்துபோனதற்கான நியாயமாகவும் இருக்கலாம். வேப்பங்கொட்டை கிடைக்காத காலங்களில் பஞ்சகவ்யமே பூச்சிக்கொல்லி. அதுபோல எனக்கும் – 'ருசி சரீரத்தையும் இருத்தலையும் தாண்டி இயங்குவதற்குத் தேவையா?' என்கிற கேள்விதான் மற்றவர்களின் பார்வையும், புரிதலும் விலைப்பட்டியலோடு சேர்த்துத்தானோ என்கிற ஐயம் தோன்றாமலில்லை.

சி.ஆர். சுப்புராமனின் பின்னணி இசைக்கு ரசிகர்கள் ஒன்றுகூடி அந்தப் படத்தின் நூறாவதுநாள் விழாவில், மிகப்பெரிய பரிசு ஒன்றை வழங்கிய செய்தி அந்தப் படத்தின் இசையமைப்பாளர் வேறு ஒருவராய் இருந்தபோதும் மக்களின் உயர்ந்த ரசனையை அந்தச் செய்கை பறைசாற்றுவதாகத்தான் தோன்றுகிறது. ஆந்திராவில் தெலுங்குப் படத்திற்கு 1940களில் நடந்த சம்பவம் இது. மக்கள் ரசனைமிகுந்தவர்களாக இருந்த காரணத்தால், மழை பொய்த்துப் போனதால், காய்ந்துபோன காட்டில் வருண பகவானை நோக்கிப் பூர்வகுடி மக்கள் வேண்ட, மழைபெய்து, சலசலத்து ஓடும் காட்சிக்குத்தான் பின்னணி இசைகோர்த்த சுப்புராமனுக்கு மக்கள் பரிசளித்தார்கள். தற்காலத்தில் தமிழ்நாட்டில் ஓர் எழுத்தாளனுக்குத் திருப்பதி மலையில் சலசலத்து ஓடும் தண்ணீர் சப்தம், சாக்கடைக்கும் அருவிக்கும் வித்தியாசம் காணமுடியாத வாழ்வியல் சூழலைத் தந்திருக்கிறதென்றால் கொள்கை முழக்கங்கள், கோட்பாடுகள், ரசனையை மேம்படுத்தியிருக்கின்றனவா?

திண்ணனூர், சந்தான கிருஷ்ணனால் பெயர் பெற்றது. எண்பது ரூபாய்ச் சம்பளத்தில் 30 ரூபாய்க்கு

நாற்பது இசைத்தட்டுகளை வாங்கி மாதந்தோறும் கேட்க ஆரம்பித்தார்; இன்றைக்கும் வாங்கிக் கொண்டிருக்கிறார்; கேட்டுக்கொண்டிருக்கிறார். இசை ரசிகர்களுக்கு இசைத்தட்டும் நாடாவும் குறுந்தகடும் எல்லாமும் வரப்பிரசாதம்தான். ரசனை எல்லாவிதமான சாத்தியக் கூறுகளையும் வாழ்வியலாக மாற்றிக்கொள்ள ஊக்கமளிக்கிறது. 80களின் துவக்கத்தில்கூட, தமிழ்நாட்டின் பல ஊர்களிலும் சந்தான கிருஷ்ணன்களைப் பார்க்க முடிந்தது. தற்காலத்தில் அதிகாரம், அன்பு, விரக்தி, வெறுப்பு இவற்றில் எதனெதிரில் எதை வைப்பது அல்லது தேக்க நிலைக்கும், உற்பத்திக்கும் எதைக் காரணமாக்குவது என்கிற குழப்பம் எழுத்தாளனுக்கு வந்ததிலிருந்தே ரசனை ரயிலேறி, கப்பலேறி, விமானத்திலும் ராக்கெட்டிலுமேறி வேறு மாநிலத்திற்கும் வெவ்வேறு நாட்டிற்கும் பறந்துவிட்டது. நான் சொல்லித்தான் தெரிய வேண்டுமா? வழக்கம்போல் கரிகாலனும், ஆர். ஆரும் என்று யூகிக்க முடியாதவர்களா நீங்கள்?

ஒரு காலத்தில் சஷாங்கும் மேண்டலின் சீனிவாசனும் பாலமுரளி கிருஷ்ணாவுக்கும் மாலிக்குக்கும் இணையாகப் படைப்பில் மிளிர்ந்தது சூழலின் முன்னெடுப்பா? அல்லது பிறவி ஞானமா? என்கிற கேள்வி, ஞானசம்பந்தரின் தேவாரத்தில் திருவையாற்றுப் பதிகத்தில் மந்திகளுக்குக்கூட இசை போதித்ததை வைத்துப் பார்த்தால் என்ன தோன்றுகிறதோ? இன்றைக்குப் படைப்பாளனுக்குப் பின்னிருக்கும் வாழ்வியல் செய்திகளைப் படைப்பின் சூழலாய் நுகர்வது படைப்பை நுகர்வதாகாது. படைப்பின் மூலம் படைப்பாளனின் வாழ்வியல் ஆராயப்படும் என்கிற செய்தி அறிந்த படைப்பாளர்களின் அறிவுத்திறன் வெளிப்பாடுகளைக் கட்டுக்குள் வைத்திருந்தால், படைப்பாளனின் வாழ்வியலும் அவன் நினைப்பது போலவே புரிந்துகொள்ளப்படும் என்கிற அஞ்ஞான அசட்டுத்தனத்திற்குப் படைப்பாளனைத் தள்ளியது. சூழல், அதீதக் கற்பனையில் புரிந்துகொள்ளப்பட்ட அபாயத்திலேயன்றி, அறிவார்ந்தவர் வாழ்வியலாய் இல்லாது போய்விட்ட சூழலில் பொருளாதாரம், அரசியல், கலாச்சாரம் யாவுமே உற்பத்தி மையங்களாகவும் திறன்மேம்பாட்டுக் துறைகளாகவும் பார்க்கப்படுவதென்பது மலிந்து கிடக்கிறது.

வளர்ந்துவரும் நாட்டில் அரசமைப்பை நம்பி வாக்களிக்கும் ஜனநாயகவாதிகள், நடந்த தவறுக்குத் தனிமனிதனைக் குற்றஞ்சாட்டி ஆட்சி மாற்றத்திற்கு வழிகோலும் ஜனநாயகம், தனிமனிதனை அரசமைப்பாகப் பார்க்கப் பயிற்றுவிக்கப்பட்டதை உணராமலில்லை. தனிமனிதனால் கட்டமைக்கப்படும் அரசாங்கத்தின் வளர்ச்சியை நம்பிக்கையுடன் எதிர்கொள்ள

வாக்களித்த ஜனநாயகவாதிகள், நடந்தேறும் தவறுகளுக்குத் தங்களால் வழிபடப்பட்ட தனிமனிதனையே குற்றம்சாட்டி, இனி அரசுக்கும், அரசமைப்புக்குமே என்று வாக்களிக்கும் என்கிற முடிவும் தீர்மானிக்கப்பட்ட, எதிர்ப்பார்க்கப்பட்ட எதிர்மறை வெளிப்பாடுதான். இந்த இருமுனைத் தொனி – சூன்யத்திலிருந்து இயக்கத்திற்கும், இயக்கமென்பது சூன்யத்தை நோக்கித்தான் என்றும்; ஒன்றிலிருந்து மற்றொன்றாய்; மற்றொன்றிலிருந்து வேறொன்றாய்த் தோன்றிக்கொண்டிருப்பதைப் பொருளாதாரம் என்றோ, உற்பத்தி என்றோ, வளர்ச்சி என்றோ கூட கற்பனை செய்து கொள்ளலாமே ஒழிய தனிமனித வாழ்வின் அன்பிற்கும் ஞானத்திற்கும் உற்பத்திக்கும் தொடர்பிருக்கிறதா?

அம்மாஞ்சி

86

கையிலிருந்த ஸ்கிரிப்டுக்கு ஒரு பாடலை எழுதிப் பதிவு செய்யலாம் என்று நினைத்தாள். கீழத் தஞ்சையின் வரலாற்றை ஓரளவிற்காவது தெரிந்திருக்கும் கவிஞரைத் தேடினாள். கே.பி.யிடம் கேட்கலாமா என்று யோசித்தபோதே யுகபாரதியின் நினைவு அவளுக்கு வந்தது.

யுகபாரதி தமிழ் சினிமாவில் மட்டுமல்லாது சிற்றிதழ்களிலும் தஞ்சை ப்ரகாஷ் போன்ற எழுத்தாளர்களுடனும் பணி செய்தவர். தமிழின் மிக முக்கியமான எழுத்தாளர்களுடன் நெருங்கிப் பழகியவர். தஞ்சை மாவட்டத்தில் சுதந்திரத்திற்குப் பின்னான முக்கிய நடப்புகளை அறிந்து வைத்திருப்பவர் என்று மனதிற்குள் நினைத்தவாறே புரடக்ஷன் மேனேஜர் கிருஷ்ணனிடம் அதற்கான ஏற்பாட்டைச் செய்யச் சொன்னாள். கிருஷ்ணனோ தனக்கு வேறொரு முக்கியமான வேலை இருப்பதால் கே.பி.யை அழைத்துக் கொண்டு போகச் சொன்னான். அவளுக்கும் அது சரியென்றே பட்டது. யுகபாரதி அடுத்த நாள் மாலை ஐந்து மணிக்கு நேரம் ஒதுக்கி இருந்தார். சரியாக நான்கு மணிக்குத் தூங்கி எழுந்து வழக்கம்போல் குளித்து முடித்த பின் கே.பி.யை அழைத்துக்கொண்டு காரில் போக மனம் இல்லாமல் ஒரு சுவாரஸ்யத்திற்காக ஆட்டோவில் போகலாம் என்று முடிவெடுத்தாள். ஆட்டோ கிண்டியைத் தாண்டியவுடன் ஆட்டோக்காரரிடம் சொன்னாள்,

“ஏங்க… ஒரு காஃபி குடிச்சிட்டுப் போகலாங்க…”

பட் ரோடு தாண்டி நிறுத்துவதாக ஆட்டோக்காரர் சொல்ல சங்கீதாவில் வண்டி நின்றது. கே.பி.யோடு காஃபிக்குப் பின் அந்தக் கேட்டரிங் காலேஜின் முகப்பில் இறங்கியவர்கள் முகவரி தெரியாமல் சுற்றிச்சுற்றி ஒரே இடத்திற்கு வந்தார்கள்.

உலகத்திலுள்ள அத்தனை கெட்ட வார்த்தைகளாலும் கே.பி.யைத் திட்டியவள் கவிஞருக்கே ஃபோன் செய்து கேட்கச் செய்தாள். கவிஞர் ஒரு தம்பியை அனுப்பினார்.

யுகபாரதி ஸ்கிரிப்டை வாங்கிப் பார்த்துவிட்டு அவளிடம் கதை கேட்டார். முழுக் கதையையும் அவள் இப்படித் துவங்கினாள்,

> "வினாச காலே விபரீத புத்தி… இதுதாங்க ஒன்லைன். இது ஜெபி, ஜெய பிரகாஷ் நாராயணன் சொன்னது."
>
> "இந்தப் படத்த எடுக்கணும்னு உங்களுக்கு எது தூண்டுகோலா இருந்தது?"
>
> "அவ…"
>
> "…"
>
> "உண்மையிலேயே நாந்தாங்க…"
>
> "…"
>
> "அதான்… எடுக்கலாம்னு…"
>
> சூடாக சுக்கு காப்பியைக் குடித்துவிட்டு "எப்படிப் போவீங்க?"

என்ற கேள்விக்கு,

> "அருமையான எடம். நாங்க பாட்டுக்குப் பேசிக்கிட்டே நடந்து போயிடுவோம்."

என்று விடை பெற்றார்கள். வரும்வழியில் பல கேரளக்காரர்களைச் சந்தித்தார்கள். இரவு வெகுநேரம் வரை அவளுக்குத் தூக்கம் வரவில்லை. விடிந்ததும் விடியாததுமாக ஷபிக்கு ஃபோன் செய்தாள்.

> "எப்படியாவது பெருமாள்முருகன பாக்கணும்"

என்று சொன்னாள்.

ஷபி அவளிடம்,

> "இந்த சர்க்கஸ் கூடாரம் இருக்கே. அதப் பத்தி எதுவும் ஸ்கிரிப்ட்ல இல்லியா?"

என்றான்.

> "நீதான ஸ்கிரிப்ட படிச்ச? நீதான் சொல்லணும்…"

“சிறுத்த புலியவச்சி வித்த காட்டுனதா சொல்லியிருக்காரு...”

“இப்ப நாம மிருகங்கள பயன்படுத்த முடியாது . . . சட்டப்படி இந்தியாவுல கம்ப்யூட்டர் கிராபிக்ஸ்லதான் மிருகங்கள காமிக்க முடியும்.”

“நிஜமான மிருகத்த காமிக்கலாம்னாலும் மிருகத்துக்கு எங்க போறது? மனுஷங்கள தவிர இந்த நாட்டுல எல்லாமே ஃபோட்டோ புரஜக்ஷன்லதான் பாக்க முடியும்.”

“அருவி செட்டுகூட சீஜியிலதான் பண்ண முடியும். மரம் மட்ட, காடு, கழனி எல்லாமே சிஜிதான்.”

“போஸ்ட் புரொடக்ஷன்கு நெறைய செலவாகுமே?”

“செலவ பத்திக் கவலைப் படாதீங்க... பெருமாள்முருகன பார்த்துட்டா போதும்.”

இரண்டு பேருமாக ஒரு முடிவை எட்டினார்கள். திருவனந்தபுரத்திலிருக்கும் கவிஞர் சுகுமாரனுக்கு ஃபோன் போட்டார்கள். அடுத்தநாள் காலை, முதல் ஃப்ளைட்டிலேயே அவர் சென்னைக்கு வந்து இறங்கினார். அவளுக்கும் ஷபிக்கும் மிகுந்த மகிழ்ச்சி. சுகுமாரன் அண்ணனோடு பேசிக்கொண்டிருந்தால் நேரம் போவதே தெரியாது. ஆசியாவின் அத்தனை இலக்கியத் தகவல்களையும், உலக இலக்கியங்கள் பலவற்றையும் அதன் பின்புலங்களையும் விரல் நுனியில் வைத்திருப்பவர்.

“ஒரு சிறிய இடைவேளைக்குப் பின்பு நாம் சந்திக்கலாம்”

என்று சொல்லிவிட்டு சுகுமாரனும் கே.பி.யும் ஏதோ ஒரு வேலை காரணமாகச் சென்று விட்டார்கள்.

ஷபிக்கும் அவளுக்கும் எப்படியோ பெருமாள்முருகனை சந்திக்க வழி கிடைக்கும் என்ற நம்பிக்கை பிறந்தது.

பல்லவி

அசைந்தது ஆசை என்னுள்
அறியவும் மாட்டாயோ?
பொசிந்தது தேகம் ஏனோ
புதுப்புனல் நீதானோ?

மங்கும் மாலை மரகத வீணை
அங்கம் தீண்ட இடு ஒரு ஆணை
அழகெனும் பாலை உண்ண
வரும் சுகப் பூனை...

சரணம் 01

காதல் பேச்சில்
கலைந்திடும் தூக்கம்
கைகள் கோக்க வளர்ந்திடும் ஏக்கம்

கேட்கும் எதையும் தரவே விருப்பம்
கேளா மனமோ அடங்கா தெதற்கும்

ஊரே உறங்க
விழிக்குமென் உடலை
நீயும் அறிந்தே மறப்பாய்ப் பகலை.

சரணம் 02

போதும் போதும்
உதடுகள் பேசும்
போதாதென்றே புலன்களும் கூசும்

பார்க்கும் அழகோ பசியைக் கொடுக்கும்
பாலை வனமோ அமுதைச் சுரக்கும்

நானே நடுங்க
நடந்திடும் சரசம்
ஓசை தரவே மறந்திடும் கொலுசும்.

— யுகபாரதி

87

சுகுமாரனிடமிருந்து அவளுக்கு ஃபோன் வந்தது. மாலை ஐந்து மணிக்குக் கடற்கரையில் சந்திக்கலாம். உடனடியாக அவள் சொன்னாள்,

"அண்ணே அஞ்சு மணிக்கா?"

"அப்போ நீங்க தூங்கப் போறீங்களா?"

"இல்லண்ணே... பரவாயில்ல நான் வந்துடறேன்..."

"இல்ல... நானும் முருகனும் ஸ்பேசஸுக்குப் போலாம்னு இருக்கோம்... நீங்க வந்திங்கன்னா சேர்ந்து போவோம்... இல்லன்னா நாங்க போயிக்கறோம்..."

"அண்ணே ... நான் வந்துட்றண்ணே ... இனிமே எங்கிருந்தண்ணே தூக்கம் வரும்."

சரியாக ஐந்தே முக்காலுக்குக் கண்ணகி சிலைக்குப் பின்புறம் அமர்ந்து பேசிக்கொண்டிருந்த சுகுமாரனையும் முருகனையும் அவள் சந்தித்தாள்.

சுகுமாரன் இருபதாம் நூற்றாண்டின் தமிழ்க் கதைகள் தொகுப்பிற்காக முருகனிடம் பேசிக்கொண்டிருந்தார். முக்கியமாக எதையெல்லாம் நீக்க வேண்டும் என்ற விவாதம் நடந்தபோது முருகன் இலக்கணத்திற்கு, குறிப்பாக யாப்பிற்கு நூல் எழுதும் முயற்சியைக் கைவிட்டதாக சுகுமாரனிடம் சொல்லிக்கொண்டிருந்தார்.

முருகனின் மகள் டாக்டர் இளம்பிறை வந்தவுடன் எல்லோருமாகச் சேர்ந்து ஸ்பேசஸுக்குக் கிளம்பினோம்.

ஸ்பேசஸ் கூப்பிடும் தூரத்தில் இருந்தபோதும் ஜன நெருக்கடி காரணமாகப் போய்ச் சேர ஒன்னரை மணிநேரம் பிடித்தது. காரை நிறுத்தியதுமே தோல் வாத்தியக் கருவிகளின் இசை கேட்டுக் கொண்டிருந்தது. உள்ளே சென்றதும் எங்களுக்கு மிகவும் தெரிந்த முகங்கள்கூட கண்டுபிடிக்க முடியாத இருளில் மூச்சை அடக்கி வியந்து பார்த்துக்கொண்டிருந்தார்கள் அந்த நவீன நிகழ்வை. பாவம் கே.பி.க்குதான் இதில் எதிலுமே நாட்டமில்லாமல் தன் ஊரின் நினைவாகவே இருந்தான். ஊர் பாசம் அவனை மெல்லமெல்ல சாகடித்துக் கொண்டிருந்தது.

புதிய நம்பிக்கை, நற்செய்தி வாஸ்கோடகாமாவின் நன்னம்பிக்கை முனை என்னவாகவும் இருக்கலாம். அன்றிலிருந்தே காரணத்திற்காகக் காரியம் செய்யப்படுவதாய் ஒரு நம்பிக்கை. கோரிக்கையற்ற மனிதனிடத்தில் கோரிக்கையைத் தேடி அலையும் நம்பிக்கை எந்த வகையில் சேரும். காரியம் நடந்தபிறகு அதன் காரணத்தைத் தேடி புரிந்தவற்றையெல்லாம் காரணங்களாக்கி இதன் பொருட்டே இக்காரியம் நிகழ்ந்திருக்கலாம் என்று முற்றுப் புள்ளியிடாத தொடர் நிகழ்வதற்கு முன்பு இதனாலெல்லாம் இது நிகழ்ந்துவிடலாம் என்று தொடர்வதுதான் நம்பிக்கையா?

கலை, இலக்கியம், கலாச்சாரம் போன்றவற்றை நிலப்பரப்பின் நம்பிக்கை சார்ந்த தொன்மை வாய்ந்த நம்பிக்கையைக் கொண்டு உடைத்தெறியவோ காப்பாற்றவோ முனையும் அறிவார்ந்த சமூகத்தின் நம்பிக்கையைச் சாதாரண மனிதர்களிடம் விதைத்துவிட முடியும். அறுவடையும் செய்யலாம். விளை நிலத்தின் நம்பிக்கை என்னவாக இருக்கும்?

"ஹோப்" என்பது ஒரு தேதியை மாதத்தைக் குறிப்பிட்டு தமிழ் நிலத்தில் நிலவி வந்த நம்பிக்கை, ஐந்தாண்டுகளுக்கு முன்பு ஒரு கவர்மெண்ட் ஜீ.ஓ–வால் மாற்றியமைத்திட முடியும் என்கிற நம்பிக்கை, அதே ஜீ.ஓ–வுக்குத் திருத்தம் கொண்டு வந்தது எந்த நம்பிக்கையின் பொருட்டு?

அரசு, ஜனநாயகம், மக்கள் போன்ற புதுப்பிக்கப்பட்ட வாழ்வியல் முறையை, புதிய நம்பிக்கையில் பழைய எழுத்துருவில் படிக்கக் கிடைக்காத நம்பிக்கையில் பல லட்சம் பிரதிகள் விற்கும் புத்தகம் மாற்றி அமைக்கப்பட்டதாகச் சொல்லும் வணிக யுக்திகளின் தந்திரங்களைச் சொல்லிக் கொடுப்பதாய்க் கட்டமைக்கப்பட்ட நம்பிக்கையால் விளைந்த விற்பனை.

இருபத்தி ஒன்பதாம் தேதி டிசம்பர் மாதம் பனி படர்ந்த இரவுவேளை அதன் நம்பிக்கையைப் பொய்த்துப் போகும்படி மழை, மார்கழியை பனியில்லா மார்கழியாய் ஆக்கிய நம்பிக்கை, இயற்கை மாறுபாட்டை ஏற்றுக்கொள்ளும் நம்பிக்கையை விதைத்திருக்கிறது.

சிதம்பரம் நடராஜர் கோயிலில் நடராஜருக்கு எதிரில் கூடியிருந்த பெறுங்கூட்டத்தில் நானும் நின்றிருந்தேன். ஆருத்ரா தரிசனத்திற்காக. பத்து நாள் கொடியேற்றத்துடன் தொடங்கிய முதல் நாளில் சாயரட்சை பார்க்கப்போன பக்தர்களுள் ஏற்பட்ட திடீர் நெருக்கடியில் நானும் திரும்பிப் பார்த்தேன். ஒரு மஞ் சத்தில் கூப்பிய கைகளைக்கொண்ட பஞ்சலோக விக்கிரகத்தை நான்குபேர் சுமந்து வந்தார்கள். கூட்டம் வழிவிட்டது. அவர் பெயர் மாணிக்கவாசகர். நடராஜரும் அவரும் எதிரெதிரே நிற்க, ஓதுவாரால் தில்லைப் பதிகம் இருபதும் படிக்கப்பட்டு தீபாராதனை இருபத்தியோருமுறை காட்டப்பட்டது. அப்பெரும் கூட்டத்தில் கடலூரர் மாவட்டக் கூட்டறவு வங்கியின் பிரதான கிளையில் வேலை பார்ப்பவராய் காசி யாத்திரையும் இன்னும் பல வடநாட்டுச் சுற்றுலாவும் அழைத்துச் செல்வதற்கு ரூபாயும் நாட்களும் நான்கு பக்கக் காகிதத்தில் பெரிதாய் அச்சடித்து அதன் கீழே மாணிக்கவாசகரின் இருபது பாடல்களையும் அச்சிட்டு அங்கிருந்த அனைவரிடத்திலும் கொடுத்துக் கொண்டிருந்தார். அவர் என்னிடத்தில் சொன்ன நம்பிக்கை – இது நோட்டிஸ் இல்லை மாணிக்கவாசகரின் திருவெம்பாவை.

மாணிக்கவாசகர் காசி யாத்திரைக்கு நம்மோடு வருவாரா என்ற கேள்விதான் என்னுடைய நம்பிக்கை.

முற்கால சோழர்கால செப்புத் திருமேனியைத் தேடி அலைந்த காலத்தில் புதுதில்லி தேசிய அருங்காட்சியகத்தில் கண்ணாடிப் பெட்டிக்குள் வைக்கப்பட்டிருந்த மாணிக்கவாசகர் சிலையைப் பார்க்க, புகைப்படம் எடுக்க அனுமதிச்சீட்டு பெற்றுத்தந்த நம்பிக்கை, சிதம்பரம் நடராஜர் கோயிலில் கூட்ட நெரிசலில் மஞ்சத்தில் நின்றிருந்த மாணிக்கவாசகருக்கு எதிர்ப்புறத்தில் வைக்கப்பட்டிருந்த ஃப்ளெக்ஸ் போர்டின் 'இங்கு புகைப்படம் எடுக்கக்கூடாது' என்ற அறிவிப்பில் அற்றுப்போனது.

எழுத்துக்காரன் ஆர்.ஆர். பார்ப்பதற்குத் தமிழ்த் திரைப்படத்தின் எண்பதுகளின் அறிமுக நாயகனைப்போல் இருப்பதாக ஏற்பட்ட நம்பிக்கை, பார்க்கும் முகங்களிலெல்லாம் மாணிக்கவாசகரைத் தேடி அலைய வைத்த என் நம்பிக்கை, ஆர்.ஆர். ஆகக்கூட மாணிக்கவாசகர் இருந்திருக்கலாமோ என்ற கேள்வியில் நின்றுபோனது.

புத்தாண்டு தொடக்கத்திற்கு நம்பிக்கையளிக்கும் விதமாக ஏதாவது சொல்ல நம்பிக்கைகொண்டு எழுதினால் மதராஸைச் சுற்றி அரக்கோணம்வரை, தெற்கே கல்பாக்கமும், மேற்கே ஆவடியும், கிழக்கே துறைமுகமும் கொண்ட நிலப்பரப்பில்

எந்த நம்பிக்கையைக்கொண்டு வாழ்ந்துகொண்டிருக்கிறேன் என்று எழுதத் தூண்டுகிறது.

எம்டனின் கப்பல், குண்டு வீசுவதாகக் கேட்ட மறுநொடியிலிருந்து மதராஸ் வீங்கி விஸ்தரிக்கப்பட்ட கதைகள் இங்கு ஏராளம். அச்சுறுத்தல், எதிர்கொள்ளல், மாற்றுத் திட்டங்களைப் பரிசீலித்தல் போன்ற எண்ணிலடங்கா நம்பிக்கையின்பால் அணுமின் நிலையமும், வான்வெளி தாக்குதலின் பிரதான கேந்திரமாக விளங்கும் ராஜாளியும், கனரக வாகன உற்பத்தி மையமும், கடல்வழிப் போக்குவரத்தின் போர்க் கப்பல்களும் பயிற்சிக் களமும் மதராஸைச் சுற்றித் தாக்குதலின் முக்கிய கேந்திரமாக விளங்கியபோதும் என் வாழ்வும் வளமையும் எந்த நம்பிக்கையில்?

கலாச்சாரக் கேந்திரமாக விளங்கும் இசைக் கூடங்கள் நிரம்பிய சென்னைப் பட்டினம் மத நம்பிக்கைகளின் ஆதாரப் பிம்பமாக விளங்கும் கட்டடங்கள், வரலாற்றுத் தொன்மம் நிறைந்த பாறைப் படிமங்கள், உயிரினங்களின் வாழ்விடமான சதுப்பு நிலக்காடுகள் இவற்றோடு என்னையும் சேர்த்து இவர்களிடமிருந்து காப்பாற்றுவது எந்த நம்பிக்கை?

பரவலாக்கப்பட்ட கொள்கைகளால் மனிதம், உயிர்கள், காப்பாற்றப்படுவதற்காக என்கிற நம்பிக்கை கழிவுகளால் அழித்தொழிக்கப்படுமேயானால் கொள்கைகளை உருவாக்கியவனை உருவாக்கியவனான என்னை எந்த நம்பிக்கை உருவாக்குகிறது?

தமிழ் வளர்க்கப் பாடுபட்ட பல்கலைக்கழகமும் அதன் விஸ்தீரணமும் புகைவண்டி நிலையமும் பிரதான வாயிலுக்கு எதிர்ப்புறம் நடுவாந்திரமாக ரோட்டில் நிறுத்தப்பட்டிருக்கும், கையில் புத்தகம் ஏந்தி வேட்டி கட்டிய, தமிழுக்குப் போராடுவதாய் நினைத்து உயிர் துறந்த மாணவனின் சிலையும், புகைவண்டி நிலையத்திற்குள் லோகுவால் வரையப்பட்ட நடராஜர் சித்திரமும் இன்று வேற்றுமொழி தெரியாது போனால், ‘என்னால் தைரியமாக ஆட்சி செய்ய முடியாமல் போகலாம்’ என்கிற மத்திய அமைச்சரின் நம்பிக்கை போன்ற பிம்பங்கள் அதனதன் வரலாற்றை, திரிபுக் கதைகளைச் சொல்லிக் கொண்டும் ஆதாரமாகவும் நிலைத்திருக்கும் என்கிற நம்பிக்கை ஃப்ளெக்ஸ் போர்டுகளால், செய்தித்தாள்களால் அச்சடிக்கப்பட்ட புத்தகங்களால், நூலகங்களால் மாற்றியமைத்துவிட முடியும் என்கிற நம்பிக்கையைச் சிதம்பரத்தில் வளர்த்திருக்கிறது.

சிதம்பரம் இவ்வாறான மத அடிப்படைவாதிகளையும், கொள்கை முழக்கவாதிகளையும், மொழி அடிப்படைவாதிகளையும் வளர்த்தெடுத்து நம்பிக்கையையும் ஆதாரத்தையும் தந்திருக்கிறதா?

ஐம்பதுகளுக்குப் பிறகு சிதம்பரம் தமிழ்நாட்டிற்குப் பல தலைவர்களைத் தந்திருக்கிறது. ஐம்பதுகளுக்கு முன்பு தமிழுக்குப் பல அறிஞர்களைத் தந்திருக்கிறது. அதுபோலவே கலைஞர்களையும் கலையையும் வளர்க்கப் பல காலமாய் முனைந்திருக்கிறது என்கிற என்னுடைய சிற்றறிவின் நம்பிக்கையைக் கேள்விக்குட்படுத்தினால் சிதம்பரமும் மதராஸும் கலைகளுக்கான பிரதான நம்பிக்கைகளை, ஆதாரத் தொடர்ச்சியை, புதிய வளர்ந்த கலாச்சாரக் கட்டமைப்பைக் கலைகளின் மூலம் கலைஞர்களின் மூலம் சமூகத்தின் அறிவின் தேடலுக்கு நம்பிக்கையாய் இருப்பது வசதியாய் மறந்துபோய் அல்லது மறக்கடிக்கப்பட்டு எல்லா வகையிலும் மேற்சொன்ன மத, முழக்க, மொழி வழிநின்று நம்பிக்கையை வளர்க்கும் கூட்டம் சமூகத்தின் அவலம். இப்பிரதேசம் தன்னைத்தானே அழித்துக்கொள்ளும் காலம் இது என்பது என் நம்பிக்கை.

அம்மாஞ்சி

88

“எப்பிடி சார் இருக்கீங்க?”

“நல்லா இருக்கேங்க...”

“உங்க கிட்ட எனக்கொரு சந்தேகம் கேக்கணும்... சின்ன கேள்விதான். கொழந்தத் தனமா இருக்கும்... கேக்கலாமா?”

“கேளுங்க...”

“இப்போ... பிறந்ததுக்கு அப்புறம் இயற்பெயரோட இல்லன்னா... வெச்ச பேரோட இருக்குற ஒருத்தர் படைப்பாளியா ஒரு பெயரை சூட்டிக்கொண்ட பிறகு படைப்பாளியான அவருக்குள் இயற்பெயரோடு இருந்தவன் இறந்து போய்விடுகிறான். பின்னாட்களில் ஏதோ காரணத்திற்காகப் படைப்பாளி இறந்துபோய் விட்டதாக அறிவித்து இயற்பெயருக்குத் திரும்பினால் இறந்துபோன இயற்பெயரை உயிர்ப்பிப்பதாகத்தானே அர்த்தம்? உயிர்த்தெழுவதில் நம்பிக்கையில்லாவிட்டாலும் உயிர்ப்பிப்பது நடக்கக் கூடியதுதானே? அப்படி நான் படைப்பாளனைப் பார்க்க வேண்டுமென்றல் என்ன செய்ய வேண்டும்?”

“இது தத்துவார்த்தமான கேள்வி. இவ்வளல்லாம் யோசிச்சி செய்ய முடியுமான்னு தோனல...”

“இத நான் வேற விதமா கேக்குறேன்... இறந்து போன படைப்பாளன பாக்கணும்னா நான் என்ன செய்யணும்?”

“அவருடைய எழுத்த படிச்சா போதாதா?”

“எழுத்து அவர் இறந்து போறதுக்கு முன்னாடி எழுதுனது. இப்போ அவர உயிர்பிச்சிப் பாக்கணும்னா வெளிவராத படைப்ப திரும்பவும் கொண்டு வரணும்.”

“அதுதான் இல்லிங்களே... எப்புடிக் கொண்டு வருவீங்க?”

"திருட்றதுதான்... எப்படியாவது திருடி பதிப்பிச்சா அவர உயிர்பிச்சதா ஆயிடும்... எழுத்தாளர் சாரு நிவேதிதா சொல்ற மாதிரி அவுங்க குடும்பத்துல இருந்து வந்து கேட்டா... ராயல்டி வேணும்னா உங்களுக்குச் சேரும்னு குடுத்துடுவோம். அறிவுசார் சொத்துக்குப் பணப் பயன் வேணும்னா உங்களுக்குக் கெடைக்கும். முடக்கி வெக்கிறதுக்கு உங்களுக்கு எந்த அதிகாரமும் இல்ல. சம்பத்தோட இடைவெளி நாவல சாரு பதிப்பிக்கச் சொல்றாரு. அவங்க குடும்பத்துல இருந்து வந்து கேட்டா, வழக்கு போட்டா சந்திக்கலாம். படைப்பாளியோட படைப்பு சமூகத்துக்கானது... அப்படின்னு சொன்னதச் சொல்லிருவோம்..."

"அவரே கேட்டா?"

"அவர்தான் உயிரோட வந்துட்டாரே. அவர்கிட்டே கொடுத்துட வேண்டியதுதான்..."

"..."

அப்புறம் இன்னொரு சின்ன கேள்வி... ஒரு எழுத்தாளர செத்துப் போயிட்டதா அறிவிக்க வெக்கறதுக்கான அழுத்தம் உண்மையிலேயே அத ஏற்படுத்துனவங்கலாலையா? இல்லன்னா கூடவே இருக்குற அந்த எழுத்தாளன்மேல ரொம்பப் பொறுப்போட செயல்பட்ற நலம் விரும்பிகள், நண்பர்கள் இவர்களோட குரலாலையா?"

"ரெண்டுமே தாங்க... அவங்களையாவது நாம எதிர்கொண்டு சந்திச்சிடலாம். ஆனாகூட இருக்குற குரல் இருக்கே அதுதான் மிகப்பெரிய அழுத்தம். அந்த நெருக்கடிதான் பெரிய சாபக்கேடு."

அவள் கேபியைப் பார்த்து எப்படியாவது சார் வீட்டுலருந்து வெளிவராத ஸ்கிரிப்ட்ட திருடனும் என்று சொன்னாள். அதற்கு சுகுமாரன்

"இதுக்கு முருகன் எதிர்ப்பு தெரிவிச்சா நான் சில உதாரணங்கள சொல்லி உங்கள ஆதரிக்கிறேன்"

என்று உலக இலக்கியங்களிலிருந்து இரண்டு உதாரணங்களைச் சொன்னார். அதன் பிறகு சாப்பாட்டு மேசையில் பெ. முருகன் அவள் பக்கத்தில் அமர்ந்தபோது தூரத்திலிருந்த கே.பி.

"முருகன் பார்த்து ஜாக்கரதையா உக்காருங்க"

சொன்னதைக் கேட்ட அனைவருமே சிரித்துவிட்டார்கள்.

இந்தக் குரலின் அழுத்தம்தான் ஆபத்தானது.

பெருமாள்முருகன் இறந்து போனதாக அறிவித்த பின்பு பெ. முருகனின் எழுத்தாக அவருடைய ஈ.மெயிலில் இருந்து களவாடப்பட்டு இங்கு வெளியிடப்படும் இச்சிறுகதை, பெருமாள்முருகனை உயிர்ப்பிக்குமா?

நாயாகு

பெருமாள்முருகன்
17 மார்ச், 2016.
murugutd@gmail.com

அவன் ஊருக்கு வந்து சேர்ந்தபோது முன்னிரவு கடந்திருந்தது. போன வேலை முடியாமல் பேசிப் பேசியே கழுத்தறுத்து நேரம் கடத்தியவனையும் மாட்டுவண்டியாய் ஊர்ந்து வந்த பேருந்தையும் மாறி மாறித் திட்டிக்கொண்டே கீழிறங்கினான். நாய்களும் உறங்கும் நள்ளிரவில் போய்த் தட்டினால் தன் வீட்டுக் கதவு அத்தனை சீக்கிரம் திறக்காது என்பதை நினைக்கும்போது மேலும் சோர்வு தட்டியது. சிலநாள் வாசலிலேயே படுத்துக் கிடக்க நேர்ந்ததும் உண்டு. தெரு நாய்கள் சிலவும் அப்படிப் படுத்திருக்கும். தங்கள் இடத்திற்குப் போட்டியாக வந்திருக்கிறான் எனக் கருதி அவை அவ்வப்போது அவனை நோக்கி முறைப்பையும் லேசான உறுமலையும் வெளிப்படுத்தும். அவனும் சளைக்க மாட்டான். கற்களை எடுத்து வீசி விரட்டுவான். ஓடுவது போலப் பாசாங்கு செய்து பின் மீண்டும் அவை தம் இடத்துக்கு வந்துவிடும். அப்புறம் ஏதோ புரிதல் வந்தது போலிருக்கும். களைப்பில் தூங்கிப் போவான். இன்றைக்கும் அதுதான் கதி என்று நினைத்தான்.

பேருந்து நிலையத்தில் இருள் அடை கட்டி நின்றது. மின்சாரம் போய்விட்டால் சூழும் இருளை இப்போதெல்லாம் தன் ஊர் அடிக்கடி சந்திக்கிறது என்பதும் அவ்விருளின் வெளிச்சத்திலேயே நடமாட எல்லாரும் பழகிக் கொண்டார்கள் என்பதும் அவனுக்குத் தெரியும். ஆனால் இன்றைக்கு வெளிச்சமே அற்ற காரிருள் சூழ்ந்திருக்கிறது. ஏதோ பெரும் பாறாங்கல்லைத் தள்ளிக்கொண்டு நடப்பதாய்த் தோன்றியது. தடுமாற்றத்துடன் வெளியேறித் தன் வீட்டுத் திசைச் சாலையில் அடி வைத்த பிறகே

ஊரெங்கும் அதே இருள்தான் என்பதை உணர்ந்தான். செக்கு மாடெனக் கால்கள் பழக்கத்தில் சென்றன. வேகமாக அடி எடுத்து வைத்தான். விரைந்து போய் வீட்டுக்குள் விழுந்துவிட வேண்டும் என்று மனம் உந்தியது.

இருள் கண்ணுக்குக் பழக்கமாகியும்கூட எதுவும் தெளிவாகத் தெரியவில்லை. உற்றுப் பார்த்துப் பல்வேறு நிழல் வடிவங்களில் வீடுகளைக் கண்டான். இதுநாள் வரை கண்டிராத விசித்திர நிழல்கள். அவற்றைப் பகல் நேரத்து வீடுகளாய் மாற்றி உணர முயன்றான். அப்போதுதான் தன் வீதியைக் கண்டுபிடிக்க முடியும். ஆனால் முயற்சியில் தோல்விதான். வீதிகள் எல்லாம் ஒரே மாதிரி தெரிந்தன. அதுவும் நுழைவாயில்கள் இருளால் அடைக்கப்பட்டிருந்தன. வேறு வழியில்லாமல் தன் வீதி என்று தோன்றியதனுள் நுழைந்தான்.

ஓர் அடி வைத்ததும் மின்னும் கண்கள் தன்னை நோக்கி வரக் கண்டான். முதலில் அவனுக்குக் குழப்பமாக இருந்தது. மின்மினிப் பூச்சிகள் உருவம் பெருத்துவிட்டனவா? ஆனால் அவை ஒளிர்ந்து மறைந்து ஒளிர்ந்து மறைந்து போக்குக் காட்டுமே. இவை அப்படியே நிலைத்து நிற்கின்றனவே. அவை அருகில் வரவரத் தெளிவாயிற்று. இரைச்சலும் நாக்கு எச்சில் ஒழுகலுமாகப் பெருங்கும்பலாய் நாய்கள் ஓடி வந்தன. அவனை அண்ணாந்து நோக்கிய முதல் நாய் குரைக்கத் தொடங்கியதும் பின் தொடர்ந்து அனைத்தும் குரைத்தன. தன் வீதியில் இத்தனை நாய்கள் கிடையாதே என்றும் அப்படியே இருந்தாலும் எல்லாம் வீட்டுச் சுற்றுச்சுவருக்குள் கட்டப்பட்டுத்தானே இருக்கும் என்றும் தோன்றியது.

நாய்கள் முன்னேறி வரவில்லை. அவை ஏதோ ஒரு கட்டுப்பாட்டுக்குள் நின்றன. ஆனால் இன்னும் ஓரடி எடுத்து வைத்தால் அவை குரைப்பதை நிறுத்திவிட்டு அவன் மேல் பாயத் தயாராக இருப்பதாகத் தோன்றியது. அது தன் வீதியாகவே இருப்பினும் தன் வீதியல்ல என்று நம்ப விரும்பினான். அடுத்த வீதி அல்லது முன்வீதியில் நுழைவதற்கு மாறாகத் தவறி இங்கு வந்து விட்டோம் என்று சமாதானம் கொண்டான். அவனுக்குத் தன் வீதியே முழுமையாகத் தெரியாது. அண்டை வீட்டார் ஒரு சிலரைத் தெரியும். வீதியும் முன் முனையிலும் கடையிலும் இருப்போர் யாரையும் அவன் அறிந்திருக்கவில்லை. என்றாலும் நாய்கள் இருக்கும் வீடுகளைக் குரைப்பொலி கொண்டு அடையாளம் வைத்திருந்தான்.

பின்வாங்கிச் சாலைக்கு வந்ததும் நாய்களின் குரைப்பொலி அடங்கிற்று. வீதியின் வாசலில் மறித்து நின்ற அவை இப்போது

போன இடம் தெரியவில்லை. மினுங்கும் கோலிக் குண்டுகள் எங்கே? மாயமா? பிரமைக்குள் சிக்கிக் கொண்டோமோ? அடுத்த வீதியை அவன் அடைவதற்கு வெகுநேரம் ஆயிற்று. சிந்தனையைக் கடப்பது சுலபமல்ல என்று சொல்லிக்கொண்டான். அவ்வீதியின் வாயிலில் காலடி வைத்ததும் எங்கிருந்தோ பரபரவென்று நாய்கள் ஓடிவரும் சத்தம் கேட்டது. எங்கும் இருள் சூழ்ந்ததால் காவலுக்கு நாய்களை அவிழ்த்து விட்டிருப்பார்களோ? இருளைச் சாதகமாக்கிக் கொண்டு நாய்கள் சுவர் தாண்டிக் குதித்திருக்குமோ?

சுதாரித்து நிற்பதற்குள் அவை குரலெடுத்துக் கத்த ஆரம்பித்தன. இது குரைப்பொலி அல்ல. ஊளை. அங்கும் நாய்க்கூட்டம் ஒன்று அடுத்த செயலுக்குத் தயாராக நின்றது. மின்சாரமற்ற இரவில் சட்டென நாய்கள் பெருத்து விட்டனவோ? முன்னகர்ந்து இரண்டு வீதிகளுக்கும் முந்தைய வீதியில் நுழையப் போனான். அங்கும் நாய்கள் திரண்டிருந்தன. வழக்கமாக ஒன்றை ஒன்று விரட்டும் அவை இப்போது அத்தனை ஒற்றுமையுடன் இருக்கும் அதிசயத்தை உணர்ந்தான். அவற்றுக்குள் சின்ன முறைச்சல் இல்லை. பொது எதிரியைக் கண்டடைந்த அசாதாரண ஒற்றுமை. ஒருவேளை தாவிக் கவ்விய பிறகு எலும்புக்கும் சதைக்கும் அவை அடித்துக்கொள்ளக் கூடும். யோசனைக்கிடையே இனித் தன் வீட்டை அடைய முடியாதோ என்று பயம் வந்தது.

வீதிக்குள் நுழைந்துவிட்டால் நாலே எட்டில் வீட்டுக்குப் போய்விடலாம். ஆனால் எந்த வீதி? எல்லா வீதிகளும் இருளாகவும் இருள்நிழலில் தன் வீடு எல்லா வீதியிலும் இருப்பது போலவும் தோன்றியது. எப்படியாவது தன் வீட்டை அடைந்து கதவைச் சாத்திக்கொள்ள வேண்டும், அதுதான் தப்பிக்க ஒரே வழி என நினைத்தான். பரபரப்புடன் அவன் நுழைய முயன்ற வீதிகளில் எல்லாம் நாய்க் கூட்டம் சேர்ந்து குரைக்கவோ ஊளையிடவோ செய்தன. எல்லாக் குரைப்பொலியும் ஒரே குரலில் இருந்தன. எல்லா ஊளையும் ஒருசேர எழுந்தன. ஒன்றாவது கொஞ்சம் முந்திப் பிந்திப் போகும் என்று பார்த்தான். எங்கும் ஒற்றைக் குரல்.

மாறி மாறி ஓடிச் சோர்ந்து போனான். ஒவ்வொரு நாயும் இருளைத் தாவும்போது குதிரை போல உயரம் கொண்டிருந்தது. வாய் பிளக்க அண்ணாந்து பார்த்து மிரண்டான். ஒருவேளை சர்க்கஸ் நாய்களாக இருக்குமோ. இருக்கலாம். அவற்றைத்தான் ஒரே மாதிரி பழக்கியிருப்பார்கள். உணவுக்கான வெறியையும் ஊட்டியிருப்பார்கள். எல்லா நாய்களையும் பிணைத்த சங்கிலி

யார் கையில் இருக்கும்? குரைக்கிற நாய்கள் கடிக்காது என்பார்களே. குரைப்புக்குள் புகுந்து ஒரே தாவாகத் தாவி விட்டால் என்ன? இருளில் மின்னும் நாக்குகளில் ரத்தச் சுவை பார்க்கும் வெறி தெறித்தது. எங்கும் காய்ந்த ரத்தத்தின் நெடி வீசிற்று. எலும்புத் துண்டுகளைக் கட்டி வீசிய காகிதப் பையாய் தன் உடல் ஆகிவிடும் என்பதை யோசிக்கவும் நடுங்கினான்.

சாலையில் ஒரு வாகனமும் வரவில்லை. ஆள் அரவம் ஏதுமில்லை. இது தன் ஊர்தானா என்று சந்தேகப்பட்டான். தூக்கத்தில் தவறி இறங்கிவிட்டோமோ? ஊர்ப்பெயரைச் சொல்லிப் பலமுறை நடத்துநர் கத்தியது நினைவுக்கு வந்தது. தூங்குபவர்களை எழுப்பி இறக்கும் அந்தக் குரல் பொய்யா? மீண்டும் பேருந்து நிலையத்தை அடைந்து சரியாகப் பார்த்துத் தன் ஊர்ப் பேருந்தில் ஏறிவிடலாமா என்று யோசித்தான். பேருந்து நிலையத்திலேயே படுத்துக் கிடக்கும் கும்பலுக்குள் ஒன்றாய் உடலை நீட்டிவிட்டுப் பகல் பிறந்த பிறகு வீட்டுக்குள் வந்துகொள்ளலாம். சாலைக்குள் ஓடி ஓடிக் கால்கள் ஓய்ந்திருந்தன. சாலையின் மையத்தில் அப்படியே உட்கார்ந்தான்.

கால்களுக்குள் தலை மாட்டி ஆசுவாசம் கொண்ட சமயத்தில் தன் முதுகில் மூச்சுக் காற்று உரசுவதை உணர்ந்து பயத்துடன் வேகமாக எழுந்து திரும்பினான். உருவம் பெருத்த கிழட்டு நாய் ஒன்று நின்றிருந்தது. அதன் ஒளிர்ந்த கண்களில் முதுமையின் தள்ளாட்டமும் அனுபவமும் பதிந்திருந்தன. 'எங்காவது ஓடிவிடு' என்று குரல் வந்தது. மனிதக் குரலொன்றைக் கேட்ட மகிழ்ச்சியில் 'யார் யார்' என்று கூவிச் சுற்றிலும் நோட்டமிட்டான். 'நான்தான், இந்த நாய்தான் பேசுகிறேன்' என்று சாவகாசமாகக் குரல் வந்தது. எதிரில் நின்ற நாயை இப்போது அதிசயத்தோடு பார்த்தான். அவனை நோக்கித் தலை நிமிர்த்தி மேலும் சொல்லிற்று.

'இங்கே இருக்க வேண்டுமென்றால் நாயாகு. இல்லாவிட்டால் தூரதேசம் பார்த்து எங்காவது ஓடி விடு' என்றது மீண்டும் நாய். 'நானும் கொஞ்ச நேரம் முன்தான் நாயானேன். இன்னும் குரலை இழக்கவில்லை. நாயின் குரைப்புப் பயிற்சியில் இருக்கிறேன். விரைவில் குரலும் மாறிவிடும். வீதி வீதியாக நீ அலைவதைப் பார்த்துப் பரிதாபம் கொண்டு இதைச் சொல்ல வந்தேன்' என்றது. 'என் வீட்டுக்குப் போக வேண்டும்' என்றான். நாய் ஒரு மாதிரி சத்தமிட்டது. அது நாய்ச் சிரிப்பு போலும்.

'வீட்டிலும் நாய்கள்தான். எல்லா வீட்டிலும் நாய்கள்தான். நாய்கள் எந்த வீட்டிலும் நுழையலாம். நாய்கள் மட்டுமே வீட்டிலும் இருக்கலாம், நாய்கள் மட்டுமே வீதியிலும் இருக்கலாம்' என்ற குரல் ஓர் இழுவைக்குள் போயிற்று. 'நாய்கள் மட்டுமே

நாட்டிலும் இருக்கலாம்' என்று பாவனையோடு சொல்லிப் பின் குரலை இறக்கி 'ஆமாம், நாயாகச் சொல்கிறார்கள். உடனே நாயாகு' என்ற நாய் அவசரத்தோடு எதிர் வீதிக்குள் நுழைந்தோடுவது தெரிந்தது.

அவனுக்கு ஒன்றும் புரியவில்லை. எப்படி நாயாவது என்ற யோசனையோடு சாலையின் நடுவில் நடக்கத் தொடங்கினான். நாயாக என்ன செய்ய வேண்டும்? நாயாகி விட்டால் வீட்டை அடைந்துவிடலாமா? நாயானால்தான் பாதுகாப்பா? நாக்கை நீட்டிக் கையால் தொட்டுப் பார்த்தான். கீழுதட்டையே தாண்டவில்லை. முயன்று இழுத்து விட்டான். சரிவரவில்லை. சாலையில்தான் யாருமில்லையே என்று குரலெடுத்தான். மனிதக் குரல் போலவே காற்றுக்குள் கரைந்தது. எப்படி நாயாக முடியும்? நாயானால் என்னென்ன உணவுகளை உண்ண வேண்டும்? கழித்த எலும்புகள். நாற்ற மலம். அடேயப்பா. மூக்கில் நாற்றம் ஏறுகிறதே. நாயாக முடியுமா?

கொஞ்சம் வேகமாக நடக்கத் தொடங்கியபோது சந்தேகம் தோன்றக் கவனித்துப் பார்த்தான். தான் நான்கு கால்களில் நடப்பதான உணர்வு எழுந்தது.

காலத்தின் மாதிரி

நீங்கள் உங்கள் போக்கில் இருக்கிறீர்கள்
காலத்தை விரட்டிச் செல்லும் ஓவியன்
மாயத்தால் ஈயாகி உங்கள் முகத்தில் வந்தமரும்
காலத்தைக் கண்டுபிடித்து
வெள்ளைத் தாளில் வரைகோட்டுச் சித்திரம் ஆக்குகிறான்
ஈ எழுந்து எழுந்து
உங்கள் உடல் முழுவதும் அமர்கிறது
காலத்தின் மாதிரியாய் நிற்பதை அறியாத நீங்கள்
அசந்தர்ப்பம் ஒன்றில்
உங்களை வரைவதை உணர்கிறீர்கள்
மாசு மரு எதுவுமற்ற
தூய கற்பனைச் சித்திரமாய்
உங்கள் உருவப்படத்தை எதிர்பார்க்கிறீர்கள்
புன்னகையுடன் பாவனை காட்டுகிறீர்கள்
உங்கள் சேஷ்டைகளின் தொந்தரவைத்
தன் தூரிகை மயிரால் சட்டெனக் கடந்து
வரைகிறான் ஓவியன்
ஆவல் தாங்காமல் எட்டிப் பார்க்கிறீர்கள்
கித்தானில் காலம் பிடிபட்டிருக்கிறது
சரியில்லை சரியில்லை எனக்
கூப்பாடு போடுகிறீர்கள்
காலத்தின் மூக்கில் நிரம்பி வழியும்
சளியை முதலில் துடைக்கச் சொல்லி வற்புறுத்துகிறீர்கள்
ஓவியன் துடைக்கிறான்
சளி ஒழுகிக் கொண்டேயிருக்கிறது
இப்போது
கித்தானைச் சளியால் நிரப்புகிறான் ஓவியன்.

Anupam Sud
Persona
Etching on Paper
67 cm x 49 cm
1988

89

தமிழ்நாட்டில் இரண்டாயிரத்துப் பதினாறுக்கான தேர்தலுக்கான அறிவிப்பைத் தேர்தல் ஆணையம் வெளியிட்ட அன்று அவளும் பிரபுவும் கேபியும் விவாதித்துக் கொண்டிருந்தார்கள்.

இந்தத் தேர்தல் எந்த வகையில் நம் படைப்பிற்கு ஆதரவாகவும் எதிராகவும் இருக்கும் என்று அவள் கேட்டாள். கேபியும் பிரபுவும் இதில் அரசியலைத் தவிர நம் படைப்பிற்கான ஆதரவையோ அல்லது எதிர்ப்பையோ எப்படிப் பார்க்க முடியும் என்று கேட்டாள். நம்முடைய படம் வெளிவராத ஸ்கிரிப்டிலிருந்து எடுக்கப் படுகிறது. அரசு அல்லது அரசாங்கம் ஒரு படைப்பை வெளிவராமல் செய்வதற்கான எந்தத் தடை உத்தரவையும் பிறப்பிக்கவில்லை. மக்கள் தாங்களாகவே முன்வந்து தங்களுடைய மத, ஜாதி, பால், இன உணர்வுகளைப் புண்படுத்துவதாக எதிர்ப்பு தெரிவித்துப் போராட்டங்களை முன்னெடுத்தபோது, குறிப்பிட்ட அந்த ஜில்லா அதிகாரிகள் பேச்சு வார்த்தை என்ற பெயரில் எழுத்தாளருக்கு ஒரு நிர்பந்தத்தை உருவாக்குகிறார்கள். இதை நாம் எப்படிப் பார்ப்பது? அல்லது புரிந்துகொள்வது?

> "இல்லைங்க . . . எழுதி வாங்குறது, கட்டப்பஞ்சாயத்து பண்றது, மெரட்றது . . . எல்லா விவகாரங்கள்லயும் இருக்கறதுதான்."
>
> "கேபி இது ஒரு சொத்துத் தகராறோ, வாய்க்கா தகராறோ, வேலித் தகராறோ இல்ல. ஆடுதன் ராணியும் மைனரும் ஊர விட்டுப் போயி பத்து வருஷத்துக்கு மேல ஆச்சு.

அவங்களோட சொத்துப் பத்திரம் எல்லாம் எங்கிட்டதான் இருக்கு. இன்னிக்கு வரைக்கும் அவங்களோட அஞ்சி வேலி நிலமும் தரிசாதான் கெடக்கு. ஓட்டு வீடு பாழடஞ்சி கெடக்கு. யாரும் போயி சொந்தம் கொண்டாடல . . . ஆக்ரமிச்சிக்கல . . . நானும் கம்பெனி ஆரம்பிச்சு இத்தன வருஷத்துல அவங்களைத் தேடி கண்டுபிடிக்கணும்னு நெனைக்கல. இப்பல்லாம் ரெண்டு நாளைக்கு வீட்ட பூட்டிட்டு வெளியூருக்குப் போனாலே பிரச்சனதான். வீட்டத் தொறந்து பூரா சாமானையும் எடுத்துட்டுப் போயிட்றானுவோ. காவலுக்கு ஆள் போட்டா அவனே வித்துட்டுப் போயிட்றான். இப்படியான காலத்துல கட்டப் பஞ்சாயத்து மலிஞ்சு போனது நமக்குத் தெரியும்தானே. ஊர்ல நாலு பேரு எத வேணும்னாலும் செய்யலாம். ஒரு அரசாங்கம் இதச் செய்யலாமா? மக்கள் முக்கியம்னா . . . மக்கள் அறிவோட இருக்குறது அத விட முக்கியம் இல்லியா? அறிவ புகட்றது அரசாங்கத்தோட வேலதானே. அப்படியான வகுப்பறை கல்வியைத் தாண்டி விழிப்போடையும் நாகரீகத்தோடையும் இருக்குறதுக்குக் கலை இலக்கியத்தோட பங்கு அரசாங்கத்துக்குத் தெரியாதா என்ன?"

"ஓஹோ . . . எங்கே சாப்பாட்டு வண்டிக்கு ஆளு வராம போயிடுவாங்களோன்ற பயமாகூட இருக்கலாம்."

"உலகத்துல எல்லா இயக்கங்களும் கையாள்ற யுக்திதாங்க கே.பி. ஒரு பக்கம் ஆதரிச்சாலும் இன்னொரு பக்கம் அழிக்கத்தான் பாப்பாங்க."

"அப்படின்னா இந்தச் செயல்பாட்டின் மூலமாத்தான் விளைவுகள்லருந்து மக்கள் நேரடியா கத்துக்குவாங்கன்னு நெனைகிறீங்களா?" என்று பிரபு கேட்டான்.

"பேஸ் புக்ல கேபி ஒரு பதிவு எழுதியிருந்தாரு . . . எல்லாத்தையும் டயரி மாதிரி எழுதுறாரு. நாம தேடிப் போன கதையெல்லாம் கூட வந்திருக்கு."

"படம் எடுக்குறதுக்கும் இந்தத் தேர்தலுக்கும் என்ன சம்மந்தம்?"

"இப்படி இருக்கலாம் . . . மக்களுக்காக அவர்களின் உணர்வுகளுக்காக மதிப்பளிக்கிறதா சொன்ன கட்சிகள் அதே மக்களுக்கான உயர் அறிவுஜீவிகளைக் காப்பாற்றுவோம்.

அவர்களின் அறிவுசார் சொத்துரிமையைப் பாதுகாப்போம். நாட்டுடமையாக்குவோம்." என்று கூடச் சொல்லலாம்.

"அப்படின்னா? நாம படைப்புக்கு ராயல்டி கூட கொடுக்க வேணாமா?"

"ராயல்டி கெடக்கு ராயல்டி. எழுத்தாளர்கள் சுதந்திரமாவும் வெளிப்படையாவும் உண்மைக்கு மிக நெருக்கமாகவும் செயல்படுறதுக்கு உறுதி கொடுத்தா போதாதா?"

இன்னும் சற்று நாட்களில் வெளிவரப்போகும் கட்சிகளின் தேர்தல் அறிக்கைகளுக்காக இவர்கள் காத்திருந்தார்கள்.

90

சைதாப்பேட்டையில் ஆர்.டி.ஓ.வாகச் சேர்ந்து பின்பு கலெக்டராகிவிட்ட மணிமொழியைத் தேடிப் போனாள். மணிமொழியும் தமிழ்வாணனும் சேர்ந்து வாழ்வதை அரசாங்கம் இன்றளவும் பல்வேறு கேள்விகளால்கேட்டுக் கொண்டிருக்கிறது. அவர்கள் இருவருமே உறுதியாக இருக்கிறார்கள். தங்கள் குழந்தை எந்தச் சட்ட அடிப்படையிலும் பிறக்கவில்லை. அன்பின் அடிப்படையில் பிறந்தது என்பதில்.

மணிமொழியிடம் கேட்டாள்,

"நீ எப்புடி சமாளிக்கிற?"

"அத ஏன் கேக்குற? தெனமும் ஒரு மெமோவுக்கு பதில் எழுதுறதே வேலை. தமிழுக்கு, சுற்றுச் சூழல காப்பாத்துற இயக்கத்துல பொழுது போயிடுது. நான் மட்டும்தான் ஆபீசுல கஷ்டப்படறேன். பொண்ணுக்கு ஸ்கூல்ல டார்ச்சர்."

"இவங்க ரெண்டு போரையும் எனக்கு நல்லா தெரியுமே... எங்கிருந்து புடிச்ச... என்ன இவரு எடுத்த ஃபோட்டோதான் நாங்க வச்சிருக்கோம். எப்பயாவது நான் செய்யுற ஒண்ணு ரெண்டு விஷயங்களுக்கும் கே.பி. கிண்டல் அடிப்பாரு. ஸ்டேட்டஸ் போடுவாரு... பிரபு நம்மூருகார பையன். அதனால தெரியும்."

"ஆமா... நீங்க தஞ்சாவூருல்ல, மறந்தே போயிட்டேன்."

"காத்தான் எப்புடி இருக்கு?"

"நல்லாத்தான் இருக்கு. கழுமல கோயில கட்றதுக்கு வசூல் பண்றாங்க. அன்னிக்குப் பார்த்து பேசிட்டு இருந்தேன். நீ பேசிட்டு இருக்கியா மணிமொழி?"

“இப்பதான் கான்ஃப்ரன்ஸ் வந்துடுச்சே. தெனமும் பொண்ணுதான் பேசிட்டு இருக்கா.”

“இந்த எழுத்தாளர் செத்துப் போனத பத்தி நீ ஒண்ணும் செய்யலையா?”

“இல்லைங்க... தமிழ்தான் சில விஷயங்களுக்கெல்லாம் போராட்னாரு.”

“அரசாங்கத்தோட நெலமதான் என்னவா இருக்கு?”

“அவுங்களுக்கு பொலிட்டிகல் மைலேஜ்தான் முக்கியம். அதைத்தவிர மீடியா இமேஜ் தமிழ்ல எந்த மீடியாலையும் வந்துராம பாத்துப்பாங்க. ஏங்க இந்தி இங்கிலீச பத்தி இவங்களுக்கு எந்தக் கவலையும் இல்ல. எல்லா சேனலும் ஆதரவா இருக்கறதனால சச்சிதானந்தன் எழுதுன மலையாளக் கவிதை பத்தியெல்லாம் இவங்களுக்கு என்ன கவலை?”

“தோழர்கள் என்ன சொல்றாங்க?”

“தோழர்கள் வழக்கம் போல போராட்டங்கள முன்னெடுத்தாங்க. பல பேரு மறைமுகமா உதவியும் செஞ்சாங்க.”

“வெகு ஜனங்களுக்கு ஒரு பிரச்சனைன்னா ஜனங்களே கூடிச் செய்யிற போராட்டத்துக்கு அரசாங்கம் ஓடி வருது.”

“ஆமா நான்... பார்த்தப்போ பிரைவேட் ஸ்கூல் பிரச்சனைல சி.எம்மே நேரா பேசுறாங்க. பேரண்ட்ஸ் எல்லாம் பவர் ஃபுல்லா இருக்காங்க. உடனே பிரச்சன தீர்ந்துடுது. இதையே நம்ம தோழர்கள் முன்னெடுத்திருந்தா நம்ம ஜனங்க விலகிப் போயிருப்பாங்க. பத்து நாளு, ஒரு மாசம் ஆனாலும் பள்ளிக் கூடத்த மூடுவாங்களே தவிர பிரச்சன தீராது.”

“அது என்ன மணிமொழி நம்ம கைய உயர்த்துனா அடுத்த நிமிஷம் ஜனங்க நம்மகிட்டையே வர மாட்டேன்றாங்க ... மக்கள் முன்னெடுக்குற போராட்டங்கள்ல நம்மள அனுமதிக்கிறதே இல்ல.”

சிரித்துக்கொண்டே மணிமொழி இப்படிச் சொன்னாள், “அதனாலதான் அறிவு ஜீவிகள மக்கள்கிட்ட நெருங்கிடாம நான் உட்பட்ட அரசாங்கம் கவனமா பாத்துக்குது”.

அனைவரும் சிரித்தார்கள்.

91

கையிலிருந்த ஐபேட் ப்ரோவில் கேபி எழுதியிருந்த ஸ்டேடசை மணிமொழிக்குப் படிக்கக் கொடுத்தாள். மணிமொழியிடம் இந்த விவகாரத்திற்கான தீர்வுக்கு உதவி கேட்கலாம் என்ற எண்ணத்தில்...

❍ ❍ ❍

கவிஞரிடமிருந்து அழைப்பு வந்தபோது ஆழ்ந்த உறக்கத்தில் இருந்தேன்.

“சொல்லுங்க கவிஞரே... ஏது அதிசயம் காத்து நம்ம பக்கம் வீசுது?” என்று தூக்கக் கலக்கத்தில் கேட்டதும், “சென்னைக்கு வந்திருக்கேன். ஒரு வேல விஷயமா... கூட வரணுமே...” என்றார்.

“கரும்பு தின்னக் கூலியா... தோ... கௌம்பிட்டேன்...”

என்று சொன்ன இடத்திற்குச் சென்றபோது வெயில்ஏறி உச்சியைத் தொட்டிருந்தது.

ரோஜா முத்தையா நூலகத்தில் இருபதாம் நூற்றாண்டு தமிழ்க் கதைகள் தொகுப்புக்கான தேடலை முடித்து அந்த எலைட் பாரில் உட்கார்ந்து இறக்குமதி செய்யப்பட ‘ஸ்டெல்லா ஆர்ட்டோய்ஸ்’ பெல்ஜியம் பீரைக் குடித்துகொண்டே, “ஒரு நாவல் எழுதிட்டு இருந்திங்களே என்ன ஆச்சு? முடிச்சிட்டிங்களா?” என்று கேட்டேன்.

சிகரெட் புகையை சுருள் சுருளாக விட்டபடி “இல்ல... கொஞ்சம் நிறுத்தி வச்சிருக்கேன். செப்டம்பர் போலத்தான் முடிக்கலாம்னு இருக்கேன்” என்றார்.

“புவன் சந்திரசேகர்கூட ஒரு நாவல் எழுதி முடிச்சிட்டாருன்னு சொல்லிட்டு இருந்திங்களே... என்ன ஆச்சு? கிட்டத்தட்ட ஒரு வருஷமா கெடப்புல இருக்குதுபோல...”

“இந்த புக் ஃபேருக்கு வந்துடும்.”

நூலக வேலை முடிந்ததும் ஜூனியர் குப்பண்ணா ஹோட்டலில் குடல்கறி வறுவலையும், பள்ளிப்பாளையம் சிக்கன் ஃப்ரையையும் ஒரு வெட்டு வெட்டிவிட்டு, சாலையின் ஓரத்தில் நின்று சிகரெட் புகையினை அந்தரத்தில் மின்னிய நட்சத்திரங்களைப் பார்த்தவாறு சுருள்சுருளாக விட்டுக்கொண்டிருந்த அந்த ஒய்யாரக் கவிஞரிடம் “நாளைக்கு பெருமாள்முருகன மீட் பண்ணலாமா?” என்று கேட்டேன்.

“நானும்தான் ஒரு வேல விஷயமா அவர பார்க்கணும்னு இருக்கேன். நாளைக்கு சாயந்தரம் 5 மணிக்குக் கண்ணகி சிலைக்குப் பின்புறம் நாங்க சந்திக்கலாம்னு ஏற்கனவே பிளான் பண்ணி இருக்கோம்” என்று அர்த்த ஜாமத்தில் விடைபெற்றார் அந்த ஒய்யாரக் கவிஞர்.

பூனையை மடியில் கட்டிக் கொள்வதும், ஆர்டிஸ்ட் சீனிவாசனை உடன்வைத்துக்கொள்வதும் ஒன்று. கவிஞர் ஐந்து மணிக்குச் சந்திக்கலாம் என்றார். ஆர்டிஸ்ட் சீனிவாசன் தன்னுடைய காரில் ஆறு மணிக்கு மெரீனாவில் கொண்டு சேர்த்தார். ஏறக்குறைய அவர்களது சந்திப்பு முடியும் நேரத்தில் கைகுலுக்கி இணைந்துகொண்டேன்.

“தாமதத்துக்கு மன்னிக்கணும் ஒய்யாரக் கவிஞரே...” என்று வாக்கியத்தை முடிக்கும் முன்பே “நாங்க பெசன்ட்நகர் ஸ்பேசஸுக்குப் போறோம்... நீங்களும் வறீங்களா?” என்றார்கள்.

காற்றில் கலைந்த உப்புமிளகுத் தலைமுடியை சீர்படுத்திக் கொண்டிருந்த ஆர்டிஸ்டைப் பார்த்தேன். போகலாம் என்பது போலத் தலையசைக்கவும் எல்லோரும் தாவிச்சென்று வெள்ளை நிற ஃபோக்ஸ் வோகனில் அமர்ந்தோம்.

“ஆமா... மெரினால இல்லாத பீச்சு காத்தா பெசன்ட் நகர் ஸ்பேசஸ்ல அடிக்கப் போகுது. என்னாத்துக்கு ஒய்யாரமே இவ்வளோ லாங் டிராவல் பன்றீங்கோ..?”

“எங்களோட காமன் ஃபிரண்ட் இன்னிக்கு நடக்கற புரோக்கிராம்ல சாக்ஸஃபோன் வாசிக்கிறாரு. அதான் போயிட்டு இருக்கோம்...” என்றார் ஒய்யாரம்.

“சார் . . . கே.பி . கெடக்கட்டும் . . . எனக்கொரு கேள்வி இருக்குங்க சார். கொழந்தத் தனமான கேள்விதான்னு வச்சுக்கோங்களேன். கேக்கலாமா?” என்றதும்,

“ஓ . . . கேளுங்களேன்” என்றார் பெ. முருகன்.

“பெருமாள்முருகன் என்ற கிரியேட்டர் பொறந்தப்ப பெ. முருகன் செத்துப் போயிட்றாரு. பெருமாள்முருகன் சாவ பெ. முருகந்தான் அறிவிக்கிறாரு. அப்பபடின்னா செத்துப் போன பெ. முருகன் உயிர்தெழுந்துட்டாரு. அப்போ . . . பெருமாள்முருகன உயிர்பிக்க முடியாதா?”

இடியாப்பச் சிக்கல் போன்ற கேள்வியைக் கேட்டார் ஆர்டிஸ்ட்.

“இது தாத்துவார்த்தமான கேள்வியா இருக்குது. பதில் சொல்றது கொஞ்சம் சிரமம்தான்” என்றார் பெ. முருகன்.

“சரி . . . உங்களோட தொடர் எதாச்சும் பாதியில நின்னு போயிருக்குங்களா சார்?”

“ஓ . . . அந்த மாதிரி நெறையவே இருக்கே . . . பெரும் பகைகளையும் மனக் கசப்புகளையும் உண்டாக்கிய தொடர்களைப் பாதியிலேயே நிறுத்தி இருக்கேன்.”

“உதாரணம் சொல்ல முடியுங்களா சார்?”

“காலச்சுவடுல சோரகவி மரபுன்னு ஒரு தொடர். அரவிந்தன்தான் அப்போ ஆசிரியரா இருந்தாரு.”

“. . .”

“. . .”

இருள் கவிழ்ந்த ஸ்பேசஸ் அரங்கில் நுழைந்தபோது தாளம் தப்பாமல் தோல் வாத்தியக்கருவி ஒலித்துக் கொண்டிருந்தது. இசைநாடக வடிவத்தில் நடிகர்கள் வாத்தியங்களை வாசித்தவாறே அங்க அசைவில் உணர்வுகளை வெளிப்படுத்தி மேடையை ஆக்கிரமித்திருந்தனர். நாடகத்தின் பாதியில்தான் சாக்ஸஃபோன் கலைஞர் உள்ளே புகுந்தார். இடையில் புகுந்தவர் வாசித்து முடிக்கையில் முழு நாடகமும் முடிந்திருந்தது.

திரும்பும்போது

“தலையும் புரியல வாலும் புரியல . . . இது மியூசிக் கான்சர்ட்டா? இல்ல நாடகமா?”

"உனக்குப் புரியாம இருக்குறதே நல்லது... விட்டுடு..."
என்றார் கவிஞர்.

கடற்கரைக் காற்று மேனியைத் தழுவ வெளியில் வந்து நின்றேன்.

"உனக்கும் சிகரெட் வேணுமா?"

என்று வயோதிகப் பெண்மணி தனக்குப் பக்கத்திலிருந்த சீமாட்டியிடம் ஆங்கிலத்தில் கேட்டாள். அதற்குத் தோள்களைக் குலுக்கியவாறு

"நாட் நவ்..."

என்றாள் பக்கத்தில் இருந்தவள். அவர்களைப் பார்த்துக் குறும்பாகச் சிரித்துவிட்டு சைனீஸ் ஹோட்டலை நோக்கி இரவுணவு சாப்பிட நடந்துகொண்டிருந்தோம்.

அம்மாஞ்சி

பாடல் ஆசிரியர் யுகபாரதி

பல்லவி

விடுதலை என்னும் பேராலே
வேட்டையாடப்பட்டோம்
கைவரும் காலம் என்றெண்ணி
ஏனோ நாமே கெட்டோம்

ஒருசிலர் செய்த சூழ்ச்சியிலே
வேரை இழந்த மரமானோம்
இருந்ததை எல்லாம் இழந்துவிட்டு
இருளை மணந்த சருகானோம்

பட்டதுபோதும் பட்டதுபோதும்
பழுதை நீக்கப் புறப்படுவோம்
வாழ்வோ சாவோ வருவது வரட்டும்
செந்நீர் குளத்தில் குளித்திடுவோம்

சரணம் 01

உண்மை இல்லா கோஷங்கள்
உரிமையை மீட்டுத் தந்ததா?
கண்ணீர்ச் சிந்தும் தேசத்தின்
கவலையை மாற்றிச் சென்றதா?

அதிகாரத்தின் கைகளிலே
அரசியல் ஆனது சூதாக
அடையாளத்தை இழந்தவர்கள்
கதறி நிற்கிறோம் பல ஆண்டாக

உணவில் உறவில் கலந்துபோன
ஏமாற்றத்தைப் போக்குவோம்
எவரும் சமமே என்பதைச் சொல்ல
கரத்தை மேலே தூக்குவோம்

சரணம் 02

பொய்யால் நேர்ந்த சோகங்கள்
தொடருவதேனோ இன்னுமே?
கண்ணை மூடும் நேரத்தில்
மாறுவதில்லை ஒன்றுமே

அநியாயத்தின் ஆசையிலே
அழிந்தன இங்கே அத்தனையும்
அகம்பாவத்தின் நெருக்கடியில்
அழுகிப் போகிறதுயிர் இப்பொழுதும்

மனதில் மனதில் உறுதி கொண்டால்
மாற்றம் நிகழும் சத்தியமே
எதையும் இழக்கத் துணிந்துவிட்டால்
இறுதியில் வெல்வோம் லட்சியமே

92

இறுதிச்சுற்று

தஞ்சாவூர் சிவாவுக்கு ஒளிப்பதிவில் ஆர்வம். இறுதிச்சுற்று பார்க்க வேண்டுமென படம் வந்த நாளிலிருந்து சொல்லிக் கொண்டிருந்தார். முகூர்த்தம் பார்த்து மகாமக மங்கள நாளான நேற்று பார்க்கலாமென முடிவு செய்து டிக்கட் புக் செய்தோம்.

சைல்ட் லாக் செய்யப்பட்ட ஃபோக்ஸ் வோகனின் ஏர் கண்டிஷனர் ஈரக் காற்று முகத்தில் அறைய பின்னிருக்கையின் நடுவில் அமர்ந்திருந்தேன். சமீபத்தில் சாரு கூட தனது பதிவில் பாராட்டித் தள்ளியிருந்த ஓவியர் சீனிவாசன்தான் வெள்ளை நிற மொசக்குட்டி போன்ற ஃபோக்ஸ் வோகனை ஓட்டிக்கொண்டு வந்தார். ஓவியம் வரையாமலேயே ஓவியர்கள் என்று சொல்லிக் கொள்ளும் திருவாரூர் வினோவும், தஞ்சாவூர் சிவாவும் பக்க வாத்தியக் கலைஞர்கள் போல் எனது இடப்புறமும் வலப்புறமும் அமர்ந்திருந்தனர். கார்த்தி பாவம். தேவையில்லாமல் வந்து கடைசி நேரத்தில் எங்களிடம் சிக்கிக் கொண்டார்.

“டே தம்பி... நீயும்தான் படத்துக்கு வாயேன்...” என்றேன் வினோவிடம்.

“எனக்கு மூட் சரியில்ல... தயவு செஞ்சி என்ன விஜயநகர்ல எறக்கி விட்டுடுங்கோ... உங்களுக்குப் புண்ணியமா போகும்...”ன்னு வினோ சொன்னாப்ள.

சுதாரித்திருக்க வேண்டும்... இந்த மாதிரி, இந்த மாதிரி “பீனிக்ஸ் மால் – லக்ஸ் சிநிமாஸ்”ல, இந்த மாதிரி இந்த மாதிரி படம் பார்க்கப் போறேன்னு முகநூலில் நிலைத்தகவல் இட்டிருந்தேன். பீச்சாங்கை கட்டை விரலை வாய்க்குள் திணித்துக்

கடித்தபடி போஸ் கொடுக்கும் வடிவேலுவின் புகைப்படத்தைப் பிரபு காளிதாஸ் பின்னூட்டமாக இட்டிருந்தார். அப்பொழுதே சுதாரித்திருக்க வேண்டும் . . .

டிவியைப் பார்த்துக் கொண்டு சம்போகத்தில் திளைக்கும் ஒருவன் அரைப் புணர்வில் அந்தக் கள்ளக் காதலியை விலக்கிவிட்டுப் படுக்கையின் நுனியில் அமர்கிறான். காமத்தின் கண்ணிகளில் சிக்குண்ட அவள் அரற்றுகிறாள்.

“இதுக்காகவா இருபது கிலோ மீட்டர் டிராவல் பண்ணி என் வீட்டுக்காரனுக்குத் தெரியாம உன்னப் பார்க்க வந்தேன். அதான் உன் பொண்டாட்டி உன்ன விட்டுட்டு ஓடிட்டா . . .”

“நீயின்னா என் பொண்டாட்டியா கேள்வி கேக்குற . . . போடி . . . ” என்கிறான் அவன்.

விளையாட்டு பற்றிய படங்கள் தமிழில் குறைவு. பாலிவுட்டுடன் ஒப்பிட்டால் இவர்களது படத்தின் தரமும் குறைவு. ‘சக் தெ இந்தியா, பாக் மில்கா பாக், கய் பொ ச்சே’ போன்ற படங்களின் ஸ்கிரிப்டும், படமாக்கமும், செய் நேர்த்தியும் மூக்கின் மேல் விரல் வைக்கும்படி இருக்கிறது. ஐந்து வருடங்களுக்கு முன்பே ஹிந்திவாலாக்கள் இதையெல்லாம் செய்திருக்கிறார்கள். இறுதிச்சுற்று – இத்திரைப்படத்தை அளவுக்கதிகமாகப் பாராட்டுகிறார்களோ என்று தோன்றுகிறது.

– கிருஷ்ண பிரபு

கே.பி. தனக்குப் பக்கத்திலிருந்த பிரபுவிடம் இந்தப் பதிவைக் காட்டி

> “நீங்க சொல்லியும் நாங்க கேக்காம போனோமுள்ள என்னத்த சொல்றது?”
>
> “படம்னா இப்ப நம்ம எடுக்கப் போறதுதான் படம். மத்ததெல்லாம் சும்மா . . .”
>
> “அப்படியெல்லாம் இல்லைங்க… சாதாரணமா சிற்றிதழ்ல வரதையே நிறுத்திப் போட்டாங்க. எனக்கென்னமோ படம்லா எடுக்க முடியும்னு தோனல.”
>
> “சென்சார் போர்ட கைப்பத்திட்டோம்னு ஆணவத்துல அலையறானுவோ. சென்சாரே பண்ணாம நாம சோசியல் மீடியாவுல ரிலீஸ் பண்ணிடுவோம். என்ன வேணாலும் செய்யுறதுக்கு நமக்கு வழி இருக்கு.”
>
> “சரிங்க பிரபு. படம் எடுக்கணும்ல.”

"ஃபைவ் டி மார்க் திரீ வாங்கிட்டேன். இப்பதான் ... அவைலபில் லைட்டே போதும் எனக்கு. யார் தடுக்க முடியும்?"

"ஸ்கிரிப்ட் டயலாக் பத்திக் கவலை இல்ல. உதவிக்கு என்ன வேணாலும் கேட்க நம்ம ஆர்.ஆர் சீனிவாசன் இருக்காரு. எப்படியும் ஆடுதன் ராணி நடிச்சிக் கொடுத்துடுவாங்க. அதுவும் அந்த சென்சிடிவான போர்ஷன்லெல்லாம் அவுங்க சாதாரணமா கலக்கிடுவாங்க."

"எனக்கு இருக்க கவலை எல்லாம் எழுத்தாளர பத்தித்தான்."

"அதாங்க எனக்கும் பயமா இருக்கு ... நாம பாட்டுக்கு ஏதாச்சும் செய்யப் போயி அவருக்குதாங்க பிரச்சன."

"இந்த மாதிரி குரல அடியோட நான் வெறுக்கறேன். எல்லா விதத்துலையும் நம்ம எல்லாருக்கும் பொறுப்பிருக்கு. பங்கிருக்கு ... என்ன நடந்தாலும் பெருமாள்முருகன பார்த்தே ஆகணும் ..."

93

"இந்த நாவல நாம வெளியிடப் போறமா?"

"அதுல உங்களுக்கு என்னங்க சந்தேகம்?"

"இல்ல... இதுல கதையா எதையும் சொல்லவே இல்லியே..."

"நாவல்னா கத சொல்லணுமா என்ன?"

"நமக்கு சரி... யாரு பதிப்பிப்பா?"

"அதுதான் நான் சொல்லி வச்சிருக்கேனே..."

"நீ சொல்லுவ... விக்கணுமில்ல..."

"எப்புடிங்க விக்காம போகும்..?"

"எனக்குத் தெரிஞ்சி ஒரு காப்பி கூட விக்காது..."

"ஏங்க அப்படிச் சொல்றீங்க?"

"நிச்சயமா அவங்க இத நாவலா போடுவாங்க..."

"பார்க்கலாம்... நீ செஞ்ச ஒரேயொரு உருப்படியான காரியம்... பப்ளிஷர்கிட்ட சொல்லி வச்சதுதான்."

"எந்த வகையிலும் படித்துவிட முடியாத எதையும் நாம பண்ணல. அதனால நாம தைரியமா வெளியிடலாம்."

"இது வெளியில வந்ததுக்கு அப்புறம்... உன்ன புடிச்சா போதும்... எழுதுற எல்லாத்தையும் பப்ளிஷ் பண்ணிடலாம்னு நினைப்பாங்க. உனக்கு இனிமே டிமாண்ட் அதிகம்தான்."

"உண்மைதான்... அவங்கவங்க மேல வெக்கிற நம்பிக்கையை விட இப்பல்லாம் அடுத்தவங்க மேலதான் அதிகமான நம்பிக்கைய வெச்சிருக்காங்க."

"உழைப்பே இல்லாம நாம செஞ்ச இந்தக் காரியத்துக்கு இத வெளியிடணுமான்னு எனக்குத் தோணுது... அப்புறம் இத நம்பளே கிழிச்சிப் போட்டுறதுதான் நல்லது."

"இன்னும் நாலு நாளுல தேர்தல் அறிக்கை எல்லாம் வரப் போகுது. அது மாதிரி நம்மளும் அச்சடிச்சி குடுத்துடுவோம்."

"ஒருவேள யாராவது எழுத்தாளர்கள காப்பாத்துவேன்னு சொன்னா பாப்போம்."

"இனி எழுத்தாளர்களையாவது காப்பாத்துறதாவது."

"யாரு கிட்டப் போயி கோரிக்கைய வச்சாலும் ஒரு புத்தகத்த பரிசா கொடுக்குறாங்க. அது அவங்க எழுதுனதாமா. இதுக்கு பயந்துக்கிட்டே யாரும் கோரிக்கைய எடுத்துட்டுப் போறதே இல்ல."

"அதனாலதாங்க சொல்றேன். தேர்தல் வாக்குறுதி மாதிரி அடிச்சிக் குடுத்துடுவோமுன்னு..."

2016 தமிழ்நாடு சட்டமன்றத் தேர்தல் அறிக்கை

1. வெளிநாடுகளிலிருந்து உயிருடன் மரங்களை இறக்குமதி செய்து தமிழகம் முழுவதும் இரண்டு கோடி மரங்கள் நட்டுப் பராமரித்து வளர்க்கப்படும்.

2. தேம்ஸ் நதியிலிருந்து ஒரு லிட்டர் ஐந்து ஈரோ கொடுத்துத் தண்ணீரை வாங்கித் தமிழகம் முழுவதுமுள்ள அணைத்து ஆறுகளும் ஆண்டு முழுவதும் கரைகளைத் தொட்டுக்கொண்டு ஓடும் அளவிற்கு இலவசமாக வழங்குவோம்.

3. எந்த எழுத்தாளர் இறந்துபோனாலும் அவரை உடனடியாக உயிர்ப்பிக்க ஐந்து உறுப்பினர் கொண்ட குழுவை அமைப்போம்.

மே 16, தமிழ்நாடு சட்டமன்றத் தேர்தல்.

அம்மாஞ்சியும் குடிகாரனும் பிச்சைக்காரனும் பேசிக்கொண்டார்கள்.

பெருமாள்முருகன பாக்க முடியுமா? அவ படம் எடுத்தாளா? அதுக்கு சென்ஸ்சார் சர்டிபிகேட் கெடைக்குமா? ஆடுதன் ராணிக்கு இன்னிக்கு வயசு அறுபத்தஞ்சா? பதினெட்டா?

அம்மாஞ்சி

Anupam Sud
Olympia
Etching on Paper
49.5 cm x 32.5 cm
2007

94

மேரே சப்ன்னோகி ராணிகபு ஆயே கீது ...

அறுவத்தி ஓம்போதுல வந்த படம் ஆராதனா. அதுலதான் சர்மிளா தாகூர் நடிச்சி இருப்பாங்க. கிட்டத்தட்ட அப்பவே ராணிக்கு வயசு பதினெட்டு. இப்போ என்ன வயசு இருக்கும்? என்ன ஒரு அம்பத்து ஓம்பது. இப்போ நம்ம படத்துக்கு சர்மிளா தாகூர் மாதிரி ஒரு ஹீரோயின தேடனும். அப்புறம் இந்தக் கால கட்டத்துல நடக்குற கதையில வர்ற அவளுக்கு யார தேடுறது.

சிகப்பு நிற கார் செங்கல்பட்டில் பறந்து கொண்டிருந்தது. பின் சீட்டில் அமர்ந்திருந்த பிரபு கேமராவை நோண்டிக் கொண்டிருந்தான். கே.பி.யிடம்

"நாம எங்க போயிட்டு இருக்கோமுன்னு யூகிக்க முடியுதா?" என்றாள்.

"லொகேஷன் பாக்குறதுக்குதானே ... பின்னாடி ஒரு வானரத்தோட கையில கேமரா படாத பாடு பட்றதுலருந்தே தெரியுதே ..." என்றான் கே.பி.

"நான்தான் சொல்லி இருக்கேன்ல இவன் கொஞ்சம் மெண்டல்னு ... என் பேச்ச கேட்டாதானே ..." – பிரபு.

"நாம நாகர்கோவில்ல அரவிந்தன் நீலகண்டன பார்க்கப் போறோம்..." என்ற நாவலாசிரியர் கேபியைப் பார்த்துச் சிரித்தார்.

"யாரு அந்த நக்கல் புடிச்ச ஆசாமியையா?"

"இல்ல கேபி, ரொம்ப பெரிய அறிவாளிப்பா அவரு. முடிஞ்சா பார்த்துட்டு வருவோம்."

நாகர்கோவிலை அடைந்தபோது இரவு பன்னிரண்டு மணி. அறையெடுத்துத் தங்கி கண்விழித்தபோது காலை பத்து. சூரிய வெளிச்சம் அறையில் விழுந்து அந்த ஒளியில் தூசிகள் அலைந்து கொண்டிருந்தது. அரவிந்த நீலகண்டனைத் தொடர்புகொண்டால் அவர் ஊரில் இல்லை. பக்கத்திலிருந்த காலச்சுவடு அலுவலகத்தின் சுரா நூலகத்தைப் பார்த்துவிட்டு, அப்படியே காலச்சுவடு இதழின் பொறுப்பாசிரியர் கவிஞர் சுகுமாரனைப் பார்த்து வரலாம் என்றால் அவரோ சென்னையில் இருந்தார்.

நல்லவேளையாக ஜெமோ நாகர்கோவிலில் இருந்ததால் அவரைப் பார்த்துவர மூவரும் பார்வதிபுரம் சென்றார்கள். பூட்டியிருந்த ஜெமோவின் தெருக்கதவிற்கு முன்னால் நின்றிருந்தார்கள். உள்ளிருந்த டாபர்மேன் விநோதமாக அவர்களைப் பார்த்துக் குலைத்தது. வியர்த்து விறுவிறுக்க ஜெமோவும் வந்து சேர்ந்தார்.

"பேங்க்ல கொஞ்சம் வேல இருந்தது. அதான் வரதுக்கு லேட் ஆயிடுச்சி..."

"இந்த வருஷத்துல இருந்து தமிழில் வெளிவரும் கவிதைத் தொகுப்புக்கு ஆத்மாநாம் பெயரால ஒரு டிரஸ்ட் ஆரம்பிச்சி அவரோட பெயரில் ஒவ்வொரு வருஷமும் விருது வழங்கலாம்னு இருக்கோம்... அதுக்கு நீங்க அவசியம் நேரில் வரணும்..." என்றார் நாவலாசிரியர்.

"ஒரு படைப்பாளிக்கு விருது கொடுக்குறது நல்ல விஷயம்... ஆனா விருது மட்டுமே கொடுக்காம அந்தப் படைப்பைப் பற்றிய விரிவான பார்வையை முன் வைக்கும் நிகழ்வாவும் அந்த விருது விழாவ ஏற்பாடு செய்யுங்க. அதுதான் ஒரு படைப்பாளிக்கு மகிழ்ச்சியைக் கொடுக்கும்..."

கே.பி.க்கு ஒரே குழப்பமாக இருந்தது. எதற்காக நாகர்கோவில் வந்தோம். காலையிலிருந்து யாரிடமும் எதைப் பற்றியும் பேசவில்லை. கையில் வேறு நாவலின் முதல் படி இருந்தது.

"இந்த நாவல கொண்டு வரதுல கொஞ்சம் கூட விருப்பம் இல்ல போலருக்குது. ஒரு வேள யாரு படிக்கப் போறான்னு நெனச்சிட்டாரோ?" என்றெல்லாம் நாவல் எழுதியவனைத் திட்டித் தீர்த்தான் கேபி. "இதுக்காகவா இவ்வளோ நாள் உசுர வாங்குனாரு இந்த ஆளு. எப்புடிப் பார்த்தாலும் இந்த நாவல் வந்தா தேவலாம். வருமான்னு தெரியலையே. அதப் பத்தி யாருகிட்டயும் ஒரு வார்த்த கூட பேசக் காணோமே இந்தாளு".

சீனிவாசன் நடராஜன்

நாகர்கோவில் மிக அழகான ஊர். அங்கிருந்து போகும் கன்னியாகுமரி எல்லோருக்கும் தெரிந்ததுதான்.

"எப்பதான் நம்ம நின்னு போன கதைய வெளியில கொண்டு வரது? வெளியில கொண்டு வந்தாத்தானே பெருமாள்முருகன பாக்க முடியும்? பெருமாள்முருகன் இப்ப எங்க இருப்பாரு?"

. . .

பெருநகரத்து நீர்

வீழ்ந்து கிடக்கிறது
கறுத்து நீலம் பாரித்து
தட்டைத்து உள்ளது

வீழ்ந்து கிடக்கிறது
ஒவ்வொரு அணுவும்
விஷம் தோய்ந்து
உயிரடங்கும் முனகல்

உயிரின் அதிர்வலையில்
அருகு நெருங்குகிறேன்
வீழ்வது நீர் என்கிறது

எத்தனை காலங்களோ
அறுதியிட முடியாமல்
வீச்சம் புரட்டி எடுக்க

இறுதிக்கு யார் என்றேன்

அதற்கும் நீர் என்றது

— எழிலரசி

95

“ஒரு காலத்துல தீப்பெட்டிக்கு மேல தகர ஷீட்டுல பா வடிவத்துல முழுக்க மூடியிருக்க மாதிரி ஒரு கிளிப். அந்த கிளிப்புல தீப்பெட்டிய சொருகி வச்சிக்கலாம். ஒரு பக்கத்து கந்தகம் மட்டும் வெளியில தெரியும். பெட்டியிலிருந்து குச்சிய எடுக்குறதுக்கும் தெறப்பு இருக்கும். அது மாதிரி பில் புக்குக்கு எல்லாம் கூட பா வடிவத்துல ஒரு அலுமினிய கவர் இருக்கும். அந்த மாதிரிதான் நம்ம புத்தகத்துக்குத் தகர ஷீட்டுல ஒரு அட்டைய தேடிக்கிட்டு இருக்கேன். யாராவது தெரிஞ்சவங்க இருந்தா சொல்லுங்க கேபி”.

“ஏங்க புஸ்தகத்த போடுறதுக்கே ஆளில்லியாம்? இதுல புரியாத பாஷைல நீங்க இதெல்லாம் சொன்னீங்கன்னா யாரு புஸ்தகம் போட வருவாங்க. உங்களுக்குப் புஸ்தகம் போடுற எண்ணம் இருக்கா? இல்லியா?”

“இல்லப்பா புஸ்தகத்த இப்படித்தான் கொண்டு வரணுமுன்னு நான் நெனைக்கிறேன். இல்லன்னா புஸ்தகமே வர வேணாம்.”

“எனக்கு இப்போ ஒண்ணு புரிஞ்சி போச்சுங்க... அந்தத் தகரத்துலதானே உங்களோட எண்ணம் ஒளிஞ்சிக்கிட்டு இருக்கு...”

“இப்பல்ல புரியிது நீங்க இன்னா சொல்ல வறீங்கன்னு...”

“அப்புடியா? உங்களுக்குப் புரிஞ்சிடுச்சா? சரி பாக்கலாம்... மொதல்ல நாம தகரத்துல கவர் செய்யிறவன கண்டு புடிப்போம். அப்பறமா பப்ளிஷர் கிட்ட கேட்போம். ஒருவேள நம்ம நாவல்காக எடுத்துக்கலன்னாலும் இந்த ஐடியாவுக்காகவாவது எடுத்துப்பாங்கலான்னு பாப்போம்.” இருவரும் காஃபி ஷாப்பிற்குள் நுழைந்தார்கள்.

“நீங்க ஏங்க புத்தகமா வந்தா இப்படித்தான் வரணும்னு சொல்றீங்க. அப்பறம் புத்தகமே வரத் தேவல்லன்னும் சொல்றீங்க. என்னதான் சொல்ல வறீங்க?”

“இந்தப் புத்தகத்தோட டிசைன் அப்படி... நா வேணும்னா நெனைக்கலாம் இது புரிஞ்சிடும்னு... ஆனா எவ்வளவோ பேருக்குப் புரியும். ஒரு கீ இருந்தாத்தான் சுலபமா படிக்க முடியும்.”

“அந்தக் கீய நான் சொல்றேன். நீங்க கேட்டுட்டு சரியா இருக்கான்னு சொல்லுங்க. சூழல் மனுஷங்கள எப்படி நிறுத்துது, நகத்துதுன்றதுதான் இந்த நாவலோட கீ. வெவ்வேறு பிரச்சனைகள இந்த நாவல் பேசினாலும் அதன் பின்னாடி இருக்குற சூழல்தான் கீ. சூழல்ன்னு நான் சொல்றது சமூகக் கட்டமைப்பு, தேர்ந்தெடுத்த வாழ்வியல் கலாச்சாரம், கொள்கை, அரசியல்னு எல்லாத்தையும்தான் சேர்த்துச் சொல்றேன்.”

“நிச்சயமா இது எதுவுமே இல்லங்க. சாதாரணமா சந்தோஷமா இருக்கறதுக்கு ஒரு வெளிப்பாடு தேவப்படுது இல்லியா... அது இங்க மொழியா இருக்கு. இன்னொரு எடத்துல நடனமா இருக்கு. இன்னொரு எடத்துல இசையா இருக்கு. இன்னொரு எடத்துல சிற்பமா இருக்கலாம். வெளிப்பாடுகள் அதனதன் படைப்பாளிகள சந்தோஷப் படுத்துதா அப்படிங்கிறது அவங்கவங்களுக்குதான் தெரியும். அதைத்தாண்டி ரசிகனுக்கு ஒரு அனுபவத்தக் கடத்துமா அப்படின்னு எல்லாம் யோசிக்கிறது இல்ல. அந்த வகையில இந்த மொழி எனக்கு மிகுந்த சந்தோஷத்தக் கொடுத்திருக்கு. அதைத்தாண்டி உங்களுக்குப் படிக்கக் கெடைக்கணுங்குறது எல்லாம் நோக்கம் இல்ல. இனிமே இதுக்கும் எனக்கும் எந்தச் சம்மந்தமும் இல்ல. நீங்க படிச்சாலும், படிக்காம தூக்கிப் போட்டாலும், யாரு கிட்டயாவது கொடுத்தாலும் சரி. இந்த ஊருல ரசவடை ரொம்ப ஃபேமஸ். ஒரு தடவ வெங்கட் சாமிநாதனும் நானும் சாப்பிட்டுருக்கோம். வாங்க சாப்பிடப் போகலாம்.”

அறுபது நாட்கள் தொடர்ந்து முகநூலில் செய்தி அனுப்பிய பின்பும்...

இது நாவலா? சிறுகதையா? திரைப்படமா? ஒரு சிறு குறிப்பு வேண்டாமா?

முகநூலில் 'வேதம் புதிது' கண்ணனின் பின்னூட்டம்
(30.06.2016, வியாழன் 7.04 p.m)

இது அத்வைதத் தத்துவம் போல் எல்லாமானது. எதுவும் அற்றது. இதைப் புரிந்துகொள்பவர்களுக்கு இது சமர்ப்பணம். புரியாதவர்களுக்கு நன்றி.

◯ ◯ ◯

எழுத்தாளர் பெருமாள்முருகனின் எழுத்து அவருடைய புனர்ஜென்மத்தில் வெளிவருகிறது.

அவர் எழுதிய கவிதைகள் அடங்கிய தொகுப்பு வெளியிடப்பட இருக்கிறது.

தலைப்பு – 'கோழையின் பாடல்கள்'.

இத்தொகுப்பில் உள்ள 'தீர்ப்பு நாள்' எழுதப்பட்ட அடுத்த நாள் (06–07–16) கவிஞர் ஆத்மாநாமின் நினைவுநாள். அன்றைக்கு நண்பர்கள் சிலர் மெரினா கடற்கரையில் சந்தித்துக்கொண்டோம். அப்போது சீனிவாசனின் வேண்டுகோளுக்கிணங்க எழுதியதுதான் 'தீர்ப்பு நாளுக்குப்' பின்னான முதல் கவிதை.

('கோழையின் பாடல்கள்' கவிதைத் தொகுப்பின்
முன்னுரையில் பெருமாள்முருகன்)

○ ○ ○

கட்டை விரல்

வெட்டப்பட்ட
கட்டை விரலை
ஒட்டிக்கொள்ளக்
கடவுள் அனுமதித்துவிட்டார்

கடவுளின் பேச்சுக்கு
மறுபேச்சேது
ஒட்டிக்கொள்கிறேன்

இனி
என் கட்டை விரல்
கட்டை விரல் அல்ல
ஒட்டுவிரல்.

— பெருமாள்முருகன்
06–07–16

24